ക്ലീവ്‌ലൻഡിലെ മുക്കുറ്റിപ്പാതകൾ

INSIGHT PUBLICA

Nadakkavu, Kozhikode, Kerala, 673011
www.insightpublica.com
e-mail: insightpublica@gmail.com
Title: **Clevelandile Mukkuttipathakal**
Author: **Dr. T.N. Vasudevan**
(Malayalam Travelogue)
First Edition: March 2022

Published by
InsightinPublica Printers & Publishers Pvt. Ltd.
Printed and bounded in India by
Manipal Technologies Limited, Manipal
ISBN 978-93-5517-081-1
₹ 350

ക്ലീവ്‌ലൻഡിലെ മുക്കറ്റിപ്പാതകൾ

ഡോ.ടി.എൻ.വാസുദേവൻ

INSIGHT PUBLICA®

അപ്പുവിന്റെ (വിഷ്ണു നാരായണൻ) ഓർമ്മയ്ക്ക്

1946 ജൂലൈ 4 ന് തൃശ്ശൂർ ജില്ലയിലെ മുളങ്കുന്നത്തുകാവിൽ ജനിച്ചു. വെളപ്പായ സ്കൂൾ, തിരൂർ സെന്റ് തോമസ് ഹൈസ്കൂൾ, തൃശ്ശൂർ സെന്റ് തോമസ് കോളേജ് എന്നിവിടങ്ങളിലായിരുന്നു പഠനം. 1974-ൽ ബാംഗ്ലൂരിലെ ഇന്ത്യൻ ഇൻസ്റ്റിറ്റ്യൂട്ട് ഓഫ് സയൻസിൽ നിന്നും ക്രിസ്റ്റലോഗ്രാഫിയിൽ ഗവേഷണം പൂർത്തിയാക്കി. റിസർച്ച് ഗൈഡ് ആയിരുന്ന പ്രശസ്ത ശാസ്ത്രജ്ഞൻ ഡോ. ആർ.എസ്. കൃഷ്ണനോടൊപ്പം ക്രിസ്റ്റലോഗ്രാഫിയിൽ ഒരു പുസ്തകം പ്രസിദ്ധീകരിച്ചിട്ടുണ്ട്. 1977-ൽ കാലിക്കറ്റ് യൂണിവേഴ്സിറ്റിയിലെ ഫിസിക്സ് വിഭാഗത്തിൽ അധ്യാപകനായി സേവനം ആരംഭിച്ചു. 2007-ൽ വിരമിച്ചു. ക്വാണ്ടം മെക്കാനിക്സ്, ക്ലാസിക്കൽ മെക്കാനിക്സ്, ഗ്രൂപ്പ് തിയറി, സോളിഡ് സ്റ്റേറ്റ് ഫിസിക്സ് എന്നീ വിഷയങ്ങളിലെ അദ്ദേഹത്തിന്റെ ക്ലാസുകൾ പല തലമുറകളിലെ വിദ്യാർത്ഥികളെ സ്വാധീനിക്കുകയും പ്രചോദിപ്പിക്കുകയും ചെയ്യുകയുണ്ടായി.

അധ്യാപകനെന്നപോലെ, പാരമ്പര്യ ക്ഷേത്രകലാരൂപമായ അയ്യപ്പൻ തിയ്യാട്ട് കലാകാരനുമായിരുന്നു ഡോ.ടി.എൻ.വാസുദേവൻ. കൃഷ്ണനാട്ടം, കഥകളി മുതലായ കേരളീയ രംഗകലകളിലും കേരളീയ വാദ്യകലകളിലും കർണ്ണാടക-ഹിന്ദുസ്ഥാനി-കേരളീയ സംഗീത ശാഖകളിലും അഗാധമായ ജ്ഞാനമുണ്ടായിരുന്നു അദ്ദേഹത്തിന്. വാദ്യസംഗീതത്തിൽ അനേകം സോദാഹരണ പ്രഭാഷണങ്ങൾ നടത്തിയിട്ടുണ്ട്. കേരളത്തിലെ താള-വാദ്യ പദ്ധതികളെക്കുറിച്ച് കേരള കലാമണ്ഡലത്തിൽ ക്ലാസുകൾ എടുത്തിട്ടുണ്ട്. സംസ്ഥാന സർക്കാർ നൽകിവരുന്ന വാദ്യകലാപുരസ്കാരമായ പല്ലാവൂർ പുരസ്കാര നിർണ്ണയ സമിതിയിൽ ചെയർമാനായും അംഗമായും ആറുവർഷങ്ങൾ പ്രവർത്തിക്കുകയുണ്ടായി. കാലടി പഞ്ചവാദ്യ ആസ്വാദക സംഘത്തിന്റെ 'വെങ്കിച്ചൻസ്വാമി പുരസ്കാരം' നേടിയിട്ടുണ്ട്. എൽ.എസ്.രാജഗോപാലൻ രചിച്ച് കേന്ദ്രസാഹിത്യ അക്കാദമി പ്രസിദ്ധീകരിച്ച 'കേരളത്തിലെ ക്ഷേത്രവാദ്യങ്ങൾ' എന്ന ഗ്രന്ഥത്തിന്റെ മലയാള പരിഭാഷ തയ്യാറാക്കിയത് ഡോ. ടി.എൻ. വാസുദേവൻ ആയിരുന്നു. മലയാള സാഹിത്യത്തിലും ഇന്ത്യൻ സാഹിത്യത്തിലും പാശ്ചാത്യ സാഹിത്യത്തിലുമുള്ള ക്ലാസിക് ഗ്രന്ഥങ്ങളുടെ ഒരു വലിയ ശേഖരം അദ്ദേഹത്തിനുണ്ട്. ഫിസിക്സിന്റെ ചരിത്രവും ദർശനവും പോലതന്നെ അദ്ദേഹത്തിനു പ്രിയപ്പെട്ടതായിരുന്നു ക്ലാസിക് സാഹിത്യ കൃതികൾ. അദ്ദേഹം 2021 ഓഗസ്റ്റ് 2 ന് മുളങ്കുന്നത്തുകാവിൽ അന്തരിച്ചു.

ഡോ. ടി.എൻ. വാസുദേവൻ

ആമുഖം

അച്ഛൻ അമേരിക്കൻ യാത്രാനുഭവങ്ങളെക്കുറിച്ച് പുസ്തകം പൂർത്തിയാക്കി പ്രസിദ്ധീകരിക്കാനൊരുങ്ങുമ്പോഴാണ് അദ്ദേഹത്തിന്റെ ദേഹവിയോഗം ഉണ്ടായത്. ഇയൊരു പശ്ചാത്തലത്തിലാണ് ആമുഖമെഴുതുന്നതിന്റെ ഉത്തരവാദിത്വം പുത്രൻ എന്ന നിലയിൽ എന്നിൽ വന്നുചേർന്നത്. ആ മഹത് സ്മരണയ്ക്കു മുമ്പിൽ ഞാനിതു സമർപ്പിക്കുന്നു.

ഭൂതകാല സ്മൃതികളിൽ നിന്നാരംഭിക്കട്ടെ. അച്ഛനും അമ്മയും വളരെ സ്നേഹവാത്സല്യങ്ങളോട്ടുകൂടി തന്നെയാണ് എന്നെയും അനുജൻ വിഷ്ണുനാരായണനെയും വളർത്തിയത്. പഠന-പഠനേതര വിഷയങ്ങളിൽ അച്ഛൻ പ്രത്യേക ശ്രദ്ധ പുലർത്തിയിരുന്നു. നിത്യേന വിവിധ വിഷയങ്ങളിൽ അച്ഛനുമായുള്ള ചർച്ചകൾ ജീവിതത്തിലെ ഓരോ ഘട്ടങ്ങളിലും നിമിഷങ്ങളിലും മനസ്സിൽ മിന്നിമറയുന്നു. സംഗീതം, സാഹിത്യം, ശാസ്ത്രം, ഭൂമിശാസ്ത്രം, പ്രകൃതി, യാത്ര എന്നിവയൊക്കെ സ്ഥിര വിഷയങ്ങളായിരുന്നു. വിലപ്പെട്ട പല മൂല്യങ്ങളും ഈ ചർച്ചകളിലൂടെ അച്ഛൻ പകർന്നു തന്നു. അച്ഛനെന്നതിലുപരി നല്ല ഒരു സുഹൃദ് ബന്ധം തന്നെ ഞങ്ങൾക്കിടയിലുണ്ടായിരുന്നു. ഒരു പക്ഷേ ഞാനിപ്പോഴനുഭവിക്കുന്ന അനാഥത്വത്തിന് മറ്റൊന്നുമല്ല കാരണവും. ഞങ്ങളെ വളരെയധികം തളർത്തിയ 2007-ലെ അനുജന്റെ മരണത്തിനുശേഷം അച്ഛനുമായി ഫോണിൽ സംസാരിക്കാതെയുള്ള ഒറ്റ ദിവസം പോലും ഉണ്ടായിരുന്നില്ലെന്ന് പറയാം.

ജീവിതത്തിൽ യാത്ര അച്ഛന് എന്നും ഒരു ഹരമായിരുന്നു. സകുടുംബം ഞങ്ങൾ ധാരാളം യാത്ര ചെയ്തിട്ടുണ്ട്. ഞങ്ങളെ സ്കൂളിൽനിന്നുള്ള പഠനയാത്രകൾക്കയയ്ക്കാൻ അച്ഛനുത്സാഹമായിരുന്നു. കാലിക്കറ്റ് യൂണിവേഴ്സിറ്റി കാമ്പസിലെ വീഥികളിലൂടെ അച്ഛന്റെ ചൂണ്ടുവിരലിൽ പിടിച്ചും തോളത്തിരിന്നും നടത്തിയ ചെറുതും വലുതുമായ യാത്രകൾ സ്കൂൾ പഠനകാലത്ത് കേരളത്തിൽ അങ്ങോളം ഇങ്ങോളമായി വളർന്നു. കോഴിക്കോട്ടെ എന്റെ ഡിഗ്രി പഠനകാലത്തും കോട്ടയത്തെ ഗാന്ധിസർവ്വകലശാലയിലെ പി.ജി. പഠനവേളയിലുമായി കേരളത്തിലുടനീളവും കേരളത്തിനു പുറത്തും നിരവധി സ്ഥലങ്ങളിലേക്ക് യാത്ര പോയിരുന്നു. ഡൽഹി ജെ.എൻ.യുവിലെ പി.എച്ച്.ഡി. ഗവേഷണകാലത്ത് അച്ഛനും അമ്മയും അനുജനമൊത്ത് ധാരാളം ഉത്തരേന്ത്യൻ സംസ്ഥാനങ്ങളും സന്ദർശിച്ചു. ഹിമാലയ സാനുക്കൾ, കുളു, മണാലി, ചാണ്ഡീഗർ, ജയ്പൂർ, ആഗ്ര, വാഗ ബോർഡർ, ബംഗാൾ പ്രദേശങ്ങൾ, മറ്റു ദക്ഷിണേന്ത്യൻ സംസ്ഥാനങ്ങൾ - എല്ലാം തന്നെ നല്ലപോലെ കണ്ടതും ആ കാലത്ത് അച്ഛനൊപ്പമായിരുന്നു. യാത്ര ജീവിതത്തെക്കുറിച്ചു തന്നെ പഠിക്കാൻ ഒരുപാധിയാണ് എന്നാണ് അച്ഛൻ വിശേഷിപ്പിക്കാറുള്ളത്.

2006-ൽ ഞാൻ പോസ്റ്റ് ഡോക്ടറൽ ഫെല്ലോഷിപ്പിനായി അമേരിക്കയിലേക്ക് പുറപ്പെട്ടു. അടുത്ത വർഷം കാലിക്കറ്റ് യൂണിവേഴ്സിറ്റിയിലെ അദ്ധ്യാപന ജീവിതത്തിൽ നിന്ന് റിട്ടയർ ചെയ്ത് മുളങ്കുന്നത്തുകാവിലെ സ്വവസതിയിൽ അച്ഛൻ എത്തിയതിനു തൊട്ടു പിന്നാലെയായിരുന്നു അനുജന്റെ അപ്രതീക്ഷിത മരണം. ഒരു തരം ഏകാന്തത അച്ഛനെയും അമ്മയെയും പിടികൂടിയിരുന്നു. ഇതിൽനിന്ന് ഒരു തല്ക്കാല മോചനത്തിനായി ഒരു അമേരിക്കൻ യാത്ര ഉപകരിക്കുമെന്ന് ഞാൻ ആവോളം സൂചിപ്പിച്ചു. ക്ലീവ്ലൻഡിൽ അവിവാഹിതനായി ഞാൻ ഒറ്റയ്ക്ക് കഴിയുകയാണ്. ഈയൊരു ചുറ്റുപാടിൽ ആദ്യമായി ഒരു വിദേശയാത്രയ്ക്കായി അച്ഛനും തയ്യാറായി. 2009 ലും, പിന്നീട് 2014 ലും 2016 ലുമായി മൂന്നു തവണ അമേരിക്കയിലേക്ക് അച്ഛനമ്മമാർ യാത്ര ചെയ്തു. വിസിറ്റിംഗ് വിസയിൽ ഓരോ തവണയും ആറുമാസം വീതം ഒന്നര വർഷത്തോളം അച്ഛനും അമ്മയും പ്രവാസ ജീവിതം നയിച്ചു. ആ കാലഘട്ടത്തിൽ അമേരിക്കയിൽ വിപുലമായിത്തന്നെ യാത്രകൾ ചെയ്യുകയുണ്ടായി. ഈ അനുഭവങ്ങളും ഓർമ്മകളുമാണ് അച്ഛന്റെ "ക്ലീവ്ലൻഡിലെ മുക്കുറ്റിപ്പാതകൾ" എന്ന ഗ്രന്ഥമായി പ്രകാശനത്തിനൊരുങ്ങുന്നത്.

നെടുമ്പാശ്ശേരിയിൽനിന്നും ഡൽഹി, നെവാർക്ക വഴിയാണ് ആദ്യയാത്രയിൽ അവർ ക്ലീവ്ലൻഡിലെത്തിയത്. പതിനഞ്ച് മണിക്കൂർ നോൺസ്റ്റോപ്പ് ആയി വിവിധ രാജ്യങ്ങൾക്ക മുകളിലൂടെ. ഭൂമിശാസ്ത്രത്തിൽ ഏറെയും തല്പരനായ അച്ഛൻ ശരിക്കും ആസ്വദിച്ച ആ യാത്ര. ക്ലീവ്ലൻഡുമായി പരിചയപ്പെട്ടശേഷം ആദ്യ തവണ യാത്ര ചെയ്തത് നയാഗ്രാ വെള്ളച്ചാട്ടം, വാഷിംഗ്ടൺ ഡി.സി., ന്യൂയോർക്ക്, ഷിക്കാഗോ എന്നിവിടങ്ങളിലേക്കായിരുന്നു. എല്ലാവർക്കുമെന്ന പോലെ നയാഗ്രാ അനുഭവം അച്ഛന് മറക്കാൻ വയ്യാത്ത ഒന്നാണ്. വെള്ളച്ചാട്ടത്തിലൂടെയുള്ള ബോട്ടുയാത്ര, ഉദ്യാനക്കാഴ്ചകൾ, വൈദ്യുത ദീപാലാങ്കാരങ്ങൾ, ചൈനീസ് കരിമരുന്ന് പ്രയോഗങ്ങൾ എന്നിവ മനസ്സിന് കുളിർമ്മ പകർന്നു. വെള്ളച്ചാട്ടത്തിനടുത്തുള്ള ഇടവഴികളിലൂടെയുള്ള കാൽനടയാത്ര നാട്ടിൻപുറയാത്രകളെ ഓർമ്മിപ്പിച്ചു. അടുത്ത യാത്ര അമേരിക്കൻ തലസ്ഥാനം വാഷിംഗ്ടൺ ഡി.സി. യിലേക്കായിരുന്നു. ഭരണപരവും ചരിത്രപരവുമായ പ്രാധാന്യമുള്ള ഒരുപാട് മന്ദിരങ്ങൾ, പ്രശസ്തരുടെ പ്രതിമകൾ, അമേരിക്കൻ പ്രസിഡണ്ടിന്റെ വാസസ്ഥലമായ വൈറ്റ് ഹൗസ്, പാർലമെന്റ് മന്ദിരം ക്യാപിറ്റോൾ, സൈനിക ആസ്ഥാനം, പെന്റഗൺ, സുപ്രീംകോടതി, നാഷണൽ ഗാലറി ഓഫ് ആർട്സ് എന്നിങ്ങനെ നീളുന്ന നിര അമ്പരപ്പിക്കുന്നതാണ്. ലിങ്കൺ, ജെഫേഴ്സണൻ സ്മാരകങ്ങളും എടുത്തു പറയേണ്ടതാണ്. പോട്ടാമാക് തീരത്തുള്ള വാഷിംഗ്ടൺ സവിശേഷ സ്മരണകൾ ഉണർത്തുന്ന ഒരു നഗരം തന്നെ.

ലോകമഹാനഗരങ്ങളിൽ മുൻനിരയിൽ നില്ക്കുന്ന ന്യൂയോർക്കിലേയ്ക്കായിരുന്നു പിന്നീട് യാത്ര ചെയ്തത്. ഈ നഗരിയെ പ്രൗഢമാക്കുന്ന പ്രത്യേകതകൾ ഒട്ടനവധിയാണ്. ഐക്യരാഷ്ട്രസഭയുടെ ആസ്ഥാനം, ഓഹരി വ്യാപാരത്തിന്റെ ലോക തലസ്ഥാനമായ വാൾസ്ട്രീറ്റ്, 2001-ലെ ഭീകരാക്രമണത്തിൽ തകർന്ന വേൾഡ് ട്രേഡ് സെന്റർ, ഗ്രൗണ്ട് സീറോ, സ്റ്റാച്യു ഓഫ് ലിബർട്ടി, നൂറ്റിയെട്ട് നിലക്കെട്ടിടമായ എമ്പയർ സ്റ്റേറ്റ് ബിൽഡിംഗ് എന്നിവയൊക്കെ കൂടുതൽ പ്രധാനമായവയാണ്. എന്നാൽ ഇവയ്ക്കിടയിലെല്ലാം തലയെടുപ്പോടെ നിവർന്നു നിൽക്കുന്ന ധാരാളം വൻമരങ്ങൾ ന്യൂയോർക്ക് നഗരത്തിന് ഒരു പ്രത്യേക സൗന്ദര്യം നൽകുന്നതായാണ് അച്ഛൻ അഭിപ്രായപ്പെട്ടത്. നഗരത്തോട് ചേർന്നുള്ള ഒട്ടനവധി ഊടുവഴികളും ഉപമാർഗ്ഗങ്ങളും കാൽനടയെ പ്രത്യേകം സ്നേഹിച്ച അച്ഛനെ പ്രത്യേകം ക്ഷണിക്കുകയും ചെയ്തു.

അമേരിക്കയിലെ പഞ്ചമഹാതടാകങ്ങൾ എന്ന പേരുകേട്ട Superior, Michigan, Huron, Erie, Ontario എന്നിവയിലെ മിഷിഗൺ തടാകതീരത്താണ് പ്രസിദ്ധിയാർജ്ജിച്ച ഷിക്കാഗോ നഗരം. അംബരചുംബികളായ കൂറ്റൻ കെട്ടിടങ്ങൾ, ലോകത്ത് തന്നെ വലിയ വിമാനത്താവളങ്ങളിൽ ഒന്ന് ഇവയെല്ലാം ഷിക്കാഗോയിലുണ്ട്. മിഷിഗൺ തടാക തീരത്ത് സ്ഥിതി ചെയ്യുന്ന ആർട്ട് ഇൻസ്റ്റിറ്റ്യൂട്ടിലാണ് 1893-ലെ സ്വാമി വിവേകാനന്ദന്റെ വിശ്വ പ്രസിദ്ധമായ പ്രസംഗം അരങ്ങേറിയത്. അച്ഛന് തന്റെ ദീർഘദൂര നടത്തങ്ങളിൽ ഷിക്കാഗോ നഗരവും ഉൾപ്പെടുത്താം. നടന്നുള്ള യാത്രയിൽ നഗരത്തിന്റെ നിറങ്ങളോടൊപ്പം നഗരത്തിന്റെ ശരിയായ മണവും പിടികിട്ടും എന്നായിരുന്നു അച്ഛന്റെ വാദം. അമേരിക്കൻ മണ്ണിൽ ഷിക്കാഗോ ഭൂപ്രദേശത്ത് ധാരാളമായി കാണാൻ സാധിച്ച, ചെറൂള ചെടികൾക്കു സമാനമായ സസ്യങ്ങൾ അച്ഛനിൽ ശരിക്കും കൗതുകമുണർത്തിയത്രെ. ഷിക്കാഗോവിലെ ശൈത്യത്തിന്റെ കാഠിന്യം ഒന്ന് വേറെതന്നെ. ആദ്യ വരവിലെ ആറുമാസങ്ങൾ ഏതാണ്ട് ഇതിനോടകം പിന്നിട്ടിരുന്നതിനാൽ, താല്ക്കാലികമെങ്കിലും, യാത്രാന്ത്യമായി. വളരെ ചാരിതാർത്ഥ്യത്തോടെ മടക്കയാത്രക്ക് ഒരുക്കങ്ങൾ പൂർത്തിയാക്കി.

രണ്ടാം യാത്രയിൽ ഞങ്ങൾക്കെല്ലാവർക്കും ഉണ്ടായിരുന്ന ആവേശം വിവാഹിതരായ എനിക്കും മൻവീനും രണ്ടു വർഷങ്ങൾക്കുശേഷം ഒരു പുത്രി ഉണ്ടായി എന്നുള്ളതാണ്. വാണിയെ കാണാനും അവളുമൊത്ത് സമയം ചെലവഴിക്കാനുമായി 2014-ൽ രണ്ടാമതും അച്ഛനും അമ്മയും ക്ലീവ് ലൻഡിൽ വന്നു. ഈ വരവിൽ ആദ്യം യാത്രയായത് ഏഷ്യൻ സംസ്കാരം ധാരാളം പ്രതിഫലിക്കുന്ന സാൻഫ്രാൻസിസ്കോയിലേക്കായിരുന്നു. ഗോൾഡൻ ഗേറ്റ് ബ്രിഡ്ജ്, ആൽക്കട്രാസ് ജെയിൽ, ക്രൂകഡ് സ്ട്രീറ്റ് (ദുർലഭം പിടിച്ച ഇടവഴി) യൂണിവേഴ്സിറ്റി ഓഫ് സാൻഫ്രാൻസിസ്കോ എന്നിങ്ങനെയുള്ള കാഴ്ചകൾ അവിടെ സഞ്ചാരികളെ ആകർഷിക്കുന്നു. പസഫിക് സമുദ്രത്തിന്റെ അഭൗമ വിശ്വരൂപങ്ങൾ അവിടെ കാണാം. പർവ്വതങ്ങളും നദികളും പോലെതന്നെ അച്ഛന് സമുദ്രങ്ങളും ഒരു വലിയ ദൗർബല്യമായിരുന്നു. അടുത്തതായി സ്പർശിച്ചത് വിശ്വവിഖ്യാതമായ ലോസ് ഏഞ്ചലസ് നഗരമായിരുന്നു. ധാരാളം മരങ്ങൾ വച്ചുപിടിപ്പിച്ചിട്ടുള്ള ഈ നഗരത്തിന് ഒരു ദക്ഷിണേന്ത്യൻ മട്ടുണ്ടെന്ന് അച്ഛന് തോന്നിയിരുന്നു. ലോകസിനിമാ രംഗത്തിന്റെ തലസ്ഥാനമായ ഹോളിവുഡ്, ഭൗതികശാസ്ത്രജ്ഞരുടെ വിളനിലമായ

കാൽടെക് (കാലിഫോർണിയ ഇൻസ്റ്റിറ്റ്യൂട്ട് ഓഫ് ടെക്നോളജി) എല്ലാം മഹത്തരങ്ങൾ തന്നെ. രണ്ടു തവണ ഒളിംപിക്സ് മേള അരങ്ങേറിയിട്ടുള്ള നഗരം കൂടിയാണ് ലോസ് ഏഞ്ചലസ്. അമേരിക്കയുടെ സാംസ്കാരിക തലസ്ഥാനമെന്നറിയപ്പെടുന്ന ബോസ്റ്റൺ, അമേരിക്കൻ സ്വാതന്ത്ര്യ സമരവുമായി ഇഴപിരിയാത്ത ബന്ധം പുലർത്തുന്നു. സമുജ്ജ്വലമായ ബോസ്റ്റൺ ടീ പാർട്ടി അരങ്ങേറിയ നഗരം തന്നെ. ബോസ്റ്റൺ ഉൾപ്പെടുന്ന ന്യൂ ഇംഗ്ലണ്ട് സംസ്ഥാനങ്ങളിലെ ഇലപൊഴിയും കാലം വളരെ പ്രശസ്തമാണ്. ഇവിടെ കെട്ടിടങ്ങൾ പഴമയുടെ പ്രതിച്ഛായ ഉയർത്തുന്നു. മസാച്ചുസെറ്റ്സ് ഇൻസ്റ്റിറ്റ്യൂട്ട് ഓഫ് ടെക്നോളജി (എം.ഐ.ടി), ഹാർവാർഡ് യൂണിവേഴ്സിറ്റി എന്നിവ വിശ്വവിഖ്യാതമായ വിദ്യാകേന്ദ്രങ്ങളാണ്. അക്കാദമിക് അന്തരീക്ഷം ഏറെ ഇഷ്ടപ്പെടുന്ന ഒരു സർവ്വകലാശാല അദ്ധ്യാപകൻ കൂടിയാണ് അച്ഛൻ. ഇതോടുകൂടി രണ്ടാമത്തെ യാത്രയ്ക്കും പരിസമാപനമായി.

ഞാൻ ക്ലീവ് ലൻഡിൽ സ്വന്തമായി വാങ്ങിയ ഒരു വീട് കാണാൻ വേണ്ടിയാണ് 2016-ൽ മൂന്നാമതും അച്ഛനമ്മയും യു.എസിലേക്ക് തിരിച്ചത്. ഇത്തവണ ഫിലഡെൽഫിയയും ഡിട്രോയിറ്റുമാണ് പ്രധാനമായും സന്ദർശിച്ചത്. പീറ്റ്സ് ബർഗ് വഴി ഗ്രേഹൗണ്ട് ബസിൽ ഉള്ള ഫിലാഡൽഫിയ യാത്ര അച്ഛൻ ഏറെ ഇഷ്ടപ്പെട്ടിരുന്നു. ഏഷ്യക്കാർ, വിശേഷിച്ചും ചൈനക്കാർ, ഏറെയുള്ള പ്രദേശമാണ് ഫിലഡെൽഫിയ. ധാരാളം ജപ്പാൻകാരെയും ഇന്ത്യക്കാരെയും ഇവിടെ കാണാം. ഏഷ്യൻ പ്രതിച്ഛായ ധാരാളം നിഴലിക്കുന്ന ഈ നഗരം 1800 വരെ അമേരിക്കയുടെ തലസ്ഥാനം കൂടിയായിരുന്നു. അപ്രതീക്ഷിതമായി അവിടെ ഒരു മലയാളി കുടുംബത്തിന്റെ ആതിഥേയത്വം സ്വീകരിക്കാൻ വഴിയൊരുങ്ങിയത് ഊഷ്മളമായിരുന്നു.

പ്രശസ്തിയാർജ്ജിച്ച വാഹനിർമ്മാണ കേന്ദ്രമായ ഡിട്രോയിറ്റ് ആയിരുന്നു അടുത്ത ലക്ഷ്യം. കനേഡിയൻ അതിർത്തിയിൽ സ്ഥിതിചെയ്യുന്ന ഡിട്രോയിറ്റ് നഗരത്തിലൂടെയുള്ള യാത്ര ഇന്ത്യ-പാക്കിസ്ഥാൻ അതിർത്തിയായ വാഗാപ്രദേശ യാത്രയെ ഓർമ്മിപ്പിച്ചെന്നും അച്ഛൻ പറഞ്ഞു. സുഖസൗകര്യങ്ങളെ ത്യജിച്ച് ജീവിക്കുന്ന ആമിഷ് ജനത എന്ന പ്രത്യേക മനുഷ്യ സമൂഹത്തെ കാണാൻ സാധിച്ചത് മൂന്നാമത്തെ യാത്രയിലെ ഏറ്റവും അനർഘാനുഭവമായി മാറി.

ആറുമാസം വീതം മൂന്ന് തവണകളായി ആകെ ഒന്നര വർഷം നീണ്ട അമേരിക്കൻ താമസം ഭൂമിശാസ്ത്രപരമായും

സാമൂഹ്യശാസ്ത്രപരമായും സാംസ്കാരികമായും അമേരിക്കൻ സമൂഹത്തെ പഠിക്കാൻ അച്ഛന് അവസരമേകി. വിവിധ സ്ഥല ങ്ങളിലേക്ക് യാത്ര ചെയ്യാൻ സാധിച്ചതും നിത്യവും പലയിടങ്ങ ളിലേക്കുമായുള്ള കാൽനട സഞ്ചാരവും ഇതിന് നിദാനമായി. ഇവിടത്തെ കാലാവസ്ഥ, ദൈനംദിന ജീവിതരീതികൾ, സസ്യ ങ്ങൾ, പക്ഷി-മൃഗാദികൾ എല്ലാം നേരിട്ടുള്ള അനുഭവങ്ങളിലൂടെ പഠിക്കാൻ ലഭിച്ച സന്ദർഭമായി അച്ഛൻ കരുതി. ഏതൊരു യാത്രയ്ക്കു മുൻപും ആഴത്തിലൊരു ഗൃഹപാഠം, തിരിച്ചുവന്നാൽ വിശദമായ വിശകലനം - ഇവ രണ്ടും നിർബന്ധമായിരുന്നു അച്ഛന്. പോകുന്ന സ്ഥലങ്ങളുടെ രാഷ്ട്രീയ-വാണിജ്യ-സാമ്പത്തിക-സാംസ്കാ രിക-ശാസ്ത്രമേഖലകളിലും മറ്റുമുള്ള പ്രാധാന്യം, അവിടത്തെ പ്രമുഖ വ്യക്തികൾ, അവരുടെ സംഭാവനകൾ, ചരിത്രപ്പഴമ തുടങ്ങി എല്ലാം തന്നെ മുൻകൂറായി ഹൃദിസ്ഥമാക്കുന്നത് പതിവായിരുന്നു. മുംബൈ, ദില്ലി, കൊൽക്കത്ത, ചെന്നൈ പോലുള്ള നഗരങ്ങൾ ഏതുരീതിയിൽ പരിചിതമാണോ, അതേ തരത്തിൽ തന്നെ ന്യൂയോർക്ക്, ലോസ് ഏഞ്ചലസ്, വാഷിംഗ്ടൺ, ഷിക്കാഗോ എന്നിവയെല്ലാം അച്ഛന് പരിചിതങ്ങളായിരുന്നു. ജോർജ്ജ് വാഷിംഗ്ടൺ, എബ്രഹാംലി ങ്കൺ, ജോൺ എഫ്. കെന്നഡി, റിച്ചാർഡ് നിക്സൺ, ബാരക് ഒബാമ എന്നീ ദേശീയ നേതാക്കളെക്കുറിച്ചെല്ലാം അച്ഛൻ നല്ലൊരു ധാരണ രൂപപ്പെടുത്തിയിരുന്നു.

നമുക്ക് ചുറ്റുമുള്ള പ്രകൃതി, കാലാവസ്ഥ, സസ്യജാലങ്ങൾ, പൂക്കൾ, പഴങ്ങൾ, കൃഷി, വ്യവസായം, വാണിജ്യം തുടങ്ങിയവയെക്കുറിച്ച് വളരെ അടുത്തറിയാൻ യാത്ര എപ്പോഴും പ്രയോജനപ്പെടുമെന്ന് അച്ഛൻ എപ്പോഴും സൂചിപ്പിക്കാറുണ്ടായിരുന്നു. അറ്റ്ലാന്റിക്-പസഫിക് സമുദ്രങ്ങളുടെ സവിശേഷതകൾ, ഋതുഭേദങ്ങൾ, ആഹാര-വസ്ത്ര-പാർപ്പിട രീതികൾ, സാമൂഹ്യ-മത വീക്ഷണങ്ങൾ, എല്ലാം നേരിട്ടറിയാൻ സാധിക്കുന്നു. ഉള്ളവർ, ഇല്ലാത്തവർ എന്നീ വിഭാഗ ക്കാരെ കൂടാതെ 'വേണ്ടാത്തവർ' എന്ന ഒരു വിഭാഗത്തെ (ആമിഷ് ജനത) കാണാൻ സാധിച്ചത് കൗതുകരമായ ഒരു അനുഭവമായെന്ന് അച്ഛൻ ഈ പുസ്തകത്തിൽ എടുത്തു പറയുന്നുണ്ട്. കറുത്ത വർഗ്ഗക്കാ രുടെ ജീവിതം അല്പം പരുക്കനാണെങ്കിലും പൊതുവെ ലളിതമായ ജീവിതശൈലിയിലുള്ളതാണെന്ന് നേരിൽ തിരിച്ചറിഞ്ഞതായും വ്യക്തമാക്കുന്നു.

അമേരിക്കയിലെ ജനവിഭാഗങ്ങളെക്കുറിച്ചുള്ള വിശദമായ ഒരു അവലോകനത്തിനും ഈ യാത്രാനുഭവങ്ങൾ സഹായിച്ചിട്ടുണ്ട്.

ക്രൈസ്തവ മതവിശ്വാസത്തിനാണ് ഇവിടെ മേധാവിത്വമുള്ളത്. ഒപ്പം ജൂത-മുസ്ലീം മതവിഭാഗക്കാരും മറ്റു പല പൗരസ്ത്യ മതവിശ്വാസികളും. ചൈനീസ്, ജാപ്പനീസ് വംശജർ ധാരാളമുണ്ട്. ഭാരതീയ വിശ്വാസ പ്രമാണങ്ങൾക്കും ഹൈന്ദവധർമ്മത്തിനും നല്ല പ്രാതിനിധ്യം കാണാൻ സാധിച്ചേക്കും. ഹരേകൃഷ്ണ പ്രസ്ഥാനം വൻതോതിൽ ഹിന്ദുധർമ്മ പ്രചാരത്തിനു വഴിയൊരുക്കുന്നുണ്ട്. സിഖുകാർ, ജൈനമതജ്ഞർ തുടങ്ങിയവരും അമേരിക്കയിലെ വിശ്വാസ വിഭാഗക്കാരായി കാണാം. ഓരോ മതവിശ്വാസികളും അവരുടേതായ ആരാധനാലയങ്ങൾ പ്രൗഢിയോടെ പടുത്തുയർത്തുന്നു. ക്ലീവ്ലൻഡ്, ബോസ്റ്റൺ, കാലിഫോർണിയ എന്നിവിടങ്ങളിൽ ഭാരതത്തിൽ നിന്നുള്ള സംഗീതജ്ഞരുടെ കർണ്ണാടക-ഹിന്ദുസ്ഥാനി സംഗീതോത്സവങ്ങൾ സംഘടിപ്പിക്കപ്പെടാറുണ്ടെന്നതും സംഗീതത്തിൽ അഗാധമായ അറിവുള്ള അച്ഛനെ സന്തോഷിപ്പിച്ചിരുന്നു. കാലിക്കറ്റ് യൂണിവേഴ്സിറ്റിയിലെ ഫിസിക്സ് അധ്യാപകനായിരുന്ന അച്ഛനെ ആകർഷിച്ച മറ്റൊന്ന് അമേരിക്കയിലെ പ്രശസ്തരായ ശാസ്ത്രജ്ഞർ, വിദ്യാഭ്യാസ വിചക്ഷണർ, അധ്യാപക പ്രമുഖർ തുടങ്ങിയവരാണ്; ഒപ്പം അവരുടെ രംഗവേദികളായ ധാരാളം വിദ്യാകേന്ദ്രങ്ങളും.

എടുത്തുപറയത്തക്കതായ ഒരു കാര്യം അമേരിക്കയിലുള്ള വിവിധ വർഷങ്ങളിലെ യാത്രകൾ ചില ധാരണകളെ തിരുത്താനും ആ രാജ്യത്തെക്കുറിച്ച് അടുത്തറിയാനും അച്ഛനെ സഹായിച്ചിട്ടുണ്ട് എന്നതാണ്. അതിന്റെ ഒരു സ്വാഭാവിക പ്രതികരണം കൂടിയാണ് ജീവിത സായന്തനത്തിൽ എഴുതിയ ഈ കൃതി. ദേഹവിയോഗത്തിനുശേഷമാണെങ്കിലും അത് പ്രസിദ്ധീകരിക്കാൻ ഇടവന്നതിൽ പുത്രനെന്ന നിലയിലുള്ള സന്തോഷവും കൃതാർത്ഥതയും ഞാനിവിടെ രേഖപ്പെടുത്തുന്നു.

കോഴിക്കോട്ടെ ഇൻസൈറ്റ് പബ്ലിക് എന്ന പ്രസാധകർ ഈ ഗ്രന്ഥം ഏറ്റവും ഭംഗിയോടെ അച്ചടിച്ചിറക്കുന്നതിൽ അതിയായ അഭിമാനവും സന്തോഷവും തോന്നുന്നു. പ്രസ്തുത സ്ഥാപനത്തോട് ഒടുങ്ങാത്ത കടപ്പാട് രേഖപ്പെടുത്തുന്നു. ഈ കൃതി വിശദമായി അപഗ്രഥിച്ച് ശ്രദ്ധേയമായ പഠനം തയ്യാറാക്കിയത് അധ്യാപക ശ്രേഷ്ഠനും അച്ഛന്റെ അടുത്ത സുഹൃത്തുമായ, അനിയേട്ടൻ എന്നു ഞാൻ വിളിക്കുന്ന, ഡോ. അനിൽ കെ.എം. ആണ്. അദ്ദേഹത്തോട് പ്രത്യേകം കൃതജ്ഞത രേഖപ്പെടുത്തുനനു. അമേരിക്കയിൽ അച്ഛനെപ്പോലെതന്നെ യാത്രചെയ്തിട്ടുള്ള അച്ഛന്റെ സഹോദരൻ ടി.എൻ. നാരായണൻകുട്ടി നമ്പ്യാർ അച്ഛനെ പരിചയപ്പെടുത്തിക്കൊണ്ട്

എഴുതിയിരിക്കുന്നു. ഇക്കാര്യത്തിൽ വല്ല്യപ്പനോട് എനിക്കുള്ള അതിയായ സന്തോഷം പ്രകടിപ്പിക്കുന്നു. പുസ്തക പ്രസിദ്ധീകരണത്തിന് വേണ്ട സഹായങ്ങളെല്ലാം ചെയ്തുതരണമെന്ന് പറഞ്ഞ് മരിക്കുന്നതിന് ഒരാഴ്ച മുമ്പ് മാത്രമാണ് ഈ കൃതിയുടെ കൈയെഴുത്ത് പ്രതി ഇളയ സഹോദരനായ കൃഷ്ണൻ നമ്പ്യാരെ അച്ഛൻ ഏൽപ്പിച്ചത്. പ്രൂഫ് റീഡിംഗ് അടക്കം എല്ലാ കാര്യങ്ങൾക്കും മുന്നിൽ നിന്ന് പ്രവർത്തിച്ച കൃഷ്ണപ്പനോടും അകം നിറഞ്ഞ സന്തോഷം രേഖപ്പെടുത്തുന്നു. ഈ യജ്ഞത്തിന്റെ തുടക്കം മുതൽ ഒടുക്കം വരെ എല്ലാ ശ്രമങ്ങളും ഏകോപിച്ച് സമന്വയിപ്പിച്ചുകൊണ്ട്, അച്ഛന്റെ ഈ കൃതി പുസ്തക രൂപത്തിൽ പുറത്തുകൊണ്ടുവന്നതിന് ഉറ്റ സുഹൃത്തും സഹപാഠിയുമായ ഹരികൃഷ്ണനും ഈ അവസരത്തിൽ പ്രത്യേകം നന്ദി രേഖപ്പെടുത്തുന്നു.

മാതാപിതാക്കളേയും അച്ഛന്റെ എല്ലാമെല്ലാമായിരുന്ന അനുജൻ വിഷ്ണുനാരായണനേയും സ്മരിച്ചുകൊണ്ട് സഹൃദയർക്ക് കൂപ്പുകൈകളുമായി ഔപചാരികമായി ഈ ആമുഖ വാചകങ്ങൾക്ക് വിരാമമിടുന്നു.

ഡോ. ടി.വി.നീലകണ്ഠൻ (ഉണ്ണി)

ക്ലീവ്‌ലൻഡ് (യു.എസ്.എ.)

പ്രവേശിക

ഏട്ടന്റെ അമേരിക്കൻ യാത്രയെക്കുറിച്ചുള്ള ഈ പുസ്തകത്തിന് പ്രവേശിക എഴുതുവാനുള്ള അവസരം എനിക്കു കിട്ടി. ഏട്ടനെക്കുറിച്ചുള്ളതാകയാൽ എഴുതുവാൻ അതിയായ സന്തോഷവും അഭിമാനവുമുണ്ട്.

തൃശ്ശൂരിൽ നിന്ന് പത്തുകിലോമീറ്റർ വടക്ക് മാറി ഷോർണ്ണൂർ റോഡിലാണ് മുളകുന്നത്തുകാവ് ഗ്രാമം. അയ്യപ്പക്ഷേത്രമാണ് മുളകുന്നത്തുകാവിന്റെ ഐശ്വര്യവും നാടിന് ആ പേര് സമ്മാനിച്ചതും. ക്ഷേത്രത്തിന് ചുറ്റും അമ്പലവാസി ഭവനങ്ങളാണ്. അമ്പലത്തിന്റെ കിഴക്കേ ഗോപുരത്തിനോട് ചേർന്ന് പടിപ്പുരയോട് കൂടിയ ചെറിയ നാലുകെട്ട്, രണ്ട് പാമ്പിൻകാവുകൾ, മുല്ലത്തറ ഭഗവതി, നെല്ലുകുത്തുപുര, തൊഴുത്ത് എല്ലാം ചേർന്ന 'പടിഞ്ഞാറെ തിയ്യാടി' എന്ന ഭവനമാണ് ഏട്ടൻ ഡോ.ടി.എൻ.വാസുദേവന്റെ തറവാട് വീട്. പടിഞ്ഞാറെ തിയ്യാടി നീലകണ്ഠൻ നമ്പ്യാരുടേയും ശ്രീദേവി മരുവോളമ്മയുടേയും എട്ട് മക്കളിൽ മൂത്തവനാണ് വാസുദേവൻ -ഏട്ടൻ. വളരെയധികം സ്നേഹലാളനകൾ കിട്ടിയാണ് ഏട്ടൻ വളർന്നത്.

വെളപ്പായ ധർമ്മസംഘം എൽ.പി.സ്കൂൾ, തിരൂർ സെന്റ് തോമസ് ഹൈസ്കൂൾ എന്നിവിടങ്ങളിൽ ആയിരുന്നു സ്കൂൾതല പഠനം. എട്ടാം റാങ്കോടെ ഏട്ടൻ എസ്.എസ്.എൽ.സി. പരീക്ഷ പാസ്സായി. ഫിസിക്സിലെ ഉപരിപഠനം തൃശ്ശൂർ സെന്റ് തോമസ് കോളേജിൽ ആയിരുന്നു. ബി.എസ്.സി.ക്ക് ഒന്നാം റാങ്കും എം.എസ്.സി.ക്ക് രണ്ടാം റാങ്കും കിട്ടി. തുടർന്ന് ബാംഗ്ലൂർ ഇന്ത്യൻ ഇൻസ്റ്റിറ്റ്യൂട്ട്

ഓഫ് സയൻസിൽ ഗവേഷണത്തിന് ചേർന്നു. സോളിഡ് സ്റ്റേറ്റ് ഫിസിക്സിൽ ഡോക്ടറേറ്റ് എടുത്തു. അവിടെ വെച്ച് ഡോ. ആർ.എസ്. കൃഷ്ണനുമായി അടുത്ത ബന്ധം ലഭിച്ചു. അദ്ദേഹം തിരുവനന്തപുരത്ത് കേരള സർവകലാശാലയിൽ വൈസ് ചാൻസലർ ആയി വന്നപ്പോൾ ഏട്ടനും അവിടെ ചേർന്നു. ചില പ്രബന്ധങ്ങൾ പ്രസിദ്ധപ്പെടുത്തി. തുടർന്ന് അദ്ദേഹത്തിന്റെ കൂടി നിർദ്ദേശത്തിൽ കോഴിക്കോട് സർവ കലാശാലയിൽ അധ്യാപകനായി ചേർന്നു. കേരളത്തിലെ ഏറ്റവും നല്ല ഫിസിക്സ് അധ്യാപകരിൽ ഒരാളായി അറിയപ്പെട്ടു. 2007-ൽ റിട്ടയർ ചെയ്തതിന് ശേഷവും കേരളത്തിലെ യൂണിവേഴ്സിറ്റികളിലും പ്രശസ്ത കോളേജുകളിലും ക്ലാസ് എടുക്കുവാൻ പോകുമായിരുന്നു.

ഇന്ത്യൻ ഇൻസ്റ്റിറ്റ്യൂട്ട് ഓഫ് സയൻസിൽ റിസർച്ച് ചെയ്തുകൊണ്ടിരിക്കെ ഇരുപത്തിയഞ്ചാം വയസ്സിൽ ഏട്ടൻ വിവാഹം കഴിച്ചു. ഷൊർണ്ണൂർ മുണ്ടമുക (മുണ്ടായ) അയ്യപ്പക്ഷേത്രത്തിനടുത്തുള്ള തിയ്യാടി നീലകണ്ഠൻ നമ്പ്യാരുടേയും പാപ്പ മരുവോളമ്മയുടേയും മകൾ വസന്തയാണ് പത്നി. ഏട്ടന്റെ മൂത്ത മകൻ ഡോ.ടി.വി.നീലകണ്ഠൻ (ഉണ്ണി) ഡൽഹിയിലെ ജെ.എൻ.യു.വിൽനിന്ന് ബയോകെമിസ്ട്രിയിൽ ഡോക്ടറേറ്റ് എടുത്തതിനുശേഷം അമേരിക്കയിലെ ക്ലീവ് ലൻഡ് സർവകലാശാലയിൽ നിന്ന് പോസ്റ്റ് ഡോക്ടറൽ ഫെല്ലോഷിപ്പ് നേടി. ഇപ്പോൾ ബോസ്റ്റണിൽ ജോൺസൺ & ജോൺസൺ കമ്പനിയിൽ സീനിയർ സയന്റിസ്റ്റ് ആയി ജോലി ചെയ്യുന്നു. ഭാര്യ ഡോ.മൻവീൻ രാജസ്ഥാൻ സ്വദേശിനിയാണ്. ഇരുവരുടേയും മകളാണ് വാണി. ഏട്ടന്റെ രണ്ടാമത്തെ മകൻ വിഷ്ണുനാരായണൻ (അപ്പു) പഠിപ്പിലും സംഗീതത്തിലും എല്ലാം അതിസമർത്ഥനായിരുന്നു. അവനു ദൈവം ദീർഘായുസ്സ് കൊടുത്തില്ല.

എത്ര യാത്ര ചെയ്താലും മതിയാവാത്ത മനസ്സും ശരീരശേഷിയും ഏട്ടനുണ്ടായിരുന്നു. കുട്ടിക്കാലത്തെ തീവണ്ടി യാത്ര, മറ്റു യാത്രകൾ, പ്രകൃതിയെക്കുറിച്ചുള്ള വീക്ഷണങ്ങൾ എല്ലാം ഇതിന് പ്രേരകമായിട്ടുണ്ടാകാം. പാക്കിസ്ഥാൻ ഇന്ത്യയിൽനിന്ന് പോയതിനെപറ്റി വേദനിക്കുന്ന ആത്മാവായിരുന്നു ഏട്ടന്റേത്. വാഗ അതിർത്തി ഏട്ടന് വേദനയായിരുന്നു. ലാഹോർ ഏട്ടന്റെ സ്വപ്നഭൂമിയായിരുന്നു. ഹിമാലയൻ യാത്ര പോയിട്ടുണ്ട്. കൈലാസ യാത്രയും ഏട്ടന് എന്നും ഹരമായിരുന്നു. അവിടത്തെ സ്ഥലങ്ങൾ നമ്മുടെ തൊട്ടടുത്ത് കിടക്കുന്ന സ്ഥലങ്ങൾപോലെ ഏട്ടൻ ക്ലാസെടുത്തു തരുമായിരുന്നു. ഞാൻ ഏട്ടനോടെപ്പോഴും പറയാറുണ്ട്, ഏട്ടൻ ഒരു ഭൂമിശാസ്ത്ര അധ്യാപകൻ ആവേണ്ടിയിരുന്നു എന്ന്. എന്നെ ഏട്ടനെപ്പോഴും ബ്രഹ്മപുത്ര നദി

കാണവാൻ വിളിക്കാറുണ്ട്. ഗംഗയേക്കാൾ ഏട്ടനെ സ്വാധീനിച്ചിട്ടുള്ളത് ബ്രഹ്മപുത്രയാണെന്ന് തോന്നും.

ഏട്ടൻ അമേരിക്കയിൽ മൂന്ന് തവണയായി ഒന്നര വർഷത്തോളം താമസിച്ചിട്ടുണ്ട്. അവിടത്തെ ഭൂമിശാസ്ത്രത്തോടൊപ്പം ജനങ്ങളേയും സംസ്കാരത്തേയും എല്ലാം വിസ്തരിച്ച് പഠിച്ചിട്ടുണ്ട്. ആകാവുന്നിടത്തോളം വിവരശേഖരണവും നടത്തിയിട്ടുണ്ട്. പ്രധാനപ്പെട്ട പല സ്ഥലങ്ങളും സഞ്ചരിച്ചു. ഓരോ സ്ഥലത്തും പോയാൽ അവിടത്തെ അറ്റ്ലസും അതത് സ്ഥലത്തെക്കുറിച്ചുള്ള പുസ്തകങ്ങളും വാങ്ങും. ഒരു പ്രാവശ്യം കൂടി അമേരിക്കയിൽ പോകണമെന്ന് ആഗ്രഹിച്ചിരുന്നതായി എന്നോട് പറയാറുണ്ട്.

ഏട്ടൻ പടിഞ്ഞാറെ തിയ്യാടിയുടെ നിറവായിരുന്നു, ശക്തിയായിരുന്നു. ഏട്ടന്റെ സങ്കൽപ്പങ്ങളെല്ലാം ഉദാത്തങ്ങളായിരുന്നു. ആ ശബ്ദം അറിവിന്റെ ആധികാരികതയുടേതായിരുന്നു. ഏട്ടന്റെ അമേരിക്കൻ യാത്രാവിവരണം അവിടത്തെ വിവിധ സ്ഥലങ്ങളേയും പ്രകൃതിയേയും ജനങ്ങളേയും സംസ്കാരത്തേയും കുറിച്ച് വായനക്കാർക്ക് പുതിയ അനുഭവം പകർന്നുനൽകുമെന്ന് എനിയ്ക്കുറപ്പുണ്ട്. 'ക്ലീവ്‌ലൻഡിലെ മുക്കുറ്റിപ്പാതകൾ' എന്ന ഈ പുസ്തകത്തിന് എല്ലാം മംഗളങ്ങളും നേരുന്നു. ഇത് പ്രസിദ്ധീകരിക്കുന്നതിലുള്ള സന്തോഷവും അറിയിക്കുന്നു.

ടി.എൻ.നാരായണൻകുട്ടി

(റിട്ട. ഗവ. സ്കൂൾ ഹെഡ്മാസ്റ്റർ)

പടിഞ്ഞാറെ തിയ്യാടി, മുളകുന്നത്തുകാവ്

ഉള്ളടക്കം

ഒന്നാമൂഴം

ഞങ്ങളുടെ മകൻ നീലകണ്ഠൻ (ഉണ്ണി എന്നാണ് വിളിക്കാറ്) അമേരിക്കയിലുണ്ട്. ഓഹിയോ സംസ്ഥാനത്തെ ക്ലീവ്‌ലൻഡ് എന്ന ഉൾപട്ടണത്തിലാണ് ക്ലീവ്‌ലൻഡ് ക്ലിനിക് എന്ന ഹോസ്പിറ്റൽ. പട്ടണം ചെറുതാണെങ്കിലും ആസ്പത്രി കുറെ വലുതുതന്നെയാണ്. ഏറെ പ്രശസ്തവുമാണ്. പ്രത്യേകിച്ചും ഹൃദയ സംബന്ധമായ അസുഖങ്ങൾക്ക്. പേരു സൂചിപ്പിക്കുന്ന തരത്തിൽ വെറും ചികിത്സമാത്രമല്ല അവിടെ. Life science, Biotechnology എന്നീ ശാസ്ത്രശാഖകളിൽ ഗവേഷണവും നടക്കുന്നുണ്ട്. എന്തുകൊണ്ടോ, ഇന്ത്യയിൽ ചികിത്സയും ഗവേഷണവും ഒന്നിച്ചുപൊകാവുന്ന സ്ഥാപനങ്ങൾ അപൂർവ്വമാണ്. ഇക്കാരണം കൊണ്ടാവാം Life scienceൽ ഗവേഷണം നടത്താൻ ആഗ്രഹിക്കുന്നവരും ഇന്ത്യയിൽ ഉന്നത വിദ്യാഭ്യാസം കഴിഞ്ഞവരുമായ ചെറുപ്പക്കാരെ ക്ലീവ്‌ലൻഡ് ക്ലിനിക്ക് ആകർഷിക്കാറുണ്ട്.

ഉണ്ണി ഡൽഹിയിലെ JNUവിലെ പഠനത്തിനുശേഷം ഒരു Post Doctoral Fellow ആയി 2005 മുതൽ അവിടെയുണ്ട്. അവൻ പറഞ്ഞതനുസരിച്ച് ഞങ്ങൾ പാസ്പോർട്ടും അമേരിക്കൻ വിസയും സമ്പാദിച്ചുവെച്ചിരുന്നു. Multiple entry visa പത്തുകൊല്ലത്തേക്കാണ്. എന്നാലും ഒരു തവണ ആറുമാസത്തിൽ കൂടുതൽ U S Aയിൽ

തങ്ങാൻ അനുവാദമില്ല. 2009 മെയ് മാസം അവസാനത്തോക്ക് ഞങ്ങൾക്ക് (എന്നുവെച്ചാൽ എനിക്കും ഭാര്യ വസന്തക്കും) ആറു മാസത്തോളം താമസിക്കാൻ പാകത്തിൽ വിമാനടിക്കറ്റ് ഉണ്ണി അയച്ചുതന്നു. ഞങ്ങൾ തൃശ്ശൂരിനടുത്തുള്ള മുളംകുന്നത്തുകാവ് എന്ന നാട്ടിൻപുറത്താണ് താമസം. ഞാൻ ജനിച്ചു വളർന്ന പ്രദേശം. അക്ഷരാർത്ഥത്തിലല്ലെങ്കിലും എന്റെ ബാല്യകൗമാരങ്ങൾ ചിലവഴിച്ചത് അവിടത്തെ ക്ഷേത്രത്തെ ചുറ്റിപ്പറ്റിയായിരുന്നു. സ്വാഭാവികമായും റിട്ടയർമെന്റ് ജീവിതം മുളങ്കുന്നത്തുകാവിൽ തന്നെ ചിലവഴിക്കാനായിരുന്നു എന്റെ മോഹം. റിട്ടയർ ചെയ്തിരുന്ന ആൾക്ക് അവധി എടുക്കേണ്ട പ്രശ്നങ്ങളൊന്നുമില്ലല്ലോ. അതുകൊണ്ട് ആട്ടെ, അമേരിക്കയിലൊന്നും പോയി വരാമെന്നുവെച്ചു. ഇതാണ് ഞങ്ങളുടെ അമേരിക്കൻ യാത്രയുടെ പശ്ചാത്തലം.

അമേരിക്കയിലേക്കുള്ള ഞങ്ങളുടെ യാത്ര 2009 മെയ് അവസാനമായിരുന്നു. ഞങ്ങൾ രണ്ടുപേരും വെളുപ്പാൻ കാലത്ത് നെടുമ്പാശ്ശേരിയിലുള്ള കൊച്ചിവിമാനത്താവളത്തിലേക്കു പുറപ്പെട്ടു. അമേരിക്കൻ വിമാനക്കമ്പനിയായ കോൺടിനെന്റൽ എയർലൈൻസിലാണ് യാത്രക്ക് ബുക്കു ചെയ്തിരുന്നത്. അവരുടെ ഇന്ത്യൻ ടൈ അപ്പ് ആയ കിങ് ഫിഷർ എയർലൈൻസിന്റെ വിമാനങ്ങളാണ് കോൺടിനെന്റലിലെ യാത്രക്കാർക്കുള്ള ആഭ്യന്തര (Domestic) സർവ്വീസ് നടത്തിയിരുന്നത്. രാവിലെ ഒമ്പതുമണിക്ക് കൊച്ചിയിൽ നിന്നും പുറപ്പെട്ട കിങ്ഫിഷർ വിമാനം മംഗലാപുരത്തെ ഒരു ചെറിയ ഇടവേളയടക്കം രണ്ടു മണിക്കൂർ കൊണ്ട് മുംബൈയിലെത്തി. ഉച്ചതിരിഞ്ഞ് മൂന്നുമണിയോടു കൂടി അവരുടെ തന്നെ മറ്റൊരു വിമാനം ഡൽഹിയിലേക്കുണ്ടായിരുന്നു. അഞ്ചുമണിക്കു മുമ്പായി ഡൽഹിയിൽ എത്തി. ഡൽഹിയിലായിരുന്നു എമിഗ്രേഷൻ ഫോർമാലിറ്റികൾ. രാത്രി പത്തരക്കാണ് ഡൽഹിയിൽ നിന്നും അമേരിക്കയിലേക്കുള്ള കോൺടിനെന്റൽ വിമാനം. ദൽഹിയിൽ നിന്ന് അമേരിക്കയിലെ ന്യൂയോർക്കിനടുത്തുള്ള ന്യൂ ജെഴ്സിയിലെ നെവാർക്കിലേക്കാണ് ഞങ്ങളുടെ വിമാനം പോകുന്നത്. നോൺസ്റ്റോപ് ആയി പറക്കലാണ്, പതിനഞ്ചു മണിക്കൂർ ഒറ്റയിരുപ്പ്. ഉയർന്ന നിലവാരം പുലർത്തുന്ന അമേരിക്കൻ വിമാനക്കമ്പനിയാണ് കോൺടിനെന്റിൽ എയർലൈൻസ്. കിങ് ഫിഷറിലെ സ്മാർട്ട് എയർഹോസ്റ്റസുമാരെപ്പോലെത്തന്നെയാവും അമേരിക്കൻ വിമാനത്തിലുമെന്നായിരുന്നു ഞാൻ ധരിച്ചിരുന്നത്. കോൺടിനെന്റലിലെ എയർഹോസ്റ്റസുമാരെ കണ്ടപ്പോൾ എന്റെ മുൻവിധി അസ്ഥാനത്താണെന്നും തെളിഞ്ഞു.

കുറച്ചധികം പ്രായം ചെന്ന നാടൻ മദാമ്മമാർ. ഒരു ധാടിയും മോടിയും വേഷത്തിലില്ല. എനിക്ക് പെട്ടെന്നോർമ്മവന്നത് ഷോള ക്കോവിന്റെ റഷ്യൻ നോവലായ 'ഡോൺ ശാന്തമായൊഴുകുന്നു' എന്ന കൃതിയിലെ ഇല്ലി നിച്നിയയെയാണ്. അമ്മാതിരി നാടൻ സ്ത്രീകളെപ്പോലെയുള്ളവർ എയർ ഹേസ്റ്റസ്സുമാരായി വരുമോ?

അവർ വിമാനത്തിന്റെ നിലത്തിരുന്ന് എന്തോ പെറുക്കിക്കൂട്ടി ഫ്രിഡ്ജിൽ വെക്കുന്നുണ്ടായിരുന്നു. അവർ വിമാനം ക്ലീൻ ചെയ്യുന്ന ആരോ ആയിരിക്കുമെന്ന് ഞാൻ വിചാരിച്ചു. വിമാനം പുറപ്പെടു ന്നതിനുമുമ്പ് അവരുടെ അനൗൺസ്മെന്റ് വന്നപ്പോഴാണ് അവർ എയർഹോസ്റ്റസ്സുമാരാണെന്ന തിരിച്ചറിവ് എനിക്കുണ്ടായത്. ബോയിങ്ങ് വിമാനത്തിൽ അഞ്ഞൂറിലധികം ആളുകളെക്കൊള്ളും. ഇന്ത്യൻ യാത്രക്കാർ അധികവും എയർ ഇന്ത്യയിലായിരിക്കും യാത്ര ചെയ്യുക. ഭക്ഷണത്തിന്റെയും ഭാഷയുടേയും മറ്റു സൗകര്യം ഓർത്താവും അങ്ങനെ ചെയ്യുന്നത് പലരും. പക്ഷേ, എയർ ഇന്ത്യ യുടെ സർവ്വീസുകളെപ്പറ്റി അക്കാലത്ത് വ്യാപകമായി പരാതികൾ ഉയർന്നിരുന്നു. ഞങ്ങൾ റിട്ടയർമെന്റ് ജീവിതം നയിക്കുന്ന സീനിയർ സിറ്റിസൺസ് ആണ്. അതുകൊണ്ടുള്ള ബുദ്ധിമുട്ടൊന്നും വരരുതെന്നു വെച്ചാണ് ഉണ്ണി കോൺടിനെന്റൽ വിമാനത്തിൽ യാത്ര ബുക്കുചെ യ്തത്. കാരണം ആവിമാനത്തിന്റെ സമയക്രമം കൂടുതൽ ഇടവേളകൾ അനുവദിച്ചുകൊണ്ടുള്ളതായിരുന്നു. അതിനാൽ ഞങ്ങൾക്ക് പരിഭ്ര മിക്കാനുള്ള പഴുതുകൾ കുറഞ്ഞുകിട്ടും.

ഒന്നുപറയട്ടെ, കോൺടിനെന്റൽ വിമാനത്തിലെ സർവ്വീസ് ഉടനീളം ഉയർന്ന നിലവാരം പുലർത്തി. യാതൊരു ഗമയുമില്ലാതെ യാത്രക്കാരുടെ ആവശ്യങ്ങൾ അറിഞ്ഞു ശ്രദ്ധിക്കുന്ന എയർ ഹോസ്റ്റ സ്സുമാർ. ഭക്ഷണ കാര്യത്തിൽ ഞങ്ങൾ ശുദ്ധ വെജിറ്റേറിയൻമാർ ആയതിനാൽ പ്രശ്നമുണ്ടാകുമോയെന്ന് ആശങ്കയുണ്ടായിരുന്നു. പക്ഷേ, ഞങ്ങൾക്ക് ഭക്ഷണ കാര്യത്തിൽ യാതൊരു പ്രശ്നവുമു ണ്ടായില്ല. വെജിറ്റേറിയൻ ഭക്ഷണ സാധനങ്ങളും ഫ്രൂട്ട് ജ്യൂസുകളും ധാരാളം കിട്ടിയിരുന്നു. അതും ഇടക്കിടെ. പൂവൻപഴം പോലും കിട്ടുമെ ന്നു പറഞ്ഞാൽ കഴിഞ്ഞല്ലോ. വിമാനയാത്രയിൽ കോൺടിനെന്റൽ എയർലൈൻസിന്റേതുമാതിരി നല്ലഭക്ഷണം അതിനു മുമ്പും പിമ്പും കിട്ടിയതായി ഓർമ്മയില്ല.

രാത്രി പത്തരക്ക് ഡൽഹിയിൽ നിന്നു പുറപ്പെട്ട വിമാനത്തിന് നോൺസ്റ്റോപ്പായി നെവാർക്കയിലെത്താൻ പതിനഞ്ചു മണി ക്കൂറിലധികം എടുക്കും. സീറ്റിന്റെ മുമ്പിലുള്ള ടച്ച് സ്ക്രീനിൽ

തെളിഞ്ഞ അക്ഷരങ്ങൾ ശ്രദ്ധിച്ചപ്പോഴാണ് വിമാനത്തിന്റെ റൂട്ട് മനസ്സിലാവുന്നത്. ഡൽഹി വിട്ട വിമാനം എതേതു സ്ഥലങ്ങളുടെ മീതെക്കൂടിയാണ് പോകുന്നതെന്നും എത്ര ഉയരത്തിൽ എന്തു വേഗ ത്തിലാണ് പറക്കുന്നതെന്നും മറ്റും സ്ക്രീനിൽ തെളിഞ്ഞു വന്നിരി ക്കുന്നു. ഡൽഹി വിട്ടതിനു ശേഷം ലാഹോർ, പെഷവാർ, കാബൂൾ, താഷ്കെന്റ് എന്നിടത്തോളം കണ്ടപ്പോൾ എന്റെ കൗതുകം വളർന്നു. വിമാനം വടക്കോട്ടാണ് പോകുന്നതെന്ന് മനസ്സിലായി. താഷ്കെന്റ് കഴിഞ്ഞ് കുറച്ചായപ്പോൾ യൂറാൾ പർവ്വതങ്ങൾ (Ural moutains) എന്ന് G P S ൽ കണ്ടപ്പോൾ എനിക്കാവേശമായി. ഞങ്ങൾ ഇപ്പോൾ റഷ്യയിലെ സൈബീരിയക്കു മുകളിലാണ്. ലോകത്തിലെ ഏറ്റവും നീളമേറിയ റെയിൽവേ റഷ്യയിലെ ട്രാൻസ് സൈബീരിയൻ റെയിൽവേ ആണത്രേ. ട്രാൻസ് സൈബീരിയൻ യാത്രയുടെ ഏറ്റവും ഭംഗിയുള്ള വിവരണം പാസ്റ്റർനാക്കിന്റെ റഷ്യൻ നോവലായ 'ഡോക്ടർ ഷിവാഗോ' വിലുണ്ട്. യൂറാൾ പർവ്വതം ഏഷ്യയുടെയും യൂറോപ്പിന്റേയും പൊതുവായ അതിർത്തിയാണ്. മറ്റതിർത്തികൾ കരിങ്കടലും മെഡിറ്ററേനിയൻ കടലും തുർക്കി രാജ്യവും.

യൂറാൾ പർവ്വതം പിന്നിട്ട് വിമാനം ഉത്തരധ്രുവത്തിനു മീതെ പറന്ന് ബെറാന്റ്സ് കടൽ, ഗ്രീൻലാന്റ്, ലാബ്രഡോർ കടൽ എന്നിവയും പിന്നിട്ട് കനഡയിലെ ഒട്ടാവ എത്തിയപ്പോൾ മനസ്സിലായി അമേരി ക്കൻ വൻകരയിലെത്തിയെന്ന്. നമ്മുടെ പൊതുധാരണ പാശ്ചാത്യ രാജ്യങ്ങളിലേക്ക് ഇന്ത്യയിൽ നിന്നു പോവുക നേരെ പടിഞ്ഞാട്ടു വെച്ചിട്ടെന്നായിരിക്കും. ഒന്നുമില്ലെങ്കിൽ ഞാനങ്ങിനെ ധരിച്ചുവെ ച്ചിരുന്നു. ഭൂമി ഉരുണ്ടതായതിനാൽ നേരെ വടക്കോട്ടു പോയാലും അമേരിക്കയിലെത്തുമെന്ന് ആലോചന പോയിരുന്നില്ല ഏതായാലും ആദ്യത്തെ അമേരിക്കൻ യാത്ര എന്നെ കുറച്ചധികം ഭൂമിശാസ്ത്രം പഠിപ്പിച്ചു.

ഇന്ത്യയിൽ നിന്നും രാത്രി 10.30 മണിക്ക് പുറപ്പെട്ട വിമാനം 15 മണിക്കൂർ നിർത്താതെ പറന്ന് വെളുപ്പാൻ കാലത്ത് 4 മണിക്ക് നെവാർക്ക് വിമാനത്താവളത്തിലിറങ്ങി. സമയത്തെക്കുറിച്ചുള്ള നമ്മുടെ പൊതുധാരണകളെ ഇത് അട്ടിമറിക്കും. ഇന്ത്യൻ സമയവും അമേരിക്കയിലെ അറ്റ്ലാന്റിക് തീരത്തെ സമയവും തമ്മിൽ ഒമ്പതര മണിക്കൂർ വ്യത്യാസമുണ്ട്. അതായത് ഇന്ത്യൻ സമയ ത്തിന് ഒമ്പതര മണിക്കൂർ പിറകിലാണ് അറ്റ്ലാന്റിക് തീരത്തെ സമയം.കേരളത്തിൽ ഉച്ചയ്ക്ക് 1.30 മണിയാവുമ്പോൾ ന്യൂയോർക്കിലും വാഷിംങ്ടണിലും വെളുപ്പാൻകാലത്ത് 4 മണിയായിട്ടേ ഉണ്ടാവുള്ളൂ.

പസഫിക്ക് സമുദ്രത്തിൽ ന്യൂസിലാന്റിന് കിഴക്ക വശത്തുകൂടി പോവുന്ന അന്താരാഷ്ട്ര സമയരേഖയിലാണ് ആദ്യം പുതിയ ദിവസം തുടങ്ങുക. ആ രേഖയിൽ ഒരു രാജ്യവും കിടക്കാത്തതിനാൽ ആർക്കും തിയ്യതിയെക്കുറിച്ച് ആശയക്കുഴപ്പം വരില്ല. ഈ ലക്ഷ്യം വെച്ചാണ് ആ വഴിക്കുതന്നെ സമയരേഖ തിട്ടപ്പെടുത്തിയിട്ടുള്ളത്. എല്ലാ രാജ്യങ്ങളുടെയും സമ്മതത്തോടെയാണിത്.

നെവാർക്കിൽ ഇറങ്ങിയ ഞങ്ങൾക്ക്ആദ്യം ചെയ്യേണ്ടകാര്യം ഇമിഗ്രേഷൻ ഫോർമാലിറ്റികൾക്ക് വിധേയരാവുകയാണ്. കൊച്ചിയിൽ നിന്ന് ത്രൂ ചെക്ക്-ഇൻ ചെയ്തിരുന്ന ലഗേജ് നെവാർക്കിൽ വെച്ച് മടക്കിയെടുത്ത് വീണ്ടും ഡൊമസ്റ്റിക്ക് വിമാനത്തിൽ ചെക്- ഇൻ ചെയ്യണം. പാസ്പോർട്ടിൽ സീൽ അടിച്ചുതരും ഞങ്ങൾ അമേരിക്കയിൽ എത്തിയ വിവരത്തിന്. കണ്ണിന്റെ കൃഷ്ണമണികളും കൈവിരലുകളിലെ രേഖകളും കർശനമായി പരിശോധിച്ച് ഇമിഗ്രേഷൻ വിഭാഗത്തിലെ ഉദ്യോഗസ്ഥർ രേഖപ്പെടുത്തും. വിലപിടിച്ച സാധനങ്ങൾ കൈയ്യിലുണ്ടെങ്കിൽ ഇവിടെ ഡിക്ളയർ ചെയ്താൽ മടക്ക യാത്രയിൽ കസ്റ്റംസ് ഉദ്യോഗസ്ഥന്മാർ പ്രശ്നമുണ്ടാക്കില്ല. ഞങ്ങൾക്ക് ഏതായാലും കാര്യമായൊന്നും ഡിക്ളയർ ചെയ്യാനില്ലായിരുന്നു.

ക്ലീവ്ലൻഡിലേക്കുള്ള ഡൊമസ്റ്റിക് വിമാനം രാവിലെ പത്തു മണിക്കാണ്. ധാരാളം സമയമുണ്ട്. ഞങ്ങൾക്ക് പരിഭ്രമമൊന്നും വരാതിരിക്കാൻ ഉണ്ണി അങ്ങനെ ധാരാളം ഇടവേളകൾ കൊടുത്ത് ബുക്ക ചെയ്തതാണ്. സെക്യൂരിറ്റി ചെക്കിങ്ങ് കഴിഞ്ഞു ഞങ്ങൾ യാത്രക്കാർക്കുള്ള ലോഞ്ചിൽ വിശ്രമിക്കാനിരുന്നു. രാത്രി ഉറങ്ങിയിട്ടില്ലെങ്കിലും യാത്രയുടെ തിരക്കും ആവേശവുമൊക്കെക്കാരണമാവാം ക്ഷീണമൊന്നും തോന്നിയില്ല. അടുത്തുതന്നെയുള്ള ഒരു കടയിൽ നിന്നും കാപ്പിയും ഉരുളക്കിഴങ്ങ് വറുത്തതും വാങ്ങിക്കഴിച്ചു. കാപ്പിക്കാണ് വില. കൂടെ അത്രവേണമെങ്കിലും പാലും പഞ്ചസാരയും നമുക്കെടുത്ത് കാപ്പിയിലിടാം. അമേരിക്കൻ കാപ്പിയുടെ സ്വാദ് എനിക്ക് 'ക്ഷ' പിടിച്ചു. പിന്നീട് അമേരിക്കയിലെ പലസ്ഥലത്തു നിന്നും കാപ്പികുടിച്ചിട്ടും മടുക്കാത്ത ഒന്ന് അമേരിക്കൻ കാപ്പിയുടെ ഈ സ്വാദാണ്. ഇന്ത്യയിൽ എനിക്കേറ്റവും ഇഷ്ടം തോന്നാറുള്ളത് തമിഴ്നാട്ടിലെ 'ബ്രാഹ്മണാൾ' കാപ്പിയാണ് (ഫിൽട്ടർ കാപ്പി അല്ലെങ്കിൽ ഡികോക്ഷൻ കാപ്പി). തെക്കെ ഇന്ത്യയിൽ കാപ്പിയും വടക്കെ ഇന്ത്യയിൽ ചായയുമാണ് പൊതുവെ ഉപയോഗം കൂടുതൽ.കേരളത്തിലാണെങ്കിൽ തിരുവിതാംകൂർ ഭാഗത്ത് കാപ്പിയും മലബാർ

ഭാഗത്ത് ചായയും ആണ് കൂടുതൽ പ്രചാരത്തിൽ. അമേരിക്കയിൽ കാപ്പിയാണ് സർവ്വത്ര. കാപ്പിയെന്നു പറഞ്ഞാൽ പോരാ. കാപ്പി ഒരു കപ്പ് വാങ്ങിയാൽ അതുകൊണ്ട് ഇന്ത്യൻ പതിവുവെച്ച് മൂന്നുപേർക്ക് കുടിക്കാം. അമേരിക്കക്കാർ ചെയ്യുന്നത് ഞാൻ പലപ്പോഴും ശ്രദ്ധിച്ചിട്ടുണ്ട്, പിന്നീട്. ഒരു കപ്പ് കാപ്പിവാങ്ങി അവർ കപ്പും മുമ്പിൽ പിടിച്ച് റോഡിൽക്കൂടി നടക്കും. ഇടക്കിടെ കാപ്പി മോന്തും. ഉരുളക്കിഴങ്ങു വറുത്തത് (French Fries) കൂടെ കൊറിക്കാനുണ്ടാകും.

നെവാർക്കിലെ ഡൊമസ്റ്റിക്ക് ടെർമിനലിൽ ഞങ്ങളെപ്പോലെ വിമാനം കാത്തിരിക്കുന്ന യാത്രക്കാരെ ഞാൻ ശ്രദ്ധിച്ചു. ഡൊമസ്റ്റിക്ക് യാത്രയായതിനാൽ മിക്കവാറും എല്ലാവരും അമേരിക്കക്കാർ തന്നെയാണ്. ഞങ്ങളെപ്പോലെ ആരെങ്കിലും വിദേശത്തുനിന്നു വന്നവർ ഉണ്ടെങ്കിൽ ആയി. അത്രമാത്രം. എന്തായാലും സാരി ഉടുത്തവരെ ആരെയും കണ്ടില്ല. എന്റെ ഭാര്യ(വസന്ത) സാരിയുടുത്തിട്ടാണ്. സാരിക്കാർ വേറെയാരങ്കിലുമുണ്ടെങ്കിൽ കൂട്ടായല്ലോ എന്ന് വിചാരിച്ച് ചുറ്റും നോക്കി. ആരുമില്ല. ആയതിനാൽ ഒരു ചെറിയ നിരാശ. ആട്ടെ സാരമില്ല. ക്ലീവ് ലാന്റിലേക്ക് വെറും ഒന്നര മണിക്കൂർ യാത്രയല്ലേ ബാക്കിയുള്ളൂ. അമേരിക്കക്കാരുടെ കയ്യിലെല്ലാം i phone(i pad) കണ്ടു. അധികപേരും അതിൽ നോക്കിയിരിപ്പാണ്. ചിലരുടെ പക്കൽ ലാപ്പ്ടോപ്പും കണ്ടു. ആർക്കും ആരേയും ശ്രദ്ധയില്ല.

കാലത്തു പത്തുമണിക്ക് ക്ലീവ്ലൻഡിലേക്കുള്ള വിമാനം പുറപ്പെട്ടു. ചെറിയ വിമാനം. പല സീറ്റുകളും കാലി. എനിക്കു സന്തോഷമായി 'Small is beautiful' എന്നു പറഞ്ഞപോലെ ഒരു leisurely അന്തരീക്ഷം. നമ്മുടെ നാട്ടിലെ പാസഞ്ചർ വണ്ടികളെപ്പോലെ. പതിനൊന്നരമണിക്ക് ക്ലീവ്ലൻഡിലെ Hopkins വിമാനത്താവളത്തിലിറങ്ങി Baggage എല്ലാം കൺവേയർബെൽട്ടിൽ നിന്ന് ശേഖരിച്ച് പുറത്തേക്കു വന്നപ്പോൾ അതാ നിൽക്കുന്നു ഉണ്ണിയും കൂട്ടുകാരനും. സമാധാനം. എന്റെ പരിഭ്രമമെല്ലാം തീർന്നു. ഇനി എല്ലാം അവൻ ചെയ്തുകൊള്ളും. ഉണ്ണിയുടെ കാറിൽ അരമണിക്കൂറിനുള്ളിൽ താമസസ്ഥലത്തെത്തി.

നായാഗ്ര വെള്ളച്ചാട്ടം

2009 ജൂൺ 12-ാം തിയ്യതി ഉച്ചതിരിഞ്ഞാണ് ഞങ്ങൾ നയാഗ്രയിലേക്ക് പുറപ്പെട്ടത്. ഞാനും വസന്തയും (ഭാര്യ) ഉണ്ണിയും (മകൻ)മൻവീൻ ഗുപ്തയും (അന്ന് മൻവീൻ ഉണ്ണിയുടെ സഹപാഠി മാത്രമായിരുന്നു; 2011 ൽ ആണ് അവർ വിവാഹിതരായത്) ക്ലീവ്ലൻഡിൽ നിന്നും 4 മണിക്കൂർ യാത്രയ്ക്കായി പുറപ്പെട്ടു. അമേരിക്കയിൽ കൂടുതൽ ജനങ്ങൾ കാറിലാണ് യാത്ര ചെയ്യുന്നത്. 'ഡ്രൈവ്' എന്നു പറഞ്ഞാൽ കാർയാത്ര. കാർ കഴിഞ്ഞാൽ പിന്നെ ജനപ്രീതി നേടിയ യാത്ര ഫ്ലൈറ്റ്, അതായത് വിമാനയാത്ര. പൊതുവെ പറഞ്ഞാൽ അടുത്തുള്ള സ്ഥലങ്ങളിലേക്ക് കാർമാർഗ്ഗവും അകലങ്ങളിലേക്ക് വിമാനമാർഗവും യാത്രചെയ്യുന്നു. വിമാനയാത്രക്ക് ചെലവേറും. കാർ യാത്രക്ക് ചെലവ് കുറവാണ്. അമേരിക്കയിൽ ബസ്സ് യാത്രയും തീവണ്ടിയാത്രയും കാർ യാത്രയേക്കാൾ ചെലവേറിയതാണ്. ഇതൊരു വൈരുദ്ധ്യമായി തോന്നിയേക്കാം. ഇവിടെ പൊതു യാത്രാസംവിധാനങ്ങൾ അത്ര ജനപ്രീതിനേടിയിട്ടില്ല. ബസ്സും തീവണ്ടിയും വളരെ കുറവാണ്. മഹാനഗരങ്ങളിൽ ഉണ്ടാവും. നാട്ടിൻപുറങ്ങളിലും ചെറുപട്ടണങ്ങളിലും കാറില്ലെങ്കിൽ കുഴഞ്ഞതു തന്നെ.

ഉച്ചതിരിഞ്ഞ് രണ്ടുമണിക്ക് കാറിൽ യാത്ര തിരിച്ച ഞങ്ങൾ സന്ധ്യക്ക് ആറുമണിയാകുമ്പോഴേക്കും നയാഗ്രയിൽ എത്തി. ക്ലീവ് ലാൻജിൽ നിന്നും നയാഗ്രയിലേക്കുള്ള വഴിയിൽ ഒരിടത്ത്

മഹാത്മാഗാന്ധിയുടെ പ്രതിമ സ്ഥാപിച്ചിരിക്കുന്നതു കണ്ടപ്പോൾ സന്തോഷം തോന്നി. ഗാന്ധിജിയെ ഇപ്പോഴും ചിലർ ഓർക്കുന്നുണ്ടല്ലോ. ക്ലീവ്ലൻഡ് വിട്ടാൽ അസ്റ്റാബുള്ള, ബഫല്ലോ എന്നീ സ്ഥലങ്ങൾ കഴിഞ്ഞാൽ നയാഗ്രയായി. വഴിയിൽ ഒരു ഉൾനാടൻ സ്ഥലത്ത് ചായ കഴിക്കാൻ കാർ നിർത്തി. ഞങ്ങളെ എതിരേൽക്കാൻ വന്നത് ഒരു പറ്റം മൈന(European starling)കളാണ്. ഇന്ദുചൂഡൻ എഴുതിയ കേരളത്തിലെ പക്ഷികൾ എന്ന പുസ്തകത്തിൽ മൈനകളെപ്പറ്റി നിരീക്ഷിച്ചിട്ടുണ്ട്. ലോകത്തിലെ ഏതു ഓണം കേറാമൂലയിലും മൈനകളെ കണ്ടേക്കാമത്രെ. 2007ൽ നടത്തിയ ഒരു ഹിമാലയയാത്രയിൽ മൈനകളെ കണ്ടത് വ്യക്തമായോർക്കുന്നു. ഗഢ്വാൾ ഹിമാലയത്തിലെ ഗംഗോത്രയിൽ നിന്ന് ഭാഗീരഥിയുടെ ഉറവിടമായ ഗോമുഖിൽ എത്തിയപ്പോൾ ആ വിജനതയിൽ മൈനകളെ കണ്ടത് ഓർമ്മവന്നു. ഏതായാലും ഇന്ദുചൂഡന്റെ നിരീക്ഷണം അക്ഷരാർത്ഥത്തിൽ ശരിയാണെന്നു ബോദ്ധ്യപ്പെട്ടു.

അമേരിക്കയിലെ ന്യൂയോർക്ക് സംസ്ഥാനത്തിന്റെ വടക്കുപടിഞ്ഞാറു ഭാഗത്തായി കാനഡക്ക് അതിരിട്ടു കൊണ്ടാണ് നയാഗ്ര കിടക്കുന്നത്. U S A യുടെ വടക്കെ അറ്റത്തായി അഞ്ചു വലിയ തടാകങ്ങളുണ്ട്. കടലിന്റെ ഗാംഭീര്യമാണിവക്ക്. ഈറി, ഹ്യൂറോൺ, മിഷിഗൻ, ഒൺടാരിയോ, സുപ്പീരിയർ എന്നാണ് പേരുകൾ. ഇവയിൽ ഈറി തടാകത്തിന്റെ തെക്കെ തീരത്താണ് ഓഹിയോ(ഒഹിയോ)വിലെ ക്ലീവ്ലൻഡ്. ഓൻടാരിയോ തടാകത്തിന്റെ തെക്കു ഭാഗത്ത് അമേരിക്കയിലെ ന്യൂയോർക്ക് സംസ്ഥാനവും വടക്കു ഭാഗത്ത് കനഡയിലെ ഒൺടാരിയോ സംസ്ഥാനവും കിടക്കുന്നു. നയാഗ്രനദി ഈറി തടാകത്തിൽ നിന്നു ഒൺടാരിയോ തടാകത്തിലേക്കുള്ള അതിന്റെ പ്രയാണത്തിൽ നയാഗ്ര എന്ന സ്ഥലത്ത് കുത്തനെ കീഴ്പ്പോട്ടു പതിക്കുന്നു. ഇതാണ് നയാഗ്ര വെള്ളച്ചാട്ടം. വെള്ളച്ചാട്ടത്തിന് മുകൾ ഭാഗത്തായി നദി രണ്ടായിപിളരുന്നു ചെറിയ ഭാഗം അമേരിക്കൻ പ്രദേശത്തുകൂടെയും വലിയഭാഗം കനേഡിയൻ പ്രദേശത്തുകൂടെയും ഒഴുകുന്നു. ഈ രണ്ടുശാഖകൾക്കും ഇടക്കുള്ള ദ്വീപിന് Goat Island എന്ന് പേര്. ഇത് അമേരിക്കക്കും കനഡക്കും ഇടക്കുള്ള അതിർത്തിയാണ്. ജോൺ സ്റ്റെഡ് മാൻ എന്ന ആൾ ഒരു പറ്റം ആടുകളെ ഈ ദ്വിപിൽ വളർത്തിയിരുന്നു. 1780ലെ തണുപ്പ് കാലത്ത് അതിശൈത്യത്തിൽ അവയെല്ലാം ചത്തുപോയി. ഇതിന്റെ സ്മരണക്കാണ് ഈ ദ്വീപിന് ഗോട്ട് ദ്വീപ് (Goat Island) എന്ന പേർ വന്നത്.

1678ൽ ഫാദർ ലൂയിസ് ഹെന്നേപിൻ ആണ് ആദ്യമായി നയാഗ്ര വെള്ളച്ചാട്ടം കണ്ടതായി രേഖപ്പെടുത്തിയിട്ടുള്ളത്. വെള്ളച്ചാട്ടത്തിന്റെ ഭാഗത്തുള്ള പാറകൾ വെള്ളത്തിന്റെ ഭീകരമായ കുത്തൊഴുക്കിൽ തേഞ്ഞുപോകുന്നു. കഴിഞ്ഞ 330 വർഷങ്ങൾക്കുള്ളിൽ 40 സെ.മീറ്ററോളം പാറ തേഞ്ഞുപോയതായി കണക്കാക്കിയിരിക്കുന്നു. അടുത്ത കാലത്തായി അധുനിക സാങ്കേതിക വിദ്യ ഉപയോഗിച്ച് ഈ തേയ്മാനത്തിന്റെ തോത് വളരെയധികം കുറക്കാൻ സാധിച്ചിട്ടുണ്ട്. വെള്ളച്ചാട്ടത്തിന്റെ ഉയരം 57 മീറ്റർ (188 ft)ആണ്. വെള്ളം പതിക്കുന്ന സ്ഥലത്ത് ജലാശയത്തിന്റെ ആഴം 50 മീറ്റർ (165 ft) ആണ്പോലും.നയാഗ്ര നദിയുടെ തൊണ്ണൂറു ശതമാനം വെള്ളവും കനേഡിയൻ പ്രപാതത്തിലാണ്. അതിന്റെ ആകൃതി ഒരു കുതിര ലാടത്തിന്റെമാതിരി ആകയാൽ അതിന് Horse shoe fall എന്നാണ് പേര്. കനേഡിയൻ വെള്ളച്ചാട്ടത്തിന് അമേരിക്കൻ ഭാഗത്തേക്കാൾ

ഗാംഭീര്യം വളരെ കൂടുതലാണ്. വെള്ളച്ചാട്ടത്തിനു ശേഷം നയാഗ്രാ നദി വീണ്ടും ഒന്നായിച്ചേർന്ന് ഓൺടാരിയോ തടാകത്തിലേക്ക് ഒഴുകുന്നു.

Comfort Inn എന്ന ഹോട്ടലിലാണ് ഞങ്ങൾ താമസിച്ചത്. Comfort Inn എന്ന ഹോട്ടൽ ശൃംഖല അമേരിക്കയുടെ പലഭാഗത്തും ഉണ്ട്. പൊതുവെ നല്ല സേവനം കാഴ്ചവെക്കുന്നു. ഹോട്ടലിൽ മുറിയെടുത്തവർക്ക് കാലത്ത് Complimentary Breakfast ഉണ്ടാകും, അതായത് കാലത്ത് കാപ്പി- പലഹാരം (പ്രാതൽ) സൗജന്യമാണെന്നർത്ഥം. വെജിറ്റേറിയൻ ഭക്ഷണം മാത്രം കഴിക്കുന്ന ഞങ്ങൾക്ക് ഏതായാലും ഹോട്ടലിലെ പ്രഭാത ഭക്ഷണം ഒരു പ്രശ്നവും സൃഷ്ടിച്ചില്ല. കോൺഫ്ലെയ്ക്ക്സ്, ബർഗർ, ബീഗിൾ, ഡോനട്ട് എന്നിവയും ഓറഞ്ച് ജ്യൂസ്, ആപ്പിൾ, വാഴപ്പഴം,കാപ്പി എന്നിവയും ഇഷ്ടംപോലെ കഴിക്കാം. അതിനാൽ തൽക്കാലത്തേക്കെങ്കിലും വെജിറ്റേറിയൻ ഭക്ഷണത്തിന്റെ പ്രശ്നം തീർന്നു. മതിയാവോളം കഴിച്ചതിനു ശേഷം ഫ്രൂട്ട്സ് താമസിക്കുന്ന മുറിയിലേക്കു കൊണ്ടുപോകാനും ഹോട്ടൽ അധികൃതർ അനുവദിച്ചു. അത് മറ്റൊരു കൊച്ചു സന്തോഷം. ഉച്ചഭക്ഷണവും അത്താഴവും അമേരിക്കൻ ഹോട്ടലിൽ പ്രശ്നം സൃഷ്ടിച്ചേക്കാമെന്ന് നേരത്തെ അറിയാമായിരുന്നു. സസ്യഭക്ഷണം നിർബന്ധം ഉള്ളവർക്കേ ഈ പ്രശ്നമുള്ളൂ. അതിനെ മറികടക്കാൻ ഞങ്ങൾ ഒരു മുൻകരുതൽ ചെയ്തിരുന്നു. ഉണ്ണിയുടെ താമസസ്ഥലത്തു നിന്നുതന്നെ അവന്റെ അമ്മ പെട്ടെന്നു കേടുവരാത്ത ഇഡ്ഡ്ലി, ചപ്പാത്തി, ചെറുനാരങ്ങാച്ചോറ് (Lemon Rice) എന്നിവ തയ്യാറാക്കി പാക്കറ്റുകളാക്കിയിരിക്കുന്നു. കൂട്ടത്തിൽ വാഴപ്പഴം, റൊട്ടി, ബിസ്ക്കറ്റ് എന്നിവ എപ്പോഴും ഉണ്ടാകും.

നയാഗ്രവെള്ളച്ചാട്ടത്തെക്കുറിച്ച് ആരുമെന്നപോലെ ഞങ്ങളും കേട്ടറിഞ്ഞിരുന്നു. ഒരു വൻ നദി തന്നെ കീഴ്പോട്ടു ചാടുകയാണ്. USA ഭാഗത്തുള്ള അമേരിക്കൻ പ്രപാതം വളരെ അടുത്തു നിന്നുതന്നെ കാണാൻ സാധിക്കും. യാത്രാകാർക്ക് ഭദ്രമായി നിന്ന് കാണാനുള്ള സൗകര്യം ഒരുക്കിയിട്ടുണ്ട്. പ്രഥമ ദർശനത്തിൽ ചെറിയൊരു നിരാശ തോന്നി. എന്താണെന്നു വ്യക്തമാക്കാം. രണ്ടുകൊല്ലം മുമ്പുണ്ടായ (2007) ൽ ഗഡ്വാൾ ഹിമാലയ യാത്രയിൽ ടെഹ്റി (മുസ്സോറി) വസുധാര(ബദരീനാഥിനപ്പുറം) എന്നീ വെള്ളച്ചാട്ടങ്ങൾ കണ്ടത് വ്യക്തമായോർക്കുന്നു. വസുധാരവെള്ളച്ചാട്ടം വളരെ അകലെനിന്ന് കണ്ടതാണ് എന്റെ മനസ്സിൽ എപ്പോഴും പച്ചപിടിച്ചു നിൽക്കുന്നത്. ഒരു ഹിമാലയൻ കൊടുമുടിയിൽ നിന്ന്

ചിന്നിച്ചിതറിക്കൊണ്ട് എത്രയോ ആഴത്തിലേക്കു പതിക്കുമ്പോഴുള്ള വസുധാരയുടെ ഗാംഭീര്യം എന്നെ വല്ലാതെ കീഴ്പ്പെടുത്തിയിരുന്നു. വെള്ളച്ചാട്ടമെന്നതിന്റെ മഹനീയ മാതൃക വസുധാരയായിരുന്നു മനസ്സിൽ. ഈ ധാരണവെച്ച് നയാഗ്രയെ സമീപിച്ചപ്പോഴാണ് നിരാശ കുടുങ്ങിയത്. കൊടുമുടിയിൽ നിന്നും അകലെവെച്ച് കാണുമ്പോഴുള്ള കാല്പനികകാന്തി തോന്നിയില്ല. കാരണം നയാഗ്ര കണ്ടത് വളരെ അടുത്തുനിന്നാണ്. വെള്ളച്ചാട്ടത്തിന് ഉയരം പ്രതീക്ഷിച്ചതിൽ കുറവാണ് പ്രഥമ ദർശനത്തിൽ തോന്നിയത്. അല്പം കഴിഞ്ഞ് യഥാർത്ഥ്യ ബോധം മനസ്സിൽ വേരുപിടിച്ചപ്പോഴാണ് ഒരു കാര്യം വ്യക്തമായത്, ഇതാ എന്റെ മുമ്പിൽ ഒരു വലിയ പുഴ ഒന്നടങ്കം പൊട്ടിച്ചാടുന്നു. ഭാരതപ്പുഴയുടെ വലിപ്പം ഈ പുഴക്കുണ്ടായിരിക്കും. അതിന്റെ പൊക്കം അപാരമാണ്. വീതി വല്ലാതെയധികമുള്ളതിനാൽ പൊക്കം തോന്നാതെ പോകുന്നു. അതായത് തെറ്റ് എന്റെ ധാരണക്കായിരുന്നു. അല്ലാതെ നയാഗ്രയുടേതല്ല. കൂടാതെ കുറച്ചകലെ മറുഭാഗത്ത് കുറെക്കൂടി വലിയ കനേഡിയൻ പ്രപാതം കൂടെയുണ്ടെന്നോർത്തപ്പോൾ എന്റെ ബോധം നേർവഴിയിലായി. നയാഗ്രവെള്ളച്ചാട്ടം അപാരമാണ്. അതിന്റെ വലിയ വീതിയും കനവുമാണ് പൊക്കം കുറവായി തോന്നിച്ചിരുന്നത്. ഭൂമിയിലെ മഹാത്ഭുതങ്ങളിലൊന്നായി നയാഗ്രയെപ്പറ്റി പലരും പറഞ്ഞത് തികച്ചും ശരിയായിരുന്നെന്ന് ബോദ്ധ്യപ്പെട്ടു. ഞങ്ങൾ വെള്ളച്ചാട്ടം കണ്ടത് സന്ധ്യാസമയത്താണ്. ഒരു അണക്കെട്ടിനുരണ്ടുവശങ്ങളിലുമെന്നവണ്ണം നയാഗ്രയുടെ രണ്ടു കരകളിലും വൻമരങ്ങളുടെ പച്ചിലച്ചാർത്തായിരുന്നു. ജൂൺമാസമായിരുന്നതിനാൽ വസന്തത്തിലെ മഞ്ഞ കലർന്ന പച്ച നിറമായിരുന്നു പരിസരങ്ങൾക്ക് ദൃശ്യഭാഷയിൽ ശ്രുതി ചേർത്തിരുന്നത്. അമേരിക്കിയിൽ പൊതുവേ മെയ്, ജൂൺ മാസങ്ങൾ വസന്തം (spring) ആണ്. കേരളത്തിലെ ഇടവപ്പാതി മാസങ്ങളായ ജൂലായ് ആഗസ്റ്റ് ആണ് ഇവിടുത്തെ വേനൽ. സെപ്റ്റംബർ ഒക്ടോബർ മാസങ്ങളിൽ ഇവിടെ fall (ഇലപൊഴിയും കാലം) ആണ്. നവംബർ മുതൽ മാർച്ച്-ഏപ്രിൽ വരെ നീണ്ട ഹേമന്ത-ശിശിരങ്ങളും.

ഞങ്ങൾ ചെന്ന ദിവസം നയാഗ്രയിൽ സ്പെഷ്യൽ വെടിക്കെട്ട് ഉണ്ടെന്ന് കേട്ടിരുന്നു. അമേരിക്കൻ വെടിക്കെട്ട് എന്താണെന്നറിയാൻ കൗതുകം തോന്നി. രാത്രി പത്തുമണിക്കാണ് ഒരു തടാകത്തിന്റെ തീരത്ത് വെടിക്കെട്ടിന്റെ സജ്ജീകരണങ്ങൾ ചെയ്തിരുന്നത്. വെടിക്കെട്ട് നിരാശയാണുണ്ടാക്കിയത്. എന്റെ നാടായ തൃശ്ശൂരിലെ പൂരവെടിക്കെട്ടും നെന്മാറ, ഉത്രാളി, കുറ്റിയൻകാവ് വേലകളുടെ

വെടിക്കെട്ടും എല്ലാം കണ്ടും കേട്ടും തഴമ്പിച്ച മനസ്സിൽ നയാഗ്രവെടിക്കെട്ട് ഏശിയില്ല. Modern Technology (ആധുനിക സങ്കേതിക വിദ്യ) ഉപയോഗിച്ചുകൊണ്ടുള്ള അമേരിക്കൻ വെടിക്കെട്ട് എന്നിൽ ഒട്ടും കൗതുകമുണർത്തിയിട്ടില്ല എന്നുപറയട്ടെ. ഏതോ ഒരു ജൈവവിശേഷം (Organic quality) ഇവിടെ കുറവുണ്ട്. ഇങ്ങനത്തെ കാര്യങ്ങൾ എളുപ്പത്തിൽ താരതമ്യത്തിന് വഴങ്ങുകയില്ലെന്നത് മറ്റൊരു വസ്തുതയാണ്. അമേരിക്കൻ ജീവിതരീതികളുമായി കൂടുതൽ ഇടപഴകുംതോറും ഈ ജൈവ ചൈതന്യത്തിന്റെ അഭാവം അവിടെ വളരെ കൂടുതലാണെന്ന ബോദ്ധ്യം വന്നു. ടെക്നോളജി ചിലയിടങ്ങളിൽ ജൈവചൈതന്യത്തെ നശിപ്പിക്കുന്നു എന്നു മനസ്സിലായി.

ജൂൺ പകുതിയോളമായതിനാൽ നയാഗ്രയിൽ സുഖകരമായ കാലാവസ്ഥയായിരുന്നു. തണുപ്പും ചൂടും ഒപ്പത്തിനൊപ്പം പിടിച്ചു നിൽക്കുന്നു. ഉറങ്ങാൻ ബഹുസുഖം. പോരാത്തതിന് ഉറക്കത്തിനുള്ള പാശ്ചാത്തല സംഗീതം സൃഷ്ടിക്കുന്നത് വെള്ളച്ചാട്ടത്തിന്റെ ഇരമ്പലും. നയാഗ്രയിൽ എല്ലായിടത്തും എല്ലായ്പ്പോഴും സുഖകരമായ ഈ ശബ്ദം തന്നെയാണ്. ഗുരുവായൂരിൽ സർവ്വത്ര നിറഞ്ഞു നിൽക്കുന്നത് ഒരു ക്ഷേത്രത്തിന്റെ വ്യക്തിത്വമാണല്ലോ. അതേപോലെ തന്നെയാണ് നയാഗ്രയിലും സർവ്വത്ര വെള്ളച്ചാട്ടത്തിന്റെ ശ്രുതിയിടൽ. രാത്രി ധാരാളം സമയം ബാക്കിയുള്ളതിനാൽ ഞങ്ങൾ വെള്ളച്ചാട്ടത്തിനു സമീപമുള്ള ചില ഊടുവഴികളിലൂടെ കുറെ നേരം അലഞ്ഞു തിരിഞ്ഞു. പിന്നീട് ആലോചിക്കുമ്പോൾ ഈ അലഞ്ഞുതിരിഞ്ഞ നിമിഷങ്ങൾ ഓർമ്മയിൽ വല്ലാതെ പച്ച പിടിച്ചു നൽക്കുന്നു. ആത്യന്തികമായി എല്ലാം വെള്ളച്ചാട്ടത്തിന്റെ ആധാര ശ്രുതിയിൽ വിലയിക്കുന്നു.

കാലത്ത് നേരത്തെ എഴുന്നേറ്റു. പ്രഭാതകൃത്യങ്ങളും Complimentary പ്രാതലും കഴിഞ്ഞു. ഇനി അടുത്ത കൃത്യം നയാഗ്രാതടാകത്തിൽ (അഥവാ നദിയിൽ) വെള്ളച്ചാട്ടത്തിനു താഴെക്കൂടി ഒരു ബോട്ടുയാത്ര. നദിയുടെ ഇക്കര അമേരിക്കൻ ഐക്യനാടുകളും അക്കര കനഡയുമാണ്. ഏതായാലും കനഡ ഇങ്ങനെയെങ്കിലും കണ്ടുവെന്ന് സമാധാനിക്കാം. കനഡയുടെ അറിയപ്പെടുന്ന ചിഹ്നമായ സി.എൻ. ടവറിന്റെ ഒരു ചെറിയ മാതൃക അക്കരെ കനേഡിയൻ തീരത്ത് പണിതിട്ടിരുന്നു. വെള്ളച്ചാട്ടത്തിനു താഴെ കുറച്ചകലെയായി നയാഗ്രാനദിയുടെ കുറുകെ ഒരു പാലമുണ്ട്. പാലത്തിന്റെ നടുക്ക് ഒരു കെട്ടിടം ഉയർന്നു നിൽക്കുന്നത് കൗതുകം ഉളവാക്കി. ചോദിച്ചപ്പോഴാണറിയുന്നത് അത് അമേരിക്കയിൽ നിന്ന് കനഡയിലേക്കുള്ള പ്രവേശന

കവാടമാണെന്ന്. അമേരിക്കൻ വിസയുള്ള മറ്റുരാജ്യക്കാർക്ക് നേരത്തെ സമ്മതം വാങ്ങുകയാണെങ്കിൽ ഈ പാലംവഴി കനഡയിലേക്ക് short visa കിട്ടുമെന്നറിഞ്ഞു. ഏതായാലും ഈ ആനുകൂല്യം ഉപയോഗിക്കാൻ തത്ക്കാലം കഴിഞ്ഞില്ല. വേണമെങ്കിൽ ഇനിയൊരവസരത്തിൽ ആവാമെന്നുവെച്ചു. ക്ലീവ്‌ലൻഡ് നയാഗ്രയിൽ നിന്ന് വളരെ അകലെയൊന്നുമല്ലല്ലോ.

വെള്ളച്ചാട്ടത്തിനു താഴെ നയാഗ്രനദിയിൽ ബോട്ടു സർവ്വീസ് ഉണ്ട്. 1846ൽ ആണ് ഇത് തുടങ്ങിയത്. ക്രമേണ ബോട്ടിന്റെ സൗകര്യങ്ങൾ വർദ്ധിപ്പിച്ചു. Maid of the mist എന്നാണ് ബോട്ടിന്റെ പേര്. ടൂറിസ്റ്റ് ബോട്ട് ജെട്ടിയിൽ നിന്ന്പുറപ്പെട്ടുമ്പോൾ നൂറോളം യാത്രക്കാരുണ്ടായിരുന്നു. മുകളിലത്തെ ഡെക്കിൽ കയറിയിരുന്നാൽ കാഴ്ചകൾ കൂടുതൽ വ്യക്തമായി കാണാമെന്നതിനാൽ അവിടേക്ക് യാത്രക്കാരുടെ പ്രവാഹമായിരുന്നു. അമേരിക്കൻ ഭാഗത്തു നിന്നു ബോട്ടിൽ കയറിയാൽ നദിയിൽ കൂടി മുകൾ ഭാഗത്തേക്ക് തുഴഞ്ഞ് ആദ്യം അമേരിക്കൻ പ്രപാതത്തിന്റെ അടിഭാഗത്തിനടുത്തേക്കും പിന്നീട് കനേഡിയൻ പ്രപാതത്തിന്നടുത്തേക്കും കൊണ്ടുപോകുന്നു. വിസയുടെ പ്രശ്നങ്ങൾ കാരണം കനേഡിയൻ ഭാഗത്തേക്ക് പോകാൻ കഴിയാത്തവർക്ക് ഇതൊരാശ്വാസമാണ്. ബോട്ടിൽ നിന്ന് കനേഡിയൻ വെള്ളച്ചാട്ടത്തിന്റെ ഗാംഭീര്യം ആസ്വദിക്കാം. ഒരു വിഷമംമാത്രം അടുത്തുനിന്നു കാണുമ്പോൾ വെള്ളത്തുള്ളികളുടെ മൂടൽമഞ്ഞ് സൃഷ്ടിക്കുന്ന അവ്യക്തതയാണത്. ചെവി അടപ്പിക്കുന്ന ശബ്ദം. ഒരു വെടിക്കെട്ടിന്റെ അവസാന ഭാഗം അടുത്തുനിന്നു കാണുന്നപോലെ. ആസ്വദിപ്പിക്കുന്നതിനേക്കാൾ ശ്രദ്ധ അവരവരുടെ ദേഹത്തിന് അപകടമൊന്നുമില്ലെന്ന് തീർച്ചപ്പെടുത്തുന്നതിലായിരിക്കും ഓരോരുത്തർക്കും. വെള്ളച്ചാട്ടത്തിന് താഴെയുള്ള അടിഭാഗത്തിനു പേര് കാറ്ററാക്റ്റ് (Cateract) എന്നാണ്. പേടിപ്പിക്കുന്ന പേര്. അവിടത്തെ മൂടൽ മഞ്ഞിൽ ആളുകളുടെ കാഴ്ചമങ്ങിയമാതിരിയിരിക്കും. ഒരുതരം തിമിരം തന്നെ.

അമേരിക്കൻ വെള്ളച്ചാട്ടത്തിന്നടുത്തായി ഗോട്ടു ദ്വീപിനോടു ചേർന്ന് ഒരു ചെറിയ ജലപാതം കൂടിയുണ്ട്. അതിന്റെ പേര് Bridal Veil (കന്യകയുടെ മൂടുപടം) എന്നാണ്. വീതികുറഞ്ഞ കാരണം പൊക്കം കൂടുതൽ തോന്നിക്കും. പാശ്ചാത്യരാജ്യങ്ങളിൽ വധു കല്യാണ വേഷത്തിൽ വരുന്നതിന്റെ ഛായ തോന്നിക്കും, ഈ വെള്ളച്ചാട്ടത്തിന്. അതിനാലാണ് ഇങ്ങനെയൊരു പേര് വന്നത്.

Bridal veil fall ന് അടുത്താണ് cave of the winds എന്ന തുരങ്കം. വെള്ളച്ചാട്ടത്തിനു താഴെയുള്ള പാറ തുരന്നുണ്ടാക്കിയ തുരങ്കത്തിൽ കൂടി നടക്കുന്നത് അസാരം പേടിയുണ്ടാക്കുന്ന അനുഭവമാണ്. ഇത്തിരി മുമ്പ് നമ്മൾ കണ്ട കാറ്ററാക്റ്റ് ഈ തുരങ്കത്തിന് തൊട്ടുമുമ്പിലാണെന്ന ഭീതിദമായ സത്യം നമ്മളെ തുറിച്ചു നോക്കുന്നു. തുരങ്കം കടന്നുപുറത്തു വന്നാൽ നമ്മെ എതിരേൽക്കുന്നത് Observation Deck ആണ്. ഡെക്കിന്റെ കൈവരികളിൽ മുറുകെപിടിച്ച് നിന്നാൽമതി. അല്ലെങ്കിൽ ശബ്ദത്തിന്റേയും കാറ്റിന്റേയും ശക്തിയായ അലകളിൽ പെട്ട് നാം ചുഴറ്റിയെറിയപ്പെടുമെന്നു തോന്നും. വെള്ളച്ചാട്ടത്തിൽ നിന്നു വഴിതെറ്റിപ്പോന്ന ചില തുള്ളികൾ നമ്മെ വെടിയുണ്ടപോലെ വന്നിടിക്കും. യാത്രക്കാരെയെല്ലാം ഒരു പ്ലാസ്റ്റിക്ക് കുപ്പായം അണിയിച്ചിരിക്കും. ഇല്ലെങ്കിൽ എല്ലാവരും വെള്ളത്തിൽ കുളിക്കുമായിരുന്നു. പ്ലാസ്റ്റിക്ക് കുപ്പായത്തിൽ തട്ടിത്തെറിക്കുന്ന വെള്ളത്തുള്ളികളുടെ ശബ്ദത്തിന് മാലപ്പടക്കത്തിന്റെ ഗാംഭീര്യമുണ്ടായിരുന്നു.

സമയം അനുകൂലമാണെങ്കിൽ കാറ്ററാക്റ്റിനു അഭിമുഖമായി നിന്നാൽ മഴവില്ല് കാണാം. സമയം അനുകൂലമാകണമെന്നു പറഞ്ഞത് സൂര്യനെ ഉദ്ദേശിച്ചാണ്. സൂര്യൻ നമ്മുടെ പിന്നിലാവണം. ഇതിനേറ്റവും അനുകൂല സാഹചര്യം Horse shoe fall ആണ്. അതിന്റെ വളഞ്ഞ ആകൃതി കാരണം സൂര്യൻ വെള്ളച്ചാട്ടത്തിന്റെ ഏതെങ്കിലും ഭാഗത്ത് നമുക്ക് പിന്നിലായി വരും. ഞങ്ങൾ ബോട്ടിൽ Horse shoe fall ന്റെ സമീപത്തേക്കു പോകുന്ന വഴിക്കു മഴവില്ല് കാണാൻ സാധിച്ചു, ഭാഗികമായിട്ടാണെങ്കിലും. ഇനി ഞാൻ പറഞ്ഞു കേട്ടിട്ടുള്ള ഒരു കാര്യം പറയട്ടെ കാറ്ററാക്റ്റിനടുത്ത് വെള്ളത്തുള്ളികൾ തകർന്ന് തരിപ്പണമായി മേഘമാലകൾ സൃഷ്ടിക്കുന്നു. അവക്കിടിയിൽ മിന്നൽപ്പിണരുകൾ ഉണരുമെന്നാണ് പറയപ്പെടുന്നത്. അതുകണ്ടുപിടിക്കാൻ നാം പരീക്ഷണ കുതുകികളായാൽ മതി. ചില ലോഹപാളികളും കമ്പികളുമെല്ലാം കയ്യിലെടുത്ത് തയ്യാറായാൽ മതി. ആകാശത്തുനിന്നുള്ള ഇടിമിന്നലിന്റെ കൊച്ചനുജന്മാർ. എന്തായാലും ഞാനിതു അറിഞ്ഞു കണ്ടിട്ടില്ല.

നയാഗ്രവെള്ളച്ചാട്ടം സാഹസികരെ എക്കാലത്തും ക്ഷണിക്കാറുണ്ട്. പലരും വലിയ വീപ്പകളിൽ കയറിയിരുന്ന് വെള്ളച്ചാട്ടത്തിലേക്ക് ഒഴുകുകയാണ് പതിവ്, ചാവേറുകളെപ്പോലെ. അധികപേരും ചെറിയ പരുക്കുകളോടെ രക്ഷപ്പെടാറുണ്ട്, ചിലർ അപകടത്തിനിരയായിട്ടുമുണ്ട്. തലനാരിഴക്കുരക്ഷപ്പെട്ട സാഹസികയായ ഒരു സ്ത്രീ പറഞ്ഞു പീരങ്കിക്കു തലകാണിക്കുകയാണ് ഇതിനേക്കാളും

നിക്കോള ടെസ്‌ലയുടെ പ്രതിമ, നയാഗ്ര

ഭേദമെന്ന്. പിന്നെ സർക്കസ് അഭ്യാസങ്ങൾ നയാഗ്രയിൽ കാണിച്ചവരുണ്ട്. വെള്ളച്ചാട്ടത്തിനു കുറുകെ കമ്പികെട്ടി അതിന്മേൽ ബാലൻസു ചെയ്ത് നടക്കുകയാണ് ചിലർ ചെയ്തത്!

അമേരിക്കയിൽ വളരെ ജനപ്രീതിയാർജിച്ചതാണ് നയാഗ്രാഫലിതങ്ങൾ. കനേഡിയൻ പ്രപാതത്തിന് Horse shoe fall എന്നും USA ഭാഗത്തെ പ്രപാതത്തിന് American fall എന്നും Bridal veil പ്രപാതം എന്നും പേരാണെന്നു മനസ്സിലാക്കിയ ഒരു സ്ത്രീ ചോദിച്ചുവത്രെ, അപ്പോൾ പിന്നെ നയാഗ്ര പ്രപാതം എവിടെയെന്ന്.

നാം പ്രതീക്ഷിക്കുന്ന പോലെ നയാഗ്രവെള്ളച്ചാട്ടത്തിന്റെ പരിസരപ്രദേശങ്ങൾ പ്രസിദ്ധപക്ഷിസങ്കേതങ്ങളാണ്. ഉഷ്ണമേഖലയിൽ നിന്ന് സ്ഥിരമായി ഇവിടെ വരുന്ന പക്ഷികളുണ്ട്. ഒൺടാരിയോ തടാകത്തിൽ നിന്ന് ഈറി തടാകത്തിലേക്ക് 56 കീ.മീ ദൂരമുണ്ട്.

ഈ ഭൂവിഭാഗമത്രയും സംരക്ഷിതപക്ഷി സങ്കേതമേഖലയായി അമേരിക്കൻ ഗവൺമെന്റും കനേഡിയൻ ഗവൺമെന്റും പ്രഖ്യാപിച്ചിട്ടുണ്ട്.

നയാഗ്ര വെള്ളച്ചാട്ടത്തിന്നടുത്തുള്ള പാർക്കിൽ നിക്കോള ടെസ്ലയുടെ പ്രതിമ കണ്ടപ്പോൾ കൗതുകം തോന്നി. സെർബിയൻ ശാസ്ത്രജ്ഞനായ ടെസ്ല പത്തൊമ്പതാം നൂറ്റാണ്ടിൽ അമേരിക്കയിൽ വന്നെത്തിയതാണ്. തോമസ് ആൽവ എഡിസന്റെ കൂടെ അദ്ദേഹം ജോലിനോക്കിയിട്ടുണ്ട്. എഡിസണുമായി തെറ്റിയതിനുശേഷം അദ്ദേഹം ജോർജ് വെസ്റ്റിംങ്ങ് ഹൗസ് എന്ന ശാസ്ത്രജ്ഞന്റെ കൂടെയും പ്രവർത്തിച്ചിട്ടുണ്ട്. 1893ൽ നയാഗ്ര വെള്ളച്ചാട്ടത്തിൽ നിന്നും വൈദ്യുതി ഉത്പാദിപ്പിക്കുന്ന പദ്ധതി ആവിഷ്കരിച്ചത് ടെസ്ലയുടെ ശാസ്ത്രസാങ്കേതിക മികവിന് മികച്ച തെളിവാണ്. നയാഗ്രയുടെ പാർക്കിൽ ടെസ്ലയുടെ പ്രതിമ കണ്ടപ്പോൾ അതിന്റെ പ്രസക്തി തൽസമയം മനസ്സിലായില്ല. പിന്നീടാണ് നയാഗ്രാജല വൈദ്യുതി പദ്ധതിയും ടെസ്ലയും തമ്മിലുള്ള ബന്ധം മനസ്സിലായത്. നിക്കോള ടെസ്ല വൈദ്യുതകാന്തികമണ്ഡല (Electro magnetic field) ത്തെക്കുറിച്ച് പഠിക്കുന്ന ഭൗതിക ശാസ്ത്ര വിദ്യാർത്ഥികൾക്ക് സുപരിചിതമായപേരാണ്.

സന്ധ്യയോടുകൂടി നയാഗ്രയോടു വിടപറഞ്ഞു ഞങ്ങൾ രാത്രി പത്തുമണിയാവുമ്പോഴേക്കും ക്ലീവ്ലൻഡിൽ തിരിച്ചെത്തി.

വാഷിങ്ങ്ടൺ ഡി.സി.

അമേരിക്കൻ ഐക്യനാട്ടുകളുടെ തലസ്ഥാനമായ വാഷിങ്ങ്ടൺ നഗരത്തിന് വാഷിങ്ങ്ടൺ ഡി.സി. എന്നാണ് ശരിയായ പേർ. ഡി.സി എന്നാൽ ഡിസ്ട്രിക്ട് ഓഫ് കൊളംബിയ (District of Colombia). ഇതിന് സംസ്ഥാന പദവി ഇല്ല. ഒരു കൗണ്ടി (ജില്ല) മാത്രമാണ്. സമാനസ്വഭാവമുണ്ടായിരുന്നു ഇന്ത്യൻ തലസ്ഥാനമായിരുന്ന ഡൽഹിക്ക്, പക്ഷെ ഡൽഹി ഇന്നൊരു സംസ്ഥാനം കൂടിയാണ്. വാസ്തവത്തിൽ അമേരിക്കൻ ഐക്യനാടുകൾ സ്വാതന്ത്ര്യം നേടിയ 1776 മുതൽ 1800 വരെ പെൻസിൽവാനിയയിലെ ഫിലഡെൽഫിയയായിരുന്നു രാജ്യതലസ്ഥാനം. 1800ൽ തലസ്ഥാനം വാഷിങ്ങ്ടണിലേക്കു മാറ്റി. വാഷിങ്ങ്ടൺ എന്ന ഒരു മുഴുവൻ സംസ്ഥാനം (full fledged state) കൂടി അമേരിക്കയിലുണ്ട്. USA യുടെ വടക്കു പടിഞ്ഞാറെ മൂലയിൽ പസഫിക് തീരത്ത് കാനഡയോടു തൊട്ടുകൊണ്ട്. വാഷിങ്ങ്ടൺ ഡി.സി അറ്റ്ലാന്റിക്ക് സമുദ്രത്തിന്നടുത്തായി പോട്ടോമാക് നദീതീരത്താണ്, ന്യൂയോർക്കിന് കുറെ തെക്ക് മാറിയിട്ട്. വാഷിങ്ങ്ടൺ ലോകത്തിലെ ആദ്യത്തെ ആസൂത്രിത തലസ്ഥാനനഗരം (planned capital city) ആണ്. അമേരിക്കൻ വ്യവസ്ഥിതിയുടെ ഒരു സ്വഭാവമാണ് തലസ്ഥാനം വൻ നഗരങ്ങളിൽ ആവാതിരിക്കുക എന്നത്. ഇത് സംസ്ഥാന തലസ്ഥാനങ്ങളുടെ കാര്യത്തിലും പ്രസക്തമാണ്. ഫെഡറൽ തലസ്ഥാനമായ വാഷിങ്ങ്ടൺ അതുകൊണ്ടു തന്നെ ന്യൂയോർക്ക് ഷിക്കാഗോ എന്നിവ പോലുള്ള ഒരുവൻ മെട്രോപോളിട്ടൺ

നഗരമല്ല. കുറച്ചുകൂടി ഒതുങ്ങിക്കൂടിയ ഒരു പട്ടണമാണ്.

വാഷിങ്ങ്ടൺ കാണുക എന്നത് അമേരിക്കയ്ൽ വരുന്നവരുടെയെല്ലാം മോഹമാണ്. ഭാഗ്യം കൊണ്ട് ഞങ്ങൾ താമസിക്കുന്ന ക്ലീവ്‌ലൻഡിൽ നിന്നും ഡ്രൈവിങ്ങ് ദൂരമേ വാഷിങ്ങ്ടണിലേക്കുള്ളൂ. അതായത് കാറിൽ ഒരു പത്തുമണിക്കൂർകൊണ്ട് അവിടെയെത്താം. ഒരു കാര്യം കൂടി. ഉണ്ണിയുടെ കൂടെ ഡൽഹിയിൽ JNUൽ പഠിച്ചിരുന്നവരിൽ ചിലർ വാഷിങ്ങ്ടണിലുണ്ട്. വളരെ അടുപ്പമുള്ളവരാണ്. അവർ കേരളത്തിൽ ഞങ്ങളുടെ വീട്ടിൽ വന്നു താമസിച്ചിട്ടുണ്ട്. വാഷിങ്ങ്ടണിലേക്ക് അവർ കാര്യമായി ക്ഷണിച്ചിട്ടുമുണ്ട്. അവരുടെ അവിടെ പോയില്ലെങ്കിൽ അവർ പരിഭവിക്കും, തീർച്ച. അങ്ങിനെ ഒറീസ്സക്കാരി സംഗമിത്രയുടെ കുടുംബത്തോടുകൂടി താമസിച്ച് വാഷിങ്ങ്ടൺ കാണാമെന്നു വെച്ചു. അവരുടെ ഭർത്താവ് സുധാംശു ശുക്ലയും ഉണ്ണിയുടെ സ്നേഹിതനാണ്.

2009 ജൂലായ് 20 തി. ആണെന്നു തോന്നുന്നു, ഞങ്ങൾ ക്ലീവ്‌ലൻഡിൽ നിന്ന് കാർ മാർഗ്ഗം പുറപ്പെട്ടു. കാലത്ത് പുറപ്പെട്ടാൽ വൈകുന്നേരമാകുമ്പോഴേക്കും സംഗമിത്രയുടെ വീട്ടിലെത്താം. അവർ താമസിച്ചിരുന്നത് വാഷിങ്ങ്ടണിനു സമീപം ട്വിൻബ്രൂക്സ് എന്ന സ്ഥലത്തായിരുന്നു. സംഗമിത്ര ദമ്പതികൾ National Institute of Health എന്ന ഫെഡറൽ സ്ഥാപനത്തിൽ ജോലി ചെയ്യുകയായിരുന്നു. അവരുടെ വീടിനടുത്തുകൂടി മെട്രോ റെയിൽവേ പോകുന്നുണ്ട്. പത്തുമിനിട്ട് ഇടവിട്ട് വണ്ടിയുണ്ട്. ഇരുപതു മിനിട്ടിനകം വാഷിങ്ങ്ടണിലെ മെട്രോ സ്റ്റേഷനിലിറങ്ങാം. ട്വിൻബ്രൂക്സ് പരിസരങ്ങൾ തനി നാട്ടിൻ പുറത്തിന്റെ മട്ട്. ശാന്തമായ അന്തരീക്ഷം. ഓക്ക്, മേപ്പിൾ, ചെറി, ആപ്പിൾ മരങ്ങൾ പച്ചപ്പു നിൽക്കുന്നു. പിന്നെ കെട്ടിടങ്ങൾക്കെല്ലാമുള്ള അമേരിക്കൻ മട്ടുമായി പൊരുത്തപ്പെടാൻ ഞങ്ങൾ പഠിച്ചു കഴിഞ്ഞു.

അന്നത്തെ രാത്രി ഉറക്കം യാത്രാക്ഷീണം പാടേ തീർത്തു. സംഗമിത്രയുടെ വീട്ടിൽ ഉത്തരേന്ത്യൻ സസ്യാഹാരം രുചികരമായിരുന്നു. വർത്തമാനം പറയുന്നതിനിടക്ക് ഞാൻ സംഗമിത്രയുടെ പ്രദേശത്തെപ്പറ്റി ചോദിച്ചു. ഒറീസ്സയിലെ കേന്ദുളി അഥവാ കിന്ദുബില്വം എന്നായിരുന്നു മറുപടി. എനിക്ക് പെരുത്ത സന്തോഷം തോന്നി. കിന്ദുസില്വം ഗ്രാമത്തിൽ 12-ാം നൂറ്റാണ്ടിൽ ജീവിച്ചിരുന്ന ജയ ദേവ കവിയുടെ ഗീതഗോവിന്ദം എന്ന അഷ്ടപദികൾ കേരളീയർക്ക് ചിര പരിചിതമാണ്. പതിനാറാം നൂറ്റാണ്ടിലെ ഭക്തിപ്രസ്ഥാനത്തിന്റെ ഓളത്തിലുംഒഴുക്കിലും പെട്ട് 24 അഷ്ടപദികൾ ഭാരതത്തിന്റെ മറ്റു

വാഷിങ്ടൺ സ്മാരകം

ഭാഗങ്ങളിലെന്നപോലെ കേരളത്തിലും ആഴത്തിൽ വേരുപിടിച്ചു. ദശാവതാരസ്തുതിയായ പ്രളയപയോധിയും ഷഡ്കാ ല ഗോവിന്ദമാരാർ പ്രസിദ്ധമാക്കിയ ചന്ദന ചർച്ചിതയും കഥകളിയിലെ മെളപ്പദത്തിനു പാടുന്ന മഞ്ജുതരയും എല്ലാം ഞാനോർമ്മിച്ചു. സംഗമിത്രക്കും അത്ഭുതം. അവരുടെ നാട്ടിലെ മഹാകവിയുടെ സംഗീതശില്പം ഇതാ ഒരു കേരളീയൻ കൊണ്ടാടുന്നു. ഞാനവരോട് കേരളത്തിലെ സോപാനസംഗീതത്തെപ്പറ്റിയും മാരാന്മാർ ക്ഷേത്ര സോപാനത്ത് നടയടച്ചാൽ നടത്തുന്ന കൊട്ടിപ്പാടിസ്സേവയെപ്പറ്റിയുമെല്ലാം പറഞ്ഞു. ഒന്നുകൂടി ഞാനവരോടു സൂചിപ്പിച്ചു, മഹാരാഷ്ട്രയിലെ ശെർഫോജി രാജാവ് തഞ്ചാവൂർ ഭരിച്ചിരുന്ന കാലത്ത് തഞ്ചാവൂരിൽ പടർന്നു പന്തലിച്ച സമ്പ്രദായ ഭജനയിൽ 24 അഷ്ടപദികളും വഴിക്കുവഴി പാടുന്നതിനെക്കുറിച്ച്. കേരളീയനായ ഞാൻ ഒറീസ്സിൽ ജനിച്ചുവളർന്ന അഷ്ടപദികൾ മുഴുവനായി കേട്ടത് സമ്പ്രദായ ഭജന പാടുന്ന

തമിഴ് ഭാഗവതർമാരിലൂടെയാണ്. സമ്പ്രദായ ഭജന തെക്കേ ഇന്ത്യയെ മുഴുവനായും മഹാരാഷ്ട്ര ഒറീസ്സ ബംഗാളുമായും ബന്ധിപ്പിക്കുന്നു. ഇതല്ലേ ശരിയായ ദേശീയോദ്ഗ്രഥനം? ഞാൻ ചോദിച്ചു. സംഗമിത്ര യോജിച്ചു സുധാംശുവും.

പിറ്റെ ദിവസം കാലത്ത് ട്വിൻബ്രൂക്സ് മെട്രോ സ്റ്റേഷനിൽ നിന്ന് വാഷിങ്ങ്ടണിലേക്ക് വണ്ടികയറി. വാഷിങ്ങ്ടൺ മെട്രോസ്റ്റേഷനിലിറങ്ങിയ ഉടനെ sight seeing bus അന്വേഷിച്ചു. ഒന്നിനു പുറകെ ഒന്നായി ഓടുന്നുണ്ട്. വാഷിങ്ങ്ടണിൽ ദേശീയ പ്രാധാന്യമുള്ള വൈറ്റ് ഹൗസ് ക്യാപിറ്റോൾ,പെന്റഗൺ, വാഷിങ്ങ്ടൺ സ്മാരകം, ലിങ്കൺ സ്മാരകം, ജെഫേഴ്സൺ സ്മാരകം എന്നിങ്ങനെ കാണേണ്ട പലതുമുണ്ട്. ഭാഗ്യത്തിന് എല്ലാം നടന്നെത്താവുന്ന ദൂരത്താണ്. ഒന്നുകഴിഞ്ഞാൽ അടുത്തതിലേക്ക് നടന്നുപോകാം.

ആദ്യം വൈറ്റ്ഹൗസ് തന്നെയാവട്ടെ. ഞങ്ങളുടെ കൂടെ മൻവീൻ ഗുപ്തയും സംഗമിത്ര- സുധാംശു ദമ്പതികളും ഉണ്ടായിരുന്നു. അന്നത്തെ അമേരിക്കൻ പ്രസിഡണ്ട് ബാരക്ക് ഒബാമയാണ്. വൈറ്റ്ഹൗസിലേക്ക് പ്രവേശനം അത്ര എളുപ്പമല്ല. പക്ഷേ, പുറത്തു നിന്നുംതന്നെ പലകാര്യങ്ങളും ഭംഗിയായി കാണാം. പോലീസുകാർ സർവ്വത്ര റോന്തുചുറ്റുന്നുണ്ടായിരുന്നു. സന്ദർശകരുടെ വലിയ തിരക്ക് കണ്ടില്ല. ലോകത്തിലെ ഒരുപക്ഷേ ഏറ്റവും തിരക്കു പിടിച്ച അധികാരിയുടെ പ്രവർത്തന സങ്കേതവും വാസസ്ഥാനവുമാണീ വൈറ്റ്ഹൗസ്. അതിനനുസരിച്ച ഗമ കെട്ടിടത്തിന് കണ്ടില്ല. പക്ഷേ നല്ല ഭംഗിയുള്ള വെളുത്ത നിറത്തിലുള്ള കെട്ടിടം അതീവ ആകർഷകമാണ്. പിന്നീട് ഞാൻ അമേരിക്കയുടെചില ഭാഗങ്ങളിലെല്ലാം വൈറ്റ്ഹൗസ് മാതൃകയിലുള്ള കെട്ടിടങ്ങൾ കണ്ടിട്ടുണ്ട്. ക്ലീവ്ലൻഡിൽ തന്നെ ഞങ്ങൾ താമസിക്കുന്ന ബീച്ച് വുഡ് ഗ്രാമത്തിൽ വൈറ്റ്ഹൗസിനെ അനുസ്മരിപ്പിക്കുന്ന ഒരു സൗധം ഞാൻ കണ്ടിട്ടുണ്ട്. എല്ലാവരേയും അണിനിരത്തി വേണ്ടുംതരത്തിൽ ഫോട്ടോകൾ എടുത്തു. ഭാരതത്തിന്റെ രാഷ്ട്രപതി ഭവനിന്റെ ഗാംഭീര്യവും ഗമയും വൈറ്റ്ഹൗസ് കെട്ടിടത്തിനില്ലെന്ന് തോന്നി. ഗെയ്റ്റ് കടന്ന് ചെന്നയുടനെ അഭിമുഖീകരിക്കുന്ന സെക്യൂരിറ്റി കെട്ടിടവും സ്വീകരണ ഓഫീസുമൊന്നും വൈറ്റ്ഹൗസിന്റെ മുമ്പിൽകണ്ടില്ല. അവയെല്ലാം ഉള്ളിലോട്ടു തള്ളി കൂടുതൽ അനൗദ്യോഗിക മട്ടിലാണ്. പെട്ടെന്ന് ശ്രദ്ധ ആകർഷിക്കില്ല. കാര്യങ്ങളെല്ലാം കൂടുതൽ ലളിതവും അനൗപചാരികവുമായ മട്ടിലെന്നപോലെ. വൈറ്റ്ഹൗസിനുമുമ്പിൽ ഭംഗിയുള്ള ഒരു പൊയ്കയും അതിൽ നിറയെ ജലധാരകളും ഉണ്ട്. ഭംഗിയായി

ലിങ്കൺ സ്മാരകം, വാഷിങ്ടൺ

ദീപാലങ്കാരം നടത്തിയിരിക്കുന്നു. വൈറ്റ്ഹൗസിന്റെ ശിലാസ്ഥാപനം 1792ൽ നടന്നു. 1800ൽ നിർമ്മാണം പൂർത്തിയായി. 1812ൽ നടന്ന യുദ്ധത്തിൽ ബ്രിട്ടീഷുകാർ വൈറ്റ്ഹൗസ് അഗ്നിക്കിരയാക്കി. അക്കൊല്ലം തന്നെ അത് പുതുക്കിപ്പണിതു. 1902ലും 1948ലും വൈറ്റ്ഹൗസ് നവീകരണത്തിന് വിധേയമായിട്ടുണ്ട്. അതിലെ 107 മുറികൾ എയർകണ്ടീഷൻ ചെയ്തവയാണ്. ഇപ്പോൾ 11 മുറികൾ സന്ദർശകർക്ക് തുറന്നു കൊടുക്കാറുണ്ടത്രെ. വൈറ്റ്ഹൗസിൽ ആദ്യത്തെ പ്രസിഡണ്ട് ജോർജ് വാഷിങ്ങ്ടൺ ഒഴികെ എല്ലാ അമേരിക്കൻ പ്രസിഡണ്ടുമാരും താമസിച്ചിട്ടുണ്ട്. ആദ്യ പ്രസിഡണ്ടിന്റെ കാലത്ത്തലസ്ഥാനം ഫിലഡെൽഫിയയിലായിരുന്നുവല്ലോ.

താമസിയാതെ അമേരിക്കൻ പാർലമെന്റ് മന്ദിരമായ കാപ്പിറ്റോളിലെത്തി. നല്ല ഗാംഭീര്യമുള്ള കെട്ടിടം എന്നു പറഞ്ഞാലും പോരാ. കാപ്പിറ്റോൾ കെട്ടിടം വാസ്തുശില്പത്തിന്റെ ഒരു മഹനീയ മാതൃകയാണ്.

മൈസൂർ രാജാവിന്റെ കൊട്ടാരം പോലെയോ ബെങ്കളൂരിലെ വിധാൻ സൗധംപോലെയൊക്കെത്തോന്നും. ഉള്ളിൽ പോവാനുള്ള ശ്രമമൊന്നും നടത്തിയില്ല. നടത്തിയാലും കിട്ടുമോ എന്തോ? സമയത്തിന്റെ പരിമിതിയുമുണ്ട്. വാഷിങ്ങ്ടൺ നഗരത്തിന്റെ ഹൃദയഭാഗത്ത് ഒരു കുന്നിൻ പുറത്താണ് കാപ്പിറ്റോളിന്റെ നിൽപ്. മുൻഭാഗത്ത് വലിയ ഒരു താമരപ്പൊയ്ക. പച്ചവിരിച്ച മൈതാനവും തണൽ മരങ്ങളും ചുറ്റും. കാപ്പിറ്റോളിന്റെ Dome അഥവാ കുംഭം അതിഗംഭീരമാണ്. കെട്ടിടത്തിന്റെ ശിലാസ്ഥാപനം ജോർജ് വാഷിങ്ങ്ടൺ 1793ൽ ആണ് നിർവ്വഹിച്ചത്. മസ്സാച്ചുസെറ്റ്സ് മാർബിളും വിർജീനിയ സാൻഡ്സ്റ്റോണും കൊണ്ടാണ് കാപ്പിറ്റോളിന്റെ പ്രധാനഭാഗങ്ങൾ നിർമ്മിച്ചിരിക്കുന്നത്.

ക്യാപ്പിറ്റോളിനെ അഭിമുഖീകരിച്ചുകൊണ്ട് കുറെ അകലെ ഉയർന്ന ഒരു സ്തൂപം നിൽക്കുന്നത് കാണാം. ഇത് വാഷിങ്ങ്ടൺ സ്മാരകമാണ്. 555 അടി (1 അടി=12 ഇഞ്ച്) ഉയരമുണ്ടിതിന്. കോൺക്രീറ്റും സ്റ്റീലും കൂടാതെ പണിത ലോകത്തിലെത്തന്നെ ഏറ്റവും ഉയരമുള്ള സ്തൂപമാണത്രെ ഇത്. ക്യാപിറ്റോളിനും വാഷിങ്ങ്ടൺ സ്മാരകത്തിനുമിടയിൽ ദൽഹിയിലെ ജൻപഥ് പോലെയുള്ള രാജകീയ പരിവേഷമാണ്. മുമ്പിൽ നീണ്ട പൊയ്കകൾ. വസന്തം മുതൽ വേനലവസാനം വരെ ചെറിയ വൃക്ഷങ്ങൾ പൂത്തുപന്തലിച്ചു നിൽക്കും ഈ രാജവീഥിയിൽ. പലപ്പോഴും താജ്മഹലിന്റെ മുമ്പിലെ അന്തരീക്ഷം പോലെയും തോന്നി. ഈ ചെറിപ്പൂങ്കുല (Cherry blossoms) കളുടെ പരിവേഷത്തോടുകൂടി അണിഞ്ഞൊരുങ്ങി നിൽക്കുന്ന വീഥി കാണാൻ വേനൽക്കാലത്ത് ധാരാളം സന്ദർശകരെത്താറുണ്ടത്രെ. സ്തൂപത്തിന്റെ മുകളിൽ 500 അടി ഉയരത്തിൽ കെട്ടിയിരിക്കുന്ന സ്കൈഡെക്കിൽ നിന്ന് നോക്കിയാൽ കൊളമ്പിയ ഡിസ്ട്രിക്ട് പൂർണമായും വിർജീനയുടേയും മേരിലാന്റിന്റേയും ഭാഗങ്ങളും കാണാൻ പറ്റുമത്രെ.

കുറച്ചപ്പുറത്ത് പോട്ടോമാക്ക് നദി ശാന്തമായി ഒഴുകുന്നു. പോട്ടോമാക്കിനെ കവച്ചുവെച്ചുകൊണ്ട് ആർലിങ്ട്ടൺ മെമ്മോറിയൽ പാലം. പോട്ടൊമാക്ക് ചെറിയ നദിയാണ്. ഹഡ്സൺ നദിപോലെ മണൽത്തിട്ട് കണ്ടില്ല. പുഴനിറഞ്ഞൊഴുകുന്നു, പുഴയുടെ തീരത്ത് വൻമരങ്ങളും ധാരാളമുണ്ട്. നല്ല അന്തരീക്ഷം. ആർലിങ്ട്ടൺ പാലം കടന്നാൽ പുഴക്കക്കരെ വിർജീനിയ സംസ്ഥാനം. പുഴകടന്നാലുടനെ വിർജീനിയ ഭാഗത്ത് ആദ്യം കാണുക ആർലിങ്ട്ടൺ ദേശീയ ശ്മശാനമാണ്. (Arlington National Cemetary) ഒന്നുരണ്ടും ലോക മഹായുദ്ധങ്ങളിലും കൊറിയൻ യുദ്ധത്തിലും വിയറ്റ്നാം യുദ്ധത്തിലും

കാപ്പിറ്റോൾ, വാഷിങ്ടൺ

ജീവൻ ബലികഴിച്ച ധീര സൈനികരുടെ അന്ത്യവിശ്രമസ്ഥാന മാണീ ശ്മശാനം. ശീതസമരകാലത്ത് (ആയിരത്തിത്തൊള്ളായിര ത്തി അറുപതുകളിൽ) അമേരിക്കയെ ധീരമായി നയിക്കുകയും ഒരു ഘാതകന്റെ വെടിയുണ്ടയേറ്റ് മരിക്കുകയും ചെയ്ത ജോൺ എഫ്. കെന്നഡിയുടെയും രണ്ടുമക്കളുടെയും അന്ത്യവിശ്രമവും ഇവിടെത്ത ന്നെ. കെന്നഡിയുടെ ശവശരീരം അടക്കം ചെയ്ത അവസരത്തിൽ ജ്വലിപ്പിച്ച ഒരു അമർ ജ്യോതി (കെടാവിളക്ക്) അവിടെ ജ്വലിച്ചു കൊണ്ടിരിക്കുന്നു. ആർലിങ്ങ്ടൺ സെമിത്തേരിയിൽത്തന്നെയാണ് അജ്ഞാതനാമാവായ ഭടന്റെ ശവകുടീരവും (Tomb of the unknown soldier). ലോകമഹായുദ്ധങ്ങളിൽ ജീവൻ ത്യജിച്ച എത്രയോ അറി യപ്പെടാത്ത ധീരന്മാരുടെ ശവശരീരങ്ങളാണിവിടെ അന്ത്യവിശ്രമം

കൊള്ളുന്നത്. അവിടെ രാവും പകലും ഒരു അമേരിക്കൻ സൈനികൻ കാവൽ നിൽക്കുന്നതു കണ്ടാൽ ആരും മനസാനമിച്ചു പോകും. കെന്നഡിയുടെ സെമിത്തേരിക്കുമുമ്പിൽ വലിയ ഒരു ജനക്കൂട്ടം തന്നെ നിശ്ശബ്ദരായി നിന്നിരുന്നു. 1964ൽ രക്തസാക്ഷിത്വം കൈവരിച്ച കെന്നഡി ഇപ്പോഴും അമേരിക്കക്കാരുടെ മനസ്സിൽ തിളങ്ങുന്നു.

പോട്ടോമാക്ക് നദീ തീരത്തുതന്നെയാണ് ലിങ്കൺ സ്മാരകം. അമേരിക്കൻ സിവിൽ വാർ തെക്കൻ സംസ്ഥാനങ്ങളും വടക്കൻ സംസ്ഥാനങ്ങളും തമ്മിൽ അടിമപ്രശ്നത്തെച്ചൊല്ലിയായിരുന്നു. കൂടുതൽ യാഥാസ്ഥിതികാരായ തെക്കർ അടിമത്തം തുടരണമെന്ന നിർബന്ധമുള്ളവരായിരുന്നു. കൂടുതൽ വിശാല ചിന്താഗതി പുലർത്തിയ വടക്കർ അടിമകളുടെ മോചനത്തിനു വേണ്ടി വാദിച്ചു. അബ്രഹാം ലിങ്കൺ ആയിരുന്നു അടിമത്ത വിരുദ്ധരുടെ നേതാവ്. യുദ്ധം ജയിച്ചതിനു ശേഷം അദ്ദേഹം ഗെറ്റിസ്ബർഗ് നഗരത്തിൽ നടത്തിയ പ്രഭാഷണം പ്രസിദ്ധമാണ്. അമേരിക്കൻ സാഹിത്യത്തിൽ അടിമത്തത്തെ പുരസ്കരിച്ചെഴുതിയ നിരവധി സാഹിത്യ കൃതികളുണ്ട്, Harriet Beecher Stowe എഴുതിയ Uncle Toms Cabin ഏറ്റവും നല്ല ഉദാഹരണം. അടുത്ത കാലത്ത് അന്തരിച്ച Harper Lee എന്ന ഗ്രന്ഥകാരി അടിമത്തത്തിന്റെ പശ്ചാത്തലത്തിലെഴുതിയ To kill a Mocking Bird എന്ന ഒരൊറ്റ കൃതികൊണ്ട് ശ്രദ്ധേയയായി. പത്തൊമ്പതാം നൂറ്റാണ്ടിൽ നടന്ന ആഭ്യന്തര സമരം അടിമത്തത്തിന് വിരാമമിട്ടെങ്കിലും അതിന്റെ ജ്വാലകൾ ഇപ്പോഴുംപൂർണ്ണമായി കെട്ടടങ്ങിയിട്ടില്ല. ഇന്ന് കറുത്തവർഗ്ഗക്കാർ എല്ലാ നിമയസംരക്ഷണങ്ങളും വെള്ളക്കാരുടേതിനു തുല്യമായി അനുഭവിക്കുന്നുണ്ട്. പക്ഷേ നമ്മുടെ നാട്ടിലെപ്പോലെ സംവരണ പ്രശ്നങ്ങൾ ഇവിടെയുമുണ്ട്. ബരാക് ഒബാമ രണ്ടുതവണ അമേരിക്കൻ പ്രസിഡണ്ടായി എന്നത് കറുത്തവർഗ്ഗക്കാർക്ക് തീർച്ചയായും അഭിമാനകരം തന്നെ. കായിക മേഖലകളിൽ അവർ അമേരിക്കക്കാരുടെ അഭിമാനമാണുതാനും. ലിങ്കൺ സ്മാരകമന്ദിരം കണ്ടപ്പോൾ ഇമ്മാതിരി പലതും ഓർത്തുപോയി. കോളറാഡോ വെള്ള മാർബിളിൽ പണിത ലിങ്കൺ സ്മാരകത്തിനുള്ളിൽ അദ്ദേഹത്തിന്റെ പൂർണ്ണമായ പ്രതിമയും ശ്രദ്ധ ആകർഷിച്ചു നിൽക്കുന്നു.

പോട്ടോമാക്കിന്റെ തീരത്തുതന്നെയുള്ള മറ്റൊരു സ്മാരകമാണ് അമേരിക്കൻ ചിന്തകനും ഭരണഘടനാ ശില്പിയും പ്രസിഡണ്ടുമായിരുന്ന തോമസ് ജെഫേഴ്സൺന്റേത്. 1912ൽ ടോക്കിയോവിൽ നിന്നു സമ്മാനമായി വന്ന Oriental Cherry Blossom's സ്മാരകത്തിന്

ശോഭയേറ്റുന്നു. കറുത്ത മിന്നസോട്ട മാർബിൾ കൊണ്ടുള്ള പ്ലാറ്റ്ഫോമിൽ നിൽക്കുന്ന നിലയിലുള്ള ജെഫേഴ്സൺ പ്രതിമ സ്മാരകത്തിനുള്ളിൽ കാണാം. വാഷിങ്ങ്ടണ്ണിൽ നിന്നും 15 മൈൽ (24 കീ.മീ) അകലെ പോട്ടോമാക്കിന്റെ തീരത്തുതന്നെ ജോർജ് വാഷിങ്ടണിന്റെ വസതിയായിരുന്ന മൊണ്ട്വെർനൺ സ്ഥിതിചെയ്യുന്നു. 1958ൽ പ്രസിഡണ്ട് ഐസൻഹോവറുടെ കാലത്ത് സ്ഥാപിച്ചതാണ് നാഷണൽ കൾച്ചറൽ സെന്റർ. പ്രസിഡണ്ട് കെന്നഡിയുടെ അകാല ചരമത്തിനു ശേഷം ഇത് കെന്നഡി സ്മാരകമാക്കിയിട്ടുണ്ട്.

തലസ്ഥാനനഗരിയായതിനാൽ ഒദ്യോഗികസ്ഥാനമലങ്കരിക്കുന്ന ഫെഡറൽ കെട്ടിടങ്ങൾ വാഷിങ്ടണിൽ ധാരാളം കാണാം. ഉദാഹരണമായി ഡിഫൻസ് ആസ്ഥാനമായ പെൻടഗൺ, സുപ്രീം കോടതി, ലൈബ്രറി ഓഫ് കോൺഗ്രസ്, നാഷണൽ ആർക്കീവ്സ്, നാഷണൽ ഗാലറി ഓഫ് ആർട്സ് എന്നിവ കൂടാതെ സ്മിത് സോണിയൻ സ്ഥാപനത്തിന്റെ വകയായുള്ള നിരവധി മ്യൂസിയങ്ങൾ വാഷിങ്ടൺനഗരത്തിന്റെ ആകർഷണങ്ങളാണ്.

രാത്രിയുറക്കക്ഷീണം തീർത്തു. മടക്കയാത്രയും പകൽസമയത്തായിരുന്നു. അതിനാൽ അമേരിക്കൻ നാട്ടിൻ പുറങ്ങളും കൃഷിയിടങ്ങളും കന്നുകാലി വളർത്തൽ കേന്ദ്രങ്ങളും ശ്രദ്ധിക്കാൻ സാധിച്ചു. വഴിക്കുവെച്ച് കാർ ഓവർ സ്പീഡിൽ ഓടിച്ചതിന് പെട്ടെന്ന് ട്രാഫിക്ക് പോലീസിന്റെ പിടിയിലായി എന്നതു മാത്രം ചെറിയ അനിഷ്ടസംഭവം. അമേരിക്കൻ നാഷണൽ ഹൈവേകളിൽ എവിടെയെങ്കിലും ക്യാമറ പതുങ്ങിനിൽക്കുന്നുണ്ടാവും. ഓവർസ്പീഡ് ക്യാമറ സ്ക്രീനിൽ പതിഞ്ഞാലുടൻ പിന്നാലെ പോലീസ് പാഞ്ഞെത്തും. പിഴയിട്ടാൽ ഇത്രദിവസത്തിനകം അടക്കണം. വേറെ സൊല്ലകളൊന്നുമില്ല. ഏതായാലും മടക്കയാത്രയിൽ ഒരുതവണ പിഴതടഞ്ഞതു തന്നെ. സന്ധ്യയാപ്പോഴേക്കും ഞങ്ങൾ ക്ലീവ്ലൻഡിൽ വേറെകുഴപ്പമൊന്നുമില്ലാതെ തിരിച്ചെത്തി.

ന്യൂയോർക്ക്

ന്യൂയോർക്കിനെ വേണമെങ്കിൽ ലോകതലസ്ഥാനം എന്നു വിളിക്കാം. അല്ലെങ്കിൽ അങ്ങനെ വിളിച്ചിരുന്ന ഒരു കാലമുണ്ടായിരുന്നു. ഒരു കാലത്ത് അത് ലോകത്തിലെ ഏറ്റവും വലിയ നഗരമായിരുന്നു. പിന്നീട് ആ സ്ഥാനം ചൈനയിലെ ഷാങ്ഹായ് നഗരവും പിന്നീട് ജപ്പാനിലെ ടോക്കിയോവും ഏറ്റെടുത്തു. ഐക്യരാഷ്ട്രസഭയുടെ ആസ്ഥാനമെന്ന നിലയിൽ ന്യൂയോർക്ക് ലോകതലസ്ഥാനം തന്നെ. അമേരിക്കയുടെ സാമ്പത്തിക തലസ്ഥാനവും (Financial Capital) അതുതന്നെ. എന്റെ സ്കൂൾ-കോളേജ് ദിനങ്ങളിൽ (ആയിരത്തിത്തൊള്ളായിരത്തി അമ്പത്-അറുപതുകൾ) പണ്ഡിറ്റ് ജവഹർലാൽ നെഹ്റു ആയിരുന്നു ഇന്ത്യയുടെ പ്രധാനമന്ത്രി. രണ്ടാം ലോകമഹായുദ്ധത്തിനുശേഷം ലോകരാഷ്ട്രീയത്തിൽ ഒരു പുതിയ വ്യവസ്ഥ ഉരുത്തിരിഞ്ഞുവന്നു. അമേരിക്കയും സോവിയറ്റ്യൂണിയനും രണ്ടു വിരുദ്ധ ചേരികളുടെ നേതൃസ്ഥാനം ഏറ്റെടുത്തു. അവർ തമ്മിലുള്ള ശീതസമരം ലോകരാഷ്ട്രങ്ങളെ ഒന്നടങ്കം നേരിട്ടോ അല്ലാതെയോ ബാധിച്ചിരുന്നു. അണുബോംബുകൾ ഇനിയൊരു ലോകമഹായുദ്ധത്തെ ഒരു പേടിസ്വപ്നമാക്കി, അതോടൊപ്പം അപ്രസക്തവുമാക്കി. അമേരിക്കയുടെ നേതൃത്വത്തിൽ മുതലാളിത്തചേരിയും റഷ്യയുടെ കുടക്കീഴിൽ കമ്മ്യൂണിസ്റ്റ് ചേരിയും നിലയുറപ്പിച്ചു. ഇവ രണ്ടിൽ നിന്നും തുല്യദൂരം നിലനിർത്തി ഒരു മൂന്നാംചേരിയും നിലവിൽ വന്നു. ചേരിചേരാരാഷ്ട്രങ്ങൾ എന്നായിരുന്നു ഈ മൂന്നാം

ചേരിയുടെ പേര്. നെഹ്റുവിന്റെ നേതൃത്വത്തിൽ ഇന്ത്യ, നാസ്സറുടെ നേതൃത്വത്തിൽ ഈജിപ്ത്, ടീറ്റോയുടെ നേതൃത്വത്തിൽ യൂഗോസ്ലാവിയ എന്നിവ ഉദാഹരണങ്ങളാണ്. ഈ രാജ്യങ്ങളെല്ലാം രാഷ്ട്രീയത്തിൽ എന്തഭിപ്രായവ്യത്യാസമുണ്ടായാലും ഒരു കാര്യത്തിൽ അഭിപ്രായഐക്യമുണ്ടായിരുന്നു. അത് ന്യൂയോർക്കിന്റെ സ്റ്റാറ്റസിനെക്കുറിച്ചായിരുന്നു. അന്ന് ഐക്യരാഷ്ട്രസഭക്കുണ്ടായിരുന്ന ഇമേജ് ഇന്നത്തെ തലമുറക്ക് സങ്കല്പിക്കാൻ സാധിക്കുകയില്ല. ഒരു ലോകഭരണകൂടം (World Government) എന്നെല്ലാം പറഞ്ഞാൽ ഐക്യരാഷ്ട്രസഭ (UNO അഥവാ United Nations Organization) യാണെന്ന് എല്ലാവരും സമ്മതിക്കും. ന്യൂയോർക്ക് അതിന്റെ ആസ്ഥാനവും! അതൊരുകാലം!

മേൽപറഞ്ഞ ചിന്തകളായിരുന്നു 2009 ജൂലായ് 29-ാം തിയ്യതി ക്ലീവ്ലൻഡിൽ നിന്നും ന്യൂയോർക്കിലേക്ക് പുറപ്പെട്ടപ്പോൾ മനസ്സിൽ നിറഞ്ഞുനിന്നിരുന്നത്. ക്ലീവ്ലൻഡിൽ നിന്ന് രാത്രി 11 മണിക്ക് Greyhound കമ്പനിയുടെ ബസ്സിൽ ഞങ്ങൾ യാത്ര തിരിച്ചു. പിറ്റേദിവസം കാലത്ത് 11 മണിക്ക് ന്യൂയോർക്കിലെത്തും. Greyhound ബസ്സുകളെപ്പറ്റി ധാരാളം ആവലാതികൾ യാത്രക്കാരുടെ ഇടയിൽ നിലവിലുണ്ടായിരുന്നു. നമ്മുടെ നാട്ടിലെ KSRTC ബസ്സുകളെപ്പറ്റി ഒരു കാലത്തുണ്ടായിരുന്ന മാതിരിത്തന്നെ. ഭാഗ്യവശാൽ ഇത്തവണത്തെ യാത്രയിൽ വലിയ പ്രശ്നങ്ങളൊന്നുമില്ലാതെ കഴിഞ്ഞു. പൊതുവേ ഒരു കാര്യം ഞാൻ ശ്രദ്ധിച്ചു. അമേരിക്കൻ സമൂഹത്തിലെ ഉന്നത ശ്രേണിയിലെ അംഗങ്ങൾ വിമാനത്തിലോ കാറിലോ ആണ് യാത്രചെയ്യുക. സാമ്പത്തികമായി കഴിവ് കുറഞ്ഞവരാണ് സാധാരണയായി ബസ്സിലോ തീവണ്ടിയിലോ യാത്രചെയ്യുന്നത്. സാമ്പത്തിക പരിഗണനകൾ കൂടാതെ മറ്റു ഘടകങ്ങളും ഉണ്ടാവാം, ഉദാഹരണമായി Landscapes കാണാൻ ആഗ്രഹിക്കുന്നവർ വിമാനത്തിൽ യാത്രചെയ്യുകയില്ലല്ലോ. അവരുടെ മുൻഗണന ബസ്സുകൾക്കോ തീവണ്ടികൾക്കോ ആയിരിക്കും. കാർ യാത്രയിൽ Landscape സുഖമായി കാണാം. പക്ഷേ, എനിക്കാണെങ്കിൽ Claustrophobia (confined space ൽ ഒതുങ്ങിക്കൂടാനുള്ള ആകാരണമായ ഭയം) അസാരം കൂടുതലാണ്. അതിനാൽ കാർയാത്രയല്ല ഞാൻ ഇഷ്ടപ്പെടുന്നത്. ന്യൂയോർക്കു മാതിരി ഒരു നഗരത്തിലേക്ക് കാറോടിക്കാൻ ഉണ്ണിക്ക് ധൈര്യവും കുറവാണ്. അതിനാൽ ന്യൂയോർക്കിലേക്കുള്ള യാത്ര ബസ്സിലും മടക്കയാത്ര തീവണ്ടിയിലുമെന്നു തീർച്ചയാക്കി. രാത്രി ബസ്സിൽ യാത്രചെയ്യുമ്പോൾ എന്തു കാഴ്ചയാണ് കാണാൻ

പറ്റുക എന്ന ചോദ്യത്തിന് ഉത്തരം മുട്ടി. സമയപരിമിതി മൂലം വേണ്ടിവന്നതാണ് എന്നുമാത്രം പറയാം. ക്ലീവ്‌ലൻഡ് വിട്ടാൽ ഓഹിയോ, പെൻസിൽവാനിയ, ന്യൂജഴ്‌സി എന്നീ സംസ്ഥാനങ്ങൾ പിന്നിട്ടിട്ട് വേണം ന്യൂയോർക്കിലെത്താൻ. ബസ്സിലെ സഹയാത്രക്കാരെ ശ്രദ്ധിച്ചപ്പോൾ നേരത്തെ പറഞ്ഞമാതിരി അമേരിക്കൻ സമൂഹത്തിന്റെ മദ്ധ്യ-താഴേക്കിട ശ്രേണികളിലെ അംഗങ്ങളെയാണ് കാണാൻ കഴിഞ്ഞത്. അവരിൽ വലിയൊരു വിഭാഗം കറുത്തവർഗ്ഗക്കാരായിരുന്നു. ആഫ്രിക്കൻ അമേരിക്കൻ എന്നു വിളിക്കപ്പെടുന്ന അവർ പൊതുവെ പാവങ്ങളാണ്.

ന്യൂജെഴ്‌സിയിലെ നെവാർക്ക് പട്ടണവും ന്യൂയോർക്ക് നഗരവും ഹഡ്‌സൺ നദിയുടെ ഇരുവശങ്ങളിലുമായി സ്ഥിതിചെയ്യുന്നു. ന്യൂയോർക്ക് എത്തുന്നതിനു തൊട്ടുമുമ്പായി ഞങ്ങൾ യാത്രചെയ്തിരുന്ന റോഡ് ഒരു നീണ്ടതുരങ്കത്തിലേക്ക് പ്രവേശിച്ചു. ലിങ്കൺ ടണൽ എന്നായിരുന്നതിനു പേര്. ഹഡ്‌സൺ നദിയുടെ താഴെക്കൂടി ഈ തുരങ്കം നെവാർക്കിനെയും ന്യൂയോർക്കിനെയും ബന്ധിപ്പിക്കുന്നു. തുരങ്കം കഴിഞ്ഞ് ഇരുട്ട് വെളിച്ചത്തിനു വഴിമാറിയാൽ പൊടുന്നനെ അതാ ന്യൂയോർക്ക് നഗരം. എനിക്ക് പെട്ടെന്നോർമ്മവന്നത് കേരളത്തിലെ വിഷുക്കണിയാണ്. ഉറക്കത്തിൽ നിന്നും കണികാണാൻ കണ്ണുപൊത്തിക്കൊണ്ടു വന്ന് വിഷുക്കണി ഒരുക്കിയതിന്റെ മുമ്പിലിരുന്നാൽ കണ്ണുതുറക്കുന്നു. ഇഷ്ടംപോലെ കണികണ്ടുകൊള്ളൂ. സമാനമായൊരനുഭവം കാശ്മീർ യാത്രയിലുണ്ടായിട്ടുണ്ട്. ജമ്മുവിലെ മലമടക്കിനിടയിലൂടെ വളഞ്ഞും പുളഞ്ഞും പോകുന്ന റോഡ് കാശ്മീർ താഴ്‌വര എത്തുന്നതിനു തൊട്ടുമുമ്പായി ഒരു തുരങ്കത്തിൽ പ്രവേശിക്കുന്നു. പഴയ ബാനിഹാൾ തുരങ്കം. ഇന്നത്തെ ജവഹർ ടണൽ.എന്റെ ഓർമ്മ ശരിയാണെങ്കിൽ 7 കിലോമീറ്ററോളം നീളമുണ്ട്. കാശ്മീരിനെ വല്ലാതെ സ്നേഹിച്ചിരുന്ന ആദ്യപ്രധാനമന്ത്രി ജവഹർലാൽ നെഹ്റുവിന്റെ സ്മരണക്കായിരിക്കണമല്ലോ ആ പേരിട്ടത്. ജവഹർ തുരങ്കം കഴിഞ്ഞാൽ ഇരുട്ട് വെളിച്ചമായി മാറുന്നു. ഇംഗ്ലീഷിൽ പറഞ്ഞാൽ Low and Behold (കണികണ്ടാലുമെന്നുസാരം) കാശ്മീർ താഴ്‌വര കരതലാമലകമെന്നമട്ടിൽ നിങ്ങൾക്കുമുമ്പിൽ. പടിഞ്ഞാറും വടക്കും കിഴക്കും മഞ്ഞിൽ മൂടിയ ഹിമഗിരിശൃംഗങ്ങൾ. ഇവയുടെ മടിത്തട്ടിലായി തെക്കു വടക്കൊരു നീണ്ട തളികപോലെ കാശ്മീർ താഴ്‌വര.

ആട്ടെ, കാശ്മീർ താഴ്വരയിലേക്ക് ഓർമ്മകൾ തെന്നിത്തെറിപ്പിച്ചുപോയി. ന്യൂയോർക്കിലേക്ക് മടങ്ങിവരട്ടെ. ന്യൂയോർക്കിലെ

ഭൂഗർഭ ടെർമിനലിൽ ഞങ്ങൾ സഞ്ചരിച്ച Greyhound ബസ്സ് നിന്നു. ബസ്സിറങ്ങിയ ഞങ്ങൾ ഒരു ടാക്സി പിടിച്ച് നഗരമദ്ധ്യത്തിലുള്ള Time Square എന്നിടത്ത് Comfort Inn എന്ന ഹോട്ടലിലെത്തി. ഹോട്ടലിൽ മുറി നേരത്തെ ബുക്ക് ചെയ്തിരുന്നു. അതിനാൽ പ്രയാസമൊന്നും ഉണ്ടായില്ല. കാലത്തു പതിനൊന്നു മണിയൊടെ ഹോട്ടലിലെത്തിയ ഞങ്ങൾ പ്രഭാതകൃത്യങ്ങൾ കഴിഞ്ഞതിനുശേഷം കയ്യിൽ കരുതിയിരുന്ന ഇഡ്ഡലിയും ചമ്മന്തിയും കൂടി പ്രാതൽ കഴിച്ചു. ഹോട്ടൽ മുറിയിൽ തന്നെ കാപ്പിയുണ്ടാക്കാനുള്ള സംവിധാനം ഉണ്ടായിരുന്നു. തലേദിവസം രാത്രി ബസ്സിലിരുന്ന് പകുതിയുറക്കമായതിനാൽ ആകെ ഒരു ക്ഷീണവും ഉറക്കച്ചടവുമുണ്ടായിരുന്നു. ചൂടുവെള്ളത്തിലുള്ള ഒരു കുളികൂടി കഴിഞ്ഞപ്പോൾ ഉറക്കത്തിലേക്കു വഴുതിവീണു എന്നു പറയാം.

ന്യൂയോർക്കിനെ പറ്റി അൽപം. 1624ൽ ഡച്ച് ഈസ്റ്റ് ഇന്ത്യാകമ്പനി ഇന്നത്തെ ന്യൂയോർക്ക്സംസ്ഥാനത്തെ ആൽബനിയിൽ ഒരു താവളം സ്ഥാപിച്ചു. അതിനു മുമ്പ് 1609ൽ ഹെന്റി ഹഡ്സൺ എന്ന ഇംഗ്ലീഷ് നാവികൻ പൗരസ്ത്യ ദേശങ്ങളിലേക്കുള്ള വഴി അന്വേഷിച്ച് ഇന്ന് അദ്ദേഹത്തിന്റെ പേരിലുള്ള നദി (ഹഡ്സൺ നദി) യുടെ അറ്റ്ലാൻഡിക്ക് അഴിമുഖത്തെത്തിയിരുന്നു. നദീതീരത്ത് 12 നാഴിക (19.2 കി.മീ) നീളത്തിലുള്ള ഒരു ദ്വീപ് അദ്ദേഹത്തിന്റെ ശ്രദ്ധയാകർഷിച്ചു. അവിടം മുഴുവൻ അമേരിക്കയിലെ ആദിവാസികളായിരുന്നു. അന്ന് ആ ദ്വീപിനെ മാൻഹാട്ടൺ എന്നാണ് വിളിച്ചിരുന്നത്. ഹഡ്സൺ സായ്പിന്റെ സ്പോൺസർമാരായ ഡച്ചുകാർക്ക് സ്ഥലം അസ്സലായി ബോധിച്ചു. അവർ നേറ്റീവ് അമേരിക്കൻ (Native American) വർഗ്ഗക്കാരിൽ നിന്ന് 24 ഡോളറിനു തുല്യമായൊരു വിലയ്ക്ക് മാൻഹട്ടൺ ദ്വീപ് വാങ്ങി. ഈ കച്ചവടം എക്കാലത്തേയും ഏറ്റവും പ്രസിദ്ധമായ കൈമാറലായി പറയപ്പെടുന്നു. (ഏകദേശം ഇതിനു സമാനമായ ഒരു കൈമാറ്റമാണ് USA യുടെ 49-ാം സംസ്ഥാനമായ അലാസ്ക ഇരുപതാം നൂറ്റാണ്ടിൽ റഷ്യ അമേരിക്ക്ക്ക് കൈമാറിയത്.) ഇതിനുശേഷം ഒരു അമ്പതു വർഷങ്ങളിൽ മാൻഹട്ടൺ ദ്വീപ് ഡച്ചുകാരിൽ നിന്നു ഇംഗ്ലീഷുകാരിലേക്കും മറിച്ചുമായി പലതവണ കൈമാറ്റം ചെയ്യപ്പെട്ടു. ഡച്ചുകാർ അവരുടെ പുത്തൻ കോളനിയായ ദ്വീപിനെ ന്യൂ ആംസ്റ്റർഡാം എന്നു വിളിച്ചു. ഇംഗ്ലീഷുകാർ ന്യൂയോർക്ക് എന്നും വിളിച്ചു. ഇംഗ്ലണ്ട് ഒരു നൂറ്റാണ്ടിലധികകാലം ന്യൂയോർക്ക് കൈവശം വെച്ചു. അമേരിക്കൻ ഐക്യനാടുകളുടെ സ്വാതന്ത്ര്യ പ്രഖ്യാപന (Declaration of Independence)

ത്തിനു ശേഷവും ഏഴുകൊല്ലം ന്യൂയോർക്ക് ബ്രിട്ടീഷുകാരുടെ കൈവശം തന്നെ ആയിരുന്നു. 1783ൽ പാരീസ് ഉടമ്പടി ഒപ്പുവെച്ച തോടെ ബ്രിട്ടീഷുകാർ സ്ഥലം വിട്ടു. പിന്നീട് അഞ്ചുവർഷത്തേക്ക് ന്യൂയോർക്ക് നഗരം അമേരിക്കൻ ഐക്യനാടുകളുടെ തലസ്ഥാന പദവിയും അലങ്കരിച്ചു. കാലക്രമേണ ന്യൂയോർക്ക് അമേരിക്കയുടെ വാണിജ്യതലസ്ഥാനമായി അറിയപ്പെടാൻ തുടങ്ങി. ഒരു നൂറ്റാണ്ടി നുള്ളിൽ അതായത് 1900 ആവുമ്പോഴേക്കും ജനസംഖ്യ 34 ലക്ഷം കവിഞ്ഞു. ലോകത്തിലെ രണ്ടാമത്തെ ഏറ്റവും വലിയ നഗരമായി അറിയപ്പെടാൻ തുടങ്ങി. അന്ന് ലണ്ടനായിരുന്നു ഒന്നാം സ്ഥാനം.

വാണിജ്യകാലത്ത് ന്യൂയോർക്ക് കൈവരിച്ച ഈ പുരോഗതിക്ക് കാരണങ്ങളിൽ ഒന്ന് വാണിജ്യക്കപ്പലുകൾ 1807ൽ ഗതാഗതം തുട ങ്ങിയതാണ്. മറ്റൊരുകാരണം ഈറി (Erie) കനാൽ നിർമ്മിച്ചതും. 1825ൽ ഓഹിയോ സംസ്ഥാനത്തെ ക്ലീവ്ലൻഡിൽ നിന്നും ഈറി കനാൽ ന്യൂയോർക്കിലേക്ക് കടന്നുവന്നു. എട്ടുകൊല്ലത്തെ ഭഗീരഥശ്ര മത്തിനു ശേഷം ക്ലീവ്ലൻഡിലെ ഈറി തടാകവും ന്യൂയോർക്കിലെ ഹഡ്സൺ നദിയും തമ്മിൽ ബന്ധപ്പെട്ടു. അതോടെ അറ്റ്ലാൻഡിക് സമുദ്രവും പഞ്ചമഹാതടാകങ്ങളും (ഈറി, ഹ്യൂറോൺ, ഒൺടാരിയോ, മിഷിഗൻ, സുപ്പീരിയർ) തമ്മിൽ സുഗമമായ നാവിക ബന്ധമായി. എന്നു പറഞ്ഞാലും പോരാ USAയിലെ മദ്ധ്യപാശ്ചാത്യ (mid-west) പ്രദേശങ്ങളായ ഇല്ലിനോയ്, മിഷിഗൻ, ഓഹിയോ, അയോവ, വിസ്കോൺസിൻ, മിന്നസോട്ട സംസ്ഥാനങ്ങളും ന്യൂയോർക്കുമായി ജലഗതാഗതം സുഗമമായി. ഈറി തടാകത്തിൽ നിന്നുള്ള മറ്റൊരു കനാൽ തെക്കു ഭാഗത്തുള്ള മിസ്സോറി-മിസ്സിസ്സിപ്പി നദിയുമായി ബന്ധിപ്പിച്ചപ്പോൾ പുരോഗതിയുടെ അദ്ധ്യായം പൂർണ്ണമായി. ഈ സാഹചര്യങ്ങൾ ന്യൂയോർക്കിനെ അറ്റലാൻഡിക് തീരത്തെ അതികായകനാക്കി മാറ്റി. ഇരുപതാം നൂറ്റാണ്ടിന്റെ ആദ്യപകുതി യിൽ നടന്ന രണ്ടു ലോകമഹായുദ്ധങ്ങൾ ന്യൂയോർക്കിന്റെ സ്ഥാനം കുറെക്കൂടി ഉയർത്തി. 1952ൽ ഐക്യ രാഷ്ട്രസഭയുടെ ആസ്ഥാനം ന്യൂയോർക്കിൽ സ്ഥാപിച്ചു. അതോടെ ന്യൂയോർക്ക് ഒരു ലോകത ലസ്ഥാനത്തിന്റെ സ്ഥാനം പിടിച്ചു പറ്റി, പ്രത്യേകിച്ച് ശീതസമര ത്തിന്റെ നാളുകളിൽ.

അമേരിക്കൻ നഗരങ്ങളിൽ സന്ദർശകരായി വരുന്നവർക്ക് ചുറ്റിക്കാണാൻ ഒരു സ്ഥിരസംവിധാനമുണ്ട്. ടൂറിസ്റ്റ് ബസ്സുകളുടെ ഒരു ശൃംഖല അവിടെ പ്രവർത്തിക്കുന്നുണ്ട്. അതിൽ ഒന്നോര ണ്ടോ ദിവസത്തേക്കു മുഴുവനായി ടിക്കറ്റെടുക്കാൻ സാധിക്കും.

ടിക്കറ്റെടുത്തവർക്ക് ബസ്സുകൾ ഏതിൽ എപ്പോൾ വേണമെങ്കിലും കയറുകയും ഇറങ്ങുകയും ചെയ്യാം. നഗരത്തിൽ പ്രധാനമായു പോയിക്കാണേണ്ട സ്ഥലങ്ങളെല്ലാം സ്പർശിച്ചായിരിക്കും യാത്ര. അരമണിക്കൂർ ഇടവിട്ട് ഒന്നിനു പിറകെ മറ്റൊന്നായി ഇവ ഓടിക്കൊണ്ടിരിക്കും. എല്ലാം ഇരുനില ബസ്സുകളാണ്, മീതെയുള്ള നിലയിലായിരിക്കും തിരക്ക് കൂടുതൽ. നഗരക്കാഴ്ചകൾ കാണാൻ രണ്ടാം നിലയിലാണ് സൗകര്യങ്ങൾ കൂടുതൽ. ബസ്സിൽ ഡ്രൈവറെക്കൂടാതെ ഒരു ഗൈഡ് ഉണ്ടായിരിക്കും. കാണേണ്ടസ്ഥലങ്ങളുടെ ചരിത്രവും പ്രാധാന്യവുമെല്ലാം ഈ ഗൈഡ് വിളിച്ചു പറഞ്ഞുകൊണ്ടിരിക്കും. ഗൈഡ് പറയുന്ന ഇംഗ്ലീഷിന്റെ അമേരിക്കൻ ചുവ (American accent) കാരണം എനിക്കതിനോട് ഏതാണ്ടൊരു ഉദാസീനമനോഭാവമായിരുന്നു. ഇതിനു കുറുക്കുവഴികൾ ഒന്നുമില്ല. കേട്ടുതഴമ്പിക്കുകയെന്നതൊഴികെ. ഈ പ്രശ്നം കാരണം എനിക്കുണ്ടാവുന്ന നഷ്ടം ആസ്ഥലങ്ങളെക്കുറിച്ചുള്ള ലഘുലേഖകളോ പുസ്തകങ്ങളോ വായിച്ചാണ് നികത്തിയിരുന്നത്. ഉണ്ണിക്ക് അമേരിക്കൻ accent പരിചയമായിരുന്നതിനാൽ അവൻ എപ്പോഴും എന്റെ സഹായത്തിനെത്തും.

അപ്രതീക്ഷിതമായി മറ്റൊരു കുഴപ്പത്തിലാണ് ഞങ്ങൾ ചെന്നുപ്പെട്ടത്. ഡബിൾ ഡെക്കർ ബസ്സിലെ മുകൾതട്ടിൽ യാത്രതുടങ്ങി കുറച്ചു കഴിഞ്ഞപ്പോൾ വലിയ ഇടിയും മഴയും തുടങ്ങി. ഇടിമിന്നൽ എനിക്കെന്നും വല്ലാത്ത പേടിയാണ്. നാടൻ ഭാഷയിൽ പറഞ്ഞാൽ അതാ ഇടി ഓരോന്നോരോന്നായി നിലത്തിറങ്ങിവെട്ടുന്നു. അതോ, ഒന്നിനൊന്നോണം പോന്ന ഇടികൾ. അതോടെ sight seeing നുള്ള ആവേശം തൽക്കാലത്തേക്കെങ്കിലും തണുത്തു. ഉണ്ണി എന്നോടു പറഞ്ഞു അമേരിക്കയിൽ ഇടിമന്നലേറ്റിട്ടുള്ള മരണം കേട്ടിട്ടില്ലെന്ന്. ന്യൂയോർക്കിൽ വന്നു വീഴുന്ന ഇടിമിന്നൽ സ്പാർക്കുകളെല്ലാം എമ്പയർ സ്റ്റേസ് ബിൽഡിങ്ങിന്റെ മുകളിലുള്ള Lightening arrester ഏറ്റെടുത്തു കൊള്ളുമത്രെ. പക്ഷേ, മഴയെ നേരിടാൻ ഞങ്ങൾ യാതൊരു തയ്യാറെടുപ്പും നടത്തിയിരുന്നില്ല. ഏതായാലും അന്ന് ഉച്ചതിരിഞ്ഞുള്ള ഡബ്ബിൾ-ഡെക്കർ യാത്ര അവസാനിച്ചു. ഹോട്ടലിൽ മടങ്ങിയെത്തി വിശ്രമത്തിനു ശേഷം കാൽനടയായി ന്യൂയോർക്കിന്റെ ചെറിയ ചിലഭാഗങ്ങൾ കാണാമെന്നു വെച്ചു. അപ്പോഴേക്കും മഴ ശമിച്ചിരുന്നു.

ഞങ്ങൾ താമസിച്ചിരുന്ന ഹോട്ടൽ ന്യൂയോർക്ക് Time square ന് അടുത്തായിരുന്നതിനാൽ അവിടെ കേന്ദ്രീകരിച്ചു കറങ്ങാനൊരു

ധാരണയായി. Time square ഇരുപത്തിനാലു മണിക്കൂറും ഉണർന്നിരിക്കുന്ന നഗരഹൃദയമാണ്. അത് ലോകത്തിന്റെ തന്നെ ഒരു പരിച്ഛേദം(Cross section) നമുക്കു കാണിച്ചു തരുന്നു. വെള്ളക്കാരെ കൂടാതെ കറുത്തവർഗ്ഗക്കാർ ചൈനക്കാർ, ലാറ്റിൻ അമേരിക്കക്കാർ ഇന്ത്യക്കാർ, മദ്ധ്യപൗരസ്ത്യ ദേശക്കാർ എന്നു വേണ്ട ലോകത്തിന്റെ ഏതുകോണിൽ നിന്നുള്ള ആബാലവൃദ്ധം ജനങ്ങളെയും അവിടെ കണ്ടുമുട്ടാൻ കഴിയും. Time square ന് നടുക്കായി ഒരു ബാൽക്കണിയുണ്ട്. അവിടെ ധാരാളം പേർ ഇരുന്ന് സൊറ പറയുന്നത് കണ്ടു. ആട്ടെ, അവിടെ കുറച്ചുനേരം ഇരുന്നു കളയാമെന്നുവെച്ചു. അത്യാവശ്യം ചില ഫോട്ടോഎടുത്തു.

നേരത്തെയൊരിടത്തു സൂചിപ്പിച്ചപോലെ ന്യൂയോർക്ക് പോലൊരു മെട്രോപോളിറ്റൺ നഗരത്തിൽ പൊതുഗതാഗത സംവിധാനം (Public Transport System) ധാരാളമായുണ്ട്. ബസ്സ്, മെട്രോ ട്രെയിൻ, ടാക്സി, റിക്ഷാ, കുതിരവണ്ടി എന്നിവ എവിടെ നോക്കിയാലും കാണാം. നമ്മുടെ നാട്ടിലുള്ളമാതിരി ഓട്ടോറിക്ഷയില്ല. ബസ്സും ട്രെയിനും സൗകര്യമാവാതെ വന്നാൽ ടാക്സി പിടിക്കാം. അപരിചിതരെ വഴിയിലിട്ട് കറക്കി പറ്റിക്കുന്ന സ്വഭാവമില്ലെന്നാണനുഭവം. ടാക്സികൾക്ക് ഒരുമാതിരി മഞ്ഞപെയ്ന്റ് അടിച്ചിരിക്കുന്നതിൽ നിന്ന് പെട്ടെന്ന് തിരിച്ചറിയാം. ഏതുതരം ഭക്ഷണം കിട്ടുന്ന ഹോട്ടലുകളും കാണാം. ശുദ്ധ അമേരിക്കൻ നോൺവെജിറ്റേറിയൻ ഗ്രിൽ മുതൽ ശുദ്ധ തെക്കൻ ഇന്ത്യൻ ശാപ്പാടു വരെ ഇവിടെ കുശാൽ. ഇതാണ് ഞാൻ നേരത്തെ പറഞ്ഞത്. അമേരിക്കൻ മെട്രോ പോളിറ്റൺനഗരമായ ന്യൂയോർക്കും ഇന്ത്യൻ മെട്രോ നഗരമായ ബോംബെയും തമ്മിൽ പലകാര്യങ്ങളിലും നിറയെ സാമ്യമുണ്ട്. ബോംബെയിൽ കഴിഞ്ഞുകൂടാൻ പഠിച്ചയാൾക്ക് വലിയ വിഷമം കൂടാതെ ന്യൂയോർക്കിലും കഴിഞ്ഞുകൂടാം. അതേസമയം ഒരു ശുദ്ധ കേരളീയ ഉൾനാടൻ പട്ടണമായ തൃശ്ശൂരും അമേരിക്കൻ ഉൾനാടൻ പട്ടണമായ ക്ലീവ്ലൻഡും തമ്മിൽ യാതൊരു സാമ്യവുമില്ല. ഒരിന്ത്യൻ ഗ്രാമീണൻ ഒരമേരിക്കൻ ഗ്രാമത്തിൽ ചെന്നായിരിക്കും കൂടുതൽ പകച്ചുപോകുന്നത്. അമേരിക്കയിലെ വൻനഗരങ്ങളിൽ അയാൾക്ക് ഏതെങ്കിലും തരത്തിൽ പിടിച്ചുനിൽക്കാൻ പറ്റും.

അന്നുരാത്രി ഏതായാലും നന്നായൊന്നുറങ്ങാമെന്നുവെച്ചു. തലേന്ന് രാത്രി ബസ്സിലിരുന്നുള്ള പകുതിയുറക്കമായിരുന്നുവല്ലോ. അടുത്ത രണ്ടു ദിവസം ന്യൂയോർക്ക് വിസ്തരിച്ച് കാണുകയും ചെയ്യാം. പിറ്റേദിവസം കാലത്തെണീറ്റ് പ്രഭാത കൃത്യങ്ങൾക്കു ശേഷം

Comfort Inn ന്റെ Complimentary Breakfast കഴിച്ചു. ഇതേ ഹോട്ടലിന്റെ മറ്റൊരുശാഖയിലാണ് ഞങ്ങൾ നയാഗ്രയിൽ താമസിച്ചിരുന്നത്. അതിനാൽ ചിട്ടവട്ടങ്ങളെല്ലാം ഞങ്ങക്ക് പരിചിതമായിരുന്നു. ഹോട്ടലിൽ താമസിക്കുന്നവരെല്ലാം നയാഗ്രയിൽ കണ്ടതിനേക്കൾ കൂടുതൽ അന്തർദേശീയ പ്രാതിനിധ്യം പുലർത്തുന്നവരായിതോന്നി. ഹോട്ടൽ അധികൃതരും കൗണ്ടറിൽ ഇരിക്കുന്നവരുമെല്ലാം വളരെയധികം മര്യാദയുള്ള പെരുമാറ്റം കാഴ്ചവെച്ചത് ഞങ്ങളിൽ അവരോട് മതിപ്പുളവാക്കി. ഹോട്ടൽമുറിയിൽ ഇരുന്നാൽ തൊട്ടുതന്നെയുള്ള St Marys Church വ്യക്തമായി കാണാമയിരുന്നു. അവിടെ പ്രാർത്ഥനക്കെത്തുന്നവരുടെ എണ്ണം കുറവായിരുന്നു. ഒരു മൂലയിൽ ഒരാൾ ഏറെനേരം നിശബ്ദനായി ഇരിക്കുന്നത് കണ്ടു. പള്ളിയുടെ നിശ്ബ്ദാന്തരീക്ഷം എനിക്കു വളരെ ഇഷ്ടപ്പെട്ടു.

ന്യൂയോർക്കിലെ അവന്യൂകളിൽക്കൂടി അലഞ്ഞുതിരിയുമ്പോൾ ഞാൻ ഒരു കാര്യം ശ്രദ്ധിച്ചു, ഏതു തിരക്കു പിടിച്ച റോഡിലും വൻമരങ്ങൾ ധാരാളം. ഇന്ത്യയിൽ പ്രത്യേകിച്ചും കേരളത്തിൽ ഇല്ലാത്തൊരു കാര്യമാണിത്. എന്നിട്ടും അമേരിക്കൻ നഗരങ്ങളെക്കുറിച്ച് നമ്മുടെ ധാരണയോ? കോൺക്രീറ്റ് കാട്. അംബരചുംബനമേറ്റ് നിരന്നുനിൽക്കുന്ന കോൺക്രീറ്റു മരുഭൂമികൾ എന്നൊക്കെയാണ് പാശ്ചാത്യ നഗരങ്ങളെക്കുറിച്ച് പറയാറുള്ളത്. വാസ്തവമോ? ന്യൂയോർക്ക് നഗരത്തിലുള്ളമാതിരി വൃക്ഷങ്ങൾ ഞാനെവിടെയും കണ്ടിട്ടില്ല. ഓക്ക്, മേപ്പിൾ, ആഷ്, സൈക്കാമോർ, ബ്ലാക്ക് ലോക്കസ്റ്റ് എന്നിവ എവിടെയും കാണാം. സ്പ്രൂസ്, വില്ലോ, സൈപ്രസ്, ഹാവ്ത്തോൺ എന്നിവയും ധാരാളം. ഞങ്ങൾ ചെന്നസമയം അതായത് ജൂലയ് അവസാനം നല്ല വേനൽക്കാലമായിരുന്നു. ഞാൻ പ്രത്യേകം ശ്രദ്ധിച്ചത് ബ്ലാക്ക് ലോക്കസ്റ്റ് മരമായിരുന്നു. ന്യൂയോർക്കിലെ ഏതു തിരക്കു പിടിച്ച റോഡിലും വെളുത്ത പൂവണിഞ്ഞ് ബ്ലാക്ക് ലോക്കസ്റ്റ് മരം നിൽക്കുന്നതു കണ്ടു. സൈക്കാമോർ വൃക്ഷം ഓക്കുപോലെ വലിപ്പമുള്ളതാണ്. മിലിട്ടറികാരുടെ പെട്ടിയുടെ കവർപോലെ ഒരു പ്രത്യേക കവർ സൈക്കോമോറിന്റെ തടിയെ പുതച്ചുനിൽക്കും. കാമൂഫ്ലാഷ് ചെയ്യാനെന്നപോലെ. ഇലകൾ മിക്കവാറും മേപ്പിളിന്റേതു പോലെയാണ്. വലിപ്പംകൊണ്ട് ശ്രദ്ധിക്കപ്പെടുന്ന വൃക്ഷങ്ങൾ മൂന്നെണ്ണമാണ്. ഓക്ക്, സൈക്കോമോർ, ഈസ്റ്റേൺ കോട്ടൺ വുഡ് എന്ന കരോലിനപോപ്ലാർ. പോപ്ലാർ കുടുംബത്തിൽ പെട്ട ഈസ്റ്റേൺ കോട്ടൺവുഡ് കാഴ്ചയിൽ നമ്മുടെ അരയാൽ പോലെയിരിക്കും. അരയാലിന്റെ തടി വെളുത്തിരിക്കുമ്പോൾ ഈസ്റ്റേൺ

സ്വാതന്ത്ര്യ പ്രതിമ, ന്യൂയോർക്ക്

കോട്ടൺവുഡിന്റേത് ചിരകിപ്പൊളിഞ്ഞ് കറുത്തിരിക്കും. പക്ഷേ അതല്ല രസമുള്ളകാര്യം. അരയാലില പോലെത്തന്നെ ഇരിക്കുന്ന ഈ ഇലകൾ കാറ്റിൽ എപ്പോഴും വിറച്ചുകൊണ്ടിരിക്കും. നാമം ജപിക്കുന്നപോലെ. സൂക്ഷിച്ചു നോക്കിയാൽമാത്രമെ ഇത് അരയാൽ അല്ല എന്നുമനസ്സിലാവൂ. അരയാലിനോടുള്ള ഈ സാദൃശ്യം കാരണമാവാം എനിക്ക് പോപ്ലാർ മരങ്ങളെ കാണുമ്പോൾ ഒരു പ്രത്യേകം ഇഷ്ടം തോന്നാറുണ്ട്. ഒരു കരിശ്രു പള്ളിയുടെ അടുത്തു നിന്നു നാമം ജപിക്കുന്ന പോപ്ലാർ മരങ്ങളും കാണുമ്പോൾ എന്തോ മനസ്സിന് പ്രത്യേക സുഖം തോന്നാറുണ്ട്. ഞാൻ വളർന്നുവന്ന നാട്ടിൻ പുറത്തെ ക്ഷേത്രാന്തരീക്ഷത്തിന്റെ സ്വാധീനമാവാം.

കാലത്തെ നഗരക്കാഴ്ചകളിലെ ആദ്യ ഇനം Ellis Island ലെ സ്റ്റാറ്റ്യൂ ഓഫ് ലിബർട്ടി ആകട്ടെ എന്നുവെച്ചു. ശനിയാഴ്ച ആയതിനാലാകാം

സന്ദർകരുടെ തിരക്കുണ്ട്. ക്യൂ നിൽക്കുക തന്നെ. കടലിൽ ഒരു ദ്വീപിലാണ് സ്വാതന്ത്ര്യ പ്രതിമ നിൽക്കുന്നത്. പ്രതിമ എന്നു പറഞ്ഞാലും ശരിയായ ധാരണകിട്ടില്ല. ഇതിനൊരു പതിനഞ്ചു നിലകെട്ടിടത്തിന്റെ പൊക്കമുണ്ടെന്നു പറയുന്നു. സ്ത്രീ പ്രതിമയുടെ ഉയർത്തിയ കയ്യിനുള്ളിലെ പൊള്ളയായ അഥവാ തുറന്ന സ്ഥലത്തു കൂടി പിരിയൻ കോണിയുണ്ട്. കോണികയറി പ്രതിമയുടെ മുകളിൽ എത്താം. ഞങ്ങൾ ചെന്നദിവസം ഏതായാലും പ്രതിമക്കുള്ളിൽ കയറാൻ സാധിച്ചില്ല. പുറത്ത് അടുത്തുനിന്നു കാണാനേ സാധിച്ചുള്ളൂ. അമേരിക്കൻ സ്വാതന്ത്ര്യസമരവുമായി അടുത്തു ബന്ധപ്പെട്ടു കിടക്കുന്ന Statue of Liberty വർഷത്തിൽ എല്ലാ ദിവസങ്ങളും സന്ദർശകർ കാണാറുണ്ടെന്നു പറയുന്നു. പ്രതിമക്ക് പിന്നിൽ നീണ്ട ചരിത്രമുണ്ട്.

മാൻഹട്ടൻ ദ്വീപിന്റെ തെക്കെ അറ്റത്തു നിന്നു കപ്പലിൽ രണ്ടുനാഴിക (3.2 കീ.മീ) പോയാൽ ലിബർട്ടി ദ്വീപ് ആയി. ഏവരുടെയും ശ്രദ്ധ ആകർഷിച്ചുകൊണ്ട് അവിടെ സ്വതന്ത്ര്യ പ്രതിമ നിൽക്കുന്നു. Lady Liberty സ്വാതന്ത്ര്യത്തിന്റെ പ്രതീകവൽക്കരണം (Metaphorization) ആണ്. പ്രതിമ കടലിനെ അഭിമുഖീകരിച്ചാണ് നിൽപ്, പിൻഭാഗത്ത് അക്കരെ ന്യൂ ജെഴ്സി സംസ്ഥാനം കാണാം. പ്രതിമയുടെ ഉയർത്തിയ വലംകയ്യിൽ എരിയുന്ന ദീപം (torch) ഉണ്ട്. അമേരിക്കയുടെ സൗഹൃദം നിറഞ്ഞതീരത്തേക്ക് കപ്പലുകളെ മാടിവിളിക്കുകയാണ്. ന്യൂയോർക്ക് തുറമുഖം അടുത്തുതന്നെയാണ്. മാൻഹട്ടൺന്റെ ഏറ്റവും തെക്കെ അറ്റത്ത് Ellis Island സ്ഥിതിചെയ്യുന്നു. ന്യൂയോർക്കിലെ Immigration Centre (കുടിയേറ്റ കേന്ദ്രം) അവിടെയാണ്. 1892 മുതൽ 1954 വരെയുള്ള കാലയളവിൽ 164 ലക്ഷം പേരാണ് കുടിയേറ്റക്കാരായി എല്ലിസ് ദ്വീപിൽ കാലുകുത്തിയത്. വാഗ്ദാന ഭൂമി (promised Land) യിലേക്കുള്ള ഈ പലായനത്തിൽ ആൽബർട്ട് ഐൻസ്റ്റീനെപോലെ വിശ്വപ്രസിദ്ധരായ ശാസ്ത്രജ്ഞരും ഉണ്ടായിരുന്നു. അമേരിക്കൻ ഐക്യനാട്ടുകൾ എല്ലാവരേയും ഊഷ്മളമായി സ്വീകരിച്ചു. വാസ്തവത്തിൽ Statue of liberty 1886ൽ ഫ്രാൻസിൽ നിന്നുള്ള ഒരു വിവാഹ സമ്മാനമായിട്ടാണ് നിലവിൽ വന്നത്. 1976ൽ Lady Libertyക്ക് തൊണ്ണൂറു വയസ്സായി. അമേരിക്കൻ ഐക്യനാട്ടുകൾക്ക് ഇരുനൂറും. ഇരുനൂറാം പിറന്നാൾ പ്രമാണിച്ച് സ്വാതന്ത്ര്യ പ്രതിമക്ക് ഒരു കായകല്പ ചികിത്സ നടത്തി. Lady Liberty യൗവനം വീണ്ടെടുത്തു.

അമേരിക്കൻ നഗരങ്ങളുടെ തിരക്കുപിടിച്ച ഭാഗത്തിന് Down town എന്നു വിളിക്കുന്നു. Down town ഇല്ലെങ്കിൽ നഗരമാവില്ലെന്നാണ് വെച്ചിരിക്കുന്നത്. ഇതിനോടു ബന്ധപ്പെട്ട ഒരു വസ്തുത പകുതി കളിയായും പകുതി കാര്യമായും പറയുന്നത് കേട്ടിട്ടുണ്ട്. ആദ്യകാലത്ത് അമേരിക്കയിൽ നഗരങ്ങൾക്കുള്ള യോഗ്യത ആയി രണ്ടു കാര്യങ്ങൾ നിർബന്ധമായിരുന്നുവത്രെ. ഒന്ന് Down town. രണ്ടാമതായി ഒരു Butcher's house (കശാപ്പുകാരന്റെ വീട്). കശാപ്പുകാരനില്ലെങ്കിൽ ജനം മാംസം കിട്ടാതെ പട്ടിണികിടക്കും. Down town ൽ ആണ് പ്രധാന വാണിജ്യ ഏർപ്പാടുകൾ (commercial establishments). വാണിജ്യകാര്യങ്ങളില്ലെങ്കിൽ എന്തു നഗരം? മാംസം ഇല്ലാതെങ്ങനെ ജീവിക്കും? ഏതായാലും ന്യൂയോർക്ക് നഗരത്തിന്റെ Down town പ്രസിദ്ധമായ Manhattan ആണ്.

ന്യൂയോർക്ക് നഗരത്തിന് ശ്രുതിയിട്ടുകൊണ്ട് ഹഡ്സൺ നദിയൊഴുകുന്നു. ഹഡ്സൺ നദിക്ക് കുറുകെ രണ്ടു വലിയ തൂക്കുപാലങ്ങൾ കണ്ടു. Brooklyn Bridge, manhattan bridge എന്നിവയാണിവ. ഈ പാലങ്ങൾ കൈകാര്യം ചെയ്യുന്ന ഗതാഗതത്തിരക്ക് അപാരമെന്നേ പറയാവൂ.

ന്യൂയോർക്കിലെ മാൻഹടൻ ഭാഗത്താണ് പ്രസിദ്ധമായ Ground Zero. ഇന്ന് (2009ൽ) ഈ സ്ഥലത്തിനൊരു ദുരന്ത പരിവേഷമാണ്. 1931 മുതൽ ന്യൂയോർക്കിലെ അംബരചുംബികളിൽ നടുനായകനായിരുന്ന എമ്പയർ സ്റ്റേറ്റ് ബിൽഡിംങ്ങിനെ പിൻ തള്ളിക്കൊണ്ട് 1953ൽ വേൾഡ് ട്രേഡ് സെന്റർ (World Trade Center) എന്ന പേരിലൊരു ഇരട്ട ടവർ നിലവിൽ വന്നു. അമേരിക്കയുടെ സാമ്പത്തിക പ്രഭാവത്തിന്റെ വൈജയന്തിയായിവാണ ഈ ടവറുകളെ പിന്നീട് ഷിക്കാഗോവിൽ 1972ൽ പണിത Sears Tower (ഇന്നതിന്റെ പേര് Ellis Tower എന്നാണ്) പിന്തള്ളിയെങ്കിലും World Trade Center അമേരിക്കയുടെ സാമ്പത്തികമായി അധീശസ്വഭാവത്തിന്റെ പതാകയെന്നോണം ഡൗൺടൗൺ ന്യൂയോർക്കിൽ ഇരുപതാം നൂറ്റാണ്ടിന്റെ ആദ്യം വരെയും വിലസി. ഭീകരണാക്രമത്തിന്റെ ഇരയായി ഈ ഇരട്ട ടവർ 2001ൽ നിലംപൊത്തിയത് ചരിത്രമാണ്. ഈ ദുരന്തസ്ഥലത്തിനാണ് ground Zero എന്ന പേര് വീണത്. ആത്മാഭിമാനത്തിനേറ്റ കൊടിയക്ഷതത്തിൽനിന്ന് അമേരിക്ക ഇരുപത്തൊന്നാം നൂറ്റാണ്ടിന്റെ തുടക്കത്തിൽതന്നെ ഉയർത്തെഴുന്നേൽക്കാൻ തുടങ്ങി. ഞങ്ങൾ 2009 ജൂലായ് അവസാനം ground Zero വിൽ ചെന്നപ്പോൾ അവിടെ പഴയ കെട്ടിടങ്ങൾ നിന്നിരുന്ന

ഇടയിൽതന്നെ പുതിയ ടവർനിർമ്മിക്കാനുള്ള പ്രാരംഭ നടപടികൾ പുരോഗമിക്കുകയായിരുന്നു. അടിത്തറയിടാനുള്ള പൈലിങ്ങ് ജോലി നടക്കുകയായിരുന്നതിനാൽ ചുറ്റും മറകെട്ടിയിരിക്കുന്നു. സന്ദർശകർ അവിടെ ഒന്നെത്തിനോക്കിപ്പോകുന്നുണ്ടെങ്കിലും ഒന്നുമറിയാത്ത മട്ടിൽ അതിന്റെ സമീപപ്രദേശങ്ങളിൽ ഒരുതരം നിശബ്ദത മുറ്റിനിൽക്കുന്നു. ഭീതിദമായൊരോർമ്മ സമ്മാനിച്ച വിർപ്പുമുട്ടൽ പോലെ.

അമേരിക്കയിലെ പ്രസിദ്ധ നഗരങ്ങളൊന്നും തന്നെ അവ ഉൾപ്പെടുന്ന സംസ്ഥാനങ്ങളുടെ തലസ്ഥാനങ്ങളല്ല. ഏറ്റവും നല്ല ഉദാഹരണം ന്യൂയോർക്കു തന്നെ. ലോക തലസ്ഥാന (അങ്ങനെയൊന്നുണ്ടെങ്കിൽ) ത്തിന്റെ ഔന്നത്യം അവകാശപ്പെടാൻ കെല്പുള്ള ന്യൂയോർക്ക് ആ പേരുള്ള സംസ്ഥാനത്തിന്റെ തലസ്ഥാനമല്ല. ന്യൂയോർക്ക് സംസ്ഥാനത്തിന്റെ തലസ്ഥാനം കുറച്ചകലെയുള്ള ചെറുപട്ടണമായ ആൽബനിയാണ്. ഇതുപോലെ ഇല്ലിനോയ് (Illinois) സംസ്ഥാനത്തിന്റെ തലസ്ഥാനം ചെറിയ പട്ടണമായ spring field ആണ്. ഇല്ലിനോയ് സംസ്ഥാനത്തുതന്നെയുള്ള മഹാനഗരമായ ഷിക്കാഗോവിനെ ആ ഉത്തരവാദിത്വത്തിൻ നിന്നൊഴിവാക്കിയിരിക്കുന്നു. പെൻസിൽ വാനിയ സ്റ്റേറ്റിലെ പ്രസിദ്ധ നഗരവും സാംസ്കാരിക കേന്ദ്രവുമായ ഫിലഡെൽഫിയ ആദ്യഘട്ടത്തിൽ USA യുടെ തലസ്ഥാനമായിരുന്നെങ്കിലും പിന്നീടത് വാഷിങ്ടൺ ഡി.സി. യിലേക്കു മാറ്റി. ഇന്ന് ഫിലഡെൽഫിയ പെൻസിൽ വാനിയയുടെ തലസ്ഥാനം പോലുമല്ല. തൊട്ടടുത്തുള്ള ഹാരിസ് ബർഗ് ആണ് ആ സ്ഥാനം അലങ്കരിക്കുന്നത്. ഭരണത്തിന്റെ സിരാകേന്ദ്രങ്ങളെ പ്രശസ്തിയുടെ കേന്ദ്രങ്ങളിൽ നിന്നും പിഴുതുമാറ്റി താരതമ്യേന തിരക്കൊഴിഞ്ഞ ചെറുപട്ടണങ്ങളിൽ നടുന്ന ഈ രീതി ഇന്ത്യൻ സംസ്ഥാനങ്ങളിലും സ്വീകരിക്കാവുന്നതാണെന്നു തോന്നുന്നു.

ന്യൂയോർക്ക് നഗരത്തിന് ഒരു തലസ്ഥാനമുണ്ടെങ്കിൽ അതേത് എന്നൊരു ചോദ്യം ഉയർന്നാൽ അതിനുത്തരം എമ്പയർ സ്റ്റേറ്റ് ബിൽഡിങ്ങ് എന്നായിരിക്കും. ഇത് ഒരു അംബരചുംബിക്കെട്ടിടമായിട്ടാണറിയപ്പെടുന്നത്. വാസ്തവത്തിൽ അതൊരു മഹത്തായ വാസ്തുശില്പ മഹാത്ഭുതമാണ്. അംബരചുംബികളിലെ തറവാടി. അതിന്റെ സൗന്ദര്യത്തിൽ മങ്ങിമയങ്ങി നമ്മൾ അതിന്റെ പൊക്കം ശ്രദ്ധിക്കാൻ മറക്കും. നൂറ്റിരണ്ട് നിലകളുള്ള ഈ കെട്ടിടത്തിന്റെ ഉയരം നമ്മെ ഞെട്ടിക്കുകയില്ല. അതിന്റെ അംഗകാന്തി നമ്മളെ മയക്കിയുറക്കുന്നു. ഞങ്ങൾ കാണാൻ ചെന്ന സമയത്ത് വലിയ തിരക്കുണ്ടായിരുന്നില്ല. ന്യൂയോർക്കിലെ Time Square ൽ നിന്ന്

പത്തുമിനിട്ട നടക്കാനുള്ള ദൂരമേയുള്ളൂ ഇവിടേക്ക്. അഞ്ചാം അവന്യൂ, ബ്രോഡ്‌വേ എന്നിവകൂടിച്ചേരുന്നിടത്ത് യാതൊരു പരിവേഷവുമില്ലാതെ എംപയർ സ്റ്റേറ്റ് ബിൽഡിങ്ങ് നിൽക്കുന്നു. 86-ാം നിലയിലേക്ക് ലിഫ്റ്റിൽ കയറി. അവിടെ ഒരു sky deck ഉണ്ട് അവിടെ നിന്ന് നോക്കിയാൽ ന്യൂയോർക്കിന്റെ വിഹഗ വീക്ഷണം ലഭിക്കും. ഞങ്ങളെ അവിടെ നിർത്തി ഉണ്ണി ഫോട്ടോകൾ എടുത്തു. അങ്ങുതാഴെ നഗരത്തിൽ റോഡുകളിൽക്കൂടി കാറുകൾ ഉറുമ്പുകൾ പോലെ നീങ്ങുന്നതു കണ്ടു. 87-ാം നില മുതൽ 102-ാം നിലവരെ കറുത്തനിറത്തിന് മറ്റൊരു വാസ്തുശില്പ മട്ടാണ്. അതിന്റെ മുകളിലേക്ക് അന്ന് ഏതായാലും പ്രവേശനം കിട്ടിയില്ല. 102-ാം നിലക്ക് മുകളിൽ പൊക്കത്തിലുള്ള TV ആന്റിനയാണ്. നേരത്തെ സൂചിപ്പിച്ചപോലെ ഈ ആന്റിന ന്യൂയോർക്കിൽ നിലത്തിറങ്ങി വെട്ടുന്ന എല്ലാ ഇടിമിന്നൽ പിണരുകളേയും ഭദ്രമായി ഭൂമിയിലേക്ക് എത്തിക്കുന്നു. ഉയരത്തിൽ എമ്പയർ സ്റ്റേറ്റ് ബിൽഡിങ്ങിനെ കടത്തിവെട്ടി, പിന്നീട് World Trade Center ഷിക്കാഗോവിലെ Sears Tower (ഇന്നത്തെ വില്ലിസ് ടവർ)കലാലംപൂരിലെ Petronas Tower, ദുബായിലെ ബുർജ് ഖലീഫ എന്നിവ വന്നു. ഇതൊക്കെയായാലും Empire State Bulding ഒരു Architectural Marvel ആണ്.

എമ്പയർ സ്റ്റേറ്റ് ബിൽഡിങ്ങ് കണ്ടപ്പോൾ മനസ്സിലുദിച്ച ഒരു സംശയം ഇതാ. ഇത്ര ഉയരത്തിൽ കെട്ടിടനിർമ്മാണത്തൊഴിലാളികൾ vertigo വരാതെ എങ്ങിനെ പണിയെടുക്കും? യന്ത്രോപകരണങ്ങൾ എത്ര ഉപയോഗിച്ചാലും അവസാനം തേപ്പും പണിയിലും മറ്റും തൊഴിലാളികൾ വേണ്ടേ? അവർക്ക് തലകറങ്ങാതെ ജോലി ചെയ്യാൻ എങ്ങനെ സാധിക്കും? ഈ ചോദ്യങ്ങൾക്കുത്തരം കാലിഫോർണിയയിൽ നിന്നാണ് കിട്ടുക.

കാലിഫോർണിയയിൽ Giant Sequoya Californian Redwood എന്നീ ഭീകരന്മാരായ വൃക്ഷങ്ങൾ വളരുന്നുണ്ട്. Sequoya (സെക്വോയ) മരങ്ങൾ പലതിനും 300 അടി പൊക്കമുണ്ട്. Redwood മരങ്ങൾ ചിലത് 400 അടി എത്താറുണ്ട്. ഈ മരങ്ങളിൽ ഒന്നിൽ നിന്ന് മറ്റൊന്നിലേക്ക് മരംവെട്ടുതൊഴിലാളികൾ കയറിയിറങ്ങാറുണ്ട്. കേരളത്തിലെ കവുങ്ങുകളിൽ അടയ്ക്ക പറയ്ക്കുന്ന തൊഴിലാളികൾ ഒന്നിൽനിന്ന് മറ്റൊന്നിലേക്ക് ഭൂമിതൊടാതെ കയറിയിറങ്ങുന്ന മാതിരി. ഈ പരിചയം സിദ്ധിച്ച തൊഴിലാളികൾക്ക് എത്ര പൊക്കത്തിലായാലും തലകറക്കം (vertigo) കൂടാതെ പണിയെടുക്കാൻ പറ്റുമത്രെ. ഈ വാഴ്ത്തപ്പെടാത്ത ധീരനായകർ (Unsung heroes) മനസ്സിൽ കുറെ നേരം തങ്ങിനിന്നു.

മാൻഹട്ടൺ ദ്വീപിൽ റോഡുകളുടെ വ്യത്യാസം ശ്രദ്ധിക്കാം. അവന്യൂകൾ നെടുകയും സ്ട്രീറ്റുകൾ അവയ്ക്കു കുറുകെയുമാണ്. ബ്രോഡ്‌വേ മാത്രം ഇതിനൊരപവാദമാണ്. ബ്രോഡ്‌വേ രണ്ടു സമാന്തര അവന്യൂകൾക്ക് എടങ്കോണിച്ച് കിടക്കുന്നു. ന്യൂയോർക്കിലെ ഏറ്റവും പ്രധാന സ്ട്രീറ്റ് ഏതെന്നു ചോദിച്ചാൽ അതിനുത്തരം ബ്രോഡ്‌വേ എന്നായിരിക്കും. മാൻഹട്ടൺ ദ്വീപിന്റെ വടക്കെ മുനമ്പു മുതൽ തെക്കെ അറ്റം വരെ 12 മൈൽ (19.2 കീ.മീ) നീളത്തിൽ നീണ്ടുകിടക്കുന്ന ഒരേയൊരു പാതയും ബ്രോഡ്‌വേ തന്നെ. ന്യൂയോർക്കിലെ ഏറ്റവും തിരക്കു പിടിച്ച ടൈംസ്ക്വയറിൽ ബ്രോഡ്‌വേ 7th അവന്യൂ ആയി സന്ധിക്കുന്നു. ന്യൂയോർക്കിലെ റോഡുകൾക്കിരുവശത്തും നിരനിരയായിനിൽക്കുന്ന ബഹുനിലകെട്ടിടങ്ങൾ എണ്ണിയാലൊടുങ്ങില്ല. നൂറുകണക്കിനോ അഥവാ ആയിരക്കണക്കിനോ? അങ്ങിനെയൊക്കെത്തോന്നും കാഴ്ചയിൽ.

കൂട്ടത്തിൽ ഞാൻ ശ്രദ്ധിച്ച ഒരു കാര്യം. എത്രയെത്ര പുസ്തകശാലകളാണിവിടെ? അതേപോലെ മ്യൂസിയങ്ങളും നാടക-നൃത്തശാലകളും ഫിലിം സൊസൈറ്റികളും പാശ്ചാത്യസംഗീതത്തിന്റെ ക്ലബ്ബുകളും. ന്യൂയോർക്ക് ഫിൽഹാർമോണിക് ഓർക്കെസ്ട്ര ലോകപ്രസിദ്ധമാണ്. അതിന്റെ ഡയറക്ടറായി കുറെക്കാലം ഇന്ത്യൻ സംഗീതജ്ഞനായ സൂബിൻമേത്ത ആയിരുന്നു എന്നത് ഇന്ത്യക്കാർക്ക് അഭിമാനകരമാണ്.

ന്യൂയോർക്ക് ജൂതന്മാരുടെ ഒരു കോട്ടം കൂടിയാണ്. ഞങ്ങൾ പോകുന്നവഴിയിൽ നട്ടുച്ചക്ക് കുറച്ചാളുകൾ ഒരു synagogue ന മുമ്പിൽ നിൽക്കുന്നതുകണ്ടു. അവരുടെ വസ്ത്രധാരണത്തിൽ നിന്ന് അവർ ജൂതന്മാരാണെന്ന് എളുപ്പത്തിൽ മനസ്സിലായി. അമേരിക്കയിലെ ജൂതന്മാരുടെ മൂന്നിലൊരുഭാഗവും ന്യൂയോർക്കിൽ താമസിക്കുന്നു. അമേരിക്കൻ മുതലാളിത്തത്തിന്റെ ഉള്ളറകൾ മുഴുവൻ ജൂതന്മാരുടെ നിയന്ത്രണത്തിലാണ്. അതേപോലെ ശാസ്ത്രഗവേഷണത്തിലും. നഗരം ചുറ്റുന്നതിനിടയിൽ Saint John പുണ്യവാളന്റെ ഭദ്രാസന പള്ളി (Cathedral Church of ST. John the divine) ശ്രദ്ധിച്ചു. ലോകത്തിലെ ഏറ്റവും വിസ്താരമുള്ള പള്ളിയാണത്രെ ഇത്.

മൂന്നാം ദിവസം കാലത്ത് ടൂറിസ്റ്റ് ഡബ്ബിൾ-ഡെക്കർ ബസ്സിൽ ഒരു തവണകൂടി നഗരപ്രദക്ഷിണം ആവാമെന്നു വെച്ചു. ഏറെ ശ്രദ്ധയാകർഷിച്ച ഒരു കെട്ടിടം ഐക്യരാഷ്ട്രസഭയുടേതാണ്. ഈ അദ്ധ്യായത്തിന്റെ തുടക്കത്തിൽ സൂചിപ്പിച്ചപോലെ ഇന്ന് പൊലിമക്ക് മങ്ങലേറ്റിട്ടുണ്ടെങ്കിലും ഒരു കാലത്ത് ലോകരാഷ്ട്രീയരംഗത്ത് നടുനായകമായി

വിലസിയിരുന്നു UNO(United Nations Organization). ശീതസമരത്തിന്റെ നാളുകളിൽ ട്രാഗീവ് ലീ, ദാഗ് ഹാമർഷീൽഡ്, യൂതാന്റ് എന്നീ പ്രഗല്ഭന്മാർ UNO യുടെ സെക്രട്ടറി ജനറൽമാരായിരുന്നു. ജവഹർലാൽ നെഹ്റുവിനും വി.കെ. കൃഷ്ണമേനോനും അമേരിക്കയെ വിമർശിക്കാനുള്ള സ്ഥിരം വേദിയായിരുന്നു. അന്ന് കാര്യങ്ങൾ ഇന്നത്തെമാതിരിയല്ല. അന്തർദേശീയ രംഗത്ത്പ്രതിച്ഛായ വേണമെന്നുള്ളവർ ന്യൂയോർക്കിലെ ഐക്യരാഷ്ട്രസഭാ മന്ദിരത്തിൽ കഴിയുന്നേടത്തോളം എപ്പോഴും ഹാജരുണ്ടാവും. രണ്ടാംലോകമഹായുദ്ധം കഴിഞ്ഞുള്ള അന്തരാളഘട്ടത്തിൽ 'ഏകലോകം' ഒരു സ്വപ്നമായി എല്ലാവരും താലോലിച്ചു. അന്ന് രാഷ്ട്രീയ നിലപാടുകൾക്ക് ഒരു കാല്പനിക പരിവേഷം തോന്നിയിരുന്നു. ഇന്നത്തേക്കാളുമധികം ആദർശബോധം(Idealisam) നിലനിന്നിരുന്ന കാലമായിരുന്നു അത്. പണ്ഡിറ്റ് ജവഹർലാൽ നെഹ്റു ഈ കാലഘട്ടത്തിന്റെ യഥാർത്ഥ പ്രതിനിധിയായിരുന്നു.

നഗരക്കാഴ്ചകൾക്കിടയിൽ Columbia University കണ്ടു. Campus നുള്ളിൽ കയറിക്കാണാൻ പലകാരണങ്ങളാലും കഴിഞ്ഞില്ല. സമയ പരിമിതി തന്നെയാണ് പ്രധാനകാരണം. ഹാർലെം (Harlem) എന്ന ഡച്ചുകോളനി ശ്രദ്ധ ആകർഷിച്ചു. ന്യൂയോർക്കിൽ വലിയ ഡച്ചു സ്വാധീനം കാണാൻ സാധിക്കും. ചരിത്രപരമായ കാരണങ്ങാളാലാണ് അങ്ങനെവന്നതെന്ന് നേരത്തെ പറഞ്ഞിട്ടുള്ള ന്യൂയോർക്കിന്റെ ചരിത്രത്തിൽ നിന്ന് മനസ്സിലാവും. നഗരപ്രദക്ഷിണത്തിൽ ഇനിപരാമർശിക്കാനുള്ളത് Central Park നെപ്പറ്റിയാണ്.

സെൻട്രൽ പാർക്കിനെപ്പറ്റി പറഞ്ഞാൽ അവസാനിക്കില്ല. ലോകത്തിലെ ഏറ്റവും തിരക്കേറിയ നഗരങ്ങളിലൊന്നിന്റെ ഒത്ത നടുവിലായി നിശബ്ദതയുടെ പര്യായമായി ഒരു പാർക്ക്. മദ്ധ്യമാൻഹട്ടനിൽ 840 ഏക്കറോളം സ്ഥലത്ത് സെൻട്രൽ പാർക്ക് സ്ഥിതിചെയ്യുന്നു. ഏറ്റവും തിരക്കേറിയ ടൈം സ്ക്വയറിൽനിന്നു നോക്കിയാലും അങ്ങകലെ സെൻട്രൽ പാർക്കിന്റെ പ്രവേശന ദ്വാരം കാണാം. കൊല്ലംതോറും രണ്ടരകോടി ജനങ്ങൾ ഈ പാർക്ക് സന്ദർശിക്കുന്നു. 1862ൽ പാർക്കിന്റെ നിർമ്മാണം ആരംഭിച്ചു. അന്ന് മാൻഹട്ടൻ ദ്വീപിന്റെ വടക്കൻ ഭൂവിഭാഗങ്ങൾ അവികസിതമായിത്തന്നെ ഇരിക്കുകയായിരുന്നു. കാലക്രമത്തിൽ പാർക്കിനു ചുറ്റും റെസിഡൻഷ്യൽ പ്രദേശങ്ങളായി. നഗരത്തിന്റെ തിക്കും തിരക്കുമൊഴിഞ്ഞു് ഒട്ടൊന്നു വിശ്രമിക്കാൻ പറ്റിയ ഒരു സ്ഥലത്തിനു വേണ്ടിയുള്ള നഗരവാസികളുടെ തീക്ഷ്ണമായ ആഗ്രഹം ഉടലെടുത്തതാണ് സെൻട്രൽ പാർക്ക്.

നഗരത്തിന്റെ ഏതുഭാഗത്തുള്ളവർക്കും ഒരു പത്തുമിനിട്ടിനുള്ളിൽ നടന്നാൽ എത്തത്തക്കവിധത്തിലാണ് പാർക്കിന്റെ അതിർത്തികൾ നിശ്ചയിച്ചിട്ടുള്ളത്. 1873 ൽ പാർക്ക് തുറന്നുകൊടുക്കുന്നതിനു മുമ്പായി അഞ്ചുലക്ഷം ഘന അടിമണ്ണ് പരിസര പ്രദേശമായ ന്യൂജേഴ്സി സംസ്ഥാനത്ത് നിന്ന് ഇവിടെ കൊണ്ടുവന്നുനിരത്തി. നാലുപതു ലക്ഷം ചെടികളും മരങ്ങളും ഇവിടെ നട്ടു. ഇത് മനുഷ്യ നിർമ്മിതമായൊരു പാർക്കാണെന്ന് കാണുമ്പോൾ തോന്നുകയില്ല. പാർക്കിനുള്ളിൽ ഇരുളടഞ്ഞ പച്ചിലച്ചാർത്തും വേലിപ്പടർപ്പുകളും പൊയ്കകളും നിറഞ്ഞുനിൽക്കുന്നു. വൻമരങ്ങൾ തലയുയർത്തി നിൽക്കുന്നു. കാട്ടുമൃഗങ്ങൾ എത്തിനോക്കുന്നു. പൊയ്കകളിൽ തുഴയാൻ കളിത്തോണികൾ ധാരാളം കണ്ടു. ആൾക്കൂട്ടത്തിൽ തനിയെ എന്ന മിഥ്യാബോധം പാർക്കിനുള്ളിൽ നിൽക്കുന്ന ഓരോരുത്തർക്കും തോന്നും വിധത്തിലാണ് ഇവിടത്തെ കാര്യങ്ങളുടെ സംവിധാനം. ഒരേസമയത്തു തന്നെ പാർക്കിലെ ചിലയിടങ്ങളിൽ കായിക വിനോദങ്ങളും വാതിൽപ്പുറ കലാപരിപാടികളും (Outdoor performing arts) സാഹിത്യചർച്ചകളും പൊടിപൊടിക്കുന്നു. പാർക്കിനെ വലംവെച്ചു പോകുമ്പോൾ പുറത്ത് തൊട്ടടുത്തായിട്ടാണ് കൊളംബിയ യൂണിവേഴ്സിറ്റി കാമ്പസും ഡച്ചുകോളനിയായ ഹാർലെം എന്ന സ്ഥലവും.

സെൻട്രൽ പാർക്കിനു ചുറ്റുമുള്ള കറക്കം കഴിഞ്ഞപ്പോഴേക്കും നേരം നട്ടുച്ചയായി. ഹോട്ടലിൽ മടങ്ങി വന്ന് മുറി ഒഴിഞ്ഞുകൊടുക്കേണ്ട സമയമായി. വൈകുന്നേരം നാലരമണിയോടടുത്താണ് ഭൂഗർഭ റെയിൽവെ ടെർമിനലായ Penn station ൽ നിന്ന് ക്ലീവ്ലൻഡിലേക്ക് തീവണ്ടി റിസർവ്വ് ചെയ്തിരിക്കുന്നത്. സ്റ്റേഷനിലേക്കുള്ള വഴിയിൽ ട്രാഫിക് ബ്ലോക്കുകൾ ഉണ്ടാവാനും സാധ്യതയുണ്ട്. അതോർത്തപ്പോൾ മനസ്സിനോരു ആന്തൽ. വല്ലതരത്തിലും ട്രെയിൻ മിസ്സ് ചെയ്താലോ? അതോർക്കാൻ വയ്യ. ഹോട്ടലിലെ കൗണ്ടറിൽ ഇരുന്നയാൾ ഫോൺ ചെയ്ത് ടാക്സി വരുത്തി. പെൻസ്റ്റേഷൻ കുറച്ചകലെയാണ്. അതാ വരുന്നു ട്രാഫിക്ക് ബ്ലോക്കുകൾ ഒന്നിനു പുറകെ ഒന്നായി. ഇങ്ങനെയുമുണ്ടോ വിചാരിച്ച പേടിച്ച അതേ കാര്യം അതേ പോലെ വരികയെന്നാൽ? ഏതായാലും ടാക്സി കിട്ടിയല്ലോ എന്നു സമാധാനിച്ചു. വാഹനഗതാഗതം ശാസ്ത്രീയമായി സംവിധാനം ചെയ്ത ന്യൂയോർക്കിലും ട്രാഫിക് ജാം! ഒരെണ്ണം കഷ്ടി കടന്നുകൂടിയാൽ അടുത്തത്. മണിമൂന്നരയാവാറായി ടെൻഷൻ കൂടിത്തുടങ്ങി. എന്തിനു പറയുന്നു നാലുമണിയാവാറായപ്പോഴേക്കും പെൻ ഭൂഗർഭ റെയിൽവേ സ്റ്റേഷനിലെത്തി. അപ്പോഴതാ അതിനേക്കാൾ

വലിയൊരു പ്രശ്നംതലപൊക്കുന്നു. ഒരു വലിയ ക്യൂ ഞങ്ങളെ കാത്തുനിൽക്കുന്നു. അനന്തരമായ ക്യൂ. വറക്കുന്ന ചീനച്ചട്ടിയിൽ നിന്ന് രക്ഷപ്പെട്ടപ്പോൾ അടുപ്പിലേക്ക് മൂക്കുകുത്തിയ പോലെ. അതോടെ പ്രാർത്ഥന തുടങ്ങി. എന്റെ മുളങ്കുന്നത്തു കാവിൽ അയ്യപ്പാ! ഇന്ന് അരമണിക്കൂർ സമയം കൊണ്ട് വണ്ടികിട്ടിയില്ലെങ്കിൽ ഇന്ന് ന്യൂയോർക്കിൽ കുടുങ്ങിയതു തന്നെ. അവസാനം ആരുടേയോ സന്മനസ്സുകൊണ്ട് ഞങ്ങളുടെ വണ്ടിയെപ്പറ്റിയുള്ള വിവരങ്ങൾ ക്യൂനിൽക്കാതെത്തന്നെ ഉണ്ണി സമ്പാദിച്ചു കൊണ്ടു വന്നു. ഹാവൂ! ഇപ്പോഴാണ് ശ്വാസം നേരെയൊന്നു വീണത്.

അതാ പ്ലാറ്റ്ഫോമിന്റെ ഒരറ്റത്ത് ക്ലീവ്‌ലൻഡിലേക്കുള്ള ട്രെയിൻ നിൽക്കുന്നു. അതോടെ തടസ്സങ്ങളെല്ലാം ഒഴിഞ്ഞുപോയെന്നു തീർച്ചയായി. All is well that ends well എന്നില്ലേ? നാലേകാൽമണിക്ക് വണ്ടിയിൽ കയറി ഇരിപ്പായി. വണ്ടി പുറപ്പെടാൻ ഇനിയും പതിനഞ്ചു മിനിട്ടുണ്ട്. നിർദ്ദിഷ്ട കമ്പാർട്ടുമന്റിൽ കയറി ഇരുന്നപ്പോൾ കാര്യങ്ങളെല്ലാം വീണ്ടും ഉഷാറായ മട്ടായി. വണ്ടിയിൽ വലിയ തിരക്കൊന്നുമില്ല. നേരത്തെ സൂചിപ്പിച്ചമാതിരി അമേരിക്കയിൽ പബ്ലിക്ക് യാത്രാ സംവിധാനങ്ങളായ ട്രേയ്ൻ, ബസ്സ് എന്നിവ യാത്രക്കായി ഉപയോഗിക്കുന്നവർ പൊതുവെ കുറവാണ്. അകലേക്കുള്ള യാത്രക്കാണെങ്കിൽ Flight (വിമാനയാത്ര), അടുത്തേക്കാണെങ്കിൽ Drive (കാർയാത്ര), ഇവരണ്ടിനും ഏതെങ്കിലും അസൗകര്യംനേരിട്ടാൽ മാത്രം തീവണ്ടി അല്ലെങ്കിൽ ബസ്സ്.

പെൻസ്റ്റേഷനിലെത്തിയപ്പോഴാണ് അമേരിക്കയിലെ വൻനഗരങ്ങളിലെ മെട്രോ യാത്രാസംവിധാനങ്ങളെക്കുറിച്ചോർത്തത്. എല്ലായിടത്തും Sub-Urban train system മെട്രോ സംവിധാനത്തിലാണ്. ഇങ്ങനെയൊരു സമാന്തരയാത്രസംവിധാനം ഉണ്ടെന്നുകൂടി നമ്മൾ മറക്കും. അത്രമാത്രം നിശബ്ദമായി മെട്രോ യാത്രാ സംവിധാനങ്ങൾ സജ്ജീകരിച്ചിരിക്കുന്നു. Penn സ്റ്റേഷൻ താരതമ്യേന ചെറുതാണ്. ന്യൂയോർക്കിലെത്തന്നെ Grand Central Station ഭൂഗർഭത്തിലാണ് ഭൂമിക്കിടയിൽ ഒരു സമാന്തര യാത്രാസംവിധാനം നിശ്ശബ്ദമായി നിലനിൽക്കുന്നുവെന്നത് പ്രസ്താവ്യമായൊരു വസ്തുതയാണ്. ഇന്ത്യയിലെ മെട്രോപ്പോളിറ്റൽ നഗരങ്ങളായ മുംബൈ, കൊൽക്കത്ത, ദൽഹി, ചെന്നൈ എന്നിവിടങ്ങളിലെല്ലാം ഇവ്വിധമുള്ള ഭൂഗർഭയാത്രാ സംവിധാനങ്ങൾ കൊണ്ടു വരുന്നത് നന്നായിരിക്കും. ഇന്നല്ലെങ്കിൽ ഭാവിയിൽ എപ്പോഴെങ്കിലും അത് വേണ്ടിവരുമെന്ന് തീർച്ച.

ന്യൂ യോ ർ ക്ക് - ആ ൽ ബ നി - റോ ഷ സ്റ്റാ ർ - സൈ രാ ക്യൂ സ് -ബഫല്ലോ- അസ്റ്റാബുള്ള- ക്ലീവ്‌ലൻഡ് എന്നാണ് ട്രെയിൻ റൂട്ട്. ആൽബനി ന്യൂയോർക്ക് പ്രവിശ്യയുടെ തലസ്ഥാനമായ ഒരു ചെറു പട്ടണമാണ്. റോഷസ്റ്റർ, സൈരാക്യൂസ് എന്നീ പട്ടണങ്ങളെപ്പറ്റി ഞാൻ കേട്ടിട്ടുള്ളത് അതേപേരുകളുള്ള സർവ്വകലാശാലകളുമായി ബന്ധപ്പെട്ടാണ്. അവിടങ്ങളിലെ ഭൗതികശാസ്ത്ര വിഭാഗങ്ങൾ (physics Department കൾ) പത്രവാർത്തകളിൽ ചിലപ്പോൾ സ്ഥലം പിടിക്കാറുണ്ട്. മൗലികകണങ്ങളെക്കുറിച്ചുള്ള ഗവേഷണങ്ങൾ ഈ സർവ്വകലാശാലകളെ പ്രശസ്തിയിലേക്കുയർത്താറുണ്ട്. ബഫല്ലോ ആയാൽ നയാഗ്രയിലേക്കുള്ള വഴിതിരിഞ്ഞു പോകാം. അസ്റ്റാബുള്ള (അഷ്ടബുള്ള) എന്ന പേര് രസകരമായിത്തോന്നി. ഒരുമൊട്ടത്തലയെ ഓർമ്മിപ്പിക്കുന്ന പേര്.

തീവണ്ടിമാർഗ്ഗമുള്ള മടക്കയാത്രയിൽ എന്റെ ശ്രദ്ധ ഏറ്റവുമധികം തങ്ങിനിന്നത് ഹഡ്സൺ നദിയിലാണ്. ന്യൂയോർക്ക് വിട്ട് അധികം താമസിയാതെ ഞങ്ങളുടെ റെയിൽ ട്രാക്കിന്റെ സമീപത്തുകൂടി സമാന്തരമായി ഒഴുകാൻ തുടങ്ങിയ ഹഡ്സൺ നദി സൂര്യൻ അസ്തമിക്കുന്നതുവരെ ഞങ്ങളുടെകൂടെയുണ്ടായിരുന്നു. വേനൽക്കാലത്തവിടെ സൂര്യനസ്തമിക്കുന്നത് രാത്രി 8.30 മണിക്കാണ്. എനിക്കോർമ്മവന്നത് പാലക്കാട്ടു മുതൽ തിരുന്നാവായ വരെയുള്ള തീവണ്ടിയാത്രയാണ്. ഈ യാത്രയുടനീളം ഭാരതപ്പുഴ റെയിലിനു സമാന്തരമായി ഉണ്ടായിരിക്കും. ഭാരതപ്പുഴയാണെങ്കിൽ എപ്പോഴും വെള്ളം വറ്റിയ മട്ടാണ്. മണൽത്തിട്ടാണ് പുഴയിൽ നമ്മുടെ ശ്രദ്ധയാകർശിക്കുക. ഞങ്ങൾ ന്യൂയോർക്കിൽ നിന്നു യാത്രചെയ്ത ജലായ് 31-തി ഹഡ്സൺ നദിയും ഏതാണ്ട് ഇതേമട്ടിൽ തന്നെയായിരുന്നു. വെള്ളം പൊതുവേ കുറവ്. ഭാരതപ്പുഴയേക്കാൾ വീതിയുണ്ട്. മണൽതിട്ടകൾ ശ്രദ്ധപിടിച്ചു പറ്റും വിധത്തിൽ പരന്നു കിടക്കുന്നു. ആകെക്കൂടി നോക്കിയാൽ നിളാനദിയുമായുള്ള സാദൃശ്യം ചെറുതല്ല. ജൂലായ് അവസാനത്തിലെ ആ സായാഹ്നത്തിൽ ഹഡ്സൺ നദീതീരത്തൊരു ചാറൽമഴ മുനിഞ്ഞു പെയ്തുകൊണ്ടിരുന്നു. അന്തരീക്ഷം കർക്കിടമാസത്തിലെ കുളിച്ചീറനണിഞ്ഞ ഒരു വർഷക്കാല സന്ധ്യയുടേതായിരുന്നു. മണൽത്തിട്ടകൾ വ്യക്തമായികണ്ടിരുന്നില്ലെങ്കിൽ നിളാതീരത്തെ കേരളീയാന്തരീക്ഷം ഇത്രയും അനുഭവപ്പെട്ടുമായിരുന്നില്ല. ആകെക്കൂടിപ്പറഞ്ഞാൽ ന്യൂയോർക്ക് യാത്രയുടെ ധനാശിപാടൽ ഹഡ്സൺ നദിയിലെ വർഷക്കാല സന്ധ്യയുടെ അന്തരീക്ഷത്തിലായിരുന്നു.

ട്രെയിനിലെ പാൻട്രി കാറിൽ ഭക്ഷണം അന്വേഷിച്ച് ചെന്ന പ്പോൾ സുഖകരമായൊരനുഭവം. പാൻട്രി കാറിലെ കണ്ടക്ടർ ഒരു തടിച്ച ആഫ്രിക്കൻ- അമേരിക്കൻ. അയാൾ ഞങ്ങളോട് " Just take "എന്നുപറഞ്ഞു വെജിറ്റേറിയൻ തീറ്റ സ്സാധനങ്ങൾ ഇഷ്ടംപോലെ എടുത്തു തന്നു. ഞങ്ങൾ ഭക്ഷണം കഴിക്കുമ്പോൾ അയാൾ അതിൽ പെരുത്ത സന്തോഷം കണ്ടെത്തുന്ന പോലെ. ഇങ്ങനേയും മനുഷ്യരോ? അയാളോട് മനസാവാചാ നന്ദി പറഞ്ഞു.

വെളുപ്പാൻ കാലത്ത് നാലുമണിക്ക് കമ്പാർട്ടുമെന്റിലെ കണ്ടക്ടർ ഞങ്ങളെ കൃത്യമായി വിളിച്ചുണർത്തി. ക്ലീവ്‌ലൻഡിൽ എത്താറായി എണീറ്റു കൊള്ളൂ എന്നുപറഞ്ഞു. ഇന്ത്യൻ തീവണ്ടികളിൽ ഇങ്ങനെ ഉണ്ടാവുമോ? അയാളോടു നന്ദിപറഞ്ഞു. ആഗസ്റ്റ് ഒന്നിന് വെളുപ്പാൻ കാലത്ത് ഞങ്ങൾ ക്ലീവ്‌ലൻഡ് റെയിൽവേ സ്റ്റേഷനിൽ ഇറങ്ങി. അവിടെയെല്ലാം സുഖകരമായ കൽകരിമണം. എന്റെ കുട്ടിക്കാല ത്തെ ഓർമ്മകൾ ഉണർത്തുന്ന മണം. അമേരിക്കയുടെ മണം.

ഷിക്കാഗോ

അമേരിക്കിലെ പല പ്രസിദ്ധ സ്ഥലങ്ങളുടേയും പേരുകൾ പഴയ നേറ്റീവ് അമേരിക്കൻ നാമങ്ങളാണ്. ഉദാഹരണങ്ങൾ നിരവധി. കോളറാഡോ, കയാഹോഗാ, ഇല്ലിനോയി, ഷിക്കാഗോ, അസ്റ്റാബുള്ള, ഇഡാഹോ, അയോവാ, ഒഹായോ, ചാത്തനൂഗ, നെബ്രാസ്ക, ചാത്തനൂച്ചി, താള്ളഹസ്സി, മിസ്സിസ്സിപ്പി മുതലായവ. യൂറോപ്യൻ വർഗക്കാർ അമേരിക്കൻ കരയിൽ തോക്കും പിന്നെ പല പുതിയ അസുഖങ്ങളും കൊണ്ടുവന്നു. ഇവിടെയുണ്ടായിരുന്ന നേറ്റീവ് അമേരിക്കൻ ജനതയ്ക്ക് തോക്കിന് മുമ്പിൽ തല കുനിക്കുകയേ നിവൃത്തിയുണ്ടായിരുന്നുള്ളൂ. അവരുടെ കയ്യിലുള്ള ആയുധങ്ങൾ വാളും കുന്തവും മൂർച്ചയുള്ള കല്ലുകളും മാത്രമായിരുന്നു. തോക്കിനിരയാവാതെ അവശേഷിച്ചവർ പകർച്ചവ്യാധികൾക്കും ഇരയായി. യൂറോപ്യൻ ജനങ്ങൾ രോഗപ്രതിരോധ ശക്തിയും കൂടെ കൊണ്ടുവന്നിരുന്നു. റെഡ്ഇന്ത്യക്കാർ പെട്ടെന്നെന്തു ചെയ്യാനാണ്? മഹാമാരികൾപോലെ വന്നുപെട്ട ഇറക്കുമതി രോഗങ്ങൾക്ക് മുമ്പിൽ അവർ അടിയറവ് പറഞ്ഞു. ചില സംസ്കാരങ്ങൾ അന്നേ ഇങ്ങനെ നാമവാശേഷമായിട്ടുണ്ട് അമേരിക്കയിൽ. മെക്സിക്കോവിലെ ഇങ്കാ എന്നുപറയുന്ന മായൻ സംസ്കാരം ഇതിനുദാഹരമാണ്. USAയിലെ ജനങ്ങൾക്കിടയിൽ യൂറോപ്യൻ, ആഫ്രിക്കൻ, ലാറ്റിൻ അമേരിക്കൻ, ഏഷ്യൻ, പശ്ചിമേഷ്യൻ എന്നീ വിഭാഗങ്ങളെ തിരിച്ചറിയാറുണ്ട്.

നേറ്റീവ് അമേരിക്കൻ ആരെങ്കിലും ഉണ്ടോ എന്ന തപ്പിനോക്കാറുണ്ട്. പ്രഥമ ദൃഷ്ട്യാ കാണാൻ കഴിഞ്ഞിട്ടില്ല.

ഇല്ലിനോയ്, ഷക്കാഗോ (ചിക്കാഗോ) എന്നീ പേരുകളാണ്എന്നെ നേറ്റീവ് അമേരിക്കൻ വിശേഷങ്ങളിലേക്ക് വഴി തെറ്റിച്ചത്. ഇല്ലിനോയ്(Illinoise) സംസ്ഥാനത്തിലെ പ്രധാന നഗരമാണ് ഷിക്കാഗോ. ഇല്ലിനോയുടെ തലസ്ഥാനം സ്പ്രിങ്ങ് ഫീൽഡ് എന്ന ചെറിയ പട്ടണമാണ്. പ്രസിഡണ്ട് ബരാക്ക് ഒബാമയുടെ നാട് ഇല്ലിനോയി അണത്രെ. അമേരിക്കയിലെ പഞ്ചമഹാതടാകങ്ങൾ എന്ന പ്രസിദ്ധിനേടിയവയാണ് ഈറി, ഹ്യൂറോൺ, മിഷിഗൻ,സുപ്പീരിയർ, ഒൺടാറിയോ എന്നിവ. തടാകങ്ങളെന്നാണ് പറയാറെങ്കിലും കടൽപോലിരിക്കും. എത്രയോ ചതുരശ്രമീറ്ററോളം പരന്നു കിടക്കുന്നു. തിരമാലകൾ അലയടിക്കുന്നത് കാണാം. മിഷിഗൻ തടാകത്തിന്റെ പടിഞ്ഞാറെ തീരത്താണ് ഷിക്കാഗോ. തടാകത്തിന്റെ സാമീപ്യം കാരണം കാലാവസ്ഥയ്ക്ക് ഒരു ഒളിച്ചുകളി സ്വഭാവം (Unpredictability) ഉണ്ട്. ഇതിന് Lake effect എന്നുപറയാറുണ്ട്. ചൂടും തണുപ്പും ചിലപ്പോൾ ഒന്നിൽനിന്നും മറ്റൊന്നിലേക്ക് മുതലക്കുപ്പുകത്തും. കൂടാതെ തണുപ്പ് കൂടുതൽ കഠിനവുമാണ്. ഞങ്ങൾ ഫാൾ സീസണിൽ (ഒക്ടോബർ) ആണ് പോയത്. ഷിക്കാഗോവിൽ ഈ സമയത്ത് തണുപ്പ് തീർച്ചയാണ്. അതിനാൽ കമ്പിളി വസ്ത്രങ്ങൾ കരുതിയിരുന്നു. ക്ലീവ്‌ലൻഡിൽ നിന്നും മുക്കാൽ മണിക്കൂർ വിമാനയാത്രകൊണ്ട് ഷിക്കാഗോവിലെത്തി. ക്ലീവ്‌ലൻഡ്, ഈറി തടാകതീരത്താണല്ലോ. കാലാവസ്ഥയിൽ ക്ലിവ്‌ലാന്റും ഷിക്കാഗോവും തമ്മിൽ അതിനാൽ സമാനതകളുണ്ട്. വിമാനം പറന്നുയരുമ്പോഴും ഇറങ്ങാൻ താഴുമ്പോഴും ഈറിയും, മിഷിഗനും തടാകങ്ങൾ ആകാശക്കാഴ്ചയിൽ തിരിച്ചറിയില്ല. പിന്നെ ഷിക്കാഗോവിലെ അംബരചുംബി കെട്ടിടങ്ങളിൽ നിന്ന് നഗരത്തെ പെട്ടെന്ന് തിരിച്ചറിയാൻ പറ്റും. എവിടെനിന്നു നോക്കിയാലും 110 നിലയിലുള്ള സിയേഴ്സ് ടവർ (ഇന്നത്തെ വില്ലിസ് ടവർ) കാണാം. ഷിക്കാഗവിലെ O- Hare വിമാനത്താവളം ലോകത്തിലെ ഏറ്റവും വലിയ Airport കളിലൊന്നാണ്. ഉണ്ണിയുടെ ഒരു സ്നേഹിതൻ രാജു (രാജ്കിഷോർ മിശ്ര) ഒറീസ്സക്കാരനാണ്. രാജു അടുത്തകാലത്തായി ഷിക്കാഗോവിലെ ഒരുസ്വകാര്യ സർവ്വകലാശാലയിൽ ജോലിചെയ്യുകയാണ്. രാജു വിമാനത്താവളത്തിൽ വന്നിരുന്നു.

ഉച്ചക്ക് ഒരുമണിയോടെ ഷിക്കാഗോവിലെത്തി. വിശപ്പുതുടങ്ങിക്കഴിഞ്ഞിരുന്നു.രാജു ഞങ്ങളെ നല്ല ഒരു ഇന്ത്യൻ ഹോട്ടലിലേക്ക

കൊണ്ടുപോയി. ഹോട്ടലിൽ ഊണുകഴിക്കുന്ന ഹാളിന്റെ നടുവിലായി വലിയ ഒരു അടുപ്പിൽ തീ എരിഞ്ഞിരുന്നു. നാടൻ മട്ടിൽ വിറകുകൊള്ളികൾ ആണ് കത്തിയിരുന്നത്. നല്ല തണുപ്പായിരുന്നതിനാൽ അടുപ്പിന്നടുത്തുള്ള സീറ്റുകളിലിരുന്നു. ഉഗ്രൻ വെജിറ്റേറിയൻ ലഞ്ച്. ലഗ്രാൻഷ് പാർക്ക് എന്നാണ് ഹോട്ടൽ നിന്നിരുന്ന സ്ഥലത്തിന്റെ പേര്. രാജു ഞങ്ങളെ ലഗ്രാൻഷ് പാർക്കിൽ നിന്നും കുറച്ചകലെയുള്ള ഹോട്ടലിൽ കൊണ്ടാക്കി. ഹോട്ടൽ ഷിക്കാഗോ നഗരത്തിന്റെ മദ്ധ്യത്തിൽ തന്നെയാണ്. മിഷിഗൻ തടാകത്തിനു സമീപം തന്നെ ഡബ്ലിൾ ട്രീ എന്നാണ് ഹോട്ടലിന് പേര്. ഹോട്ടൽ മുറിയിലിരുന്നാൽ നഗരത്തിലെ ഗതാഗതത്തിരക്കു കാണാം. അങ്ങകലെ സിയേഴ്സ് ടവർ തലയുയർത്തി നിൽക്കുന്നു. ഹോട്ടലിന്റെ സമീപം തടാകത്തീരത്തുതന്നെയാണ് മറ്റൊരു അംബരചുംബി കെട്ടിടമായ ജോൺഹാൻകോക്ക് ടവർ. ഇതിന് 100 നിലകളുണ്ട്. നൂറ്റിപ്പത്തു കാരിയായ സിയേഴ്സ് ടവറുള്ളതുകാരണം ജോൺഹാൻകോക്ക് ടവർ ഷിക്കാഗോവിൽ തന്നെ രണ്ടാംസ്ഥാനത്തുകാരിയായി മാറി. ടവറിനുമുകളിൽ നഗരം മുഴുവൻ ഭംഗിയായി കാണത്തക്കവിധത്തിൽ ജോൺ ഹാൽഹോക്ക് ഒബ്സർവേറ്ററി (നിരീക്ഷണ ശാല)യും ഒരുക്കിയിട്ടുണ്ട്.

മിഷിഗൻ തടാകത്തീരത്തിന്നടുത്തുതന്നെയാണ് ഷിക്കാഗോ ആർട്ട് ഇൻസ്റ്റിറ്റ്യൂട്ട്. സ്വാമി വിവേകാനന്ദനെ ഓർത്തു. ഇവിടെ വെച്ചാണ് 1893ൽ വിവേകാന്ദ സ്വാമികൾ ഇന്ത്യയുടെയും ഹിന്ദുമതത്തിന്റെയും ശബ്ദം വേറിട്ടു കേൾപ്പിച്ചത്. ഷിക്കാഗോ സർവ്വമത സമ്മേളനത്തിലായിരുന്നു അത്. കാഷായ വസ്ത്രധാരിയായ വിവേകാനന്ദനെ ആരും അറിഞ്ഞിരുന്നില്ല. അതിനാൽ ഗൗനിച്ചതുമില്ല. പ്രസംഗിക്കാനായി അദ്ദേഹം എഴുന്നേറ്റപ്പോൾ ആരോ, എന്തോ എന്നു വിചാരിച്ചു സദസ്യർ. മണിക്കൂറുകൾ നീണ്ടുനിന്ന പ്രസംഗം കഴിഞ്ഞപ്പോൾ അവിടെ കൂടിയിരുന്നവർ ഞെട്ടിപ്പോയി 'ഇത് ആരപ്പാ?' എന്നായി എല്ലാവരും. ക്രിസ്ത്യൻ, യഹൂദ, മുസ്ലിം മതപണ്ഡിതന്മാരും നരവംശശാസ്ത്രജ്ഞരും ചരിത്രകാരന്മാരും ഭാരതത്തിന്റെയും ഹിന്ദുമതത്തിന്റെയും വിശ്വമാനവികതയെ ശ്രദ്ധിച്ചു.

അല്പം നഗരചരിത്രം. ഒരു കാലത്ത് ഇല്ലിനോയി ഇന്ത്യക്കാരെന്ന ആദിവാസികളായിരുന്നു ഇവിടെ എന്ന് എങ്ങിനെ വിശ്വസിക്കാനാണ്? മിഷിഗൻ തടാകത്തിന്റെ ഈ ഭാഗത്തിന് ആദിവാസികളുടെ പേര് ഷിക്കാവ്ഗൗവ് (Chicaugou) എന്നായിരുന്നു. അന്നവിടെ ഉടനീളം നിറഞ്ഞുനിന്നിരുന്നത് ഒരു പ്രത്യേകതരം

ഉള്ളിച്ചെടികളായിരുന്നു, അതിന്റെ മണം രൂക്ഷമായിരുന്നു, അങ്ങിനെയാണ് ഈ പേര് വന്നതെന്ന് കരുതപ്പെടുന്നു. മൂന്നുമുനകളായി ഒരു നദി അവിടെ ഒഴുകിയിരുന്നു. അതിന്റെ മുഖത്തായി നിന്നിരുന്ന ഈ പ്രദേശം ആദ്യമായി കണ്ടെത്തിയതു രണ്ടു ഫ്രഞ്ചുകാരായിരുന്നു. Jolliet, Marguette എന്നീ നാവികർ. 1770 കളിൽ ഫ്രഞ്ചുകാർ അവിടെ ഒരു താവളം തുടങ്ങി. 1871ലാണ് വലിയ ഒരു ദുരന്തം ഷിക്കാഗോവിനെ നടുക്കിയത്. നഗരത്തിന്റെ പലഭാഗങ്ങളും അഗ്നിക്കിരയായി. അതൊരു Freak accident (വികൃതിയായ അപകടം)ആയിരുന്നു. നഗരത്തിന്റെ പടിഞ്ഞാറുഭാഗത്തുള്ള മരത്തടി കേന്ദ്രത്തിലുള്ള ഒരു വീട്ടിലെ കറവപ്പശുവാണതിലെ വില്ലൻ (അഥവാ നായിക). മുനിഞ്ഞുകത്തുന്ന ഒരു മണ്ണെണ്ണ വിളക്ക് പശു തട്ടിമറിച്ചു. പടർന്നുപിടിച്ച തീ ഷിക്കാഗോ നദിക്കപ്പുറത്തേക്കു വ്യാപിച്ചു. പിന്നീടുണ്ടായ ഒരു മഴ ഏതായാലും കൂടുതൽ സ്ഥലങ്ങളിലേക്ക് തീപടരുന്നത് തടഞ്ഞു. ഒരു മുന്നൂറുപേരെങ്കിലും മരിച്ചു. ഒരു ലക്ഷം പേർ ഭവനരഹിതരായി. എന്തായാലും നഗരം ശക്തമായി ഉയർന്നെഴുന്നേറ്റു.

ചരിത്രത്തിന്റെ ഇടനാഴിയിലൊരിടത്ത് മറ്റൊരു വികൃതിസംഭവം (Freak incident) കൂടി നടന്നിട്ടുണ്ട്. ഷിക്കാഗോ നദി ഇന്നൊഴുകുന്നതിന്റെ നേരെ എതിർദിശയിലേക്കായിരുന്നു പണ്ടൊഴുകിയിരുന്നത്. മാലിന്യങ്ങൾ അടിഞ്ഞു കൂടി നദി നാറാൻ തുടങ്ങി. നാറ്റം സഹിക്കവയ്യാതായപ്പോൾ Rudolph Hering എന്ന എഞ്ചിനീയർ കണ്ടെത്തിയ പരിഹാരം നദിയുടെ ഒഴുക്കിനെ എതിർദിശയിലാക്കുകയായിരുന്നു. അതൊരു എഞ്ചിനീയറിംങ്ങ് സാഹസം തന്നെയായിരുന്നു. അതിനുശേഷം നദി ഇന്നത്തെ നിലയിലായി.

താമസിച്ചത് നഗരത്തിനന്റെ ഹൃദയഭാഗത്തുതന്നെയുള്ള ഹോട്ടലിൽ. കാണാൻ ലക്ഷ്യമിട്ട പലതും നഗരമദ്ധ്യത്തിൽതന്നെ. അതിനാൽ ഇത്തവണ നഗരക്കാഴ്ചകൾ കാണാനുദ്ദേശിച്ചുള്ള ഡബ്ബിൾഡക്കർ ബസ് കഴിയുന്നതും വേണ്ടെന്നുവെച്ചു. കുറെയൊക്കെ നടന്നുപോയി കാണാൻ പറ്റും. പിന്നെ എന്റെ ശീലവും കുറെയൊക്കെ ഇതിനനുകൂലമാക്കി. നടക്കാനുള്ള അവസരങ്ങൾ ഞാൻ പാഴാക്കാറില്ല. ചില പഴയ ശീലങ്ങൾ എന്നുപറയാം. എന്നാലും ആരോഗ്യത്തിന് നല്ലതാണ്. ഒരു ഗുണം കൂടിയുണ്ട്. നഗരത്തിന്റെ മുക്കും മൂലയുമെല്ലാം കാണാപ്പാഠമാവും. ടാക്സി ഓട്ടോറിക്ഷയുമൊന്നും ഇക്കാര്യത്തിൽ നമ്മെ സഹായിക്കില്ല. പിന്നെ ഒരു രഹസ്യം കൂടി പറയട്ടെ. വാഹനത്തിൽ സഞ്ചരിച്ചാൽ സ്ഥലങ്ങളുടെ നിറം മാത്രമേ കിട്ടുകയുള്ളൂ. മണം കിട്ടണമെങ്കിൽ നടക്കുക തന്നെ വേണം.

ഇന്നത്തെ കാലത്ത് നടന്നു കാര്യം സാധിക്കുക പ്രായോഗികമല്ല. അല്ലെങ്കിൽ പിന്നെ സാഹസികനായിരിക്കണം. ഞാൻ ഒരിക്കലും അങ്ങനെയല്ല. ഏതായാലും ഒരു മദ്ധ്യമമാർഗം സ്വീകരിക്കാറുണ്ട്. നേരത്തെ പറഞ്ഞമാതിരി നടക്കാനുള്ള അവസരങ്ങൾ പാഴാക്കാതിരിക്കുക. ഇംഗ്ലീഷ് കവിയായ വില്യം വേഡ്സ് വർത്ത് നടന്നു തീർത്ത ദൂരത്തിന് പരിധിയില്ലത്രെ. അതുപോലെത്തന്നെ ക്വാണ്ടം ഫിസിക്സിന്റെ രാജശില്പിയായ പി.എ.എം ഡിറാക്, ആപേക്ഷിക സിദ്ധാന്തത്തിന്റെ പെരുന്തച്ചനായിരുന്ന ആൽബർട്ട് ഐൻസ്റ്റീൻ എന്നിവർ. ഡിറാക്കിന്റെ ഒരു വിദ്യാർത്ഥി അദ്ദേഹത്തിനോടു പറഞ്ഞു, സർ എനിക്ക് ഇന്ന് സർവ്വകലാശാലയിൽ ജോലികിട്ടി. പക്ഷേ, താമസസ്ഥലം 5 കിലോമീറ്റർ അകലെയാണ്. ഡിറാക് വിദ്യാർത്ഥിയോടു പറഞ്ഞു അതിനെന്ത്? നീ ഇരട്ടി ഭാഗ്യവാനാണ്. ജോലിയോടൊപ്പം നിനക്ക് ദിവസവും അഞ്ചും അഞ്ചും പത്തുകിലോമീറ്റർ നടത്തവും കിട്ടിയല്ലോ. ഭൗതികശാസ്ത്രത്തിന്റെ സുവർണ്ണദശയായിരുന്ന ഇരുപതാംനൂറ്റാണ്ടിന്റെ ആദ്യപകുതി. രണ്ടു ഭൗതികശാസ്ത്രജ്ഞന്മാർ ലോഹ്യം പറഞ്ഞു തുടങ്ങുക ഇങ്ങനെയാണ്. Come, let us go for a long walk (നമുക്കൊരു നീണ്ട നടത്തത്തിന് പോയാലോ) Why not? മറുപടി. മണിക്കൂറുകൾ നീണ്ട നടത്തത്തിനു ശേഷം പിറ്റേ ദിവസം ആകുമ്പോഴേക്കും ഒരു പുതിയ പേപ്പർ പ്രസിദ്ധീകരിക്കുന്നതിനുള്ള മെറ്റീരിയൽ അവർക്കു മുമ്പിൽ തെളിഞ്ഞിരിക്കും. ഐൻസ്റ്റീൻ പ്രിൻസ്റ്റണിനുള്ള Institute of Advanced Studies ൽ ആയിരുന്നു അദ്ദേഹത്തിന്റെ ജീവിതത്തിലെ അവസാന 22 വർഷങ്ങൾ ചിലവഴിച്ചത്. താമസസ്ഥലത്തു നിന്ന് ജോലിസ്ഥലത്തേക്കും മറിച്ചും നടന്നാണ് പോയിരുന്നത്. കാറോടിക്കാൻ പേടിയായിരുന്നു. വിശേഷാവസരങ്ങളിൽ ഹോബിയായി തോണിതുഴയും. അതെല്ലാം ഒരു കാലം! ഏതായാലും നമുക്ക് സാധാരണക്കാർക്കും നടക്കുന്നത് കുറച്ച് അഭിമാനപൂർവ്വമെങ്കിലും ആയിക്കൂടേ?

ഷിക്കാഗോവിലെ നടന്നുകണ്ട സ്ഥലങ്ങളിൽ ആദ്യം ഓർമ്മ വന്നത് ഷിക്കാഗോ നദിയാണ്. മിഷിഗൻ തടാകത്തിൽ ചെന്നുചേരുന്ന ചെറിയൊരു പുഴ, വേറെ പ്രത്യേകതയൊന്നുമില്ല. പുഴയുടെ തീരത്തിന്നടുത്തായി ഷിക്കാഗോ ഷെയ്ക്സ്പിയർ തിയേറ്റർ കണ്ടു. ഷെയ്ക്സ്പിയർ നാടകങ്ങൾ അവിടെ സ്ഥിരമായി അവതരിപ്പിക്കാറുണ്ടത്രെ. നേവിപിയർ അടുത്തുതന്നെയാണ്. നമ്മുടെ ഭാഷയിൽ പറഞ്ഞാൽ ബോട്ടുജെട്ടി. പിയറിന്റെ പ്രാധാന്യം ഒരു തുറമുഖമെന്ന നിലക്കു മാത്രമല്ല, നേവിപിയർ അങ്ങാടി വാണിഭത്തിന്റെ ഒരു

മില്ലെനിയം പാർക്ക്, ഷിക്കാഗോ

കേന്ദ്രമാണ്. പൊതുവെ അമേരിക്കയിൽ ഇന്ത്യയെ അപേക്ഷിച്ച് ജനത്തിരക്ക് കുറവാണെങ്കിലും ബോട്ടുജെട്ടികളിൽ അത് ഷിക്കാഗോ വിലോ, സാൻ ഫ്രാൻസിസ് കോവിലോ, ലോസ് അഞ്ജലസിലോ എവിടെ ആയാലും നല്ല ജനത്തിരക്കാണ്. ഒരു പൂരത്തിരക്ക തന്നെ. കടലിലോ കായലിലോ ബോട്ടിൽ ഉല്ലാസയാത്ര പോകാം. ശനി, ഞായർ Weekend ആയി ആഘോഷിക്കാം. Soft drinks അകത്താക്കാം. ചെറിയ ഷോപ്പിങ്ങ് നടത്താം. എല്ലാം കൊണ്ടും ലാഘവം നിറഞ്ഞ അന്തരീക്ഷം.

ഷിക്കാഗോവിലെ നേവിപിയർ ഒരുതരത്തിൽ നഗരനിവാസികളുടെ ജീവിതകേന്ദ്രമാണെന്നു പോലും പറയാം. ഒന്നാം ലോകമഹായുദ്ധത്തിൽ പങ്കെടുത്ത നാവികഭടന്മാരോടുള്ള ആദര സൂചകമായിട്ടാണ് 1927ൽ ആ പേര് നിലവിൽ വന്നത്. എന്നാൽ 1916ൽ തന്നെ ആസ്ഥലം പൊതുജനങ്ങൾക്ക് ഉല്ലാസകേന്ദ്രമായി

തുറന്നുകൊടുത്തിരുന്നു. ജീവിതത്തിന്റെ വിവിധതുറകളിൽ ഷിക്കാഗോവിലെ നേവിപിയർ കാര്യമായി പങ്കുവഹിച്ചിട്ടുണ്ട്. ഇല്ലിനോയി സർവ്വകലാശാലയുടെ ആവശ്യങ്ങൾക്ക് വേദിയായി അതുപയോഗിക്കാറുണ്ട്. നഗരത്തിന്റെ ആദ്യത്തെ Holiday folk festival നടന്നതും അവിടെത്തന്നെ. അവിടെ നടക്കാറുള്ള കൺവൻഷനുകൾ നിരവധി. 1977ൽ നേവിപിയർ ഒരു ഷിക്കാഗോ സ്മാരകമായി നാമകരണം ചെയ്യപ്പെട്ടു. നേവിപിയറിന്റെ കാൽനടപ്പാതയിൽക്കൂടി മിഷിഗൻ തടാകത്തിലേക്ക് നടന്നുപോകുന്നത് ഓർമ്മയിൽ തങ്ങിനിൽക്കുന്ന ഹൃദ്യമായൊരനുഭവമാണ്. അന്തരീക്ഷത്തിന് വല്ലാത്തൊരു ലാഘവം അനുഭവപ്പെട്ടു ഉടനീളം.

ഷിക്കാഗോവിലെ തണുപ്പ് കഠിനമെന്നു പറഞ്ഞാൽ അത്ക്രൂരമാണ്. ഭീകരമാണ്. 1985ൽ അത് മൈനസ് 27 ഡിഗ്രി സെൽഷ്യസ് വരെ താണു. 1976-77ലെ തണുപ്പുകാലം ഒരു റെക്കോർഡു സൃഷ്ടിച്ചു. തുടർച്ചയായി 43 ദിവസം അത് പൂജ്യം ഡിഗ്രി സെൽഷ്യസിൽ താഴെ നിന്നു. 1978-79 മഞ്ഞുമഴയുടെ (snow fall) മറ്റൊരു റെക്കോർഡ് ഇതാ. മൂന്നാമത്തെ കാലയളവിൽ 90 ഇഞ്ചോളം (ഒരു ഇഞ്ച് 2.5 സെന്റീ മീറ്ററിനു തുല്യം) മഴ. 1967ലാകട്ടെ ഒരൊറ്റ മഞ്ഞുമഴയിൽ 24 മണിക്കൂറിനകം 23 ഇഞ്ച് മഞ്ഞാണ് പെയ്തത്. ദിവസങ്ങളോളം നഗരം നിശ്ചലമായി.

മിഷിഗൻ തടാകതീരത്ത് ഷിക്കാഗോവിന്റെ ഡൗൺടൗൺ സ്ഥിതിചെയ്യുന്ന സ്ഥലത്തിനെ Magnificent Mile എന്നാണ് വിളിക്കാറ്. John Hancock Tower ഈ ഭാഗത്ത് സ്ഥിതി ചെയ്യുന്നു. കുറച്ചപ്പുറം Millenium Park, Sears Tower നിൽക്കുന്ന ഭാഗത്തിന് Loop എന്നാണ് പേര്.

താമസിക്കുന്ന ഹോട്ടലിന്റെ അടുത്തുതന്നെയുള്ള പുൽത്തകിട് ശ്രദ്ധിച്ചു. അതാ നിൽക്കുന്നു ചെറൂള. അത്ഭുതം തോന്നി. നമ്മുടെ നാട്ടിൽ ശ്രാർദ്ധം, വാവ് എന്നിവ ബലിയാടാനുള്ള ചെറൂള ഇവിടെയോ? ബലിയിടാൻ മാത്രമല്ല, കർക്കിടമാസത്തിൽ 'ചേട്ടയെ' കളഞ്ഞ് ശിപോതിക്കു വെക്കാൻ നമ്മുടെ പഴയ തറവാടുകളിൽ ഉപയോഗിക്കുന്ന ദശപുഷ്പങ്ങളിൽ ഒന്നാണ് ചെറൂള. കേവല പ്രകൃതിയുടെ ഈ സാർവ്വദേശീയത്വം ഞാനോർത്തു. ഞങ്ങൾ താമസിക്കുന്ന ക്ലീവ്ലൻഡിൽ മോച്ചമി (മുയൽച്ചെവി) ധാരാളം കാണാറുണ്ട്. മോച്ചെവിയും ചെറൂളയും ദശപുഷ്പങ്ങളിൽ സഹോദരിമാരാണ്. കൃഷ്ണകാന്തി പൂവ്വാംകുറുന്തില, ഉഴിഞ്ഞ കഞ്ഞുണ്ണി, മുക്കുറ്റി, നെൽപ്പന, തിരുതാളി, കറുക എന്നിവരാണ് മറ്റു സഹോദരിമാർ. അമേരിക്കയിൽ എനിക്ക്

പലപ്പോഴും തോന്നിയിരുന്ന അന്യതാബോധത്തിനു ഒട്ടൊരു ശമനം വരുത്താൻ ചെറൂളയും മോച്ചമിയും സഹായിച്ചിട്ടുണ്ടെന്നു കൂടി പറയട്ടെ.

ഹോട്ടലിൽ നിന്നും രണ്ടു കിലോമീറ്റർ അകലെയാണ് മില്ലേനിയം പാർക്ക്, സിയേഴ്സ് ടവർ എന്നിവ സ്ഥിതിചെയ്യുന്ന Loop. മില്ലനിയം പാർക്കിന് ആ പേര് വന്നത് 2000 ത്തിൽ ആയിരിക്കണം. അടുത്തുതന്നെ കുറെ അംബരചുംബികെട്ടിടങ്ങൾ തലയുയർത്തി നിൽക്കുന്ന ഹോട്ടലുകളാണത്രെ. തൊട്ടടുത്തുതന്നെ ഭംഗിയുള്ള ഒരു പള്ളി അതാ കാണുന്നു. മില്ലേനിയം പാർക്കിൽ സന്ദർശകർക്ക് സമയം കളയാനുള്ള സംവിധാനങ്ങളെല്ലാമുണ്ട്. അടുത്തുകൂടിത്തന്നെയാണ് മെട്രോറെയിൽ പോകുന്നത്. വലിയ ഒരു കണ്ണാടി സ്ഥാപിച്ചിരിക്കുന്നതു കണ്ടു. കണ്ണാടിയിൽ നിങ്ങളുടെ പ്രതിബിംബം കണ്ടാൽ നിങ്ങൾതന്നെ പൊട്ടിച്ചിരിക്കും. കുട്ടികൾക്ക് ഇതു നല്ലൊരു കാഴ്ചയായിരിക്കും. ഞങ്ങൾ അടുത്തു തന്നെയുള്ള ഷിരാടേള്ളി ചോക്ലേറ്റു കമ്പനിയുടെ വില്പനശാലയിൽ കയറി. അമേരിക്കയിൽ നിന്നുള്ള ഉല്പന്നങ്ങളിൽ ഉയർന്ന നിലവാരം പുലർത്തുന്നത് മിഠായികൾ ചോക്ലേറ്റുകൾ ഐസ്ക്രീം എന്നിവയും പാലുൽപ്പന്നങ്ങളുമാണ്. ഒരു തരത്തിലുള്ള കൃത്രിമത്വവും കാണുകയില്ല. അതേപോലെ പഴവർഗ്ഗങ്ങൾ ഉപയോഗിച്ചുണ്ടാക്കുന്ന ജാം, ജ്യൂസ് എന്നിവയും. ഐസ്ക്രീമുകൾക്ക് വൈവിധ്യമേറെയാണ്. വാനില, സ്ട്രോബെറി, ക്രാൻബെറി, പൈനാപ്പിൾ, ബനാന, റാസ്പ്ബെറി എന്നിങ്ങനെ അവസാനമില്ലാത്ത ലിസ്റ്റ്. അമേരിക്കയ്ൽ നല്ല കട്ടിത്തൈര് കിട്ടും യോഗർട്ട്. (Yoghurt) എന്നുപേര്. നല്ല ക്രീമി തൈര് ആകയാൽ കാളൻ വെക്കാൻ ഉത്തമം. ഞങ്ങൾ ക്ലീവ്ലൻഡിൽ നേന്ത്രക്കായയും ചേനയും യോഗർട്ടും കൂടി നല്ല കുറുക്കുകാളൻ വെക്കാറുണ്ട്. നാട്ടിൽ ഇത്ര നല്ല കാളൻ വെക്കാൻ പറ്റാറില്ല. കാരണം നല്ലപാൽ നാട്ടിൽ എളുപ്പം കിട്ടുകയില്ല. ഷിരാടേലിയുടെ ഷോപ്പിൽ നിന്ന് നല്ല ചോക്ലേറ്റ് കുറെ വാങ്ങിവെച്ചു. അടുത്തുതന്നെ നാട്ടിലേക്കു മടങ്ങുമ്പോൾ കൊണ്ടുപോകാമല്ലോ.

ഷിക്കാഗോവിൽ പോയാൽ സിയേഴ്സ് ടവർ കാണാതെപോകാൻ പറ്റില്ല. ഇന്നതിന്റെ പേര് വില്ലിസ് ടവർ എന്നാക്കി മാറ്റിയിരിക്കുന്നു. 110 നിലകളുള്ള ഈ അംബരചുംബികെട്ടിടം ആയിരത്തിത്തൊള്ളായിരത്തി എഴുപതുകളിൽ രംഗത്തുവന്നു. അമേരിക്കയിലെ ഏറ്റവും ഉയരമുള്ള ടവർ ആണിത്. (2009ലെ കാര്യമാണ് പറയുന്നത്) ലോകത്ത് ഒന്നാംസ്ഥാനമുണ്ടായിരുന്നെങ്കിലും പിന്നീടത്

നഷ്ടമായി. ഞെട്ടിപ്പിക്കുന്ന ഉയരമാണെങ്കിലും ന്യൂയോർക്കിലെ എംപയർ സ്റ്റേറ്റ് ബിൽഡിങ്ങിന്റെ ഭംഗി ഇതിനില്ലെന്നു തോന്നി. ഞങ്ങൾ കാണാൻ ചെന്ന സമയത്ത് വലിയ തിരക്കുണ്ടായിരുന്നില്ല. ഇതിന്റെ 104-ാം നിലയിൽ പുറത്തേക്കു തുറിച്ചു നിൽക്കുന്ന ഒരു ബാൽക്കണി (പ്ലാറ്റ്ഫോം) ഉണ്ട്. ഷിക്കാഗോ സ്കൈ ഡെക്ക് (Chicago sky deck) എന്നു പേര്. ഗ്ലാസ്സുപോലെ സുതാര്യമായ മെറ്റീരിയൽ കൊണ്ടാണിതിന്റെ പണി. നമ്മൾ കാൽചവിട്ടി നിൽക്കുന്ന പ്ലാറ്റ്ഫോമിന്റെ നേരെ താഴോട്ടു നോക്കിയാൽ അവ്യക്തമായിട്ട് ഭൂമി കാണാം. പക്ഷെ, (vertigo) കാരണം ചിലർക്ക് തലചുറ്റാൻ സാദ്ധ്യതയുണ്ട്. സന്ദർശകരിൽ സാഹസികരായ ചില ചെറുപ്പക്കാർ പ്ലാറ്റ്ഫോം ചവിട്ടിപ്പൊളിക്കാൻ ശ്രമിക്കുന്നതു കണ്ടു. അധികൃതർ നോക്കിനിൽക്കുന്നു. പരിഭ്രമം ഏതുമേയില്ല. ഇഷ്ടംപോലെ ചവിട്ടിപൊളിച്ചു കൊള്ളൂ എന്നുപറയുന്നതുപോലെ! പാലം കുലുങ്ങിയാലും കേളൻ കുലുങ്ങില്ല. പ്ലാറ്റ്ഫോമിന്റെ മെറ്റീരിയൽ അത്ര ശക്തമാണ്.

ഹോട്ടലിലേക്ക് മടങ്ങി ഉച്ചഭക്ഷണം കഴിച്ച് ചെറുതായൊന്നുമയങ്ങി. ഇനി മിഷിഗൻ തടാകം കാണാമെന്നുവെച്ചു. തടാകമെന്നു വെച്ചാൽ സാക്ഷാൽ കടൽതന്നെ. തടാകത്തീരത്ത് ഷിക്കാഗോ ഡൌൺടൌൺ. നല്ലതണുപ്പുണ്ട്. കമ്പിളിവസ്ത്രവും തൊപ്പിയുമൊക്കെ ധരിച്ചു. ഒക്ടോബർ മദ്ധ്യത്തിലായിരുന്നു അത്. ഫാൾ (ഇലപൊഴിയും കാലം) തുടങ്ങിയിരുന്നു. തടാകതീരത്തെ വൻ മരങ്ങളിലെ ഇലകൾ കൊഴിയാൻ പ്രാരംഭമായി നിറം മാറാൻ തുടങ്ങിയിരുന്നു. ഫാൾ സീസണിൽ ചൂടും തണുപ്പും മാറിമാറി വരും ഒരു തരം ഒളിച്ചുകളി പോലെ. ഈ നിശ്ചിതമാറ്റത്തിന്റെ സമ്മർദ്ദം സഹിക്കാൻ പറ്റാത്തതുകൊണ്ടാണത്രെ ഇലകൾ നിറം മാറുന്നത്. കടൽ തീരത്തെ മരങ്ങളുടെ നിറം മാറ്റം വെള്ളത്തിൽ നിഴലിച്ചു കണ്ടു. രണ്ടാഴ്ചക്കുള്ളിൽ ഇലകൾ കൊഴിഞ്ഞുതുടങ്ങും. മരങ്ങൾ തലമൊട്ടയടിക്കും. പിന്നെ വസന്തം വരുന്നതുവരെ ആറുമാസം മേലോട്ടുനോക്കി നിൽപ്പതന്നെ.

യാത്ര അവസാനിക്കുന്നില്ല എന്നുപറയാറുണ്ട്. അതുപോലെത്തന്നെ കാഴ്ചക്കും അവസാനമില്ല. അന്വേഷിച്ചപ്പോൾ ഷിക്കാഗോസർവ്വകലാശാല കുറച്ചകലെയാണെന്നറിഞ്ഞു. കാണാനുള്ള വകുപ്പിൽ ഏതായാലും ഇതിനെപെടുത്താൻ പറ്റില്ല. ഇന്ത്യൻ വംശജനായ പ്രശസ്ത ആസ്ട്രോഫിസിസ്റ്റ് ഡോ.എസ് ചന്ദ്രശേഖർ ഷിക്കാഗോ യൂണിവേഴ്സ്റ്റിയിലായിരുന്നു അദ്ദേഹത്തിന്റെ ആയുസ്സിന്റെ വലിയൊരു ഭാഗം ചെലവഴിച്ചത്. ഫിസിക്സിനു നോബൽ

സമ്മാനം നേടിയ ഇദ്ദേഹത്തിന്റെ അച്ഛന്റെ സഹോദരനായിരുന്നു ഇന്ത്യക്ക് ഈ സമ്മാനം നേടിത്തന്ന പ്രസിദ്ധ ശാസ്ത്രജ്ഞൻ സർ. സി.വി. രാമൻ. Theortical Physics ലും Expirimental Physics ലും ഒരുപോലെ വ്യക്തിമുദ്ര പതിപ്പിച്ച ഇറ്റാലിയൻ ശാസ്ത്രജ്ഞൻ എന്റികോ ഫെർമിയും അദ്ദേഹത്തിന്റെ ജീവിതത്തിന്റെ തിളക്കമാർന്ന അവസാനകാലം ഷിക്കാഗോയൂണിവേഴ്സിറ്റിയിൽ പ്രൊഫസ്സർ ആയിരുന്നു. ഷിക്കാഗോ സർവ്വകലാശാലയിലെ പല അധ്യാപകരും നോബൽ സമ്മാനം നേടിയവരായിരുന്നു. ഷിക്കാഗോ യൂണിവേഴ്സിറ്റി കാണാൻ സാധിച്ചില്ല എന്നത് വലിയ നഷ്ടങ്ങളുടെ ലിസ്റ്റിൽ സ്ഥാനം പിടിച്ചു.

ഷിക്കാഗോ നഗരത്തോട് വിടപറയും മുമ്പ് രാജുവിനോടും കുടുംബത്തോടും യാത്രപറയാൻ ബാക്കിയുണ്ട്. അദ്ദേഹം ഹോട്ടലിൽ വന്ന് ഞങ്ങളെ വീട്ടിലേക്ക് കൂട്ടിക്കൊണ്ടു പോയി. വൈകുന്നേരത്തെ ചായ രാജുവിന്റെ വീട്ടിലായിരുന്നു. ഒറീസ്സക്കാരനായ അദ്ദേഹത്തോടും ഭാര്യയോടും കുട്ടികളോടും വിടപറഞ്ഞു. അദ്ദേഹം ഞങ്ങളെ ഷിക്കാഗോ വിമാനത്താവളത്തിൽ കൊണ്ടുപോയാക്കി. മുക്കാൽ മണിക്കൂർ നേരത്തെ വിമാനയാത്രക്കു ശേഷം അന്നുരാത്രി പത്തുമണിയാകുമ്പോഴേക്കും ഞങ്ങൾ ക്ലീവ്ലൻഡിൽ മടങ്ങിയെത്തി.

മടക്കയാത്ര

ക്ലീവ്ലൻഡിൽ നവംബർ മുതൽ തണുപ്പാണ്. ഡിസംബർ ജനുവരിയിൽ കൊടും തണുപ്പും മഞ്ഞുവീഴ്ചയും (snow fall) ആയിരിക്കും. കേരളത്തിൽ ജീവിതം ശീലിച്ചവർക്ക് തണുപ്പ് അസഹ്യമായിത്തോന്നും. ഇതെല്ലാം ഓർത്ത് ഞങ്ങളുടെ മടക്ക യാത്ര 2009 ഒക്ടോബർ 30 ന് റിസർവ്വ് ചെയ്തിരുന്നു. ഇന്ത്യയിൽ മടങ്ങിയെത്താൻ ധൃതിതോന്നിയിരുന്നു. എനിക്ക് മടക്കയാത്രക്കുള്ള തിയ്യതി അടുക്കുന്തോറും ക്ലീവ്ലൻഡ് വിടാനായി മടി. ക്ലീവ്ലൻഡ് വിമാനത്താവളത്തിലെ കോൺടിനെന്റിൽ വിമാനകമ്പനിയുടെ ഓഫീസിൽ ബാഗ്ഗേജ് ചെക്ക്-ഇൻ ചെയ്യാനായി എത്തിയ ഞങ്ങളെ എതിരേറ്റത് ഹാലോവിൻ വേഷംകെട്ടിയ ജോലിക്കാരായിരുന്നു. ഞങ്ങൾക്കിതു നല്ല തമാശ! കഥകളിക്ക് ചുട്ടികുത്തിയ പോലെ ചിലർ കമ്പ്യൂട്ടർ സംവിധാനത്തിന്റെ മുമ്പിലിരിക്കുന്നു. ഉണ്ണി പറഞ്ഞു തന്നു. അമേരിക്കയിൽ ഒക്ടോബർ 31ന് ആഘോഷിക്കുന്ന ഹാലോവിൻ ഫെസ്റ്റിവൽ (പ്രേതോത്സവം) പ്രമാണിച്ച് പൊതുമേഖ ലയിൽ ജോലിചെയ്യുന്നവർക്കു പോലും വേണമെങ്കിൽ പ്രേതങ്ങളുടെ മുഖം മൂടിവെച്ചും പ്രേതങ്ങളുടെ ചുട്ടികുത്തിയും ഓഫീസിൽ വരാം. അതാണ് അവിടെ ഞങ്ങൾ കണ്ടത്. ഞാൻ മനസ്സിൽ പ്രേതങ്ങ ളോടു പറഞ്ഞു. “ഗ്വേ ഗ്വേയ്...” കഥകളിയിലെ കത്തിവേഷങ്ങളുടെ സ്വാഭാവികമായ പ്രതികരണം.

സെക്യൂരിട്ടി ചെക്കിങ്ങ് കഴിഞ്ഞ് നെവാർക്കിലേക്കുള്ള വിമാനം കൃത്യസമയത്ത് തന്നെ പുറപ്പെട്ടു. നവാർക്കിൽ രണ്ടുമൂന്ന മണിക്കൂറിന്റെ ഇടവേളയുണ്ട്. ഫോർമാലിറ്റികൾ എല്ലാം ക്ലീവ്‌ലൻഡിൽ ചെയ്തു കഴിഞ്ഞിരിക്കുന്നു. ഇനി നെവാർക്കിൽ ഒന്നും ചെയ്യാൻ ബാക്കിയില്ല. കസ്റ്റംസ് ഫോർമാലിറ്റികൾ ബോംബെയിൽ ചെന്നിട്ടേ ചെയ്യേണ്ടതുള്ളൂ. പ്രശ്നമൊന്നുമില്ലല്ലോ എന്നന്വേഷിക്കാൻ ഉണ്ണി ക്ലീവ്‌ലൻഡിൽ നിന്നും എന്റെ മൊബൈലിൽ വിളിച്ചു. ഇന്റർനാഷണൽ റോമിങ്ങ് നിരക്കുകൾ വളരെ വലുതായിരിക്കുമെന്നും മൊബൈലിൽ നിന്ന് പെട്ടെന്ന് പണം ചോരുന്നതറിയില്ലെന്നും അവൻ മുന്നറിയിപ്പു തന്നിരുന്നു. ഞാൻ ഇതു കണക്കാക്കി നല്ലൊരു തുകക്കുള്ള റീച്ചാർജ് എന്റെ മൊബൈലിൽ കയറ്റിയിരുന്നു. എന്നിട്ടും നെവാർക്കിൽ എന്റെ മൊബൈലിലേക്ക് അവന്റെ രണ്ടു വിളികഴിഞ്ഞപ്പോഴേക്കും ഞാൻ കരുതിയിരുന്ന തുകയിൽ നല്ലൊരുഭാഗം ചോർന്നിരുന്നു. സാരമില്ല, പരിഭ്രമിക്കേണ്ടല്ലോ. മാത്രമല്ല അമേരിക്ക വിട്ടാൽ നേരെ ബോംബെയിലെത്തും. അവിടെ ഈ പ്രശ്നം ഉണ്ടാകില്ലല്ലോ.

നെവാർക്കിലെ ലിബർട്ടി വിമാനത്താവളത്തിൽ നിന്ന് ബോംബെയിലേക്ക് നോൺസ്റ്റോപ്പ് ഫ്ളൈറ്റ്, 15 മണിക്കൂർ തന്നെ സമയമെടുക്കും. ഡൊമസ്റ്റിക് ടെർമിനലിൽ നിന്ന് ഇന്റർനാഷണൽ ടെർമിനലിലേക്ക് കുറച്ചൊരു ദൂരമുണ്ട്. കാർസർവ്വീസ് ലഭ്യമാണ്. ചെറിയൊരു സംഖ്യ (2 ഡോളറോ മറ്റോ) ചാർജ് കൊടുത്താൽ മതി. വിമാനത്താവളത്തിന്റെ ഉൾഭാഗത്ത് ഹോൺ അടിക്കാൻ പാടില്ലെന്നാണ് നിയമം. കാറിന്റെ മുമ്പിൽ ആളുകൾ വന്നുപെട്ടാലെന്തു ചെയ്യും? ശ്രീലങ്ക സ്വദേശിയായ കാർഡ്രൈവർ പതിവുപോലെ വായ്കൊണ്ട് ഹോൺമുഴക്കി പ്രശ്നം പരിഹരിച്ചു. രാത്രി പത്തുമണിയോടെ വിമാനം നെവാർക്കിൽ നിന്നും പുറപ്പെട്ടു. പതിനഞ്ചു മണിക്കൂർ കഴിഞ്ഞ് പിറ്റേദിവസം ഉച്ചക്ക് ഒരു മണിക്ക് ബോംബെയിലെത്തുമെന്ന് കണക്കുകൂട്ടിയാൽ തെറ്റി. നമ്മൾ സൂര്യന് വിപരീത ദിശയിലാണ് സഞ്ചരിക്കുന്നത്. സമയം നഷ്ടപ്പെടുമെന്നു തീർച്ച. അമേരിക്കയിലേക്ക് ഇന്ത്യയിൽ നിന്ന് വരുമ്പോൾ സൂര്യനു അനുകൂല ദിശയിലാണ് സഞ്ചരിക്കുന്നത്. ഇപ്പോൾ സമയം ലാഭിക്കുന്നു. അതുമുഴുവൻ കണക്കു പറഞ്ഞു ഇക്കുറി തിരിച്ചു പിടിക്കും. അങ്ങനെ അമേരിക്കയിൽ വരുമ്പോൾ ലാഭിച്ച ഒമ്പതരമണിക്കൂർ ഇത്തവണ അപ്പാടെ നഷ്ടപ്പെട്ടു. രാത്രി പത്തരമണി കഴിഞ്ഞിരിക്കുന്നു ബോംബെയിലെത്തിയപ്പോൾ. രസം അതിലല്ല. ഫ്ലൈറ്റ്

സമയവും സമയനഷ്ടം ഒമ്പതര മണിക്കൂറും ചേർന്നു നടത്തിയ ഗൂഢാലോചനയിൽ ഒരു പകലും രാത്രിയും കൂടി 15 മണിക്കൂറിലൊതുക്കി. നെവാർക്കിൽ നിന്നും അർദ്ധരാത്രിക്കു വളരെ മുമ്പു പുറപ്പെട്ട് കുറച്ചു സമയം കഴിഞ്ഞു വിമാനത്തിന്റെ ജനലുകളിൽക്കൂടി പുറത്തേക്കു നോക്കിയപ്പോൾ സൂര്യൻ ഉദിച്ചിരുന്നു. ആട്ടെ, ഇനിയോ? പ്രതീക്ഷക്കു വിപരീതമായി ആറോ ഏഴോമണിക്കൂർ കഴിഞ്ഞപ്പോഴേക്കും സൂര്യൻ അസ്തമിക്കാനുള്ള ശ്രമമായി.

ആകെക്കൂടി സമയം യാത്രക്കാരെ വിഡ്ഢികളാക്കി. എനിക്ക് ആൽബർട്ട് ഐൻസ്റ്റീന്റെ Special Relativity തിയറിയാണോർമ്മ വന്നത്, അതിന്റെ ആൾജിബ്ര വളരെ വ്യത്യസ്തമാണെങ്കിലും സമയം മനുഷ്യരെ വിഡ്ഢികളാക്കുന്നത് സാപേക്ഷതാ വാദത്തിലൊരു സ്ഥിരം പതിവാണ്.

ബോംബെയിൽ നിന്ന് കൊച്ചിക്ക് കിങ്ങ് ഫിഷറിന്റെ വിമാനം കാലത്ത് എട്ടുമണിക്കേയുള്ളൂ. അതായത് ബോംബെയിൽ രാത്രി ഉറക്കമൊഴിക്കണമെന്നു സാരം. ഏതായാലും കുറെസമയം കസ്റ്റംസ് ഫോർമാലിറ്റികളിൽ ചെലവായിക്കൊള്ളും.ബോംബെയിലെ കസ്റ്റംസ് ക്ലിയറൻസ് വളരെ ക്ലേശകരമാണെന്ന് ഉണ്ണി പറഞ്ഞിരുന്നു. ആകെക്കൂടി നോക്കുമ്പോൾ മറ്റുവഴികൾ ഇല്ലാത്തതിനാലാണ് മടക്കയാത്ര ബോംബെ വഴിതന്നെയാവട്ടെ എന്നുവെച്ചത്. ഞങ്ങൾ പ്രായം കൂടിയവരാണെന്നു കണ്ടതിനാൽ ആണോ എന്തോ പ്രശ്നങ്ങളൊന്നുമേ ഉണ്ടായില്ല. അന്ന് അമേരിക്കയിൽ എവിടേയോ ഒരു പ്രത്യേകതരം പനി പടർന്നു പിടിക്കുന്നതായി ഞങ്ങളുടെ മടക്കയാത്രക്കു തൊട്ടുമുമ്പായി പത്രങ്ങളിൽ വായിച്ചിരുന്നു. അതുകൊണ്ട് ബോംബെയിൽ അതിനെച്ചുറ്റിപ്പറ്റി എന്തെങ്കിലും പ്രശ്നം പ്രതീക്ഷിച്ചു. പക്ഷേ ഇതുയാത്രക്കാരെ ഒന്നടങ്കം ബാധിക്കുന്നതാകയാൽ അത്ര പരിഭ്രമം തോന്നിയില്ല. അധികൃതർ ഇമിഗ്രേഷൻ ക്ലിയറൻസിന്റെ കൂടെ യാത്രക്കാരിൽ എല്ലാവരിൽ നിന്നും ഒരു ഡിക്ലറേഷൻ എഴുതി വാങ്ങിച്ചുവെന്നു മാത്രം. അതായത് ഞങ്ങളാരും ഒരു പകർച്ചവ്യാധിയും കൊണ്ടല്ല വരുന്നതെന്ന ഒരു സത്യപ്രസ്ഥാവന മാത്രം. ക്വാറണ്ടൈൻ മാതിരി വല്ലതും നടപ്പാക്കിയിരുന്നെങ്കിലോ? ഭാഗ്യവശാൽ മലപോലെ വന്നത് എലിപോലെ പോയി.

ബോംബെയിലെ ഇന്റർനാഷണൽ ടെർമിനലിൽ നിന്ന് ഡൊമസ്റ്റിക് ടെർമിനലിലേക്ക് കുറച്ച് ദൂരമുണ്ട്. ഒരാൾ വന്ന് ടാക്സിയിൽ കൊണ്ടുപോകാമെന്നു പറഞ്ഞു. 200 രൂപ കൊടുത്താൽ മതി. രണ്ടു കിലോമീറ്ററിൽ കുറവ് ദൂരത്തിന് 200ക അധികമായി അന്നത്തെ

പരിതസ്ഥിതിയിൽ (2009ൽ) തോന്നി. എയർപോർട്ടിൽ എല്ലാം അന്തർദേശീയ നിലവാരമാണ്. 200 രൂപയെ ഡോളർ ആക്കിയപ്പോൾ ഏകദേശം 3 ഡോളർ മാത്രം. ആഫ്റ്റർആൾ വെറും 3 ഡോളർ മാത്രം.

നേരം വെളുക്കുന്നതുവരെ മൂന്നുനാലു മണിക്കൂർ എയർപോർട്ടിലെ ലോഞ്ചിൽ എങ്ങനെയോ നേരംപോക്കി. വെളുപ്പാൻ കാലമായപ്പോൾ അടുത്ത ഫ്ലൈറ്റിനുള്ള സെക്യൂരിറ്റി ചെക്കിങ്ങ് തുടങ്ങി. രാവിലെ എട്ടുമണിക്ക് പുറപ്പെടേണ്ട കിങ് ഫിഷർ വിമാനം മൂടൽ മഞ്ഞു കാരണം അരമണിക്കൂർ വൈകിയാണ് പുറപ്പെട്ടത്. ഉച്ചക്കുമുമ്പായി അങ്കമാലിക്കടുത്തുള്ള കൊച്ചി എയർപോർട്ടിൽ വിമാനമിറങ്ങി. നാട്ടിൽ നിന്ന് ടാക്സിക്കാരൻ എത്തിയിരുന്നതു കൊണ്ട് ഉച്ചക്കു പന്ത്രണ്ടുമണിയാവുമ്പോഴേക്കും മുളങ്കുന്നത്തു കാവിലെത്തി.

നാട്ടിൽ കൃത്യമായ മാറ്റമൊന്നും കണ്ടില്ല ആറുമാസംകൊണ്ടെന്തു സംഭവിക്കാൻ? കേരളത്തിലെ മരങ്ങളെല്ലാം കൃശഗാത്രന്മാരായതുപോലെ. അമേരിക്കയിലെങ്ങും വൻമരങ്ങളാണ്. അതുകൊണ്ട് തോന്നിയതാകാം.

രണ്ടാമൂഴം

2009ലെ ആദ്യത്തെ യാത്രക്കുശേഷം നീണ്ട ഇടവേളക്കു ശേഷമാണ് ഞങ്ങളുടെ അടുത്ത യാത്ര. 2009ൽ പ്രസിഡണ്ട് ഒബാമ അധികാരമേറ്റിട്ട് അധികം നാളായിരുന്നില്ല. രണ്ടാമത്തെതവണ വരുമ്പോൾ അദ്ദേഹത്തിന് രണ്ടാമൂഴമായിരുന്നുവെന്ന മാത്രമേ വ്യത്യാസമുള്ളൂ. 2014 ജനവരിയിൽ ഉണ്ണിക്ക് ഒരു പെൺകുട്ടിയുണ്ടായി. പേരക്കുട്ടിയെ കാണാൻ കൂടിയായിരുന്നു ഞങ്ങളുടെ രണ്ടാമത്തെ അമേരിക്കൻ യാത്ര. 2014 മെയ് 13-ാം തി ഞങ്ങൾ കൊച്ചിയിൽ നിന്നും പുറപ്പെട്ടു. ഹൃദയസംബന്ധമായ അസുഖം രണ്ടുകൊല്ലം മുമ്പ് വന്നിട്ടുണ്ടായിരുന്നതിനാൽ വീണ്ടും അമേരിക്കപോലെ വളരെ അകലെയുള്ള ഒരു രാജ്യത്തേക്ക് യാത്ര ചെയ്യുന്നതിനെപ്പറ്റി എനിക്ക് ധൈര്യം കുറഞ്ഞിരുന്നു. ഭാഗ്യവശാൽ ഡോക്ടറോടു ചോദിച്ചപ്പോൾ അദ്ദേഹം പറഞ്ഞു ധൈര്യമായിട്ട് പോയിവരാൻ. വേണമെങ്കിൽ എയർപോർട്ടിൽ വീൽചെയർ ആവശ്യപ്പെട്ടു കൊള്ളാമെന്നും ഡോക്ടർ പറഞ്ഞു. ഇത്തവണ ഭാഗ്യത്തിന് ഞങ്ങൾക്ക് യാത്രക്കു പറ്റിയ കൂട്ടുണ്ടായിരുന്നു. തൃശ്ശൂർ ചേർപ്പ് ചിറ്റൂർ മനക്കലെ ഗീത അന്തർജ്ജനവും കൂടെയുണ്ടെന്ന് അറിഞ്ഞപ്പോൾ വസന്തക്കും പെരുത്ത സന്തോഷമായി. ഞങ്ങളുടെ ആദ്യയാത്രയിൽ അമേരിക്കയിൽ വെച്ച് പരിചയമായതാണ്. അവരുടെ മകൻ ത്രിവീണും മകന്റെ ഭാര്യ നീതയും എന്റെ മകൻ ഉണ്ണിയുടെ കൂടെത്തന്നെ ശാസ്ത്രഗവേഷണം നടത്തുന്നവരാണ്.

അവർ ക്ലീവ്‌ലൻഡ് വരെ കൂടെയുണ്ടാകുമല്ലോ. അത് വലിയൊരു കാര്യമാണ്. അമേരിക്കയിലേക്കുള്ള യാത്രയിലും മടക്കത്തിലും ഞങ്ങൾ ഒന്നിച്ചാണ് യാത്ര ചെയ്യുക. മൂന്നുപേർക്കും വീൽചെയർ ബുക്കുചെയ്തിരുന്നു. ലഗ്ഗേജ് തള്ളിനടക്കാൻ ആർക്കും വിഷമമുണ്ടായിട്ടല്ല. ഷിക്കാഗോ വിമാനത്താവളത്തിലെ ഗതാഗതപ്രശ്നങ്ങളെ മറികടക്കാൻ വിൽചെയർ സഹായിച്ചേക്കും. പിന്നെ ഞങ്ങളെല്ലാം സീനിയർ സിറ്റിസൺസ് ആണ്. ഞാനാണെങ്കിൽ ഹൃദ്രോഗം തരണം ചെയ്തിട്ടുള്ളയാളും. ഏതായാലും നാലാൾ കേട്ടാൽ വീൽചെയറിൽ ഒരു ശരിയുണ്ടെന്ന് സമ്മതിക്കും.

കൊച്ചിയിലെ ഇന്റർ നാഷണൽ ടെർമിനലിലെത്തി. കസ്റ്റംസ് ഫോർമാലിറ്റികൾ ദൽഹിയിൽ വെച്ചാണെന്നറിഞ്ഞു. അതിനാൽ ദൽഹി വരെ ഡൊമസ്റ്റിക് വിമാനത്തിൽ പോയാൽ മതി. ഇത്തവണ എയർ ഇന്ത്യയുടെ വിമാനത്തിലാണ് ബുക്കു ചെയ്തിരുന്നത്. എയർ ഇന്ത്യയുടെ ആളുകൾത്തന്നെ ഞങ്ങളെ ഡൊമസ്റ്റിക് ടെർമിനലിലേക്ക് കൂട്ടി കൊണ്ടുപോയി. അവിടെ നിന്നും ഉടൻതന്നെ ഡൽഹിയിലേക്ക് വിമാനം പുറപ്പെടുന്നുണ്ട്. അതിനു പോയാൽ ഡൽഹിയിൽ നേരത്തെ എത്തിപ്പെടാം. പരിഭ്രമിക്കാതെ കസ്റ്റംസ് ക്ലിയറൻസ് മുതലായ ഫോർമാലിറ്റികൾ ചെയ്യാം. ഞങ്ങൾ നേരത്തെ ബുക്കു ചെയ്തിരുന്ന പ്രകാരം പോയാൽ ഡൽഹിയിൽ ഇടവേള കുറവായിരിക്കുമെന്നു പറഞ്ഞു. അങ്ങനെയെങ്കിൽ അങ്ങനെ. ഞങ്ങൾ ഷിക്കാഗോവിലേക്കുള്ള യാത്രക്കാരാണെന്നറിഞ്ഞപ്പോൾ വിമാനത്താവളത്തിലെ ജോലിക്കാർ ഞങ്ങളുടെ കാര്യങ്ങൾ ഉത്സാഹമായി ചെയ്തു തന്നു. സന്ധ്യക്ക് ഏഴുമണിക്ക് കൊച്ചിയിൽ നിന്നും പുറപ്പെട്ട വിമാനം രാത്രി പത്തുമണിക്ക് ഡൽഹിയിൽ ഇന്ദിരഗാന്ധി എയർപോർട്ടിലെത്തി. വെളുപ്പാൻ കാലത്ത് രണ്ടരക്കാണ് ഇനി ഷിക്കാഗോവിലേക്കുള്ള നോൺസ്റ്റോപ്പ് ഫ്ലൈറ്റ്. ഇഷ്ടംപോലെ സമയമുണ്ട്. കൂട്ടത്തിൽ പറയട്ടെ. ഡൽഹി വിമാനത്താവളം ലോകത്തിലേതു വിമാനത്താവളത്തിനോടും കിടപിടിക്കും. ബോംബെ വിമാനത്താവളം കണ്ടിട്ട് എനിക്കങ്ങനെ തോന്നിയില്ല. ഡൽഹിയിൽ യാത്രക്കാരോടുള്ള പെരുമാറ്റത്തിലും കൂടുതൽ മയമുണ്ടത്രെ. ബോംബെ എയർപോർട്ടിലാണ് യാത്രക്കാർക്ക് സുഖകരമല്ലാത്ത അനുഭവങ്ങളുള്ളതായി പരാതി കേട്ടിട്ടുള്ളത്. ഞങ്ങൾ കഴിഞ്ഞ തവണ അമേരിക്കയിൽ നിന്ന് ബോംബെ വഴിയാണ് മടങ്ങിയത്. അനിഷ്ടകരമായ പെരുമാറ്റമൊന്നും അന്ന് അനുഭവപ്പെട്ടിട്ടില്ല. ഒരു പക്ഷേ പ്രായമായവരോടുള്ള പരിഗണന വെച്ചായിരിക്കുമോ എന്തോ? അതെന്തോ

ആവട്ടെ. ഡൽഹിയിലെ എയർപോർട്ടാണ് കാണാൻ കൂടുതൽ ഗമയുള്ളതായിത്തോന്നിയത്.

വെളുപ്പാൻ കാലത്ത് രണ്ടിന് എയർ ഇന്ത്യയുടെ ബോയിങ്ങ് വിമാനം ഷിക്കാഗോവിലേക്കു പുറപ്പെട്ടു. ഇന്ത്യൻ വിമാനക്കമ്പനിയായിരുന്നതിനാലാവാം യാത്രക്കാർ വളരെയധികവും ഇന്ത്യക്കാർ തന്നെയായിരുന്നു. കഴിഞ്ഞ തവണ കയറിയ വിമാനത്തിൽ കൂടുതലും അമേരിക്കക്കാരും ചൈനക്കാരുമൊക്കെയായിരുന്നു. പതിനഞ്ചുമണിക്കൂർ ഒറ്റ ഇരിപ്പിരിക്കാനാണ് വിഷമം. സീറ്റിനു മുമ്പിലെ സ്ക്രീനിൽ കിഴക്കൻ ഏഷ്യയിലെ പ്രത്യേകിച്ചും ചൈനയിലെ സ്മാരകങ്ങൾ പ്രദർശിപ്പിക്കുന്ന ഒരു സീരിയലിൽ ഞാൻ ലയിച്ചുപോയി. അതിനാൽ വിമാനത്തിന്റെ റൂട്ട് ഇത്തവണ ശ്രദ്ധിച്ചില്ല.

എയർ ഇന്ത്യയുടെ ഭക്ഷണം പ്രതീക്ഷിച്ചത്ര നന്നായിരുന്നില്ല. ഒരുപക്ഷേ, കഴിഞ്ഞയാത്രയിലെ കോൺടിനെൻടൽ എയർലൈൻസിന്റെ സമൃദ്ധി എനിക്കൊരു മുൻവിധി ഉണ്ടാക്കിയതായിരിക്കാം. ഇരുന്നുമടുത്തവരിൽ ചിലർ എയ്ൽ സീറ്റിനടുത്തുകൂടി പോകുന്ന കോറിഡോറിൽ അച്ചാലും പിച്ചാലും നടന്നിരുന്നു. വെളുപ്പാൻ കാലത്ത് രണ്ടരമണിക്ക് പുറപ്പെട്ട വിമാനം പതിനഞ്ചുമണിക്കൂർ നിർത്താതെ പറന്ന് കാലത്ത് എട്ടുമണിക്ക് ഷിക്കാഗോവിലെ ഓഹെയർ (O'hare) വിമാനത്താവളത്തിലെത്തി. സമയത്തിന്റെ ആൾജീബ്ര നേരത്തെ പറഞ്ഞതുപോലെ വ്യക്തമാക്കാം. സൂര്യൻ അനുകൂലമായിട്ട് യാത്രയാവുക കാരണം അമേരിക്കൻ വൻകരയെത്തുമ്പോൾ 9.30 മണിക്കൂർ ലാഭിക്കാം. ഇത്രയും സമയം ഇന്ത്യയിലേക്കുള്ള മടക്കയാത്രയിൽ കണക്കു പറഞ്ഞു തിരിച്ചുകൊടുക്കേണ്ടിവരുമെന്നു മാത്രം.

ഷിക്കാഗോ എയർപോർട്ടിൽ ഇറങ്ങിയപ്പോൾ ഞങ്ങൾ പ്രതീക്ഷിച്ച വീൽചെയർ കണ്ടില്ല, വാസ്തവത്തിൽ ഷിക്കാഗോ എയർപോർട്ടിന്റെ സങ്കീർണതകളെ മറികടക്കാൻ വേണ്ടിയായിരുന്നു ഞങ്ങൾ വീൽചെയറിന് എഴുതികൊടുത്തിരുന്നത്. എയർ ഇന്ത്യയും അവരുടെ അമേരിക്കൻ ടൈഅപ്പ് വിമാനക്കമ്പനിയും തമ്മിലുള്ള കമ്മ്യൂണിക്കേഷൻ ഗേപ്പ് (ആശയസംവേദനത്തിലെ വിടവും ആണ് ഈ വിഷമത്തിനിടയാക്കിയത്). ഏതായാലും പാളിച്ച അവരുടേതായിരുന്നു. ഞങ്ങളിത് അവരുടെ ശ്രദ്ധയിൽ പെടുത്തി. അവർക്ക് പറ്റിയ പാകപ്പിഴ മറച്ചുവെക്കാനെന്നോണം അവർ ഞങ്ങളോടു തട്ടിക്കയറാൻ തുടങ്ങി. ഇത് നിർഭാഗ്യകരമാണ്. അവർ Apologetic ആയില്ലെങ്കിൽ കൂടി ഞങ്ങളോട് പരുഷമായി

പെരുമാറുന്നത് ഒഴിവാക്കാമായിരുന്നു. ഉറക്കമൊഴിച്ച നീണ്ട യാത്ര കഴിഞ്ഞു വരുന്ന യാത്രക്കാരോട് പ്രത്യേകിച്ച് പ്രായം ചെന്നവരോടും അനുഭാവപൂർവ്വം പെരുമാറാൻ ഒരു പൈസ ചെലവില്ല. കൂട്ടത്തിൽ പറയട്ടെ അമേരിക്കൻ യാത്രകളിൽ എനിക്കുണ്ടായ ഒരേയൊരു അനിഷ്ടകരമായ അനുഭവം ഇതുമാത്രമായിരുന്നു. മറ്റെല്ലായിടത്തും വളരെ നല്ല ഉപചാരമാണ് അമേരിക്കയിൽ ഞാൻ കണ്ടിട്ടുള്ളത്.

അവസാനം സ്ത്രീകൾക്ക് രണ്ടുപേർക്കും വീൽചെയർ അനുവദിച്ചു കിട്ടി. എനിക്കൊട്ടു കിട്ടിയതുമില്ല. കൂടുതൽ കൃത്യമായി പറഞ്ഞാൽ രണ്ടു വീൽചെയർ കിട്ടി. സ്വാഭാവികമായി മുൻഗണന ക്രമമനുസരിച്ച് അത് സ്ത്രീകൾക്ക് കൊടുത്തു. ഞാൻ ലഗ്ഗേജ് ഉന്തി അവരുടെ കൂടെ നടന്നു. ഡോക്ടർ അങ്ങനെയുള്ള പരിതസ്ഥിതികൾ ഒഴിവാക്കണമെന്നു എന്നോടു പറഞ്ഞിട്ടുള്ളതാണ്. സാരമില്ല. വല്ലപ്പോഴും ആണല്ലോ. പിന്നെ എനിക്ക് ആശ്വാസവും തോന്നി. ഷിക്കാഗോ എയർപോർട്ടിൽ വഴിയറിയാതെ പരിഭ്രമിച്ചു എന്നൊന്നും പറയേണ്ടി വരില്ലല്ലോ. ഗൈഡൻസ് കിട്ടാൻ ഒരാൾക്ക് വീൽചെയർ കിട്ടായാലും ധാരാളമായി. പതിവുള്ള ഇമിഗ്രേഷൻ നടപടികൾ കഴിഞ്ഞുകിട്ടിയപ്പോൾ സമാധാനമായി. ഡൊമസ്റ്റിക് ടെർമിനലിൽ കൊണ്ടാക്കിയ ആളുകൾക്ക് പ്രതിഫലം കൊടുത്തു. അവരോടു നന്ദിയും പറഞ്ഞു.

ഇനി കുറച്ച് ഇടവേളയുണ്ട്. ഷിക്കാഗോ എയർപോർട്ട് നെവാർക്ക് മാതിരിയല്ല. വളരെ വലുതാണ്. നെവാർക്കിലെ ശാന്തമായ അന്തരീക്ഷമല്ല ഷിക്കാഗോവിലേത്, ഞങ്ങൾ ഓരോ കാപ്പിയും ഉറുളക്കിഴങ്ങ് വറുത്തതും കഴിച്ചു, കുറച്ച്നേരവും പോയിക്കിട്ടുമല്ലോ. ഇനി രണ്ടുമണിക്കൂർ കൂടിയുണ്ട്. ക്ലീവ്‌ലൻഡിലേക്കുള്ള വിമാനം പുറപ്പെടാൻ. ഇങ്ങനെയുള്ള അവസരങ്ങളിൽ നേരംപോയിക്കിട്ടാൻ ഏറ്റവും നല്ലവഴി യാത്രക്കാരെ നിരീക്ഷിച്ചു കൊണ്ടിരിക്കലാണ്. പലരാജ്യങ്ങളിൽ നിന്നും വരുന്നവർ. പലചുറ്റുപാടുകളിൽ പെട്ടവർ. പലമാതിരി ഡ്രസ്സ്ചെയ്തവർ. ലോകത്തിന്റെ ഒരു കാലിഡോസ്കോപ്പിക് ക്രോസ് സെക്ഷൻ (പരിച്ഛേദം) അവിടെ കാണാം. ആരും ആരെയും ശ്രദ്ധിക്കുന്നില്ലെന്നതാണ് ഞാൻ ശ്രദ്ധിച്ച ഒരു കാര്യം.

കൃത്യസമയത്തുതന്നെ ക്ലീവ്‌ലൻഡിലേക്കുള്ള ലോക്കൽ വിമാനം പുറപ്പെട്ടു. ഒരു മണിക്കൂറിനുള്ളിൽ ക്ലീവ്‌ലൻഡിലെത്തി. ഉണ്ണിയും ത്രിവീണും അവിടെ എത്തിയിരുന്നു. ഞങ്ങളെ കൊണ്ടുപോകാൻ അങ്ങനെ 36 മണിക്കൂർ നീണ്ടുനിന്ന് ഒരു യാത്രക്ക് തിരശ്ശീലവീണു. ഇനി ഞങ്ങൾക്ക് ഉത്തരവാദിത്തമൊന്നുമില്ല.

സാൻഫ്രാൻസിസ്കോ

അമേരിക്കന് ഐക്യനാടുകളുടെ തെക്കുപടിഞ്ഞാറു ഭാഗത്തു കിടക്കുന്ന സംസ്ഥാനമാണ് കാലിഫോർണിയ. ഭൂമദ്ധ്യരേഖയോടു കുറച്ചുകൂടി അടുത്തു കിടക്കുന്നതിനാൽ മിത ശീതോഷ്ണമായ കാലാവസ്ഥയാണ്. പസഫിക് സമുദ്രമാണ് പടിഞ്ഞാറ്. കിഴക്ക് കൂടുതൽ മരുഭൂമി പ്രദേശമായ നെവാഡയും അരിസോണയും കിടക്കുന്നു. വടക്ക് ഒറിഗോൺ സംസ്ഥാനവും. അമേരിക്കക്ക് പസഫിക് സമുദ്രത്തിലേക്കുള്ള പ്രവേശന കവാടം (gateway) ആണ് സാൻഫ്രാൻസിസ്കോ നഗരം. ഇതൊരു തുറമുഖ നഗരമാണ്. എന്നുപറഞ്ഞാൽ പോരാ. സാൻഫ്രാൻസിസ്കോവിൽ നിറഞ്ഞു നിൽക്കുന്നത് സർവ്വാതിശായിയായ ശാന്തസമുദ്രത്തിന്റെ പ്രഭാവമാണ്. കാലിഫോർണിയയിൽ അല്പം വടക്കു മാറിയാണ് സാൻഫ്രാൻസിസ്കോ സ്ഥിതി ചെയ്യുന്നത്. തെക്ക് ലോസ് ആഞ്ജലസ് നഗരവും. തെക്കൻ കാലിഫോർണിയയിലുള്ള സാന്റിയാഗൊവും വടക്കുള്ള സാക്രമെന്റോയും മറ്റു പ്രമുഖ പട്ടണങ്ങളാണ്. സാക്രമെന്റോ ആണ് കാലിഫോർണിയയുടെ തലസ്ഥാനം.

സാൻഫ്രാൻസിസ്കോ എന്ന പേരിലുള്ള സ്പാനിഷ് ചുവ നമ്മുടെ കൗതുകമുണർത്തും. സാൻക്രമിന്റോവിലും സാന്റിയാഗോവിലും ഈ ചുവയുണ്ട്. 1776ലാണ് സ്പെയിൻ തെക്കു പടിഞ്ഞാറെ അമേരിക്കയിൽ ആധിപത്യമുറപ്പിച്ചത്. അതിനുമുമ്പ് അമേരിക്കയിലെ

മറ്റിടങ്ങളിലെന്നപോലെ ഇവിടങ്ങളിലും ആദിവാസികളായിരുന്നു. സപാനിഷ് ജനത ഇന്നത്തെ സാൻഫ്രാൻസിസ്കോ പ്രദേശം കേന്ദ്രമാക്കിയാണ് അധീശത്വം ഉറപ്പിച്ചത്. അന്ന് അതിന്റെപേര് യെർബാബ്യൂണ (Yerba Beuna) എന്നായിരുന്നു, അതൊരു കാട്ടു ചെടിയുടെ പേരാണ്. ഈ ചെടികൾ അവിടെയെല്ലാം നിറഞ്ഞുനിന്നിരുന്നു. ഒരുപ്രത്യേകമണവും രുചിയും ഈ ചെടിക്കുണ്ട്. നമ്മുടെ കറിവേപ്പില പോലെ ഭക്ഷണപദാർത്ഥങ്ങൾക്ക് രുചിയേകാൻ ഇതുപയോഗിക്കുന്നു. അമേരിക്കയിലെ സ്പാനിഷ് അധീശത്വം അധികകാലം നിലനിന്നില്ല. 1821 ൽ മെക്സിക്കോ സ്പെയിനിൽ നിന്ന് സ്വാതന്ത്ര്യം നേടിയതോടെ കാലിഫോർണിയ മെക്സിക്കൻ ആയി. ഇതു അധിക കാലം നിന്നില്ല. 1846 ൽ അമേരിക്കൻ ഐക്യനാടുകളുടെ ഭാഗമായിത്തിർന്നു കാലിഫോർണിയ. യെർണബ്യൂണ എന്ന ആദിവാസിപേർ മാരി സാൻഫ്രാൻസിസ്കോ എന്നായി.

സാൻ ഫ്രാൻസിസ്കോവിനടുത്തു Sutters Mill എന്നൊരു സ്ഥലത്ത് സ്വർണ്ണം വ്യാപകമായി കണ്ടെത്തിയതോടെ ഒരു വികാസപർവ്വം ആരംഭിക്കുന്നു. ഇതിനെ പലപ്പോഴും Gold Rush എന്നുവിളിക്കാറുണ്ട്. തുറമുഖ പട്ടണമായതിനാൽ വ്യാപാരം വികസിക്കാൻ എളുപ്പമായിരുന്നു. റെയിൽ റോഡുകൾ വന്നത് ഇതിനെ കൂടുതൽ ത്വരിതഗതിയിലാക്കി. 1906ൽ ഉണ്ടായ ഭൂകമ്പം അനർത്ഥങ്ങൾ ഒട്ടേറെ ഉണ്ടാക്കിയെങ്കിലും അതിൽ നിന്ന് വേഗത്തിൽ കരകയറി. 1936ൽ സാൻഫ്രാൻസിസ്കോ – ഓക് ലാൻഡ് ബേ ബ്രിഡ്ജ് എന്ന നീണ്ടപാലം കടലിനുമീതെ വന്നു. തൊട്ടുപിന്നാലെയായി 1937ൽ ഉൾക്കടലും പുറംകടലും തമ്മിൽ ബന്ധിപ്പിക്കുന്ന ഗോൾഡൻ ഗെയ്റ്റ് പാലവും വന്നു.

രണ്ടാം ലോകമഹായുദ്ധം വന്നപ്പോൾ സാൻഫ്രാൻസിസ്കോ കൂടുതൽ പ്രാധാന്യം കൈവരിച്ചു. പസഫിക് മുന്നണിയിൽ അമേരിക്കയുടെ വ്യതായനമായി ഈ നഗരം. അറ്റലാന്റിക് മേഖലയിൽ ന്യൂയോർക്കിനുള്ളസ്ഥാനം പസഫിക് മേഖലയിൽ താരതമ്യേന ചെറുതായ ഈ നഗരത്തിനു ലഭിച്ചു. 1950കളിലും അറുപതുകളിലും അമേരിക്കയിൽ ബീറ്റൽ, ഹിപ്പി പ്രസ്ഥാനങ്ങൾ പൊട്ടിമുളച്ചു. ലോകമഹായുദ്ധത്തിനു ഷേഷം പാശ്ചാത്യ ലോകത്ത് ആകമാനം പരന്ന ഒരുതരം വ്യർത്ഥനാബോധവും മൂല്യനിരാസവും ഭൗതികാഭിവൃദ്ധിയുടെ അർത്ഥത്തെ തന്നെ ചോദ്യം ചെയ്തു. ഇതിന്റെ പ്രകടമായ പ്രകാശനമായിരുന്നു ഹിപ്പിപ്രസ്ഥാനം. ഹിപ്പികളുടെ പ്രധാന കേന്ദ്രം സാൻഫ്രാൻസിസ്കോ ആയിരുന്നു. ഇന്ന് ഈ

ഗോൾഡൻ ഗേറ്റ് പാലം, സാൻഫ്രാൻസിസ്കോ

നഗരം അമേരിക്കയിലെ ഇലക്ട്രോണിക്സ് കംപ്യൂട്ടർ വ്യവസായങ്ങളുടെ കേന്ദ്രമാണ്. IT മേഖലയിൽ വ്യക്തമായ ആധിപത്യം ഇന്ത്യക്കാർ ഉറപ്പിച്ചതോടെ കാലിഫോർണിയയിൽ പൊതുവെയും സാൻഫ്രാൻസിസ്കോവിൽ പ്രത്യേകമായും ഇന്ത്യൻ സാന്നിദ്ധ്യം ശക്തമായി. കൂട്ടത്തിൽ ഭാരതീയ സംഗീതവും. പണ്ഡിറ്റ് രവിശങ്കറും അലിഅക്ബർ ഖാനും കൂടി ഉത്തരേന്ത്യൻ സംഗീതത്തിന്റെ ഒരു വൻ തരംഗം അമേരിക്കയുടെ പെസഫിക് തീരത്ത് സൃഷ്ടിച്ചിട്ടുണ്ട്.

അപാരമായ വ്യക്തിവൈഭവം നിറഞ്ഞു നിൽക്കുന്ന ഒരു പ്രതിനായകന്റെ മട്ടാണ് അമേരിക്കയിൽ കാലിഫോർണിയക്ക്. പെസഫിക് സമുദ്രത്തിനോടുള്ള ആദരവാണ് എന്നെ കാലിഫോർണിയയിലേക്കു ആകർഷിച്ചതിന്റെ പ്രധാന ഘടകം. ക്ലീവ്ലൻഡിൽ നിന്ന് ഷിക്കാഗോ വഴി വിമാനത്തിലായിരുന്നു സാൻഫ്രാൻസിസ്കോവിലേക്കു പോയത്. ക്ലീവ്ലൻഡിൽ നിന്ന് മുക്കാൽ മണിക്കൂർ ഷിക്കാഗോവിലേക്കും അവിടെ നിന്ന് 4 1/2 മണിക്കൂർ സാൻഫ്രാൻസിസ്

കോവിലേക്കും ആണ് വിമാനയാത്രക്ക് എടുക്കുന്നത്. USA യുടെ വടക്കു കിഴക്കു ഭാഗത്തുള്ള ബോസ്റ്റണിൽ നിന്ന് തെക്കു പടിഞ്ഞാറു ഭാഗത്ത് സാൻഫ്രാൻസിസ്കോവിലേക്ക് വിമാനയാത്ര ചെയ്യാൻ 6 മണിക്കൂർ എടുക്കും. കൊച്ചിയിൽ നിന്ന് ഡൽഹിയിലേക്ക് എടുക്കുന്നതിന്റെ ഇരട്ടി സമയം. മറ്റൊരു തരത്തിൽ പറഞ്ഞാൽ അമേരിക്കയുടെ ഒരറ്റത്തു നിന്ന് മറ്റേ അറ്റത്തേക്ക് യാത്രചെയ്യാനുള്ളതിനേക്കാൾ കുറവു സമയം കൊണ്ട് ഇന്ത്യയിൽ നിന്ന് ആഫ്രിക്കയിലോ കിഴക്കൻ യൂറോപ്പിലോ എത്തും. എങ്ങനെയായാലും കാലിഫോർണിയയിലേക്കുള്ള യാത്രക്ക് ഒരു ഭൂഖണ്ഡാന്തര (Transcontinental) യാത്രയുടെ മട്ടും മാതിരിയുമുണ്ട്. ക്ലീവ്‌ലൻഡിൽ നിന്നും സന്ധ്യക്ക് ഷിക്കാഗോവിലേക്കുള്ള വിമാനം പുറപ്പെട്ടു. ചെറിയൊരു ഇടവേളക്ക് ശേഷം രാത്രി പത്തരക്ക് ഷിക്കാഗോവിൽ നിന്ന് പുറപ്പെട്ട വിമാനം നാലര മണിക്കൂർ യാത്രക്ക് ശേഷം സാൻഫ്രാൻസിസ് കോവിൽ വെളുപ്പിന് 3 മണിക് ആയിരിക്കും എത്തുക എന്ന് ഞാൻ കരുതി. പക്ഷേ അത്ഭുതം. അവിടെ സമയം രാത്രി പതിനൊന്നര. അതിന്റെ ആൾജിബ്ര വ്യക്തമാക്കാം. പടിഞ്ഞാറൻ ദിശയിലേക്ക് പറക്കുമ്പോൾ സൂര്യന്റെ പ്രയാണത്തിനകമ്പടിയായിട്ടായിരുന്നു ഞങ്ങൾ പറന്നത്. അതിനാൽ സമയത്തിന്റേയും ഒരു അട്ടിമറി നടന്നു. അമേരിക്കയിൽ കിഴക്കു പടിഞ്ഞാറായി വ്യത്യസ്ത സമയ മേഖലകൾ നിർവചിക്കപ്പെട്ടിട്ടുണ്ട്. അതിനാൽ ക്ലീവ്‌ലൻഡിലെ സമയത്തിനു ക്രമീകരിച്ച വാച്ചുകൾ കാലിഫോർണിയയിൽ എത്തിയാൽ വീണ്ടും ക്രമീകരിക്കേണ്ടി വരും.

സാൻഫ്രാൻസിസ്കോയിൽ ഉണ്ണിയുടെ ഭാര്യ മൻവീന്റെ ചെറിയമ്മ താമസമുണ്ട്. നമുക്കവരെ മാസി എന്നു വിളിക്കാം. മാസിയും ഭർത്താവും വിമാനത്താവളത്തിൽ കാത്തു നിന്നിരുന്നു. നഗര പ്രാന്തത്തിലുള്ള ബെർക്കിലിയിൽ ആണ് അവരുടെ വീട്. മാസി ഒരു Opthalmology ഡോക്ടറാണ്. അവരുടെ ഭർത്താവ് എഞ്ചിനീയറും. രാജസ്ഥാൻ സ്വദേശികളായ അവർ കുറേക്കാലമായി ബെർക്കിലിയിൽ സ്ഥിരതാമസമാണ്. കൂടെ അവരുടെ മകളും ഭർത്താവും മൂന്നു ചെറിയ കുട്ടികളുമുണ്ട്. ഒരു പ്രസവത്തിൽ ജനിച്ച ഈ മൂന്ന് ആൺകുട്ടികൾ കണ്ടാൽ തിരിച്ചറിയാൻ പ്രയാസമാണ്. കണ്ടാൽ വാത്സല്യം തോന്നിപ്പിക്കുന്ന രണ്ടു വയസ്സു പ്രായം. ഈ മൂവരെ നോക്കി വളർത്താൻ പ്രത്യേകമായി ഒരു ആയയേയും നിയമിച്ചിട്ടുണ്ട്. കാലത്തെഴുന്നേറ്റാൽ അടുക്കളയിൽ ഇവർ മൂവരും പ്രാതലിനായി ഒരു ബെഞ്ചിൽ കാത്തിരിക്കുന്നതു കാണാൻ പ്രത്യേക

കൗതുകം തോന്നി. ഞങ്ങൾ ചെന്നതിന്റെ പിറ്റേ ദിവസം കാലത്ത് മാസിയുടെ കാറിൽ നഗരം കാണാനായിരുന്നു പ്ലാൻ. കാലത്ത് ഉത്തരേന്ത്യൻ മട്ടിൽ പൊറോട്ടയും തൈരും കൂടിയായിരുന്നു Break fast. കൂടെ പഴങ്ങളും.

കാലിഫോരണിയൻ ഭൂപ്രകൃതിയുടെ സവിശേഷതകൾ സാൻ ഫ്രാൻസിസ് കോവിൽ വ്യക്തമായിരുന്നു. പൊതുവേ ഒരു ഏഷ്യൻ അല്ലെങ്കിൽ Oriental മട്ടുണ്ട് ഇവിടെ. അമേരിക്കയുടെ അറ്റ്ലാൻ ഡിക് സാമിപ്യമുള്ള വടക്കു കിഴക്കൻ ഭാഗങ്ങളിൽ ഇതൊട്ടുമില്ല. അവിടങ്ങളിലെല്ലാം യൂറോപ്യൻ മട്ടാണ്. കാലിഫോർണിയയിൽ ധാരാളം പനകൾ കാണാം. കുന്നുകൾ നിറഞ്ഞ ഭൂപ്രദേശം. യൂറോപ്യൻ മരങ്ങളായ ഓക്, മേപ്പിൾ, പോപ്ലാർ, സൈക്കാമോർ, ആഷ്, വില്ലോ എന്നിവയുടെ അതിപ്രസരമില്ല. കുന്നിൻ ചെരുവിൽ പനകൾ നിൽക്കുന്നതു കണ്ടാൽ പലപ്പോഴും ഒരു പാലക്കാടൻ മട്ടു തോന്നും. വീടുകളും മറ്റു കെട്ടിടങ്ങളും കാണുമ്പോഴാണ് നാം അമേരിക്കയിലാണെന്ന ബോധം ഉണരുന്നത്. ആളുകളെ ശ്രദ്ധിച്ചാലും ഒരു Asian flavour നമുക്കനുഭവപ്പെടും. ഇന്ത്യക്കാർ ഇവിടങ്ങളിൽ കൂടുതലുണ്ട്. പിന്നെ ഒന്നു കൂടി. എവിടെത്തിരിഞ്ഞു നോക്കിയാലും അവിടെയെല്ലാം ചൈനക്കാർ അല്ലെങ്കിൽ ചൈനീസ് വംശജർ. അമേരിക്കയിൽ ചൈനിസ് മുഖങ്ങൾ സാൻഫ്രാൻസിസ് കോവിൽ ഉള്ളത്ര മറ്റെവിടേയും ഞാൻ കണ്ടിട്ടില്ല.

പതിനെട്ടാം നൂറ്റാണ്ടിൽ കാലിഫോർണിയയിൽ സ്വർണ്ണഖ നികളിൽ ജോലി ചെയ്യാനായി ധാരാളം ചൈനക്കാർ എത്തിയി രുന്നുവത്രെ. അതേ പോലെത്തന്നെ റെയിൽവേ പണിക്കാരായും. പസഫിക് തിരത്തിനു സമാന്തരമായി കാലിഫോർണിയയിൽ റെയിൽവേ പണിതപ്പോൾ അതിൽ ജോലി തേടി വന്നവരായി ധാരാളം ചൈനക്കാർ ഉണ്ടായിരുന്നു. വന്നവരൊന്നും തിരിച്ചു പോയില്ല. അവരും മക്കളും അവരുടെ മക്കളുമൊക്കെയായി വലിയൊരു കൂട്ടം ചൈനീസ് വംശജർ വടക്കൻ കാലിഫോർണി യയിൽ കൂടി. ഇങ്ങനെ കൂടിയവരെല്ലാം അമേരിക്കൻ പൗരത്വം എടുത്തു. ഇവർ Chinese American എന്ന പേരിൽ അറിയപ്പെടുന്നു. അമേരിക്കയിലെ വലിയൊരു Ethnic Group ആണിവർ. പുതിയ തലമുറയിലെ അംഗങ്ങൾക്ക് ചൈനീസ് പേരുകൾ വേണമെന്ന നിർബന്ധം വിട്ടിരിക്കുന്നു. പലരും ക്രിസ്തു മതം സ്വീകരിച്ചു. ചിലരുടെ പേരുകൾ ഗബ്രിയേൽ, റോബർട്ട്, മാർട്ടിൻ എന്നൊക്കെയാണ്. ശാരീരികമായ സവിശേഷതകൾ ഒഴിച്ചാൽ പലർക്കും ചൈനീസ്

വ്യക്തിത്വം അശേഷം ഇല്ലെന്നു പറയാം. എന്നു പറഞ്ഞാലും പോരാ. ചിലർ വെള്ളക്കാരെ വിവാഹവും കഴിച്ചു. അവരുടെ അടുത്ത തലമുറ യൂറോപ്യൻ അമേരിക്കനോ ചൈനീസ് അമേരിക്കനോ എന്ന് തിരിച്ചറിയാന പറ്റാത്ത മട്ടാണ്. പൊതുവേ അമേരിക്കയിലെ ചൈനീസ് വംശജർ നല്ല വെള്ള നിറമാണ്. അവർ മഞ്ഞ നിറമായിരിക്കും എന്ന് എനിക്കുണ്ടായിരുന്ന ധാരണ അമേരിക്കയിൽ വെച്ച് തിരുത്തേണ്ടി വന്നു.

സാൻഫ്രാൻസിസ്കോ നഗരത്തിലേക്ക് പസഫിക് സമുദ്രത്തെ എതിരേറ്റു സ്വീകരിക്കുന്നത് ഗോൾഡൻ ഗെയ്റ്റ് ബ്രിഡ്ജ് ആണ്. ഞെട്ടിപ്പിക്കുന്ന ഗാംഭീര്യം കാഴ്ചവെക്കുന്ന ഈ പാലം അടുത്ത കാലങ്ങളിൽ നിർമ്മിച്ചതാണ്. പസഫിക്കിന് അമേരിക്കയിലേക്കും അമേരിക്കക്ക് പസഫിക് സമുദ്രത്തിലേക്കുക്കുമുള്ള സുവർണ്ണ കവാടമാണീ പാലം. ഗോൾഡൻ ഗെയ്റ്റ് വഴി അമേരിക്കൻ മണ്ണിൽ പ്രവേശിക്കുന്ന ശാന്ത സമുദ്രത്തിന് കൊച്ചി തുറമുഖത്തും അറബിക്കടലിലെന്ന പോലെ സാൻഫ്രാൻസിസ് കോവിൽ കുറേയധികം ഉൾപ്പിരിവുകളുണ്ട്. വളഞ്ഞും പുളഞ്ഞും കായൽ പരപ്പു പോലെ ഇവയെ കാണാം. ഇവക്കു കുറുകെയുള്ള പ്രസിദ്ധ പാലങ്ങളാണ് ഓക്ക്‌ലാൻഡ് ബേ ബ്രിഡ്ജ്, സാൻ മാത്തിയോസ് ബ്രിഡ്ജ് എന്നിവ. ഇവക്കു രണ്ടിനും പക്ഷേ, ഗോൾഡൻ ഗെയ്റ്റ് പാലത്തിന്റെ ഭീകര സൗന്ദര്യമല്ല. ഗോൾഡൻ ഗെയ്റ്റ് പാലത്തിനൊരു വശത്ത് പുറം കടലിന്റെ വിശ്വ രൂപം ഉള്ളതിനാലാവാം അതിനൊരു പുതിയ മാനം കൂടി കിട്ടുന്നത്.

സാൻഫ്രാനസിസ് കോ തുറമുഖത്തിനടുത്തുള്ള ബോട്ടു ജെട്ടിയിൽ നിന്ന് ഒരു ബോട്ടു യാത്രയാവാമെന്നു വെച്ചു. മുമ്പിൽ കടും നീല നിറത്തിൽ പസഫിക്. കുറച്ചപ്പുറം അതാ ഒരു ദ്വീപ്. ദ്വീപിന്റെ നടുക്കായി അല്പം ദുരൂഹത നിറഞ്ഞ പരിവേഷവുമായി വലിയൊരു കെട്ടിടം. ആൽക്കട്രാസ് (Alcatras) എന്നാണിതിനു പേര്. പരിവേഷം ഭ്രരഹിതമായിത്തോന്നിയതിനു പിന്നിലെ കാരണം താമസിയാതെ വ്യക്തമായി. അത് പണ്ടൊരു ജയിലായിരുന്നു. അമേരിക്കൻ സിവിൽ വാർ സമയത്ത് യുദ്ധക്കുറ്റവാളികളെ പാർപ്പിക്കാനുള്ള ജയിൽ ആയിരുന്നു ആൽക്കട്രാസ്. നമ്മുടെ നാട്ടിൽ പണ്ട് ആന്തമാൻ ദ്വീപിലേക്ക് കുറ്റവാളികളെ കടത്താറുണ്ടല്ലോ. അതു പോലെ ആൽക്കട്രാസിലെ ഏകാന്ത വാസത്തിനു ശിക്ഷിക്കപ്പെട്ടാൽ പിന്നെ അതിൽ നിന്ന് ചാടി രക്ഷപ്പെടാനാവില്ല. കുറ്റവാളികൾ ജയിൽ ചാടി രക്ഷപ്പെടണമെങ്കിൽ ചുറ്റുമുള്ള പസഫിക് സമുദ്രത്തിലേക്കു ചാടണം.

ചുറ്റുമുള്ള വെള്ളമാണെങ്കിൽ തണുത്തുറഞ്ഞതും വലിയ അടിയൊഴുക്ക് ഉള്ളതുമാണ്. വെള്ളത്തിൽ ചാടിയാൽ വെറുങ്ങലിച്ച ചത്തു പോകും. ആൽക്കട്രാസ് ജയിലിലെ തടവു മുറികളിൽ കുറ്റവാളികൾക്ക് കഷ്ടി നിന്നു തിരിയാനുള്ള ഇടമേയുള്ളൂ എന്ന് ബോട്ടിലെ ഗൈഡ് പറഞ്ഞു. കേട്ടപ്പോൾ തന്നെ Clustrophobia (ഇടുങ്ങിയ സ്ഥലങ്ങളോടുള്ള സ്ഥാനത്തും അസ്ഥാനത്തുമുള്ള പേടി) അനുഭവപ്പെട്ടു. എന്തായാലും ഇന്ന് ആൽക്കട്രാസ് ഒരു സ്മാരകമായി സൂക്ഷിക്കുന്നു. ചുറ്റുമുള്ള പറമ്പ് ഒരു വന്യമൃഗ സങ്കേതമാണ്. ഞങ്ങളുടെ ബോട്ട് ഉൾക്കടലിൽ കൂടി ആൽക്കട്രാസ് ദ്വീപിനെ വലം വെച്ചു. ദ്വീപിൽ ഇറങ്ങിയാൽ ജയിൽ കാണാനൊക്കും. പക്ഷേ നീണ്ട ക്യൂ നിൽക്കണം. സമയത്തിന്റെ പരിമിതിയുണ്ടായിരുന്നു. അതിനാൽ വേണ്ടെന്നു വെച്ചു. വിസ്തരിച്ച കാണാതെത്തന്നെ കണ്ടേടത്തോളം ആൽക്കട്രാസ് ഒരു പേടി സ്വപ്നം പോലെ അനുഭവപ്പെടുന്നു. Nightmarish beauty.

പസഫിക് സമുദ്രത്തെ നമുക്കൊരു പേടിയോടു കൂടി മാത്രമേ കാണാൻ സാധിക്കുകയുള്ളൂ. അത് ബഹുമാനവും അത്ഭുതവും കലർന്നൊരു പേടിയാണ്. Sublimity (ഉദാത്ത ഭാവം) അതിൽ സ്ഥായിയായുണ്ട്. ഭൂമിയിലെ ആകെ വെള്ളത്തിന്റെ പകുതിയിലധികം (ഏഴിൽ അഞ്ചു ഭാഗം) പസഫിക്കിൽ ആണത്രേ. പത്തു കിലോമീറ്ററോളം ആഴമുള്ള പത്തു കയങ്ങൾ സമുദ്രങ്ങളിൽ ചില ഭാഗങ്ങളിലായി ഉണ്ട്. അവയിൽ ഒമ്പതെണ്ണവും പസഫിക് സമുദ്രത്തിലാണത്രേ. ഒരെണ്ണം അറ്റ്ലാൻഡിക്കിലും. ഏറ്റവും ആഴമുള്ള കയം പസഫിക്കിന്റെ പടിഞ്ഞാറു ഭാഗത്ത് ഫിലിപ്പൈൻസിനടുത്തായി ഗ്വാം ദ്വീപിനോടു തൊട്ടുള്ള മരിയാനാ ട്രെൻചിലാണ്. ചലഞ്ചർഡീപ് എന്നതിനു പേരുണ്ട്. പതിനൊന്ന് കിലോമീറ്റർ ആഴം എവറസ്റ്റ് കൊടുമുടി പിഴുതെടുത്ത് ഇതിൽ കൊണ്ടിട്ടാൽ കൊടുമുടി മുങ്ങും. മീതെ രണ്ടു കിലോമീറ്ററോളം ആഴത്തിൽ വെള്ളം വീണ്ടും ബാക്കിയുണ്ടാവും. രണ്ടാം സ്ഥാനത്തുള്ള ടോംഗോ കയം ആസ്ട്രേലിയക്കു വടക്കു കിഴക്കായി ന്യൂസിലൻഡിനടുത്താണ്.

ജപ്പാനും റഷ്യയുടെ സൈബിരിയക്കും ഇടക്കു കിടക്കുന്ന കുറിൽ കുഞ്ചത്ക, ഫിലിപ്പൈൻസിനു തൊട്ടു കിഴക്കു ഭാഗത്തുള്ള മിൻഡാനാവോ, ആസ്ട്രേലിയക്കു കിഴക്കുതന്നെ ടോംഗക്കു തെക്കു ഭാഗത്തുള്ള കെർമഡേക് എല്ലാം പസഫിക് സമുദ്രത്തില തന്നെയുള്ള മറ്റ് ആഴക്കയങ്ങളാണ്. പസഫിക്കിന്റെ തട്ടകത്ത് അഗ്നി പർവ്വതങ്ങളുണ്ട്. ഇവ പൊട്ടിത്തെറിക്കുമ്പോഴുള്ള ഗർത്തങ്ങളാണ് ഈ കയങ്ങൾക്ക് ആഴം കൂട്ടുന്നത്. അടുത്ത കാലത്ത്

ശാന്ത സമുദ്രം ഒറ്റക്ക് തോണി തുഴഞ്ഞ് 208 ദിവസം കൊണ്ട് തരണം ചെയ്ത ജോൺബീഡനെ ഇതെഴുതുമ്പോൾ ഓർമ്മ വരുന്നു. വലുപ്പം (size) അല്ലെങ്കിൽ Quantity ഒരു Awe inspiring quantity യായി മാറുന്ന അവസരങ്ങളുണ്ട്. ഹിമാലയ കൊടുമുടികൾ, ശാന്ത സമുദ്രം, ബ്രഹ്മപുത്ര, ആമസോൺ മുതലായ വൻ നദികൾ എന്നിവ നല്ല ഉദാഹരണങ്ങളാണ്. കലാ സൃഷ്ടികളിൽ Architecture ആണ് ഈ ലയം സൃഷ്ടിക്കുന്നത്.

ഞങ്ങൾ യാത്ര ചെയ്തിരുന്ന ബോട്ടിൽ വെള്ളക്കാരെ കൂടാതെ കറുത്ത വർഗ്ഗക്കാരും ചൈനീസ് വംശജരും കൂടാതെ കുറച്ച് ലാറ്റിൻ അമേരിക്കക്കാരുമുണ്ടായിരുന്നു. ലാറ്റിൻ അമേരിക്കക്കാരെ കണ്ടാൽ ഇന്ത്യക്കാരാണെന്ന് തെറ്റ്ദ്ധരിക്കാൻ സാധ്യതയുണ്ട്. ഞാൻ ചില ലാറ്റിൻ അമേരിക്കൻ സ്ത്രീകളെ കണ്ടപ്പോൾ മലയാളികളാണെന്ന് തെറ്റിദ്ധരിച്ചു. ഉണ്ണിയോട് പറഞ്ഞപ്പോൾ അവൻ തെറ്റിദ്ധാരണ തിരുത്തി. ബോട്ട് ഉൾക്കടലിൽ ആൽക്കട്രാസിനെ വലം വെച്ച് ഗോൾഡൻ ഗെയ്റ്റ് പാലത്തിനു ചുവട്ടിൽ കൂടി പസഫിക്കിന്റെ പുറം കടലിലേക്ക് എത്തി നോക്കി. മിതെ പാലത്തിൻമേൽ കൂടി കനത്ത വാഹന ഗതാഗതമുണ്ടായിരുന്നു. മൂടൽ മഞ്ഞിൽ സമുദ്ര ത്തിന് ഒരു വ്യക്തതയുണ്ടായിരുന്നു. ബോട്ട് യാത്രയുടെ അവസാനം ജെട്ടിയിലിറങ്ങിയപ്പോൾ ഒരു ബോർഡിൽ എഴുതി വെച്ചിരിക്കുന്നതു കണ്ടു. 'നിങ്ങൾ നേരെ പടിഞ്ഞാട്ട് 5000 നാഴിക (1 നാഴിക 1.6 കി. മീറ്ററാണ്) കടലിൽ സഞ്ചരിക്കുമ്പോൾ ടോക്കിയോ നഗരത്തിലെ ത്തും. മറിച്ച് നേരേ കിഴക്കോട്ട് 3000 നാഴിക കരയിൽ സഞ്ചരിച്ചാൽ ന്യൂയോർക്ക് നഗരത്തിലുമെത്തും. ഭൂമി ശാസ്ത്രം എത്ര ഭംഗിയായാണ് ഇത്തരം വാചകങ്ങൾ പഠിപ്പിക്കുന്നത്.

ബോട്ടുജെട്ടിയിൽ (pier) ൽ സാമാന്യം നല്ല തിരക്കുണ്ടായിരു ന്നു. ഭക്ഷണ സാധനങ്ങളുടേയും ദാഹശമനികളുടേയും കച്ചവടം തകൃതിയായി നടക്കുന്നു. ഞങ്ങൾ ഓരോ കുപ്പി ജ്യൂസ് അകത്താ ക്കി. ഇന്ത്യക്കാരെ ശ്രദ്ധിക്കത്തക്ക തരത്തിൽ അവിടെ കണ്ടതായി ഓർമ്മയില്ല. നേരത്തെ പറഞ്ഞ പോലെ അഥവാ വല്ലവരേയും കണ്ടാൽ പോലും തീർച്ചപ്പെടുത്താൻ ധൃതി കാണിക്കരുത്. തെക്കേ അമേരിക്കക്കാർ ആവാനും സാധ്യതയുണ്ട്. ഉൾക്കടലിന്റെ അക്കരെ സാൻഫ്രാനസിസ്കോ ഡൗൺ ടൗൺ എഴുന്നുനിൽക്കുന്നു. ഞങ്ങൾ വാർഫ് (Wharf) ൽ കൂടി കുറച്ചു നടന്നു. നല്ല കടൽക്കാറ്റുണ്ടായിരുന്നു. മടക്കത്തിൽ ഒരു തെരുവിന്റെ അടുത്തെത്തിയപ്പോൾ മാസി ഒരു ചെറിയ ബോർഡ് ചൂണ്ടിക്കാട്ടി. അതിൽ എഴുതിയിരിക്കുന്നു. The

ബെർക്ലി യൂണിവേഴ്സിറ്റി ക്യാമ്പസ്, സാൻഫ്രാൻസിസ്കോ

most crooked street in the world (ലോകത്തിലെ ഏറ്റവും ദുർഘടം പിടിച്ച ഇടവഴി). സൂക്ഷിച്ച നോക്കിയപ്പോൾ അത് ശരിയാവാമെന്ന തോന്നി. ഇങ്ങനെ വളഞ്ഞു പുളഞ്ഞ ഒരു തെരുവ് ഞാൻ കണ്ടിട്ടില്ല. ഉള്ള സ്ഥലത്തിൽ തന്നെ മരങ്ങൾ വാരി വലിച്ച വളർത്തിയിരിക്കുന്നു. അതിനാൽ അതിൽ കൂടി കാറോടിച്ച് മറ്റു ഭാഗത്തെത്തുക ഒരഭ്യാസമാണ്. ഏതായാലും മാസിയുടെ ഭർത്താവിന്റെ പരിചയ സമ്പന്നത കൊണ്ട് 'ശരേ' ന്ന് crooked street തരണം ചെയ്തു.

നഗര പ്രദക്ഷിണത്തിനു ശേഷം ബെർക്കിലിയിൽ എത്തിയപ്പോൾ യൂണിവേഴ്സിറ്റി ഓഫ് കാലിഫോർണിയ ബെർക്കിലി ക്യാമ്പസ് കണ്ടു. അമേരിക്കയിലെ പ്രശസ്തമായ സർവ്വകലാശാലകളിൽ ഒന്നാണിത്. അതിന്റെ Main gate മുമ്പിൽ നിന്ന് ഞങ്ങൾ ഫോട്ടോ എടുത്തു. സമയ പരിമിതി ഉണ്ടായിരുന്നു. അതിനാൽ ക്യാമ്പസ്സിനുള്ളിൽ പോയില്ല. കാലിഫോർണിയ യൂണിവേഴ്സിറ്റിയിലെ പ്രശസ്തരായ അധ്യാപകരെഴുതിയ ക്വാണ്ടം ഫിസിക്സ്, സോളിഡ് സ്റ്റേറ്റ് ഫിസിക്സ് (ഖരവസ്തു ഭൗതികം) എന്ന വിഷയങ്ങളിലെഴുതിയ

പുസ്തകങ്ങൾ ഞാൻ കോഴിക്കോട് സർവ്വകലാശാലയിൽ പഠിപ്പിച്ചിട്ടുണ്ട്. എന്നെ Academic Nostalgia പിടി കൂടി. യൂണിവേഴ്സിറ്റിക്കു മുമ്പിൽ ധാരാളം ചൈനീസ് വിദ്യാർത്ഥികളെ കണ്ടു. അവർ ഒന്നുകിൽ കാലിഫോർണിയ സർവ്വകലാശാലയിൽ ഉപരിപഠനത്തിനായി ചൈനയിൽ നിന്നു വന്നവരായിരിക്കാം. അല്ലെങ്കിൽ അവർ ചൈനീസ് വംശജരായ അമേരിക്കൻ പൗരന്മാരുടെ മക്കളായിരിക്കും. ആദ്യത്തേതിനാണ് അധികം സാധ്യത. കാരണം അമേരിക്കയിൽ മറ്റെന്തിനുമെന്ന പോലെ ഉന്നത വിദ്യാഭ്യാസ രംഗത്തും വൻ മത്സരമാണ്. കാലിഫോർണിയ യൂണിവേഴ്സിറ്റി പോലെ അന്താരാഷ്ട്ര പ്രശസ്തിയുള്ളൊരു സ്ഥാപനത്തിൽ ഉപരിപഠനത്തിനായി മിടുക്കരായ വിദ്യാർത്ഥികൾ ചൈനയിൽ നിന്ന് ധാരാളം അമേരിക്കയിൽ വരുന്നുണ്ടെന്ന് കേട്ടു. അവരിൽ ചിലരാവാം ഞങ്ങൾ സർവ്വകലാശാല കവാടത്തിനു മുമ്പിൽ കണ്ട മുഖങ്ങൾ.

നഗരം ചുറ്റികാണുന്നതിനിടയിൽ ഞങ്ങൾ മക്ഡൊണാൾഡ് കോഫി ഹൗസിൽ കയറി. മൂന്നു തവണകളായി ഒന്നരക്കൊല്ലത്തോളം അമേരിക്കയിൽ താമസിച്ചതിന്റെ ഫലമായി എനിക്കു ശീലമായ അപൂർവ്വം ചില നിർബന്ധങ്ങളിലൊന്നാണ് മക്ഡോണാൾഡ് കോഫി. കാപ്പിയുടെ കൂടെ French fries (ഉരുളക്കിഴങ്ങ് വറുത്തത്) കൂടി വേണം. അതൊരു അമേരിക്കൻ അനുഭവമാണ്. വാസ്തവത്തിൽ മക്ഡൊണാൾഡ് ഒരു ബഹുരാഷ്ട്ര ശൃംഖലയാണ്. (Multinational network). അതേ പോലെ മറ്റു ചില ശൃംഖലകളാണ് Starbucks coffee യും Dunkin Donuts ഉം. ഇതിൽ മക്ഡോണാൾഡ് കൂടുതൽ ജനകീയമാണ്. Starbucks കൂടുതൽ സമ്പന്നരുടേയാണ്. ആ കാപ്പിക്ക് കടുപ്പം അല്പം കൂടുതലാണ്. Mc Donold കാപ്പിയുടെ medium കടുപ്പമാണ് എനിക്ക് കൂടുതൽ പ്രിയം, ഉറക്കത്തിന് തടസ്സം വരില്ല. അതിന്റെ ആ പ്രത്യേക രുചി! അതൊന്നു വേറെത്തന്നെയാണ്. ആ രുചി ആലോചിക്കുമ്പോൾ അമേരിക്കൻ ഓർമ്മകൾ മനസ്സിൽ ഇരച്ചു കയറും.

അന്നു രാത്രി നല്ല ഉറക്കം. അതോടെ അന്നത്തെയാത്രാ ക്ഷീണം മാറിക്കിട്ടി. പിറ്റേ ദിവസം ഉച്ച തിരിഞ്ഞ് ലോസ് ആഞ്ജലസിലേക്ക് പോകണം. പിറ്റേ ദിവസം ഞായറാഴ്ചയായതിനാൽ മാസിയുടെ വീട്ടിൽ എല്ലാ അമേരിക്കൻ വീടുകളിലെന്നു പോലെ കാലത്തെ കാര്യങ്ങളൊക്കെ ഒരു പതിഞ്ഞ മട്ടിലായിരുന്നു. ഉണ്ണിയുടെ വീട്ടിലും ഇതു തന്നെയായിരുന്നു സ്ഥിതി. അതിനാൽ കാര്യങ്ങൾക്ക് ഒട്ടും അസാധാരണത്വം തോന്നിയില്ല. പ്രഭാതകൃത്യങ്ങൾക്ക് ശേഷം

ഉത്തരേന്ത്യൻ മട്ടിലുള്ള Breakfast കഴിച്ചു. മാസിയുടെ പേരക്കുട്ടികളായ സാഹോദരത്രയത്തിന്റെ ഫോട്ടോ എടുത്തു. ഇനി കുറച്ചു സമയമുള്ളത് അവരുടെ വീടിന്റെ പിന്നിലുള്ള തോട്ടത്തിൽ ചെലവഴിക്കാമെന്ന് തീരുമാനിച്ചു. വീട്ടിന്റെ പിന്നിൽ വലിയൊരു പറമ്പ്. അതിന് പിന്നിലൊരു കുന്നിൻ ചെരുവ്, നല്ല കാലിഫോർണിയൻ അന്തരീക്ഷം. സൂര്യൻ ഉദിച്ചുയർന്നു വരുന്നതേയുണ്ടായിരുന്നുള്ളൂ.

മാസിയുടെ തോട്ടത്തിൽ ധാരാളം ഫലവൃക്ഷങ്ങൾ നട്ടു പിടിപ്പിച്ചിരിക്കുന്നു. ആപ്പിൾ, ചെറി, പീച്ച്, പിയർ, ആപ്രിക്കോട്ട്, ആവോക്കാഡോ എന്നീ ഫലവൃക്ഷങ്ങൾ പടർന്നു പന്തലിച്ചു നിൽക്കുന്നു. എനിക്ക് സന്തോഷത്തിന്റെ ഒരു വേലിയേറ്റം, എനിക്കേറ്റവും പ്രിയപ്പെട്ട അന്തരീക്ഷം കൃഷിയുമായി കെട്ടുപിണഞ്ഞു കിടക്കുന്നു. കേരളത്തിൽ എന്റെ വീട്ടു വളപ്പിൽ മാവ്, പ്ലാവ്, കശുമാവ്, പുളി, പേര, സപ്പോട്ട, നെല്ലി, ഞാവൽ എന്നീ ഫല വൃക്ഷങ്ങൾ കൈകോർത്തു നിൽക്കുന്നത് ഞാൻ സന്തോഷത്തോടെ ഓർത്തു. എന്റെ പറമ്പിന്റെ ഒരു കാലിഫോർണിയൻ തർജ്ജമയായി തോന്നി എനിക്ക് മാസിയുടെ തോട്ടം കണ്ടപ്പോൾ. ടെക്നോളജിയുടെ കണ്ണഞ്ചിപ്പിക്കുന്ന പളപളപ്പിനേക്കാൾ എനിക്കേറ്റുന്നത് കൃഷിയോടനുബന്ധപ്പെട്ട മണ്ണിന്റെ മണമാണ്. ടെക്നോളജിയുടെ ഈറ്റില്ലമായ അമേരിക്കയിൽ കൃഷിസ്ഥലങ്ങൾ കാണുമ്പോഴുള്ള സന്തോഷം പതിൻമടങ്ങാണ്. അതു കൊണ്ട് ഞാൻ കുറച്ചു കൂടി വാചാലനാകുന്നു.

കുട്ടിക്കാലത്ത് ഒരു നാട്ടിൻപുറത്തെ ക്ഷേത്രത്തിന് സമീപം വളർന്നു വന്ന എനിക്ക് മദ്ധ്യ കേരളത്തിലെ നാട്ടിൻ പുറത്തെ ജിവിതം ധന്യതയായിത്തോന്നാറുണ്ട്. വീട്ടിലെ വളപ്പിൽ എന്തെല്ലാം തരത്തിലുള്ള മാവുകളാണെന്നോ? കിഴക്കേമാവ്, എമ്പ്രാൻ മാവ്, ആനയെ കെട്ടുന്നമാവ്, ചന്ത്രക്കാരൻ, ഗോമാവ്, വെണ്ണീറാൻ, അരിപ്പൊടിയൻ, ചക്കരമാവ്, അങ്ങനെ. അതേ പോലെ കിഴക്കേ പ്ലാവ്, പഴപ്ലാവ്, ഇടിച്ചക്ക പ്ലാവ്, തവിട്ടു പ്ലാവ്, കാട്ടു പ്ലാവ് എന്നിങ്ങനെ പ്ലാവിന്റെ പേരുകൾ. പ്ലാവിലയുടെ കടുംപച്ച എനിക്കെന്നും ഹരമായിരുന്നു. കശുമാങ്ങയുടെ അണ്ടി ചുടുന്ന മണം അതൊന്നു വേറെത്തന്നെ. കടുത്ത വേനലിന്റെ മണമാണത്. വൃശ്ചികക്കാറ്റു വീശാൻ തുടങ്ങിയാൽ പുളി പഴുത്തു വീണു തുടങ്ങും. പുളി തൊണ്ടു കളയലും കുരുകുത്തലും എന്റെ ജോലിയായിരുന്നു. കശുമാവിന്റെ തുഞ്ചത്തു വരെ കയറി കശുമാങ്ങ പൊട്ടിക്കാറുണ്ട്. മഞ്ഞ മാങ്ങ, ചുവന്ന മാങ്ങ, കാറമാങ്ങ എന്നീ മട്ടിൽ കശുമാങ്ങകൾ. ഞാവൽപ്പഴവും നെല്ലിക്കയും പൊട്ടിക്കുന്നത് മറ്റൊരു ഹരമായിരുന്നു. വൃശ്ചിക

മാസത്തിൽ കിഴക്കൻ കാറ്റൂതുന്ന സമയമാണ് നെല്ലിക്കക്കാലം. ആട്ടെ, മാസിയുടെ സുന്ദരമായ ഫലവൃക്ഷ തോട്ടം എന്നെ എന്റെ ബാല്യകാലത്തേക്ക് വഴി തെറ്റിച്ചു.

സാൻഫ്രാൻസിസ്കോയിൽ വരുമ്പോൾ സ്റ്റാൻഫോർഡ് സർവ്വ കലാശാല കാണണമെന്നുണ്ടായിരുന്നു. ആയതു സാധിച്ചില്ല എന്നതിൽ ദുഃഖമുണ്ട്. കാലിഫോർണിയൻ ഹാൽവാർഡ് എന്ന് സ്റ്റാൻഫോർഡിന്റെ പ്രശസ്തി വിളംബരം ചെയ്യുന്നു. അതേപോലെത്തന്നെ വൃക്ഷ ഭീമനായ സെക്കോയ മരവും പൊക്കം കൊണ്ട് ഒന്നാം സ്ഥാനക്കാരനായ കാലിഫോർണിയൻ റെഡ് വുഡ് മരവും നഷ്ടങ്ങളുടെ പട്ടികയിൽ സ്ഥാനം പിടിച്ചു. വടക്കൻ കാലിഫോർണിയയിലെ ചില നാഷണൽ പാർക്കുകളിൽ മാത്രമേ അവ കാണാൻ സാധിക്കുകയുള്ളൂ എന്നറിഞ്ഞു.

സാൻഫ്രാൻസിസ് കോവിൽ പസഫിക് സമുദ്രത്തിനുള്ള അമിത പ്രഭാവം പല കടകളുടേയും പേരുകളിൽ നിഴലിക്കുന്നു. പസഫിക് സ്പാ, പസഫിക് സൊല്യൂഷൻസ് എന്നും മറ്റും. സാൻഫ്രാൻസിസ് കോവിൽ പസഫിക് ഉള്ളിലോട്ടു തള്ളുക കാരണം കണ്ടമാനം തണ്ണീർതടങ്ങളുണ്ട്. അവ അവിടെ ഭൂമിയുമായി കെട്ടു പിണഞ്ഞു കിടക്കുന്നു. എനിക്കു പെട്ടെന്ന് ഓർമ്മ വന്നത് അമേരിക്കൻ ഇതിഹാസ നോവലായ Moby Dick എന്ന തിമിംഗല വേട്ടക്കഥയാണ്.ഹെർമൻ മെൽവിൻ ആണ് ഗ്രന്ഥകാരൻ. അതിലെ നായകനായ ക്യാപ്റ്റൻ അഹബിന്റെ സഹപ്രവർത്തകനും സഹായിയുമായ ഇഷ്മെയ്ൽ കടലിനെ വിളിക്കുന്നത് The watery part of the world എന്നാണ്. Earthy part of the world എന്നാൽ കര watery part എന്നാൽ കടൽ. രണ്ടും അയാൾകൊരു പോലെയാണ്. ഒരു ഭാഗത്തും അന്യത്വമില്ല. സാൻഫ്രാൻസിസ് കോവിലും അതേപ്പോലെത്തന്നെ. ഏതാണ് കടൽ ഏതാണ് കരയെന്ന് നിങ്ങൾക്ക് തീരുമാനിക്കാം.

ഞായറാഴ്ച ഉച്ച തിരിഞ്ഞ് ഞങ്ങൾ മാസിയോടും കുടുംബത്തോടും യാത്ര പറഞ്ഞു. സന്ധ്യക്ക് മുമ്പായി ഞങ്ങൾ സാൻഫ്രാൻസിസ്കോ എയർപോർട്ടിൽ നിന്ന് ലോസ് ആഞ്ജലസിലേക്ക് വിമാനം കയറി.

ലോസ് ആഞ്ജലസ്

വടക്കൻ കാലിഫോർണിയയിലെ സാൻഫ്രാൻസിസ്കോവിനെന്നപോലെ തെക്കൻകാലിഫോർണിയയിലെ ലോസ് ആഞ്ജലസിനും ഒരു സ്പാനിഷ് പർവ്വമുണ്ട്. തുടക്കം പോർച്ചുഗീസുകാരുടെ വരവോടെയാണ്. 1542ൽ പോർച്ചുഗീസുകാരനായ അന്വേഷകൻ ജ്വാൻ കാബ്രില്ലോ (Juan Cabrillo) ഇന്നത്തെ ലോസ് ആഞ്ജലസ് പരിസരത്തെത്തി. അന്നവിടെ നിറയെ ആദിവാസികളായിരുന്നു. ജനസംഖ്യ നാലായിരത്തോളം വരും. മുപ്പതോളം കാട്ടുജാതിക്കാരായിരുന്നു ഇവർ. ഇരുന്നൂറിലധികം കൊല്ലം കഴിഞ്ഞാണ് സ്പാനിഷ് ആധിപത്യം വരുന്നത്. 1769ൽ തെക്കൻ കാലിഫോർണിയയിലെ സാന്റിയാഗോ (San diego) വിൽ ആയിരുന്നു ആദ്യത്തെ സ്പാനിഷ് ഫ്രാൻസിസ്കൻ മിഷൻ താവളമിട്ടിരുന്നത്. അവിടെ നിന്ന് അമ്പതുപേരടങ്ങിയ ഒരു സംഘം വടക്കോട്ട് യാത്ര ചെയ്തു. 1781 ൽ അവർ ഇന്നത്തെ ലോസ് ആഞ്ജലസ് നിന്നിരുന്ന സ്ഥലത്ത് വാസമുറപ്പിച്ചു. കാലിവളർത്തലായിരുന്നു അവരുടെ തൊഴിൽ. 1821 ൽ കാലിഫോർണിയ മെക്സിക്കോവിന്റെ ഭാഗമായി. 1848ൽ ഇന്നത്തെ USA യുടേയും ഭാഗമായി. സാൻഫ്രാൻസിസ്കോ പ്രദേശത്ത് വിളയാടിയ Gold Rush ജ്വരം ലോസ് ആഞ്ജലസിനേയും ബാധിച്ചു. വടക്കൻ കാലിഫോർണിയയിൽ സ്വർണം കുഴിച്ചെടുക്കുന്നവരെ പോറ്റാൻ തെക്കൻ കാലിഫോർണിയയിലെ ഈ പശുപാലകർ വേണ്ടി വന്നു. കൂട്ടത്തിൽ ഒന്നുകൂടി. അമേരിക്കയിലെ മദ്ധ്യപൂർവ്വപ്രദേശങ്ങളിലേക്ക്

തെക്കുപടിഞ്ഞാറുള്ള കാലിഫോർണിയയിൽ നിന്ന് റെയിൽപ്പാളങ്ങൾ വന്നു. 1886 ആവുമ്പോഴേക്കും Cetntral Pacific, Union Pacific എന്ന റെയിൽ റോഡുകമ്പനികൾ അമേരിക്കക്ക് തലങ്ങുംവിലങ്ങുമായി റെയിൽപ്പാതകൾ പണിതു. കിഴക്കൻ അമേരിക്കയിൽ നിന്നും Midwest നിന്നും പടിഞ്ഞാറോട്ടുള്ള കാലിഫോർണിയയിലേക്ക് ഭാഗ്യാന്വേഷികളുടെ ഒരു വൻ പ്രവാഹം(Exodus) തന്നെയായിരുന്നു. Gold Rush ന പിന്നാലെ വന്നു Orange bloom. അറ്റാലാന്റിക് തീരത്തെ ന്യൂയോർക്ക് ബോസ്റ്റൺ മുതലായ നഗരങ്ങളിലെ സമ്പന്നർക്ക് വൻതോതിൽ ആവശ്യമായിരുന്ന ഓറഞ്ച് (മധുരനാരങ്ങ) കാലിഫോർണിയൻ പ്രദേശങ്ങളിലാണ് കൃഷി ചെയ്തിരുന്നത്. കാരണം അവിടത്തെ കാലാവസ്ഥ തന്നെ. കാലിഫോർണിയയിലെ ഭൂപ്രകൃതി ഓറഞ്ചിനും മുന്തിരിക്കും പറ്റുന്നതായിരുന്നു. കിഴക്കുനിന്നു കാലിഫോർണിയയിലേക്കുള്ള ഈ മനുഷ്യപ്രവാഹത്തിന്റെ ഭാവതീവ്രതയുള്ള വിവരണം John steinbec എഴുതിയ The grapes of wrath (ക്രോധത്തിന്റെ മുന്തിരിപ്പഴങ്ങൾ) എന്ന നോവലിൽ കാണാം. കൻസാസ് സംസ്ഥാനത്തുള്ള നിന്നുള്ള ദരിദ്രകുടുംബമായ Joad family തൊഴിലും ഭാഗ്യവും തേടി കോളറാഡോ വഴി കാലിഫോർണിയയിലേക്ക് വരുന്നതിന്റെ ഹൃദയസാപർശിയായ കഥയാണിത്.

Gold Rush, Orange bloom എന്നിവക്കു പിന്നാലെ Investment boom, Real estate boom എന്നീ തരംഗങ്ങളും കാലിഫോർണിയയിൽ നടമാടി. ഇവയെല്ലാം കലങ്ങിത്തെളിഞ്ഞപ്പോൾ ലോസ് അഞ്ജലസ് നഗരം ജനസംഖ്യകൊണ്ടും വലുപ്പം കൊണ്ടും സാൻ ഫ്രാൻസിസ്ക്കോവിനെ അപേക്ഷിച്ച് ബഹുദൂരം മുന്നേറി. പ്രശസ്തിക്ക് മകുടം ചാർത്താൻ 1932ൽ ലോസ്ആഞ്ജലസിൽ ഒളിംപിക്സും അരങ്ങേറി.

ഇനിയും ഒന്നുകൂടി ബാക്കിയുണ്ട്. അത് സിനിമാവ്യവസായമാണ്. അമേരിക്കയുടെ കിഴക്കൻ ഭാഗങ്ങളിൽ ഇരുപതാം നൂറ്റാണ്ടിന്റെ ആദ്യദശകങ്ങളിൽ തോമസ് ആൽവാ എഡിസന്റെ ആധിപത്യമായിരുന്നു സിനിമാ വ്യവസായ മേഖലയിൽ നിലനിന്നിരുന്നത്. ഇതിൽ നിന്നു രക്ഷതേടി സിനിമാ നിർമ്മാതാക്കൾ പടിഞ്ഞാറൻ ഭാഗങ്ങളിലേക്ക് ചേക്കേറാൻ തുടങ്ങി. കാലിഫോർണിയയിൽ കൊല്ലം മുഴുവൻ നിറഞ്ഞു നിന്നിരുന്ന തെളിഞ്ഞ കാലാവസ്ഥ സിനിമാ ഷൂട്ടിങ്ങിന് അനുകൂലമായ ഘടകങ്ങളായിരുന്നു. ഭൂപ്രകൃതിയും അതുപോലെതന്നെ. കുന്നുകളും സമുദ്രങ്ങളും മരുഭൂമിയും നാട്ടിൻപുറങ്ങളും സഹവസിക്കുന്ന ലോസ്ആഞ്ജലസിൽ സിനിമാ

സാന്റാ മോണിക്കാ കടൽപ്പാലം, ലോസ് ഏഞ്ചലസ്

നിർമാതാക്കാൾ അവരുടെ സ്വപ്നഭൂമി കണ്ടെത്തി. മാർഗരറ്റ് മിച്ചലി ന്റെ Gone with the wind എന്ന നോവൽ സിനിമയാക്കിയതോടെ ഹോളിവുഡ് പ്രശസ്തിയുടെ കൊടുമുടിയിലെത്തി. അതിനുശേഷം ടെലിവിഷനും ഇന്റർനെറ്റും വന്നപ്പോൾ സിനിമ ഇവയോടൊപ്പം സഹവസിക്കാൻ പഠിച്ചു.

ലോസ്ആഞ്ജലസ് നഗരത്തിന് ഒരു നഗര കേന്ദ്രം ഇല്ലെന്നു പറയാറുണ്ട്. അതിനൊരു Downtown ഇല്ലാത്തതിനെപ്പറ്റിയും കേൾക്കാം. നഗരപ്രാന്തങ്ങളുടെ ഒരു സമുച്ചയം (complex) ആണത്രെ ഈ നഗരം. Six sub urban areas in search of a city (ഒരു നഗര ത്തെത്തേടുന്ന ആറുനഗര പ്രാന്തങ്ങൾ) എന്നു ലോസ്ആഞ്ജലസിനെ വിശേഷിപ്പിക്കാറുണ്ട്.

2014 ആഗസ്റ്റ് 31ന് വൈകുന്നേരം ഞങ്ങൾ ലോസ്ആഞ്ജ ലസിൽ വിമാനമിറങ്ങി. സാൻഫ്രാൻസിസ് കോവിൽ നിന്നു ലോസ്ആഞ്ജലസിലേക്ക് വിമാനം ഒന്നേകാൽ മണിക്കൂർ എടുത്തു.

വിമാനത്തിന്റെ Window seat ൽ ഇരുന്ന എനിക്ക് പുറംകാഴ്ചകൾ പലതും കാണാനൊത്തു. ഭാഗ്യത്തിന് വിമാനം അധികവും താഴ്ന്നാണ് പറന്നത്. അമേരിക്കയിൽ ധാരാളം സ്ഥലങ്ങളിൽ സോളാർ പാനലുകൾ ഉപയോഗിച്ച് സൗരോർജ്ജം ഉല്പാദിപ്പിക്കുന്നുണ്ട്. വിൻഡ് മില്ലുകളും (Windmills) ശ്രദ്ധയിൽ പെട്ടു. ഇന്ത്യയിൽ ഗുജറാത്തിലാണ് വിൻഡ്മില്ലുകൾ വ്യാപകമായിട്ടുള്ളത്. സോളാർ ബാറ്ററികളിൽ സൂര്യപ്രകാശം ഫോക്കസ് ചെയ്യാനുപയോഗിക്കുന്ന കണ്ണാടികൾ വിമാനത്തിലിരുന്നാൽ വ്യക്തമായികാണാം. അമേരിക്കയിലെ മറ്റു പ്രദേശങ്ങളെ അപേക്ഷിച്ച് ധാരാളം കുന്നിൻ ചെരുവുകൾ കാലിഫോർണിയയിൽ കാണാം. വിമാനം താണുപറക്കാൻ തുടങ്ങിയപ്പോൾ ധാരാളം മുന്തിരിത്തോട്ടങ്ങൾ ശ്രദ്ധയിൽ പെട്ടു.

വിമാനത്താവളത്തിൽ നിന്ന് ടാക്സി പിടിച്ച് ഹോട്ടലിലെത്തി. ഹോട്ടലിലേക്ക് കാറിൽ ഒരു മണിക്കൂർ ദൂരമുണ്ട്. ഇന്ത്യയിൽ ചിലയിടങ്ങളിലെ പോലെ അമേരിക്കയിൽ ടാക്സിക്കാരുടെ പിടിച്ചു പറിയില്ല. Prepaid ടാക്സി പോലെയാണ് കാര്യങ്ങൾ. കൂടുതലായി എന്തെങ്കിലും ദക്ഷിണകൊടുത്താൽ അവർ സന്തോഷമായി വാങ്ങുമെന്നുമാത്രം. കംഫർട്ട് ഇൻ തന്നെയാണ് ഹോട്ടൽ. ഞങ്ങൾ നയാഗ്രയിലും ന്യൂയോർക്കിലും താമസിച്ച അതേ ഹോട്ടൽ ശൃംഖലയിലെ അംഗം. ഹോട്ടൽ നഗരത്തിന്റെ ഹൃദയഭാഗത്തുതന്നെയായിരുന്നു. സ്ഥലത്തിന്റെ പേര് ഹോളിവുഡ്. എല്ലാവർക്കും പരിചിതമായ പേര്. അമേരിക്കൻ സിനിമയുടെ (അതോ ലോക സിനിമയുടേയോ?) കേന്ദ്രം. ഹോട്ടൽ നിന്നിരുന്ന സ്ഥലത്തിന്റെ പേര് ഹോളിവുഡ് ബോലിവാർഡ് (Hollywood Boulevard). ഈ പേര് മനസ്സിലുണർത്തുന്ന ഇമേജിനനുസരിച്ച് തിരക്ക് ആ ഭാഗത്തൊന്നും കണ്ടില്ല. അതുകൊണ്ടു ഞാൻ അതു കൂടുതൽ ഇഷ്ടപ്പെട്ടു. ഹോട്ടലിന്റെ കൗണ്ടറിൽ തികച്ചും അപ്രതീക്ഷിതമായി ഒരു കറുത്തു മെലിഞ്ഞ ആളാണ് ഇരുന്നിരുന്നത്. സാധാരണയായി വെള്ളക്കാരേയോ കറുത്തവർഗ്ഗക്കാരേയോ ആണ് കാണാറ്. ആളെ പരിചയപ്പെട്ടപ്പോൾ ആൾ ബംഗ്ലാദേശിയാണെന്നു പറഞ്ഞു. എനിക്കു സന്തോഷമായി. ഒരടുപ്പം കൂടുതൽ കിട്ടുമല്ലോ. നെവാർക്ക് വിമാനത്താവളത്തിൽ ഡൊമസ്റ്റിക് ടെർമിനലിൽ നിന്ന് ഇന്റർനാഷണൽ ടെർമിനലിലേക്ക് ടാക്സി ഓടിച്ചിരുന്ന ആൾ ഇതേ മാതിരി കൗതുകമുണർത്തിയിരുന്നു. അയാൾ ശ്രീലങ്കൻ ആയിലിരുന്നു. ഏഷ്യക്കാരെ അമേരിക്കയിൽ വെച്ചുകണ്ടാൽ പെട്ടെന്നു

മനസ്സിലാവും. ഉത്തരേന്ത്യയിൽ വെച്ച് മലയാളിയെകണ്ടാൽ പെട്ടെന്ന തിരിച്ചറിയുന്ന പോലെ. അമേരിക്കൻ ഹോട്ടലുകളിൽ മുറി അടയ്ക്കാനും തുറക്കാനും ഇലക്ട്രോമാഗ്നറ്റിക് ലോക്ക് സംവിധാനമാണ്. പഴയ മെക്കാനിക്കൽ പൂട്ടും താക്കോലും വിടപറഞ്ഞു. ഇപ്പോൾ ഇന്ത്യയിലും ഈ പുതിയ സംവിധാനങ്ങളെല്ലാം വ്യാപിച്ചിരിക്കുന്നു. ഹോട്ടൽ മുറിയിൽ പോയി ഫ്രെഷ് ആയ ശേഷം അത്താഴം പതിവിൻ പടി ഞങ്ങളുടെ വെജിറ്റേറിയൻ ടെകിനിക്. ഇഡ്ഡലി-പൊടി-ചപ്പാത്തി-ലെമൺ റൈസ്. ഇത് ക്ലീവ്ലൻഡിൽ നിന്ന് നാലുദിവസം മുമ്പുതന്നെ പാക്കു ചെയ്തു കൊണ്ടുവന്നതാണ്. ഒരു കേടും കൂടാതെ ഇരിക്കുന്നു. ഇങ്ങനത്തെ കാര്യങ്ങളെല്ലാം ചെയ്യുന്നതിൽ ഭാര്യ ഉഷാറാണ്. അവർക്ക് അതിനെല്ലാം ഒരു പ്രത്യേക ആവേശമായിരുന്നു. രാത്രി വൈകാതെ ഉറങ്ങി. യാത്രാക്ഷീണം തീരണമല്ലോ.

പിറ്റേദിവസം ആഗസ്റ്റ് ഒന്നാം തിയ്യതി കാലത്ത് പ്രഭാതകൃത്യങ്ങളും ഹോട്ടലിലെ Complimentary പ്രാതലും കഴിഞ്ഞപ്പോൾ നഗര പ്രദക്ഷിണത്തെപ്പറ്റിയുള്ള ആലോചനയായി. മറ്റു അമേരിക്കൻ നഗരങ്ങളിലുള്ള പോലെത്തന്നെ sight seeing ഉദ്ദേശിച്ചുള്ള ഡബ്ബിൾ ഡെക്കർ ബസ്സുകൾ സുലഭം. ഹോട്ടൽ കൗണ്ടറിൽ നിന്നുതന്നെ ഇത്തരം വാഹനങ്ങളുമായി കണക്റ്റു ചെയ്തുതന്നു. തെളിഞ്ഞകാലാവസ്ഥയായിരുന്നു. നഗരക്കാഴ്ചകൾ കാണിക്കുമ്പോൾ ബസ്സിലെ ഗൈഡുകൾ വായ് തോരാതെ മൈക്കുവെച്ചു സംസാരിക്കും എന്നത് എനിക്കൽപം അരോചകമായിത്തോന്നി. എന്റെ ശ്രദ്ധ ഇവർ പറയുന്ന കാര്യങ്ങലിൽ നിന്ന് പലപ്പോഴും തെന്നിമാറും. എന്നിട്ട് നഗരത്തിന്റെ നിറങ്ങളിലേക്കും മണങ്ങളിലേക്കും ചേക്കേറും. ഇതുകൊണ്ടെനിക്ക് കുറെ ലാഭവും കുറെ നഷ്ടവുമുണ്ട്. കുറെ വസ്തുതാപരമായ വിവരങ്ങൾ എനിക്കു നഷ്ടപ്പെടും. പക്ഷേ, എനിക്കേറ്റവും ഉള്ളിൽ തട്ടുന്ന വളരെ വ്യക്തിപരമായ Impressions മനസ്സിലേക്ക് കുടിയേറും. പിന്നീട് അവ നല്ല ഓർമ്മകളായി മാറും. അവ വസ്തുക്കളെയോ വിവരങ്ങളെയോ പോലെ ബോധതലത്തെയല്ല അവബോധതലത്തെയാണ് സ്പർശിക്കുന്നത്. Smartness വേണ്ട കാര്യങ്ങളിലേല്ലാം മന്ദബുദ്ധിയായ ഞാൻ ഇക്കാര്യത്തിൽ വിഷമിക്കാറില്ല. കാര്യങ്ങളെ മനോരാജ്യമാക്കിയാലേ എനിക്ക് രുചിക്കുകയുള്ളൂ. മനോരാജ്യം നിറങ്ങളെക്കാൾ മണമായിട്ടാണ് കൂടുതൽ സംവദിക്കുന്നത്. നിറങ്ങൾക്ക് Intimacy കുറവാണ്. മണങ്ങൾ കൂടുതൽ വ്യക്തിപരമാണ്. അവക്ക് Intimacy

കൂട്ടം.

ലോസ്ആഞ്ജലസ് പോലെ ഭംഗിയുള്ള നഗരം അമേരിക്കിൽ വേറെയില്ലെന്നാണ് എന്റെ പക്ഷം. പൊതുവേ അമേരിക്കൻ നഗരങ്ങളെല്ലാം വളരെ വൃത്തിയും വെടിപ്പുമുള്ളതാണ്. എന്നാലും ലോസ്ആഞ്ജലസിന്റെ സൗന്ദര്യം അതൊന്നു വേറെ. കൂടാതെ ന്യൂയോർക്ക് കഴിഞ്ഞാൽ വലിപ്പത്തിൽ രണ്ടാംസ്ഥാനമാണ് ഈ സുന്ദരനഗരത്തിന്. ഉഷ്ണമെഖലയൊടുള്ള സാമീപ്യം കാരണമാവാം തെക്കൻ കാലിഫോർണിയയിലെ ഈ നഗരത്തിൽ ഒരു തെക്കെ ഇന്ത്യൻ നഗരത്തിന്റെ ലുക്ക് കൂടിയുണ്ട്. ചിലപ്പോൾ തോന്നും നാം തമിഴ്നാട്ടിൽ എവിടെയോ രാമേശ്വരത്തിന്നടുത്തോ മറ്റോ ആണെന്ന്. മറ്റുചിലപ്പോ തോന്നും കേരളത്തിൽ ഭാരതപ്പുഴയുടെ തീരത്തുള്ള പട്ടാമ്പി പരിസരമാണെന്ന്. ധാരാളം പനകൾ (കരിമ്പനമാതിരി) ഉള്ളതാവാം ഒരു കാരണം. മറ്റൊരു കാരണം കുന്നിൻ ചെരിവുകളും. വടക്കൻ കാലിഫോർണിയയിലെ സാൻഫ്രാൻസിസ് കോവിൽ ശാന്തസമുദ്രത്തിന്റെ താണ്ഡവരൂപമാണ് നാം ശ്രദ്ധിക്കുക. സമുദ്രം ശാന്തമാണെങ്കിലും അതിന്റെ സർവ്വാതിശായിയായ ഗാംഭീര്യം അവിടെ അനുപമമായിത്തോന്നും. തെക്കൻ കാലിഫോർണിയയിലെ ലോസ്ആഞ്ജലസിൽ പെസഫിക് ലാസ്യ നൃത്തം ചെയ്യുന്ന ഒരു സുന്ദരി പോലെയാണ്. സമുദ്രത്തിന്റെ അധൃഷ്യത ഈ ഭാഗത്ത് അനുഭവപ്പെടുകയില്ല. സാന്റാമോണിക്കാ ബീച്ച് കണ്ടപ്പോൾ അതിന്റെ മട്ടും മാതിരിയും ഭാരതപ്പുഴയുടെ വള്ളുവനാടൻ മണൽത്തിട്ടപോലെയാണ്. ശാലീന ശാന്ത സമുദ്രം. ഒരലപോലും മഷിയിട്ടു നോക്കിയാലും കാണില്ല.

നഗരങ്ങൾ ചുറ്റുന്നതിനിടയിൽ UCLA എന്നഅറിയപ്പെടുന്ന കലാശാല കാമ്പസ് കണ്ടു. University of California Los Angels Campus എന്നു മുഴുവൻ പേര്. അംബരചുംബി കെട്ടിടങ്ങൾക്കും പാർക്കുകൾക്കുമെല്ലാം ഇവിടെ ഒരുപ്രത്യേ്യ വശ്യത. എനിക്കങ്ങനെ തോന്നിയതുമാത്രമാവാം. ക്ലീവ്ലൻഡിലെ യൂറോപ്യൻ പ്രകൃതി കണ്ടു മടുത്തപ്പോൾ Los Angels ന്റെ semi tropical (അർദ്ധോഷ്ണ മേഖല) അന്തരീക്ഷത്തിന്റെ Freshness എന്നെ അകാരണമായും ആകർഷിച്ചതാവാം. 'മൂക്കാൻ ചാത്തൻ' കെട്ടിയാടുന്ന കരിമ്പനകൾ കാലിഫോർണിയയിൽ സർവ്വത്രയാണ്. കരിമ്പനകൾ കണ്ടാൽ പ്രേതങ്ങൾ ഉറഞ്ഞാടുന്നപോലെ തോന്നും. കഥകളിയിലെ കരിവേഷം പോലെയും തോന്നാം. കിർമ്മീരവധത്തിലെ സിംഹികപോലെയോ അല്ലെങ്കിൽ നരകാസുരവധത്തിലെ നക്രതുണ്ഡി പോലെയോ ഒക്കെ.

ലോസ്ആഞ്ജലസിൽ സർവ്വത്ര കണ്ട ഒരു വന്മരം എന്റെ ഓർമ്മയിൽ ഇരുണ്ട പച്ചപിടിച്ച നിൽക്കുന്നു. ഇലകൾ ഒരുവിധം ചെറുതാണ് കാശ്മീരിലെ ചിനാർ വൃക്ഷങ്ങളെപ്പോലെ. ഇലകൾക്ക് വേറെ എവിടെയും കാണാത്തമട്ടിലുള്ള ഇരുണ്ട പച്ചനിറം. നമ്മുടെ പ്ലാവിലയുടെ പച്ചപോലെ. ആ ഇലകൾക്കെല്ലാം വെണ്ണയിൽ പുരണ്ടപോലെ അസാമാന്യ മായൊരു സ്നിഗ്ധത. മഞ്ഞിൽ കുതിർന്ന നിലാവിലെന്നപോലെ. റോഡിൽ തണൽ തരുന്നതിനായി നമ്മുടെ നാട്ടിൽ ഉങ്ങു നടാറുണ്ടല്ലോ. അതേപോലെ ഒരു ചോലവൃക്ഷമായിട്ടാണ് ഈ മരം റോഡിലെല്ലാം നട്ടിരിക്കുന്നതെന്നു തീർച്ച. കഷ്ടകാലത്തിന് ആ മരത്തിന്റെ പേര് ഞാൻ ചോദിച്ചവരാരും പറഞ്ഞില്ല. അജ്ഞാതനാമാവായ ഈ വൃക്ഷം ആസ്ട്രേലിയയിൽ നിന്നാണ് വന്നതെന്നറിഞ്ഞ ഉണ്ണി അതിന്റെ ഫോട്ടോ കുറെയെണ്ണമെടുത്തു. ഏതായാലും ന്യൂയോർക്കിൽ Black Locust മരം പടർന്നു പന്തലിച്ച നിൽക്കുന്നതുപോലെ ലോസ്ആഞ്ജലസിൽ ഈ പേരില്ലാത്ത വൃക്ഷവും നിറഞ്ഞുനിൽക്കുന്നു.

ഉച്ചഭക്ഷണം ഏതെങ്കിലും ഇന്ത്യൻ ഹോട്ടലിലാവാമെന്നു വെച്ചു. വൻ നഗരങ്ങളിൽ ഇന്ത്യൻ ഹോട്ടലുകൾ ഉണ്ടാവുമല്ലോ. അന്വേഷിച്ചു. ഭാഗ്യത്തിന് ഒരെണ്ണം ഒത്തുകിട്ടി. പക്ഷേ, അവിടെ സസ്യവിഭവങ്ങൾ വളരെ പരിമിതമായേ കിട്ടിയുള്ളൂ. ഉത്തരേന്ത്യൻ മട്ടിലുള്ള ഹോട്ടലാണ്. കുറച്ച കാത്തിരിക്കേണ്ടിവന്നുവെങ്കിലും ഒരുവിധം ഒപ്പിച്ചു എന്നുപറയാം. രാത്രിയും ഭക്ഷണം അവിടെ കരുതണമെന്നേൽപിച്ചു.

അടുത്ത ലക്ഷ്യം ഹോളിവുഡ് സർക്കിൾ ആണ്. സമയം ഉച്ചതിരിഞ്ഞിട്ടേയുള്ളൂ. ധാരാളം സമയമുണ്ട്. ലോസ്ആഞ്ജലസിന്റെ ജനപ്രീതിയുടെ അടിസ്ഥാനം ലോകസിനിമയുടെ തന്നെ കേന്ദ്രമെന്നു പറയാവുന്ന ഹോളിവുഡ് ആണ്. ഹോളിവുഡ് പരിസരത്തെത്തിയപ്പോൾ തോന്നിയതിങ്ങനെ. തമിഴ്നാട്ടിൽ മധുരയിലെത്തിയാൽ തോന്നും അവിടത്തെ ജീവിതം മുഴുവൻ മീനാക്ഷിക്ഷേത്രത്തെ കേന്ദ്രീകരിച്ചാണെന്ന്. ഗുരുവായൂരിലും മറ്റ് ഇതൊക്കെത്തന്നെയാണ്. അതിനു സമമായൊരനുഭവമാണ് ഹോളീവുഡിനു സമീപപ്രദേശത്തെങ്ങാനുമെത്തിയ സന്ദർശകരുണ്ടാവുക. ഇവിടെ വേറൊരു ലോകമാണ്. കച്ചവടകേന്ദ്രങ്ങൾ ഹോട്ടലുകൾ വാഹനങ്ങൾ എല്ലാം എന്തിനെന്നു ചോദിച്ചാൽ ഉത്തരം ഒന്നുമാത്രം. 'എല്ലാം ഹോളിവുഡ് തിരു സന്നിധിയിലേക്കായി', എന്ന്. അതായത് സിരാകേന്ദ്രം ഹോളിവുഡ് സ്റ്റുഡിയോകൾ, ആ

മായികലോകത്തിന്റെ താളത്തിനൊത്തു തുള്ളുന്ന നഗര പരിസരം. ഇന്ത്യയിൽ Hero Worship തമിഴ്നാട്ടിൽ കഠിനമാണ്, കേരളത്തിൽ വളരെകുറവും. ബോംബോയിൽ ബോളിവുഡ് പരിസരത്ത് ശക്തമാണ്. അമേക്കയിലാകട്ടെ ഹോളിവുഡ് താരങ്ങൾ കൺകണ്ട ദൈവങ്ങളാണ്.

ഹോളിവുഡ് സ്റ്റുഡിയോകൾ വാസ്തവത്തിൽ നഗരത്തിൽ നിന്ന് അല്പം വിട്ട് ഒരു കുന്നിൻ പുറത്താണ്. അകലെനിന്നു തന്നെ ഈ കുന്നുകൾ കാണാം. നല്ല പ്രകൃതിരമണീമായ പരിസരം. കുന്നിന്മേലുള്ള കൂറ്റൻ പാറകളിൽ വലിയ അക്ഷരത്തിൽ HOLLY WOOD എന്നെഴുതി വെച്ചിരിക്കുന്നു. കിലോമീറ്ററുകൾ അകലെ നിന്നുതന്നെ ഇതുകാണാം. ആ കുന്നുകൾക്ക് പക്ഷേ ഒരു ഹിമാലയൻ കുന്നിന്റെ അധൃഷ്യതയും ശാന്തതയും അകലെ നിന്നുനോക്കുമ്പോൾ തോന്നി. സാധാരണക്കാരിൽ ഹോളിവുഡ് ഉണർത്തുന്ന ഗ്ലാമർ ലോകത്തിന്റെ യാതൊരു നിഴലാട്ടവും ആ കുന്നുകളിൽ കണ്ടില്ല. ഹോളിവുഡ് സ്റ്റുഡിയോകൾക്ക് അടുത്തു പോവാൻ പറ്റുമോ എന്നൊന്നും ഞങ്ങൾ തത്ക്കാലം അന്വേഷിച്ചില്ല. ഒന്ന് സമയപരിമിതി, രണ്ടാമതായി എന്റെ മുൻഗണനാക്രമത്തിൽ (Priority scheme) ആദ്യം വരുന്നത് വാതിൽപ്പുറ (Outdoor) കാഴ്ചകളാണ്. Indoor ഒരു നഗരത്തിന്റെ Flavour തരില്ല. Outdoor പകർന്നുതരുകയും ചെയ്യും. സമയം പരിമിതമാണെങ്കിൽ അതിനനുസരിച്ച് Indoor കാഴ്ചകൾ. ഇതിൽ ശരിയും തെറ്റുമൊന്നുമേയില്ല എന്റെ വഴി ഇങ്ങിനെയെന്നുമാത്രം.

ഹോളിവുഡ്ലാൻഡിന്റെ പാർശ്വങ്ങളിലുള്ള കാൽനടപ്പാതകളിൽ വരിവരിയായി ചലചിത്രതാരങ്ങളുടെ പേരുകൾ കൊത്തിവെച്ചിരിക്കുന്നു. ഇതാണ് Hollywood walk of fame. ഒറ്റനോട്ടത്തിൽത്തന്നെ നൂറിലധികം പേരുകൾ കണ്ടു. കൂടുതൽ ഉണ്ടോ എന്നറിയില്ല. ആ നടന്മാർ ചവിട്ടിനിന്ന ഗ്ലാമറസ് ഇഷ്ടികകളിൽ കയറിനിന്ന് ഫോട്ടോ എടുക്കാൻ സന്ദർശകരുടെയും താരങ്ങളുടെ ആരാധകരുടെയും തിരക്കായിരുന്നു. ഫോട്ടോ ഗ്രാഫർമാർക്ക് അത് നല്ലൊരു വരുമാന മാർഗ്ഗമാണ്. ഞങ്ങളും ഫോട്ടോ എടുത്തു. അടുത്തു തന്നെ ചൈനീസ് തിയേറ്റർ കണ്ടു. ഹോളിവുഡ് സിനിമാതാരവുമായി ബന്ധപ്പെട്ടതു കാരണം തിയേറ്ററിന് വലിയ ഗ്ലാമറാണ്. താരാരാധനയുടെ തിക്കും തിരക്കും ഇവിടെ വല്ലാതെയുണ്ട്. തിയേറ്റർ കെട്ടിടത്തിന് ചൈനീസ്ഛായ നല്ലവണ്ണം തോന്നും. ഹോളിവുഡിൽ നിർമ്മിക്കുന്ന സിനിമകൾ ആദ്യം പ്രദർശിപ്പിക്കുക ഇവിടെയാണത്രെ. കുറച്ചുകൂടി നടന്നപ്പോൾ ഞങ്ങളുടെ മുമ്പിൽ കാണുന്നു Beverly

Hills. അത് മറ്റൊരു മായിക നാമമാണ്. ലോസ്അഞ്ജലിസിലെ സമ്പന്നരുടെ വാസകേന്ദ്രം. ഹോളിവുഡ്താരങ്ങൾ താമസിക്കുന്നത് ഇവിടെയാണത്രെ.എനിക്ക് ബോംബെയിലെ മലബാർ ഹിൽ ഓർമ്മവന്നു. ബോളിവുഡ് സിനിമാതാരങ്ങൾ താമസിക്കുന്ന ഇവിടം ബോംബെയിലെ ഏറ്റവും ഗ്ലാമർ നിറഞ്ഞ ഇടമാണ്. ഏതായാലും ഹോളിവുഡിലെ അന്തരീക്ഷം ഇന്ത്യയിലെ സമാന അന്തരീക്ഷ ത്തിൽ നിന്നും ഒട്ടും വ്യത്യസ്തമല്ല.

പിറ്റേദിവസം കാലത്ത് ഞങ്ങൾ പെസഫിക് സമുദ്രവുമായിട്ടുള്ള രണ്ടാമത്തെ കൂടിക്കാഴ്ചക്കു പുറപ്പെട്ടു. സാൻടാ മോണിക്ക ബീച്ച് ആയിരുന്നു ലക്ഷ്യസ്ഥാനം. ഞങ്ങളവിടെ എത്തുമ്പോൾ കാലത്ത് പത്തുമണി ആകുന്നതേയുള്ളൂ. വെയിലിനു ചൂടായിട്ടില്ല. വെയിൽ കാഞ്ഞ് സമുദ്രതീരത്ത് കഴിച്ചുകൂട്ടാൻ അനേകം പേർ വരുമെന്നു കേട്ടു. ഒന്നു പറയാം സാൻടാ മോണിക്കാ ബീച്ച് ശാന്തസുന്ദരമാണ്. സാൻഫ്രാൻസിസ്കോവിൽ ശാന്ത സമുദ്രത്തിന്റെ Awe inspiring രൗദ്രഭാവമാണെങ്കിൽ ലോസ്അഞ്ജലിസിൽ ഒരു ശാലീനസുന്ദരി യുടെ മട്ടാണ് (ഇത്ര ശാന്തമായൊരു സമുദ്രം ഗാംഭീര്യം കൊണ്ടാണ് സാൻഫ്രാൻസിസ്കോവിൽ രൗദ്രഭാവം കൈവരിക്കുന്നത്) മണൽ ത്തിട്ടിനപ്പുറത്ത് സമുദ്രം കടും നീലനിറത്തിൽ സന്ദർശകരെ തഴുകി ത്താലോലിക്കുന്ന ഒരിളം തെന്നൽ അവിടെയെങ്ങും തങ്ങിനിന്നിരു ന്നു. സാൻഫ്രാൻസിസ്കോവിലെ wharf ൽ കണ്ടപോലെ കടൽക്കാ ക്കകൾ സാൻട്രാ മോണിക്കാ ബീച്ചിൽ അവിടവിടെ നിന്നിരുന്നു. കടലിനൊരു ‘ശാട്ടമാട്ട’വുമില്ല. ഒരു കുളത്തിന്റെ മട്ട് ഒരു ചെറിയ അലപോലുമില്ല. ഇതേസമുദ്രത്തിന് സാൻ ഫ്രാൻസിസ് കോവിൽ ലാഡ്യത്തിനു പകരം എങ്ങനെ താണ്ഡവത്തിന്റെ ഗാംഭീര്യം കൈവന്നുവെന്ന് ഞാനത്ഭുതപ്പെട്ടുപോയി. നിറകുടം തുളുമ്പില്ല എന്ന് പഴമക്കാർ പറയുന്നു. വെറുതെയല്ല മഗലൻ എന്ന സായിപ്പ് 1519 ൽ ഇതിന് ശാന്ത സമുദ്രമെന്ന പേർ നൽകിയത്. സായിപ്പ്മാരും മദാമ്മമാരും കുട്ടികളും സമുദ്രത്തിൽ സകുടുംബം സ്നാനം ചെയ്യുന്നു. പലരും തീരത്തുനിന്ന് അകലേക്ക് നീന്തുന്നു. കുറച്ചകലെ Pilot ബോട്ടുകൾ റോന്ത്ചുറ്റുന്നുണ്ടായിരുന്നു. ആരെങ്കിലും നീന്തലറിയാതെ അപകടത്തിൽ പെട്ടാൽ രക്ഷപ്പെടുത്താനാണ്. ശാന്ത സമുദ്രം പുറമേക്ക് ശാന്ത സ്വരൂപിണിയാണെങ്കിൽ ആഴങ്ങളിൽ സംഹാര രൂപിണിയാവുമത്രെ. കണ്ടാൽ വിശ്വസിക്കില്ല. തിരമാല പോകട്ടെ, ഒരുകൊച്ചോളം പോലുമില്ല ഞാനൊരു ഞെട്ടലോടെ ആലോചിച്ചു. സ്വപ്നം കണ്ടു മയങ്ങിനിൽക്കുന്ന കുളം പോലെ തോന്നിക്കുന്ന

ഈ ജലാശയം ഭൂമിയെ ആകമാനം വിഴുങ്ങാൻ കെല്പുള്ളവളാണ്. ഗ്വാംദീപിന്റെ കിഴക്കുള്ള മരിയാന ട്രെഞ്ചിൽ ഈ കുളത്തിന്റെ ആഴം 11 കിലോമീറ്ററാണ്. ഞാൻ കഥകളിയിലെ 'ലളിത'കളെക്കുറിച്ച ഓർത്തു. കിർമീരവധത്തിലെ സിംഹികയും നരകാസുരവധത്തിലെ നക്രതുണ്ഡിയും എത്ര എളുപ്പത്തിലാണ് ലാസ്യത്തിൽ നിന്ന് താണ്ഡവത്തിലേക്ക് ചേക്കേറുന്നത്. പസഫിക്പോലെത്തന്നെ.

സാൻടാമോണിക്കാ ബീച്ചിലെ Pier ൽ കുറിച്ച സമയം ചിലവഴിച്ചു. ഇവിടെ ഒരു ഉത്സവാന്തരീക്ഷം തന്നെ. കടകളിൽ seafood (സമുദ്രവിഭവങ്ങൾ അഥവാ മത്സ്യവിഭവങ്ങൾ) സുലഭം. ഒരു മുക്കുവൻ ഇപ്പോൾ വലയിലാക്കിയ ഒരു മത്സ്യഭീമനെ വെട്ടിമുറിക്കാനുള്ള ശ്രമത്തിലാണ്. അയാൾക്കു ചുറ്റും ഒരു ജനക്കൂട്ടവുമുണ്ട്. ഏതാണ്ടെല്ലാം കേരളത്തിലെപോലെത്തന്നെ. എല്ലാ ബീച്ചുകളിലും എന്നപോലെ ഇവിടെയും യന്ത്ര ഊഞ്ഞാലുകൾ സജീവമാണ്. Pier നടപ്പാത മുഴവൻ വിലകൂടിയ തടികൊണ്ടുള്ള പലകകളാണ് വിരിച്ചിട്ടുള്ളത്. ഇത് നമ്മുടെ നാട്ടിലില്ലാത്ത മട്ടാണ്. അമേരിക്കയിൽ മരത്തിന്റെ സമൃദ്ധിതന്നെ ഇതിനു കാരണം. നമ്മുടെ നാട്ടിൻപുറങ്ങളിൽ പോലും സൈക്കിൾ ചവിട്ടുന്ന ചെറുപ്പക്കാരെ കാണാൻ അപൂർവ്വമായിരിക്കുന്നു. സാൻടാ മോണിക്ക ബീച്ചിന്നടുത്ത് ധാരാളം യുവതിയുവാക്കൾ സൈക്കിൾ ചവിട്ടുന്നത് ശ്രദ്ധിച്ചു. അമേരിക്കയിൽത്തന്നെ ഏറ്റവും അധികം പേർ സൈക്കിളിൽ യാത്രചെയ്യുന്നത് ഞാൻ കണ്ടിട്ടുള്ളത് ബോസ്റ്റണിലെ ഹാർവാർഡ്, MIT കാമ്പസുകളിലാണ്. നമ്മുടെ നാട്ടിലെ യുവതലമുറ ഇവരെപ്പോലെത്തന്നെ സൈക്കിൾ ചവിട്ടി യാത്ര ചെയ്യാൻ തുടങ്ങിയാൽ പൊണ്ണത്തടി കുറെ കുറഞ്ഞുകിട്ടും.

പാടിയപാട്ടുകൾ മധുരം പാടാത്തത് മധുരതരം എന്നുപറയാറുണ്ട്. എനിക്കങ്ങനെയൊരു നിരാശ ലോസ്അഞ്ജലസിൽ ഉണ്ടായി. അവിടെ അടുത്താണ്പാസഡേന. തെക്കൻ കാലിഫോർണിയയിലെ പാസഡേനയിലാണ് സാക്ഷാൽ Caltech (Califormia Institute of Technology). ഭൗതിക ശാസ്ത്രജ്ഞരുടെ പറുദീസ അമേരിക്കൻ ഫിസിക്സിന്റെ സിരാകേന്ദ്രങ്ങളിലൊന്ന്. നോബൽ സമ്മാനം നേടിയ ഭൗതികശാസ്ത്രജ്ഞരുടെ തട്ടകം. Richard Flynman എഴുതിയ Flynman lectures വായിക്കാത്ത ശാസ്ത്രവിദ്യാർത്ഥികളുണ്ടാവില്ല. 1968ൽ ഭൗതികശാസ്ത്രത്തിനുള്ള നോബൽ സമ്മാനം നേടിയ ഫെയിൻമാന്റെ ഒരു ഡസനോളം വിദ്യാർത്ഥികൾ നോബൽ പുരസ്കൃതരാണത്രെ. ബിരുദാനന്തര വിദ്ധ്യാർത്ഥികളോടു ആവേശപൂർവ്വം Flynman lectures നെക്കുറിച്ച് സംസാരിക്കാറുള്ള ഞാൻ ലോസ്അഞ്ജലസിൽ

വന്നിട്ട് അടുത്തുള്ള Caltech ൽ പോകാൻ സാധിക്കാത്തതിൽ ദുഃഖം തോന്നി. ലോസ്അഞ്ജലസ് ഡൗൺടൗണിൽ നിന്നും 11മൈൽ (17 1/2 കീ.മീ)അകലമേ പാസഡേനയിലേക്കുള്ളൂ. സാൻ ഗബ്രിയേൽ പർവ്വതത്തിന്റെ കാൽചുവട്ടിലാണീ പട്ടണം.

ലോസ്അഞ്ജലസിൽനിന്ന് പിറ്റേദിവസം കാലത്ത് ഷിക്കാഗോവിലേക്ക് വിമാനം കയറി. വടക്കുകിഴക്കോട്ടാണ് യാത്ര ഒരു മണിക്കൂർ കഴിഞ്ഞപ്പോൾ വിമാനം നെവാർഡ പിന്നിട്ട് യൂട്ടാ, അരിസോണ സംസ്ഥാനങ്ങളിൽകൂടി യാത്ര തുടങ്ങി. ഞാൻ പതിവുപോലെ Window seat ൽ ഇരുന്നു. വിമാനം വളരെ താഴ്ന്നാണ് പറന്നിരുന്നത്. എന്റെ ഭാഗ്യം. കുറച്ചുകഴിഞ്ഞപ്പോൾ അതാവരുന്നു Grand Canyon, നല്ല വിഹഗവീക്ഷണം തരായി. Grand Canyon മലയിടുക്കുകൾ ലോകാത്ഭുതങ്ങളിൽ ഒന്നായി പറയാറുണ്ട്. അത് അവിടെയെവിടെയോ ആണെന്ന് ഒരേകദേശം ധാരണ എനിക്കുണ്ടായിരുന്നു. അതിനാൽ അൽപം പ്രതീക്ഷയോടെത്തന്നെയാണ് ഞാൻ widow seat ൽ സ്ഥലം പിടിച്ചത്. വിമാനം വളരെയധികം താഴ്ന്നുപറന്നതാണ് കാര്യങ്ങൾ എളുപ്പമാക്കിയത്. വിമാനത്തിന്റെ പൈലറ്റ് യാത്രക്കാരോട് ഔദാര്യം കാണിച്ചതാണോ എന്നുതോന്നും. ഗ്രാൻഡ് കാനയോണിന്റെ മലമടക്കുകൾ ചെമ്പിന്റെ നിറത്തിൽ തെളിഞ്ഞു വന്നു. അതുവരെയുണ്ടായിരുന്ന ഭൂമിയുടെ പച്ചനിറം വഴി മാറിക്കൊടുത്തു കോപ്പർ കളർ സർവ്വത്രെ. അവിടങ്ങളിൽ സസ്യങ്ങളൊന്നുമില്ല. വളഞ്ഞുപുളയുന്ന മലനിരകൾ. വലിയ ചിതൽപുറ്റുകൾ പോലെ അവയ്ക്കിടയിലൂടെ ഊളിയിടുന്ന കോളറാഡോ നദി. ഇരുപതു മിനിട്ടോളം വിമാനത്തിൽ നിന്ന് ഈ ദൃശ്യം കാണാൻ സാധിച്ചു. ഇതിൽ നിന്ന് കാനയോണിന്റെ വലിപ്പത്തെപ്പറ്റിയൊരു ധാരണ കിട്ടും. ഒരു ബോണസ് യാത്രകിട്ടിയപോലെ. ഇതു പ്രതീക്ഷിച്ചതല്ല. ദൈവത്തിനു നന്ദി.

ഷിക്കാഗോവിൽ എത്തുന്നതിനു മുമ്പായി വിമാനം കോളറാഡോ,കൻസാസ്, മിസ്റ്റോറി, ഇല്ലിനോയി എന്നീ സംസ്ഥാനങ്ങൾക്കു മീതെകൂടി പറന്നു. അന്നു കാലാവസ്ഥ ഒന്നാംതരം. മേഘലവലേശമില്ല. തെളിഞ്ഞ ആകാശം താഴ്ന്ന പറക്കുന്ന വിമാനം. എന്റെ ഭാഗ്യം. അതാ മിസോറി നദി അരിച്ചു നീങ്ങുന്നു. വലിയ നദിയാണ്. ഇതാണല്ലോ മിസ്സിസ്സിപ്പി നദിയുമായി ചേരാൻ പോകുന്നത്. വിമാനത്തിലിരുന്നാൽ താഴെ റോഡുകൾ കാണാം. എത്രയോ കിലോമീറ്റർ നീളം വളവുകളില്ലാതെയാണീ അമേരിക്കൻ റോഡുകൾ. മറ്റൊന്നുകൂടി എന്റെ ശ്രദ്ധ പിടിച്ചു പറ്റി. കൃഷിയിടത്തും കിലോമീറ്ററോളം

നീണ്ടു കിടക്കുന്നു, ദീർഘചതുരാകൃതിയിൽ. ഒന്നിനു പിന്നിൽ മറ്റൊന്ന് എന്ന നിലയിൽ. ഞങ്ങൾ താമസിക്കുന്ന ക്ലീവ്‌ലൻഡ് ഭാഗത്ത് കൃഷിയിടങ്ങൾ അങ്ങനെ കാണാറില്ല. ഉള്ള സ്ഥലങ്ങളെല്ലാം വൻമരങ്ങൾ നിറഞ്ഞ കാടായിട്ടാണ് കിടക്കുന്നത്. അമേരിക്കൻ കൃഷിയിടങ്ങളെ വിമാനത്തിൽ നിന്ന് ഇങ്ങനെ ഫോക്കസ് ചെയ്തു കാണാൻ സാധിച്ചതിൽ പെരുത്ത സന്തോഷം തോന്നി.

ലോസ്ആഞ്ജലസിൽ നിന്നും കാലത്ത് എട്ടുമണിക്ക് പുറപ്പെട്ട വിമാനം അഞ്ചുമണിക്കൂർ യാത്രക്കുശേഷം ഷിക്കാഗോവിലെത്തുമ്പോൾ സമയം വൈകുന്നേരം നാലുമണി. ഇതെന്തൊരു മറിമായം? ആലോചിച്ചപ്പോഴാണ് മനസ്സിലായത്. വിമാനം കിഴക്കോട്ടു പറക്കുമ്പോൾ ഇങ്ങനെ സംഭവിക്കുന്നതിൽ അത്ഭുതമില്ല. ഷിക്കാഗോവിൽ നിന്നും കാലിഫോർണിയയിലേക്ക് പോകുമ്പോൾ ലാഭമായി നേടിയെടുത്ത സമയം മടക്ക യാത്രയിൽ തിരിച്ചുകൊടുത്തു എന്നുമാത്രം. ആകെക്കൂടി നോക്കുമ്പോൾ ഒപ്പൊപ്പം (സമാസമം) തീരാനേ ന്യായമുള്ളൂ. ഷിക്കാഗോവിൽ നിന്നും അടുത്ത വിമാനത്തിൽ മുക്കാൽ മണിക്കൂർ കൊണ്ട് ക്ലീവ്‌ലൻഡിൽ മടങ്ങിയെത്തി. കാലിഫോർണിയക്ക് നമസ്കാരം.

ബോസ്റ്റൺ

അമേരിക്കൻ ഐക്യനാടുകളുടെ വടക്കുകിഴക്കോട്ടുമാറി മസ്സാച്ചുസെറ്റ്സ് സംസ്ഥാനം കിടക്കുന്നു. മസാച്ചുസെറ്റ്സിന്റെ തലസ്ഥാനം ബോസ്റ്റൺ നഗരമാണ്. സാധാരണയായി പലർക്കും ബോസ്റ്റൺ ടീ പാർട്ടി എന്ന വാക്കിലൂടെയാണ് ബോസ്റ്റൺ ഓർമ്മയിൽ നിൽക്കുക. അമേരിക്കൻ സ്വാതന്ത്ര്യസമരവുമായി ബന്ധപ്പെട്ടുകിടക്കുന്ന ബോസ്റ്റൺ ടീ പാർട്ടി സ്കൂൾ കുട്ടികൾ സാമൂഹ്യപാഠങ്ങളിൽ പഠിച്ചിരിക്കും. അമേരിക്കയുടെ വടക്കുകിഴക്കു ഭാഗത്തായി ന്യൂയോർക്കിനു തൊട്ട് വടക്ക് ന്യൂ ഇംഗ്ലണ്ട് എന്നൊരു ഭാഗമുണ്ട്. മസ്സാച്ചുസെറ്റ്സ് കണക്റ്റികട്ട്, റോഡ് ഐലന്റ്, ന്യൂഹാം ഷയർ, മെയ്ൻ, വെർമോൺട് എന്നീ സംസ്ഥാനങ്ങൾ ഇതിൽ പെടുന്നു. ഇംഗ്ലണ്ടിൽ നിന്ന് അമേരിക്കയിൽ കുടിയേറിപ്പാർത്ത ആദ്യത്തെ ഭൂവിഭാഗമാണിവ. ശുദ്ധ ഇംഗ്ലീഷ് സംസ്ക്കാരം നിലനിൽക്കുന്നതായി അവകാശപ്പെടുന്ന ഈ പ്രദേശത്തെ ജനങ്ങൾ താരതമ്യേന കൂടുതൽ ആഢ്യൻമാരായി കണക്കാക്കപ്പെടുന്നു. ബോസ്റ്റൺ ബ്രാഹ്മിൻ എന്നൊരു പ്രയോഗം തന്നെ ഇംഗ്ലീഷ് ഭാഷയിലുണ്ട്. ബോസ്റ്റൺ ബ്രാഹ്മണൻ എന്നർത്ഥം. സൂചിപ്പിക്കുന്നത് ആഢ്യത്തത്തേയും തറവാടിത്തത്തെയുമാണ്. റാൾഫ് വാൾഡോ എമേഴ്സൺ, ഹെന്റി ഡേവിസ് തോറോ, വാൾട്ട് വിറ്റ്മാൻ എന്നീ അമേരിക്കൻ ചിന്തകരും സാഹിത്യകാരന്മാരും ഈ ഗണത്തിൽ പെടുന്നവരായി കണക്കാക്കപ്പെടുന്നു. എന്തായാലും മസ്സാച്ചുസൈറ്റസ് പ്രദേശം

അമേരിക്കൻ ഐക്യനാട്ടുകളുടെ സാംസ്കാരിക സിരാകേന്ദ്രമാണ്. വിദ്യാഭ്യാസപരമായും സാംസ്ക്കാരികമായും ഈ പ്രദേശം മുന്നിൽ നിൽക്കുന്നു. ബോസ്റ്റൺ അമേരിക്കയുടെ സാംസ്ക്കാരിക തലസ്ഥാനമായി പലരും പറയാറുണ്ട്. ശീതസമരത്തിന്റെ നാളുകളിൽ അമേരിക്കയെ പ്രതിസന്ധികളിലൂടെ ധീരമായി നയിച്ച പ്രസിഡണ്ട് ജോൺ എഫ്. കെന്നഡി ജനിച്ചതും ബോസ്റ്റണിലായിരുന്നു.

യൂറോപ്പിൽ നിന്ന് പതിനാറാം നൂറ്റാണ്ടിലാണ് ആദ്യമായി ഒരു കൂട്ടം സാഹസിക യാത്രികർ ഇന്നു ബോസ്റ്റൺ നിൽക്കുന്ന ഭൂപ്രദേശത്തെത്തിയത്. പതിനേഴാം നൂറ്റാണ്ടിന്റെ ആദ്യപകുതിയിൽ കുറെപ്പേർ മസ്സാച്ചുസെറ്റ്സിന്റെ തീരപ്രദേശങ്ങളിൽ കുടിയേറിപ്പാർക്കാൻ തുടങ്ങി. ഇംഗ്ലണ്ടിൽ അന്നു നിലവിലുണ്ടായിരുന്ന മതവിദ്വേഷത്തിൽ നിന്ന് മോചനം നേടിയാണ് അവരിവിടെ ജീവിതം തുടങ്ങിയത്. ജോൺ വിൻത്രോപ്പ് ആയിരുന്നു അവരുടെ നേതാവ്. ഇംഗ്ലണ്ടിലെ രാജാവിൽനിന്ന് ഒരു സ്വതന്ത്ര കോളനി പതിച്ചുകിട്ടിയതോടെ അവിടങ്ങളിൽ ഒരു പരമാധികാര ഭരണവ്യവസ്ഥ നിലവിൽവന്നു. കുടിയേറിപ്പാർത്തവരുടെ പൂർവ്വികഗ്രാമം ഇംഗ്ലണ്ടിൽ ലിങ്കൺഷയറിലെ ബോസ്റ്റൺ ആയിരുന്നു. ഈ പേരാണ് പുതിയ കുടിയേറ്റ ഭാഗത്തിനവർ നൽകിയത്. ഇതിന് ആദ്യം ട്രൈമൊണ്ടൻ എന്നൊരു പേരും ഉണ്ടായിരുന്നു. ഇവിടെ നിന്നിരുന്ന മൂന്നു കുന്നുകളാണിതിനു കാരണം. പെംബെർട്ടൺ, വെർനോൻ, ബീക്കൺ എന്നീ മൂന്ന് കുന്നുകളിൽ ബീക്കൺ ഒഴികെ മറ്റു രണ്ടെണ്ണവും കാലക്രമത്തിൽ നാമാവശേഷമായി. പത്തൊമ്പതാം നൂറ്റാണ്ടിൽ അറ്റലാൻഡിക് തീരത്ത് പുതിയ വീടുകൾ വൻതോതിൽ പണിയാൻ തുടങ്ങിയപ്പോൾ മണ്ണിന് വലിയ ഡിമാൻഡ് ആയി. പോംബെർട്ടൺ കുന്നും വെർനോൺ കുന്നും നിരപ്പാക്കി മണ്ണെടുത്തു. ഇതാണ് ബോസ്റ്റൺ നഗരത്തിന്റെ പൂർവ്വകാല ചരിത്രം.

2014 ഒക്ടോബർ ആദ്യമാണ് ഞങ്ങൾ ബോസ്റ്റണിലേക്ക് യാത്ര പോയത്. ആ സമയം തെരെഞ്ഞടുത്തതിന് ഒരു പ്രത്യേക കാരണം കൂടിയുണ്ട്. ഒക്ടോബറിലാണ് അമേരിക്കയിലെ ഫാൾ സീസൺ (ഇലപൊഴിയും കാലം). ഇലപൊഴിയുന്നതിനു മുമ്പായി മരങ്ങളിലെ ഇലകളെല്ലാം ക്ലോറോഫിൽ നഷ്ടപ്പെട്ട് മഞ്ഞയും ചുവപ്പും നിറമാവുന്നു. കണ്ടാൽ കൂട്ടമായി പൂത്തതാണെന്നേ തോന്നൂ. വിഷുക്കാലത്ത് നമ്മുടെ നാട്ടിൽ കണിക്കൊന്ന പൂത്ത്നിൽക്കുന്നമാതിരിത്തന്നെ. ഈ പ്രതിഭാസം ഉഷ്ണമേഖലയിലെ വൃക്ഷങ്ങൾക്കിടയിലില്ല. മിതശീതോഷ്ണ മേഖലയിൽ വ്യാപകമായി കാണപ്പെടുകയും ചെയ്യുന്നു.

മസ്സാച്ചുസെറ്റ്സ് ഇൻസ്റ്റിറ്റ്യൂട്ട് ഓഫ് ടെക്നോളജി, ബോസ്റ്റൺ

അമേരിക്കയിൽ Fall colours ഏറ്റവും മനോഹരമായി കാണാൻ സാധിക്കുക ന്യൂ ഇംഗ്ലണ്ട് ഭാഗത്താണത്രെ. ബോസ്റ്റൺ യാത്ര ഒക്ടോബറിൽ ആയതിനു പിന്നിൽ ഇങ്ങിനെ ഒരുലക്ഷ്യം കൂടിയുണ്ടായിരുന്നു.

ക്ലീവ്‌ലൻഡിൽ നിന്ന് കാറോടിച്ച് ബോസ്റ്റണിൽ പോവുകയാണെങ്കിൽ സമയം കുറച്ചധികമെടുക്കും. ഉണ്ണിക്ക് ലീവ് കിട്ടാനും വിഷമമുണ്ടായിരുന്നു. ഒരു Weekend കൃത്യമായി പ്ലാൻ ചെയ്താൽ ലീവെടുക്കാതെ കഴിക്കാം. അങ്ങിനെ വെള്ളിയാഴ്ച സന്ധ്യക്ക് വിമാനത്തിൽ പോകാമെന്ന് വെച്ചു. ശനി, ഞായർ അവിടെ ചെലവഴിച്ചാൽ ഞാറാഴ്ച രാത്രി ക്ലീവ്‌ലൻഡിൽ മടങ്ങിയെത്താം. വിമാനയാത്രക്ക് ചെലവേറും. ആട്ടെ, സാരമില്ല. വല്ലപ്പോഴും ആവാം എന്നും വെച്ചു. ബോസ്റ്റണിൽ ഉണ്ണിയുടെ ഒരു കൂട്ടുകാരൻ പ്രസാദ് പത്മനാഭൻ താമസിക്കുന്നുണ്ട്. പ്രസാദ് തൃശ്ശൂർ അടുത്ത് അമ്മാടം സ്വദേശിയാണ്. ദൽഹിയിലെ JNU (Jawaharlal Nehru University) വിൽ ഉണ്ണിയുടെ ജൂനിയർ ആയിരുന്നു. പ്രസാദിന്റെ ഭാര്യ കൂടെ പഠിച്ച ഒരു ബംഗാളി

പെൺകുട്ടിയാണ്. പേര് അംഗനാ മുഖർജി. പ്രസാദും അംഗനയും ആ സമയത്ത് ബോസ്റ്റണിലെ Harward school of Public Health എന്ന സ്ഥാപനത്തിൽ പോസ്റ്റ് ഡോക്ടറൽ ഗവേഷണം നടത്തുകയായിരുന്നു. വെള്ളിയാഴ്ച സന്ധ്യക്ക് എട്ടു മണിക്ക് ക്ലീവ്‌ലൻഡിൽ നിന്നും പുറപ്പെട്ട വിമാനം രാത്രി പത്തേകാലിന് ബോസ്റ്റണിലെ ലോഗൻ വിമാനത്താവളത്തിലെത്തി. പ്രസാദ് കാറും കൊണ്ടു വന്നിരുന്നു. അങ്ങിനെ ഒരു പതിനൊന്നര മണിയായപ്പോഴേക്കും പ്രസാദിന്റെ വീട്ടിലെത്തി. അംഗനയും പ്രസാദും കൂടി വിഭവസമൃദ്ധമായ അത്താഴമൊരുക്കിയിരുന്നു.

ശനിയാഴ്ച കാലത്ത് ബോസ്റ്റൺ Sight seeing ആവാമെന്നുവെച്ചു. പതിവുപോലെ ഡബിൾ ഡെക്കർ ബസ്സ് ബുക്ക് ചെയ്തു. പ്രസാദ് താമസിക്കുന്നത് ബോസ്റ്റണിൽ നിന്ന് അല്പം അകലെ ഒരു പുഴയുടെ തീരത്താണ്, പുഴയുടെ തീരത്ത് ഒരു കാട്ടുമുണ്ട്. ബോസ്റ്റണിലെ കെട്ടിടങ്ങൾക്കെല്ലാം ഒരുപഴമ കൂടുതൽ അനുഭവപ്പെട്ടു. ചുവന്ന ഇഷ്ടികകൾ ചെത്തിതേക്കാതെ ചുമരുകൾക്ക് ഉപയോഗിച്ചതാവാം ഒരു കാരണം. അമേരിക്കയിൽ Ivy League ൽ പെടുന്ന യൂണിവേഴസ്റ്റികൾ വലിയ ഗ്ലാമർ ഉള്ളവയാണ്. Harvard university, Yale, Princeton, Columbia, University of Pennysalvia, Cornell university, Dartmouth College, Brown University, Standard University എന്നിവയാണവ. ഇവിടെ നിന്നും പഠനം കഴിഞ്ഞു പുറത്തിറങ്ങുന്ന ബിരുദധാരികൾക്ക് കൂടുതൽ മാന്യതയും ഉദ്യോഗാർത്ഥികൾക്കിടയിൽ കൂടുതൽ പരിഗണനയും ലഭിക്കുന്നുണ്ട്. ഉന്നത വിദ്യാഭ്യാസ രംഗത്തെ Elite Group ആണവർ. Ivy League എന്ന പേർ എങ്ങിനെ വന്നു എന്ന എന്റെ ചോദ്യത്തിന് മറുപടി ലഭിച്ചത് ഏതാണ്ടിങ്ങനെയാണ്. ചുവന്ന ഇഷ്ടികയുടെ ചുവർ ചെത്തിത്തേക്കാത്തതിനാൽ ഈ സർവ്വകലാശാലകളിലെ കെട്ടിടങ്ങളുടെ ചുവരുകൾ ഒരേ Ivy creepers പടർന്ന് വഴക്കൽ പിടിക്കുന്നു. അതുകൊണ്ട് അവ തിരിച്ചറിയാൻ വളരെയെളുപ്പമാണ്. പ്രശസ്തിതന്നെ പ്രശസ്തിയെ ന്യായികരിക്കുന്നു എന്നു പറഞ്ഞപോലെയുണ്ട്. എന്തായാലും ഹാർവാർഡ് സർവ്വകലാശാലയുടെ കെട്ടിടങ്ങളെല്ലാം ഒരേ പോലെ പെട്ടന്ന് തിരിച്ചറിയാം.

ബോസ്റ്റൺ നഗരത്തിന്റെ ഒരു വശത്തുകൂടി ചാൾസ് നദിയൊഴുകുന്നു. നദിയിൽ ഞങ്ങൾ ഡക്ക് ടൂർ (Duck Tour) നടത്തി. താറാവിന്റെ ആകൃതിയും പ്രകൃതിയുമുള്ള വാഹനങ്ങളാണ് നഗരക്കാഴ്ചകൾ കാണിക്കാൻ Duck Tour നടത്തുന്നത്. താറാവുപോലെ കരയിലും വെള്ളത്തിലും അനായാസം സഞ്ചരിക്കും ഈ വാഹനങ്ങൾ.

ഹാർവാർഡ് യൂണിവേഴ്സിറ്റി ക്യാമ്പസ്, ബോസ്റ്റൺ

നഗരത്തിലെ ഡൗൺ ടൗണിൽ നിന്ന് യാത്ര പുറപ്പെട്ട് നഗരം ചുറ്റി അവസാനം ചാൾസ് നദിയിലും വാഹനം സഞ്ചരിച്ചു.

ചാൾസ് നദിക്ക് അക്കരെ കേംബ്രിഡ്ജ് ഗ്രാമം. ഇംഗ്ലണ്ടിലെ സാക്ഷാൽ കേംബ്രിഡ്ജിന്റെ പേർ ഇംഗ്ലണ്ടിൽ നിന്ന് കുടിയേറിപ്പാർത്തവർ കൊടുത്തതും സ്വാഭാവികമാണ്. കേംബ്രിഡ്ജ് - മസാസച്ചു സെറ്റ്സ് എന്നു പറഞ്ഞാൽ ബോസ്റ്റണിലെ കേബ്രിഡ്ജ് ഗ്രാമമായി. ഇവിടെയാണ്. ലോകപ്രശസ്ത സർവ്വകലാശാലകളായ. MIT(Masachusettes Institute of Technology), Harward University എന്നിവ സ്ഥതി ചെയ്യുന്നത്. കേംബ്രിഡ്ജ് ഗ്രാമത്തിലെത്തിയാൽ ആദ്യം കാണുന്നത് MIT യാണ്. 1865 ൽ സ്ഥാപിക്കപ്പെട്ട ഈ സർവ്വകലാശാല പ്രഥമദൃഷ്ടിയിൽ ഒരു എൻജിനീയറിങ്ങ് സ്ഥാപനം മാത്രമായിത്തോന്നും. എന്നാൽ വാസ്തവത്തിൽ അവിടെ എഞ്ചിനീയറിങ്ങ് സയൻസ്, ഹ്യൂമാനിറ്റീസ്, എക്കണോമിക്സ്, ആർക്കിട്ടെക്ചർ എന്നീ വിഷയങ്ങളിലെല്ലാം പഠനഗവേഷണങ്ങൾ

നടക്കുന്നു. അമേരിക്കയിലെ ഒന്നാംകിട സ്ഥാപനമെന്നു പറഞ്ഞാൽ പോരാ, ഇരുപതാം നൂറ്റാണ്ടിൽ MIT ലോകത്തിലെത്തന്നെ ഒന്നാം കിട സ്ഥാപനങ്ങളിലൊന്നായി മാറി. Campus കണ്ടപ്പോൾ കൂടുതൽ കാണാനുള്ള കൗതുകം സ്വാഭാവികമായും ജനിച്ചു. ശനിയാഴ്ച ഞങ്ങൾ അവിടെ ചെന്നപ്പോൾ MIT Campus ൽ ഒരു Semi holiday മട്ടായിരുന്നു. എന്നാലും ചില ക്ളാസ്സുകൾ നടക്കുന്നത് കണ്ടു. മറ്റൊരു സ്ഥലത്ത് ഒരു വിദ്യാർത്ഥി സംഘടനയുടെ യോഗം വിളിച്ചുകൂട്ടിയിരിക്കുന്നതും കാണാനിടയായി. വിദ്യാർത്ഥികളെ ശ്രദ്ധിച്ചപ്പോൾ ചില കാര്യങ്ങൾ തെളിഞ്ഞു വന്നു. MIT യിൽ ചൈനീസ് വംശജരായ വളരെയധികം വിദ്യാർത്ഥികളുണ്ട്. ഇവർ ചൈനയിൽ നിന്ന് അമേരിക്കയിൽ പഠിക്കാൻ വന്നവരായിരിക്കുമോ? അതോ ചൈനയിൽ നിന്ന് അമേരിക്കയിലേക്ക് നേരത്തെ കുടിയേറിപ്പാർത്തവരുടെ മക്കളും മറ്റും ആണോ? അമേരിക്കയിൽ ചൈനക്കാരെ പല സന്ദർഭങ്ങളിലും കണ്ടുമുട്ടിയിട്ടുണ്ട്. സാൻഫ്രാൻസിസ്കോയിലും, ലോസ് ആഞ്ജലസിലും ഫിലഡെൽഫിയയിലും പ്രത്യേകിച്ചും അമേരിക്കയിലെ ഏഷ്യൻ ജനവിഭാഗത്തിന്റെ സിംഹഭാഗവും ചൈനക്കാരാണ്. അമേരിക്കയിൽ ഏഷ്യൻ എന്ന ഇമേജ് തന്നെ ചൈനക്കാരുടേതാണ്. ചൈനക്കാർക്കും ജപ്പാൻകാർക്കും ശേഷം മാത്രമേ ഇന്ത്യക്കാർ സാന്നിധ്യം അറിയിച്ചിട്ടുള്ളൂ. അടുത്തകാലത്തുണ്ടായ Information Techonology യുടെ വളർച്ച ഈ സ്ഥിതിക്ക് കുറെ മാറ്റങ്ങൾ വരുത്തിയിട്ടുണ്ട്. IT മേഖലയിൽ ഇന്ത്യക്കാരാണ് കൂടുതൽ കഴിവ് തെളിയിച്ചിട്ടുള്ളത്. ഇംഗ്ലീഷ് ഭാഷയുമായി പൊരുത്തപ്പെടാൻ ചൈനക്കാർക്ക് ഇന്ത്യക്കാരേക്കാൾ വിഷമമാണ്. ചൈനീസ് ലിപി തന്നെ ദുർഘടം പിടിച്ചതാണ്. ഇന്ത്യക്കാർക്ക് ബ്രിട്ടീഷ് പാരമ്പര്യം വേണ്ടുവോളം കിട്ടിയിട്ടുണ്ടല്ലോ.

MIT ക്ലാസുമുറികൾ കാണാൻ അദ്ധ്യാപകനായ എനിക്ക് സ്വാഭാവികമായും കൗതുകം തോന്നി. ക്ലാസ്സുമുറികളിൽ നമ്മുടെ നാട്ടിലെപ്പോലെത്തന്നെ ബ്ലാക്ക് ബോർഡ് കണ്ടപ്പോൾ എനിക്ക് വളരെ സന്തോഷം തോന്നി. ഇന്റർനെറ്റ് വിപ്ലവത്തിന്റെ കുത്തൊഴുക്കിൽപ്പെട്ട് ഇങ്ങിനെയുള്ള ചില കാര്യങ്ങൾ നഷ്ടപ്പെട്ടുപോകുമോ എന്ന് ഞാൻ ഭയപ്പെട്ടിരുന്നു. കോളേജ് - യൂണിവേഴ്സിറ്റി തലങ്ങളിൽ ഫിസിക്സ് മാതിരി ഗണിതശാസ്ത്ര പ്രധാനപരമായൊരു വിഷയം പഠിപ്പിക്കാൻ ഏറ്റവും നല്ല ദൃശ്യമാധ്യമം ബ്ലാക്ക് ബോർഡ് ആണെന്ന് ഞാൻ വിശ്വസിക്കുന്നു. പവർപോയന്റ് പ്രസന്റ്റേഷൻ സെമിനാറുകൾക്ക് ഉത്തമമാണ്. പക്ഷേ Class room intimacy

എന്നൊരു ഗുണം അതിന്റെ ഊഷ്മളത ബ്ലാക്ക് ബോർഡിനുള്ളത്ര മറ്റൊന്നിനുമില്ല. വിദ്യാർത്ഥികൾ നോട്ടുബുക്കിലും അദ്ധ്യാപകൻ ബ്ലാക്ക്ബോർഡിലും എഴുതുന്ന സമയം നമ്മുടെയെല്ലാം മസ്തിഷ്ക ത്തിന് വിഷയവുമായി ഒരു ധാരണയിലെത്താനുള്ള സമയവുമായി നല്ല ബാലൻസിലാണ്. മറ്റൊരു കാര്യം കൂടി പറയട്ടെ. IT ആധുനിക ജീവിതത്തിൽ ആധിപത്യം ഉറപ്പിച്ചിട്ടും പുസ്തകങ്ങൾ ഇപ്പോഴും ആളുകൾ വാങ്ങുകയും വായിക്കുകയും ചെയ്യുന്നുണ്ട്. ഇലക്ട്രോണിക് മാധ്യമങ്ങൾ വൻതോതിൽ പ്രചരിച്ചിട്ടും നമ്മുടെ പത്രമാധ്യമങ്ങൾ ക്ക് ചെലവ് ഒട്ടുമേ കുറഞ്ഞിട്ടില്ല. വാസ്തവത്തിൽ പുസ്തകങ്ങളുടെയും പത്രങ്ങളുടെയും കെട്ടും മട്ടും കൂടുതൽ നന്നാവുകയാണുണ്ടായത്. ഇലക്ട്രോണിക് മാധ്യമങ്ങൾക്കില്ലാത്ത Intimacy എന്ന ഗുണം ഇപ്പോഴും അച്ചടിമാദ്ധ്യമങ്ങളിൽ ചിറകുവിരിച്ച് നിൽക്കുന്നു. MIT യിലെ ക്ലാസ്സ്മുറികളിൽ Power point Presentation സംവിധാനങ്ങൾ ക്കൊപ്പം ബ്ലാക്ക് ബോർഡും സസുഖം വാഴുന്നു. എന്നു പറഞ്ഞാൽ പോരാ. ആ ബ്ലാക്ക് ബോർഡിലെല്ലാം നിറയെ ഗണിതസമവാക്യ ങ്ങൾ (Mathematical Equations) എഴുതിയിരിക്കുന്നു. അല്ലെങ്കിലും ഫിസിക്സുകാർക്ക് ദൈവം പറഞ്ഞുവച്ചിട്ടുള്ളത് രണ്ടുകാര്യങ്ങളാണ്, ബ്ലാക്ക് ബോർഡും നീണ്ടനടത്തങ്ങളും. ജീവിതം ഇത്രയെല്ലാം Digital ആയിട്ടും ആളുകൾ ഇപ്പോഴും ഇംഗ്ലീഷും മലയാളവുമെല്ലാം പറയുന്നുണ്ടല്ലോ. കാരണം വ്യക്തം. Digital ഭാഷക്കില്ലാത്ത Intimacy നമ്മുടെയെല്ലാം സംസാരഭാഷകൾക്കുണ്ട്. Information - Knowledge -Understanding -Wisdom എന്ന ശ്രേണിയിൽ IT വിപ്ലവം ഇപ്പോഴും Information തലത്തെ മാത്രമേ സ്വാധീനിച്ചിട്ടുള്ളൂ എന്നു നാം ഓർക്കണം. നാട്ടിൽ തിരിച്ചു വന്നതിനു ശേഷം ചിലകോളേജുക ളിൽ ഫിസിക്സ് ക്ലാസ്സെടുക്കാൻ പോയപ്പോൾ ഞാൻ ഇക്കാര്യം അടിവരയിട്ടു പറഞ്ഞതായോർക്കുന്നു.

MITയോട് വിട പറഞ്ഞ ഞങ്ങൾ കേംബ്രിഡ്ജ് ഗ്രാമത്തിൽ കൂടി കുറച്ചപ്പുറം പോയപ്പോൾ ഹാർഡ്‌വാർഡ് സർവ്വകലാശാല കാമ്പസിൽ എത്തി. കേംബ്രിഡ്ജ് ഗ്രാമത്തിൽ ഒരു ഹാർവാർഡ് ചത്വരം (Harward Square) ഉണ്ട്. അവിടെ ഇറങ്ങി നോക്കിയപ്പോൾ കെട്ടിടങ്ങളെല്ലാം ഒരേമാതിരി ചുവന്ന ഇഷ്ടികയിൽ ചെത്തി തേയ്ക്കാതെ നിലനിർത്തിയിരിക്കുന്നത് ദൃഷ്ടിയിൽപെട്ടു. Ivy League ന്റെ ഓർമ്മ വന്നു. ഫിലഡെൽഫിയയെപ്പറ്റയുള്ള അധ്യായത്തിൽ പറഞ്ഞിട്ടുള്ള ഈ കെട്ടിടങ്ങളെല്ലാം കാമ്പസിൽ ചിതറിക്കിടക്കുന്നു. ഹാർഡ് വാർഡിന്റെ പഠനവകുപ്പുകളാണിവ. അതീവഭംഗിയുള്ള ഒരു

കെട്ടിടം ഒരു നാലുകെട്ടുപോലെ നടുനായകമായി വിലസുന്നതു കണ്ടു. സ്വാഭാവികമായും അതിനുള്ളിലേക്ക് പോകാൻ തരാവുമോ എന്ന് ആശയുദിച്ചു. ശ്രമിച്ചുനോക്കി. നടന്നില്ല. അവിടെ ഉമ്മറത്തുതന്നെ എന്തോ ഒരു യോഗം നടന്നുകൊണ്ടിരിക്കുകയായിരുന്നു. അതിനാൽ സന്ദർശകരെ അനുവദിക്കില്ലെന്നറിഞ്ഞു.

അമേരിക്കയിലെ ഏറ്റവും പഴക്കം ചെന്ന സർവ്വകാലശാല യാണ് ഹാർവാർഡ്. 1636-ൽ അതു സ്ഥാപിക്കപ്പെട്ടു. ജോൺ ഹാർവാർഡ് എന്ന ഇംഗ്ലീഷുകാരൻ അദ്ദേഹത്തിന്റെ പകുതി സ്വത്തും ലൈബ്രറിയും അന്നത്തെ ഹാർവാർഡ് കോളേജിന് ദാനം ചെയ്തു. കോളേജ് അതിനുമുമ്പ് തന്നെ പ്രദേശാധികാരികൾ സ്ഥാപിച്ചതാ ണെങ്കിലും ജോൺ ഹാർവാർഡ് സ്ഥാപകനായി അതോടെ അറിയ പ്പെടാൻ തുടങ്ങി. ഈ ലോകത്തിലെ തന്നെ സർവ്വകലാശാലകളിൽ ഒന്നാമത്തേതായി ഹാർവാർഡ് ഗണിക്കപ്പെടുന്നു. MITയും Caltech (California Institute of Techonology) പോലെത്തന്നെ ഹാർവാർ ഡിലെ അദ്ധ്യപകരിൽ വലിയൊരു വിഭാഗം നോബൽ സമ്മാനം നേടിയവരാണ്. ഹാർഡ്‌വാർഡിലെ Alumini (പൂർവ്വ വിദ്യാർത്ഥി കൾക്കിടയിൽ നാല്പതോളം പേർ നോബൽ പുരസ്കൃതരാണ്) ഏഴ അമേരിക്കൻ പ്രസിഡണ്ടുമാരും ഹാർവാർഡിൽ പഠിച്ചവരാണ്.

ഹാർവാർഡ് യൂണിവേഴ്സിറ്റി കാമ്പസിൽ ജോൺ ഹാർവാർഡി ന്റെ ഒരു പൂർണ്ണമായ പ്രതിമയുണ്ട്. ഇതിന് മൂന്നു നുണകളുടെ പ്രതിമ (The Statue of Three lies) എന്ന പേരുണ്ട്. പ്രതിമയിൽ കൊത്തി വച്ചിരിക്കുന്ന John Harward Founder 1638 എന്ന വാക്കുകളിലെ ല്ലാം വസ്തുതാപരമായി നോക്കിയാൽ തെറ്റുകളുണ്ട്. ഒന്നാമതായി നേരത്തെ പറഞ്ഞ പോലെ ജോൺ ഹാർഡ് അല്ല സ്ഥാപകൻ. അദ്ദേഹം സ്വത്ത് സർവ്വകലാശാലക്ക് ദാനം ചെയ്യുകയാണുണ്ടാ യത്. അതിനുമുമ്പ് തന്നെ ഹാർവാർഡ് സർവ്വകലാശാല ഉണ്ടായി രുന്നു. രണ്ടാമതായി അവിടെ സ്ഥാപിച്ചിരിക്കുന്ന പ്രതിമ ജോൺ ഹാർവാർഡിന്റേതെന്നു പറഞ്ഞാൽ സാങ്കേതികമായി തെറ്റാണ്. ശില്പത്തിനു മാതൃക ഏതുമേ ഉണ്ടായിരുന്നില്ല. ഡാനിയേൽ ചെസ്റ്റർ ഫ്രഞ്ച് എന്ന ശില്പി 1884 ൽ സമ്പാദിച്ച ഒരു മോഡൽ ആണ് ആ പ്രതിമയ്ക്ക് നിദാനം. മൂന്നാമതായി ഹാർവാർഡ് കലാശാല 1638 അല്ല 1636 ൽ ആണ് സ്ഥാപിച്ചത്. എങ്ങിനെയായാലും സർവ്വക ലാശാലയുടെ യശോ ധാവല്യം കാരണമാവാം മൂന്ന് തെറ്റുകളും കൂടി സൃഷ്ടിക്കുന്ന Comedy of errors അങ്ങനെത്തന്നെ നിലനിൽക്കു ന്നു. ഓരോ വർഷവും ആയിരക്കണക്കിന് യാത്രികർ ഈ പ്രതിമ

സന്ദർശിക്കുന്നു. അവർ അവരുടെ ഷൂ കൊണ്ട് പ്രതിമയിൽ ചവിട്ടു ന്നു. ഇങ്ങനെ ചെയ്താൽ ഭാഗ്യം കടാക്ഷിക്കുമെന്നാണ് വിശ്വാസം. ഞങ്ങളും പറഞ്ഞ പോലെ ചെയ്തു. പക്ഷെ എനിക്ക് ഉള്ളിന്റെയുള്ളിൽ ഒരു കുറ്റബോധം. ഇന്ത്യയിലെ അന്തരീക്ഷത്തിൽ വളർന്ന നമ്മ ളെല്ലാം ധരിച്ചു വെച്ചിരിക്കുന്നത് ചവിട്ടുന്നത് നിന്ദാസൂചകമാണെ ന്നാണ്. പ്രതിമയുടെ ഒരു യോഗം!.

അമേരിക്കയുടെ വടക്കുകിഴക്കോട്ടു മാറിയുള്ള മസാച്ചുസെറ്റ്സും തെക്കു പടിഞ്ഞാറെ അറ്റത്തുള്ള കാലിഫോർണിയയും തമ്മിൽ ബൗദ്ധിക തലത്തിൽ ഒരു മാത്സര്യമുണ്ടെന്ന് തോന്നാറുണ്ട്. മസ്സാച്ചുസെറ്റ്സിന്റെ ഒരു ബദൽ അല്ലെങ്കിൽ പ്രതിനായകനാണ് കാലിഫോർണിയ. മസ്സാച്ചുസെറ്റ്സിൽ MIT യുണ്ടെങ്കിൽ കാലി ഫോർണിയയിൽ Caltech ഉണ്ട്. മസാച്ചുസെറ്റ്സിലെ ഹാർ വാർഡിനു ബദലായി കാലിഫോർണിയയിൽ സറ്റാൻഫോർഡ് യൂണിവേഴ്സിറ്റി. ഹാർവാർഡ് മെഡിക്കൽ സ്കൂൾ, ഹാർവാർഡ് ബിസിനസ്സ് സ്കൂൾ, സ്റ്റാൻഫോർഡ് ബിസിനസ് സ്കൂൾ എല്ലാം ലോകപ്രശസ്തി നേടിയവയാണ്. സയൻസ് ഡിപ്പാർട്ടമെന്റു കളിലെ അധ്യാപകർ അധികവും നോബൽ സമ്മാനിതരാണ്. ഈ സർവ്വകലാശാലകളിൽ നിന്ന് ഡോക്ടറൽ ബിരുദമെടുത്ത് പലരും നോബൽ പുരസ്കാരം നേടിയവർ. ആധുനിക ഭൗതികത്തിലെ ഒരു 'സുന്ദരസുരഭിലകുസുമം' ആയ QED (Quantum Electro dynamics) Caltech ലെ Richard Flynman ഹാർവാർഡിലെ Julier Seihuringer ജപ്പാനിലെ Tomonaga ഒരു ത്രിമുഖ ശില്പം (Triple - faced sculpture) ആണെന്ന് കൂടി പറയട്ടെ. പ്രപഞ്ചം നിറഞ്ഞു നിൽക്കുന്ന വൈദ്യുത കാന്തിക മണ്ഡലം (Electro - magnetic field)ത്തിന്റെ ഏറ്റവും സൂക്ഷ്മ തലത്തിലുള്ള വ്യാഖ്യാനമാണ് QED. ഈ മൂന്ന് പേർ കൂടി 1968 ലെ ഭൗതിക ശാസ്ത്രത്തിനുള്ള നോബൽ സമ്മാനം പങ്കിട്ടെടുത്തു.

ബോസ്റ്റണിൽ പോയപ്പോൾ ചെറിയൊരു മോഹം കാലിഫോർ ണിയയിൽ വെച്ച് പസഫിക് സമുദ്രം കണ്ടമാതിരി ബോസ്റ്റണിൽ വെച്ച് അറ്റലാന്റിക് സമുദ്രം കാണാനൊക്കുമോ? ഉണ്ണിയുടെ കൂട്ടുകാ രനായ പ്രസാദ് പറഞ്ഞു - സാധിക്കും, പക്ഷേ കടൽ തീരം കുറ ച്ചകലെയായതിനാൽ ഇപ്പോൾ പോയി കാണാൻ പറ്റുമോ എന്ന് സംശയമാണെന്ന്. ഒരു പോംവഴിയും പറഞ്ഞു തന്നു. ബോസ്റ്റണിലെ എയർപോർട്ടിൽ വെച്ച് അറ്റ്ലാൻഡിക് കാണാൻ സാദ്ധ്യതയുണ്ടെ ന്ന്, ആട്ടെ നോക്കാമെന്നുവെച്ചു.

പ്രസാദിനോടും അംഗനയോടും ഞങ്ങൾ യത്ര പറഞ്ഞു. പ്രസാദ് ഞങ്ങളെ വിമാനത്താവളത്തിൽ കൊണ്ടുപോയാക്കി. പ്രസാദ് പറഞ്ഞപോലെ അറ്റ്ലാൻഡിക് കണ്ടു. ബോസ്റ്റണിലെ ലോഗൻ വിമാനത്താവളത്തിൽ നിന്ന് പുറപ്പെട്ടു താമസിയാതെ ഒരു വളവു തിരിഞ്ഞു. അതാ കാണുന്നു അറ്റ്ലാൻഡിക് സമുദ്രം രാജകീയ പ്രൗഢിയോടെ! നെവാർക്കിലേക്കുള്ള യാത്രയിൽ വിമാനത്തിലിരുന്നു താഴോട്ട് നോക്കിയപ്പോൾ Fall colours സമൃദ്ധമായി കണ്ടു. നെവാർക്കിലെ ബ്രയ്ക്കിനുശേഷം ക്ലീവ്ലൻഡിലേക്കുള്ള വിമാനം രാത്രി പത്തുമണിക്ക് ഞങ്ങളെ ക്ലീവ്ലൻഡ് എയർപോർട്ടിലെത്തിച്ചു.

മടക്കയാത്ര 2

പഴയ യാത്ര പോലെത്തന്നെ ഇപ്പോഴത്തേതും. ക്ളീവ്ലാൻഡിൽ തണുപ്പ് നവംബറിൽ തുടങ്ങും. അതിനാൽ ഫാൾ സീസൺ കഴിഞ്ഞാൽ ഇവിടം വിടണം. സെപ്റ്റംബർ 21 ന് ആണ് Fall equinox. അന്ന് സൂര്യൻ വീണ്ടും ഭ്രമദ്ധ്യരേഖക്കുമിതെ വരും. സെപ്റ്റംബർ 21 മുതൽ നവംബര ആദ്യ പകുതി വരെ ഫാൾ സീസൺ, അതു കഴിയുമ്പോഴേക്കും മരങ്ങളിലെ ഇലകൾ മുഴവൻ കൊഴിഞ്ഞു വീണിരിക്കും. പിന്നെ ആറു മാസം മരങ്ങൾ മേൽപ്പോട്ടു നോക്കി നഗ്ന വേഷത്തിൽ തപസ്സിരിക്കും. വെറുങ്ങലിച്ച ആ ഇരുപ്പ് ഏപ്രിൽ വരെ ഉണ്ടായിരിക്കും. മെയ് ആദ്യത്തിൽ പുതിയ തളിരുകൾ എത്തി നോക്കും വരെ, ചില ജന്തുക്കളിൽ കാണുന്ന ഹൈബർ നേഷൻ പോലെ. അവ ഭക്ഷണം കിട്ടാത്ത മാസങ്ങളിൽ എത്രയോ ദിവസങ്ങൾ ഉറങ്ങിക്കിടന്ന് ദിവസങ്ങൾ തള്ളിനീക്കുമത്രേ. വരവു പൂജ്യം ചെലവും പൂജ്യം. ശുഭം. ജന്തുശാസ്ത്രകാരന്മാർ ഈ സ്ഥിതിയെ ഹൈബർനേഷനെന്നു പറയാറുണ്ട്. തണുപ്പ രാജ്യങ്ങളിലെ ഹൈബർനേഷൻ കാലമാണ് ഹേമന്തവും ശിശിരവും. അക്കാലത്ത് വൃക്ഷങ്ങൾക്കുള്ള ഭക്ഷണം എന്നു പറയാവുന്ന സൂര്യ പ്രകാശം കഷ്ടി.

ഉണ്ണിയോടും അവന്റെ ഭാര്യ മൻവീനോടും യാത്ര പറഞ്ഞു. വാണി (പേരക്കുട്ടി) യോടു യാത്ര പറയാനായിരുന്നു കൂടുതൽ വിഷമം. അവൾ വിചാരിക്കും 'എന്തോ ഏതോ? ഒരു ദിവസം എണീറ്റു നോക്കുമ്പോൾ മുത്തച്ഛനേയും മുത്തശ്ശിയേയും കാണാനില്ല' എന്നു

മാത്രം. വിമാനത്തിൽ പോയി എന്ന് അച്ഛനമ്മമ്മാർ അവളെ പഠിപ്പിച്ചു കൊടുക്കും അവൾ അത് അപ്പാടെ സ്വീകരിക്കും. നാലു ദിവസം കഴിഞ്ഞാൽ മറക്കുകയും ചെയ്യും. ചെറിയ കുട്ടികളുടെ ഒരു കാര്യം.

ഒക്ടോബർ 30 ന് ആയിരുന്നു ക്ലീവ്‌ലൻഡിൽ നിന്നുള്ള മടക്കയാത്ര. ഹാലോവീൻ എന്ന പ്രേതദിനം പിറ്റേ ദിവസമാണ്. കഴിഞ്ഞതവണത്തെ പോലെത്തന്നെ എയർപോർട്ടിൽ പ്രേതങ്ങളുടെ വേഷം കെട്ടിയ ജീവനക്കാരെ കണ്ടു. കൂട്ടത്തിൽ പറയട്ടെ, ക്ലീവ്‌ലാൻഡിലെ ഹോപ്കിൻസ് വിമാനത്താവളം മാതിരി തിരക്കൊഴിഞ്ഞ ഒരു എയർപോർട്ട് കണ്ടതായി ഓർമ്മയില്ല. കൊച്ചി വിമാനത്താവളത്തിൽ എന്നും തിരക്കോടു തിരക്കു തന്നെ. അമേരിക്കയിലെ പുറം രാജ്യങ്ങൾ ചിലതിലേക്ക് ക്ലീവ്‌ലാൻഡിൽ നിന്നും വിമാന സർവീസ് ഉണ്ട്. അതിനാൽ ഇന്റർനാഷണൽ എയർപോർട്ട് ആണെന്നാണ് വെച്ചിട്ടുള്ളത്. ഷൊർണ്ണൂർ റെയിൽവേസ്റ്റേഷനിൽ നിന്ന് ചില പാസഞ്ചർ തീവണ്ടികൾ പുറപ്പെടുന്നത് പോലെ ക്ലീവ്‌ലാൻസിൽ നിന്നും ചിലപ്പോൾ ചെറിയ വിമാനങ്ങൾ പുറപ്പെട്ടു പോകുന്നതു കാണാം. ഒരു പരിവേഷവുമില്ലാതെ ഡൊമസ്റ്റിക് വിമാനങ്ങൾ പലതിലും ഒരു വരിയിൽ മൂന്നു സീറ്റുമായിട്ടാണ്. അതിൽത്തന്നെ പല സീറ്റുകളും ഒഴിഞ്ഞു കിടക്കുന്നതും കാണാം. ആകെ സുഖമയം. ഒട്ടും പരിഭ്രമിക്കേണ്ടല്ലോ.

നേരത്തെപ്പറഞ്ഞ പോലെ ഞങ്ങളുടെ കൂടെ ഗീത അന്തർജനവും ഉണ്ടായിരുന്നു. അവരെ യാത്രയാക്കാൻ ശ്രീവീണും നീതയും വന്നിരുന്നു. കാലത്തു പത്തു മണിക്ക് ക്ലീവ്‌ലാൻഡിൽ നിന്നു പുറപ്പെട്ട വിമാനം ഒരു മണിക്കൂറിനുള്ളിൽ ഷിക്കാഗോവിലെത്തി. മടക്കയാത്ര ആയതിനാൽ ഷിക്കാഗോവിൽ നടപടി ക്രമങ്ങൾ വളരെ കുറവാണ്. ഇക്കുറി വീൽചെയർ സേവന കൃത്യമായിത്തന്നെ കിട്ടി എല്ലാവർക്കും.അങ്ങനെ പരിഭ്രമം കൂടാതെ ഷിക്കാഗോ തരണം ചെയ്തു. മൂന്നു മണിക്കൂർ ഇടവേളയുണ്ടായിരുന്നു ഷിക്കാഗോവിൽ. ഉച്ചഭക്ഷണം കരുതിയിരുന്നത് കഴിച്ചു. ഞങ്ങളുടെ കൂടെ വിമാനത്തിൽ കയറാവുന്ന ക്യാമ്പിൻ ബാഗിൽ കഴിക്കാവുന്ന ഭക്ഷണം കയറ്റുന്നതിന് അധികൃതർ തടസ്സമൊന്നും പറഞ്ഞില്ല. ഉച്ച തിരിഞ്ഞ് രണ്ടു മണിയോടു കൂടി എയർ ഇന്ത്യയുടെ വിമാനം ദൽഹിയിലേക്ക് പുറപ്പെട്ടു. പതിനഞ്ചു മണിക്കൂർ പകലിനും ഒൻപതര മണിക്കൂർ സമയനഷ്ടത്തിനും കൊടുത്തു തീർത്താൽ ദൽഹിയിൽ പിറ്റേ ദിവസം ഉച്ച തിരിഞ്ഞ് രണ്ടര മണിക്കെത്തും.

വിമാനത്തിൽ സീറ്റിന്റെ മുമ്പിലെ സ്ക്രീനിൽ അക്ഷരങ്ങൾ തെളിഞ്ഞു. വിമാനം വടക്കു കിഴക്കോട്ടാണ് പറക്കുന്നത്. അറ്റ്ലാൻന്റിക്കിന്റെ വടക്ക് ഭാഗത്തുള്ള ലാബ്രാഡോർ കടലിന്റെ മിതെ പറന്നു. ഗ്രീനലാൻഡിന്റെ തലസ്ഥാനമായ റെയ്ക്ക്ജവിക്കിനെ പിന്നിട്ട് ആർട്ടിക് കടലിനെ പതുക്കെ തരണം ചെയ്തു. കുറച്ചു കഴിഞ്ഞപ്പൊൾ ഫിൻലാൻസിലെ ഹെൽസിങ്കി, റഷ്യയിലെ മോസ്ക്കോ, ലെനിൻ ഗ്രാഡ്, സൈബിരിയ, യുറാൾ മൌണ്ടൻ. അങ്ങിനെ യുറോപ്പ് കഴിഞ്ഞു. റഷ്യയുടെ ഏഷ്യൻ ഭാഗത്തെത്തി സൈബീരിയ കഴിഞ്ഞാൽ താഷ്കന്റ്, കാബൂൾ, റാവൽപിണ്ടി, ലാഹോർ, അമൃത്സർ വഴി അവസാനം ഡൽഹിയിലെത്തി.

Spherical ജ്യാമിതിയാണ് ഭ്രമിയുടേത്. അതു പ്രകാരം പടിഞ്ഞാറു നിന്ന് കിഴക്കെത്താൻ വടക്കോട്ടു പോയാൽ മതി. ഭ്രമി ഉരുണ്ടതാണെന്ന് തെളിഞ്ഞു. ഡൽഹിയിലെത്തിയപ്പോൾ സമയം ഉച്ച തിരിഞ്ഞിരിക്കുന്നു. വീൽചെയർ കിട്ടിയതു കൊണ്ട് കസ്റ്റംസ് ഫോർമാലിറ്റികൾ എളുപ്പം. ഒരു വിഷമം മാത്രം വീൽ ചെയറിൽ ഇരിക്കുന്നവരെല്ലാം അവശ ജനങ്ങളാണെന്ന് ആളുകൾ തെറ്റിദ്ധരിച്ചാലോ. ആരോഗ്യമുണ്ടായിട്ടും വയ്യാത്തമാതിരി ഇരിക്കുന്നത് അത്ര സുഖമുള്ള കാര്യമല്ല. ഈ പ്രിവിലേജ് ഉപേക്ഷിച്ചാൽ ടെർമിനലും അന്വേഷിച്ച് നട്ടം തിരിയേണ്ടി വന്നാലോ. പിന്നെ എഴുപതോളം വയസ്സായില്ലേ അതിനു കാലത്ത് ഹൃദ്രോഗം ചാർത്തിക്കിട്ടിയിട്ടുമുണ്ട്. ആകെക്കൂടി തൂക്കി നോക്കുമ്പോൾ വീൽ ചെയറിൽ തെറ്റൊന്നും കണ്ടില്ല.

ഡൽഹിയിൽ നിന്നും കൊച്ചിയിലേക്കുള്ള എയർ ഇന്ത്യയുടെ വിമാനം അന്നോട്ടുന്നില്ലത്രേ. ഞങ്ങൾ കൊച്ചിയിലെത്താൻ വൈകുമെന്ന് അതിനർത്ഥം. നിരാശയായി. ഏതായാലും ഓരോ കാപ്പി കുടിക്കുക തന്നെ. നോക്കുമ്പോൾ കൊച്ചിക്കുള്ള ഗെയ്റ്റിനടുത്ത് സ്റ്റാർബക്സ് കോഫി നിൽക്കുന്ന ഒരു കട കണ്ടു. അമേരിക്കൻ സ്റ്റാർബക്സ് ശൃംഖലയിലെ ഇന്ത്യൻ ശാഖാ. നല്ല കാപ്പി. മൂന്ന് കാപ്പിക്ക് 400 രൂപയിലധികം(6 ഡോളർ) വിഷമമൊന്നും തോന്നിയില്ല. വിമാനത്താവളത്തിനുള്ളിൽ എല്ലാം ഇന്റർനാഷണൽ ലെവൽ ആണല്ലോ. എനിക്കേറ്റവും പ്രിയപ്പെട്ട മക്ഡൊണാൾഡ് കാപ്പി ആയിരുന്നെങ്കിൽ എന്നാശിച്ചു പോയി.

അവസാനം കൊച്ചിയിലേക്കുള്ള എയർ ഇന്ത്യയുടെ അടുത്ത വിമാനം സന്ധ്യക്കു പുറപ്പെട്ടു. വൈകിയാണ് പുറപ്പെട്ടതെങ്കിലും ശരേ എന്നാണ് പോക്ക്. മൂന്ന് മണിക്കൂർ നേരം ഒരനക്കവുമില്ല. പരിപൂർണ്ണ നിശ്ശബ്ദം. നല്ല എന്നുവെച്ചാൽ ഏറ്റവും നല്ല വിമാന

യാത്ര. എയർ ഇന്ത്യയെ കുറ്റം പറയുന്നത് ഞാൻ നിർത്തി. രാത്രി ഒമ്പതരക്ക് കൊച്ചി വിമാനത്താവളത്തിൽ എത്തി. ഗീത അന്തർജ നത്തിനോട് യാത്ര പറഞ്ഞു. നാട്ടിൽ നിന്നും ടാക്സി വന്നിരുന്നു. രാത്രി പതിനൊന്നര മണിക്ക് മുളകുന്നത്തുകാവിലെ വീട്ടിലെത്തി.

മൂന്നാമൂഴം

ഉണ്ണിക്ക് കുട്ടിയുണ്ടായപ്പോൾ കാണാനായിരുന്ന പ്രധാനമായും അമേരിക്കയിലേക്കുള്ള ഞങ്ങളുടെ കഴിഞ്ഞ യാത്ര. നാട്ടിൽ മടങ്ങിയെത്തി ഒന്നരകൊല്ലമാവുമ്പോഴേക്കും വീണ്ടുമൊരു യാത്ര ഉദ്ദേശിച്ചിരുന്നില്ല. യാത്രക്ക് പ്രധാനമായും രണ്ട് മൂന്ന് കാരണങ്ങളായിരുന്നു. ഉണ്ണി ക്ലീവ്ലാൻഡിനടുത്തുള്ള ഒരു ഗ്രാമമായ ബീച്ച്വുഡിൽ ഒരു വീടു വാങ്ങി. വീട് വാങ്ങുന്നതിന്റെ പിന്നിലുള്ള പ്രശ്നങ്ങൾ മിക്കവാറും നമ്മുടെ നാട്ടിലുള്ളതു പോലെത്തന്നെ. മാസ ശമ്പളത്തിന്റെ നല്ലൊരു ഭാഗം വീട്ടുവാടകയായി കൊടുത്തു മടുത്തപ്പോഴാണ് അതിനൊരു പരിഹാരമെന്നോണം ഒരു വീട് വാങ്ങാൻ ആലോചന പോയത്. വീട്ടു വാടകക്കു പകരമായി ആ തുക വീടിന്റെ വിലയുടെ ഇൻസ്റ്റാൾമെന്റ് അടവായി കൊടുത്താൽ മതി. കുറച്ചു കൂടി ചിലവാവും. എന്നാലും കഷ്ടി ഒപ്പിക്കാം. ഗ്രീൻ കാർഡുള്ളതു കൊണ്ട് വീടു വാങ്ങാൻ വേറെ സാങ്കേതിക പ്രശ്നങ്ങളൊന്നുമില്ല. വിടിന്റെ കൂടെ ഒരു പറമ്പും ഉണ്ട്. അങ്ങനെ സൗകര്യത്തിൽ കിട്ടിയതാണ്. അമേരിക്കയിൽ പൊതുവെ ഭൂമിക്ക് നമ്മുടെ നാട്ടിലേക്കാൾ വില കുറവാണ്. കാരണം ഇന്ത്യയെക്കാൾ മൂന്നിരട്ടി വലിപ്പവും നാലിലൊന്ന് ജനസംഖ്യയും. അതായത് അമേരിക്കയിലെ ജനസാന്ദ്രത ഇന്ത്യയുടെ പന്ത്രണ്ടിലൊന്നുമാത്രം. അമേരിക്കയിലെ സാധാരണ വീടുകൾ നമ്മുടെ നാട്ടിലെമാതിരി ഉറപ്പുള്ളതായി തോന്നുന്നില്ല. തണുപ്പു കാലാവസ്ഥക്ക് അനുസരിച്ചുള്ള വീടുകളാകയാൽ ചുവരുകളും തറയുമെല്ലാം മരം കൊണ്ടാണ്.

മരം അവിടെ സമൃദ്ധിയാണ്. ഒരാവശ്യം നേരിട്ടാൽ വീട്ടുകൾ വേണ മെങ്കിൽ വേഗത്തിൽ 'ഡിസ്പോസ്' ചെയ്യാവുന്ന പരുവത്തിലാണ്.

വീണ്ടും അമേരിക്കയിലേക്ക് വരാൻ തോന്നിച്ച രണ്ടാമത്തെ കാരണം ഞങ്ങളുടെ വിസയുമായി ബന്ധപ്പെട്ടിരിക്കുന്നു. മൾട്ടിപ്പിൾ എൻട്രി വിസയായി പത്തു കൊല്ലത്തേക്കാണല്ലോ സാധാരണയായി വിസ അനുവദിക്കാറുള്ളത്. പല തവണയായി വരാം. പക്ഷേ, ഓരോ തവണയും ആറു മാസത്തിൽ കൂടുതൽ നിൽക്കാൻ അനുവദിക്കില്ല. വിസയുടെ കാലാവധി തീരും മുമ്പ് വന്നില്ലെങ്കിൽ വീണ്ടും വിസ പുതു ക്കേണ്ടി വരും. അതിന്റേ നൂലാമാലകൾ ഓർത്തപ്പോൾ ഇപ്പോഴുള്ള വിസ കാലാവധി തീരും മുമ്പ് ഉപയോഗിച്ച് തീർക്കലാണ് കൂടുതൽ പ്രായോഗിക ബുദ്ധിയെന്നു തോന്നി. വിസയുടെ കാലാവധി രണ്ടിൽ ചില്വാനം കൊല്ലത്തേക്കു കൂടി ബാക്കിയുണ്ട്. മൂന്നാമത്തെ കാരണം പ്രായത്തിന്റേതാണ്. പ്രായം എഴുപതും അതിനടുത്തും ആയി. ഇപ്പോൾ ആരോഗ്യമുണ്ട്. എന്നും ഇങ്ങനെ ആയിരിക്കണമെന്നില്ല. പേരക്കുട്ടിയെ ഒന്നു കൂടി കാണുകയും ചെയ്യാം. ആട്ടെ പോവുക തന്നെ എന്നുവെച്ചു. പോവാൻ തീരുമാനിച്ചപ്പോൾ ഒരാശയം കൂടി മനസ്സിൽ പൊട്ടി മുളച്ചു. പേരക്കുട്ടിയെ കുറച്ചു മലയാളവും പഠിപ്പിച്ചു കളയാം. രണ്ടര വയസ്സായ വാണിയെ മലയാളം അക്ഷരമാല പഠിപ്പിക്കാൻ പാകത്തിൽ ഒന്നു രണ്ടു മലയാളം ബാലപാഠങ്ങളും വാങ്ങി കയ്യിൽ വെച്ചു. മോഹിച്ച പോലെ കാര്യങ്ങൾ നടന്നില്ല.

അമേരിക്കയിൽ പൊതുവെ നമ്മുടെ നാട്ടിലെ പോലെയുള്ള അടുക്കള സംസ്കാരം ഇല്ല. സൂപ്പർമാർക്കറ്റിൽ കിട്ടുന്ന റെഡിമെയ്ഡ് ഭക്ഷണപ്പൊതികളാണ് അവരുടെ ശീലം. അമേരിക്കയിൽ താമ സിക്കുന്ന ഇന്ത്യക്കാർ വിട്ടിലെ അടുക്കളയിൽ തന്നെ ഭക്ഷണം പാകം ചെയ്യുകയാണ് പതിവ്. പക്ഷേ അരിമാവ് അരച്ചെടുക്കാൻ പറ്റിയ ആട്ടുകല്ല് (Grinder) അവിടെ കിട്ടില്ലെന്ന് ഞാൻ കഴിഞ്ഞ യാത്രയൊടെ മനസ്സിലാക്കിയിട്ടുണ്ട്. എന്നാൽ ശരി ഒരു ഗ്രൈൻഡർ വാങ്ങി കൊണ്ടു പോകാമെന്നു വെച്ചു. നല്ല ദോശയും ഇഡ്ഡലിയും തിന്നാമല്ലോ. തൃശ്ശൂരിൽ നിന്ന് സാമാന്യം നല്ലൊരു ഗ്രൈൻഡർ വാങ്ങി പാക്ക് ചെയ്തു വെച്ചു. അതിന് കനം കുറേ കൂടുതലാണ്. ഏതായാലും വിമാനത്തില ചെക്ക് ഇൻ ചെയ്യാവുന്ന ലഗേജിന്റെ പരിധി ഒരു യാത്രാക്കാരന് 45 കിലോ വിൽ അധികമുണ്ട്. ലഗ്ഗേ ജിന്റേ മറ്റൊരു പ്രധാന ബാഗ് ഭാര്യയുടെ ചുമതലയിൽ പെട്ടതാണ്. കടുമാങ്ങ, ചെറുനാരങ്ങാക്കറി, അമ്പഴങ്ങാക്കറി, കൊണ്ടാട്ടങ്ങൾ, സാമ്പാർപ്പൊടി എന്നിങ്ങനെ വലിയൊരു ലിസ്റ്റ് ആണത്. പാകം

ചെയ്ത ഭക്ഷണ സാധനങ്ങൾ (Processed food items) വിമാനത്തിൽ കൊണ്ടു പോകാൻ അനുവദിക്കും. മകന്റെ കുടുംബത്തിനു വേണ്ടി ഇത്തരം സാധനങ്ങൾ പാക്കു ചെയ്തു കൊണ്ടു പോകാൻ ഭാര്യ കാണിക്കുന്ന ഉത്സാഹം കാണേണ്ടതാണ്. മകൻ വീടായി താമസിക്കുകയാണ്. ഒന്നിനും ഒരു കുറവു വരരുത്. ഇതാണ് മനോഭാവം. ആയിക്കോട്ടെ നന്നായി.

അങ്ങനെ 2016 ജൂൺ മദ്ധ്യത്തിൽ ഞങ്ങൾ വീണ്ടും അമേരിക്കയിലേക്കു പുറപ്പെട്ടു. ഭാഗ്യത്തിന് ഇത്തവണ ഒരു കുടുംബം തന്നെ ഞങ്ങളുടെ കൂട്ടിനുണ്ടായിരുന്നു. കഴിഞ്ഞ തവണ ഞങ്ങളുടെ കൂട്ടിനുണ്ടായിരുന്ന ഗീത അന്തർജനത്തിന്റെ In-law Relation (മകന്റെ വിവാഹം വഴിയുള്ള ബന്ധുക്കൾ) ആയിരുന്നു ഇവരും. ഗുജറാത്ത് അഗ്രികൾച്ചറൽ യൂണിവേഴ്സിറ്റിയിലെ റിട്ടയേർഡ് പ്രൊഫസർ ഡോ. പരമേശ്വരനും ഭാര്യയുമായിരുന്നു അവർ. Mrs പരമേശ്വരൻ ഗുജറാത്തിൽ കേന്ദ്രിയ വിദ്യാലയത്തിലെ ഹെഡ്മിസ്ട്രസ് ആയിരുന്നു. ഡോ. പരമേശവരൻ പോസ്റ്റ് ഡോക്ടറൽ ഗവേഷണത്തിനായി കുറച്ചു കാലം അമേരിക്കയിലെ ടെന്നസ്സി യൂണിവേഴ്സിറ്റിയിൽ ഉണ്ടായിട്ടുണ്ട്. അതിനാൽ അദ്ദേഹത്തിന് അമേരിക്കൻ ജീവിത രീതിയും ഉച്ചാരണ രീതികളുമൊക്കെ എന്നേക്കാളും പരിചയമുണ്ട്. ഡോ. പരമേശ്വരന്റെ മകൾ സീതയും ഉണ്ണിയുടെ മാതിരിത്തന്നെ ക്ളീവ്ലാൻഡിലെ Case western University യിൽ പോസ്റ്റ് ഡോക്ടറൽ ഗവേഷണം നടത്തുകയാണ്. ഗീത അന്തർജനത്തിന്റെ മകൻ ത്രീവീൺ ആണ് നീതയെ വിവാഹം കഴിച്ചിരിക്കുന്നത്. ത്രീവീൺ ക്ളീവ്ലാൻഡിൽ മാനേജ്മെന്റ് വിദഗ്ദനായി ജോലി ചെയ്യുന്നു. പിന്നെ പറഞ്ഞു വന്നപ്പോഴാണ് അറിയുന്നത് ഡോ. പരമേശ്വരനും ഞാനും കോളേജ് വിദ്യാഭ്യാസ കാലത്ത് ഒന്നിച്ചു പഠിച്ചിട്ടുണ്ട്. തൃശ്ശൂർ സെന്റ് തോമസ് കോളേജിൽ ബിരുദ വിദ്യാർത്ഥികളായിരുന്ന സമയത്ത് ഞങ്ങൾ ഭാഷാ വിഷയങ്ങൾ ഒന്നിച്ചാണ് പഠിച്ചിരുന്നത്. മെയിൻ വിഷയങ്ങൾ വ്യത്യസ്തങ്ങളായിരുന്നതിനാൽ അന്നു ഞങ്ങൾ പരിചയമാവാൻ സംഗതി വന്നില്ലെന്നു മാത്രം. എല്ലാം കൊണ്ടും ഞങ്ങൾക്ക് സന്തോഷമായി.

പാലക്കാട്ടു നിന്നുള്ള പരമേശ്വരന്റെ കുടുംബവും തൃശ്ശൂരിലെ മുളംകുന്നത്തു കാവിൽ നിന്നുള്ള ഞങ്ങളും ചേർപ്പിലെ ഗീതാ അന്തർജനത്തിന്റെ ഭവനമായ ചിറ്റൂർ മനയിൽ ഒത്തു ചേർന്നു. നെടുമ്പാശ്ശേരി വിമാനത്താവളത്തിലേക്ക് ഒന്നിച്ചു പോകാമല്ലോ. ഇത്തവണ ഗൾഫ് വിമാന കമ്പനിയായ എത്തിഹാദിലാണ് യാത്ര റിസർവ്

ചെയ്തിരുന്നത്. കൊച്ചിയിൽ നിന്ന് ദുബായിലെ അബൂദാബിയിലേക്ക്. അവിടെ നിന്ന് അവരുടെ തന്നെ മറ്റൊരു വിമാനത്തിൽ ന്യൂയോർക്കിലെ JFK (ജെ.എഫ്.കെ) വിമാനത്താവളത്തിലേക്ക്. ന്യൂയോർക്കിൽ നിന്ന് എത്തിഹാദിന്റെ ടൈ അപ്പ് ആയ അമേരിക്കൻ വിമാനത്തിൽ ക്ളീവ്ലാൻഡിലേക്ക് എന്ന് യാത്രയുടെ ഷെഡ്യൂൾ. ഇന്ത്യയിലെ കസ്റ്റംസ് ഫോർമാലിറ്റികൾ കൊച്ചിയിൽ വെച്ച തന്നെ കഴിയുമെന്നതിനാൽ കാര്യങ്ങൾ കുറച്ച് എളുപ്പമുണ്ട് ഇത്തവണ. അബൂദാബിയിൽ വെച്ച് ചെറിയൊരു ഇടവേളയേയുള്ളൂ. ഏതായാലും അക്കാര്യങ്ങൾ അവിടുത്തെ തരം പോലെയെന്നു വെച്ചു. കൊച്ചി വിമാനത്താവളത്തിന്റെ ഇന്റർനാഷണൽ ടെർമിനലിൽ ഞങ്ങൾ എത്തിഹാദിന്റേ ഓഫീസിൽ റിപ്പോർട്ടു ചെയ്തു. വൈകുന്നേരം അഞ്ച് മണിയായിരുന്നു. സന്ധ്യക്ക് ഏഴു മണിക്ക് പുറപ്പെട്ട വിമാനം നാലു മണിക്കൂറിനുള്ളിൽ അബൂദാബിയിലെത്തി.

അമേരിക്കയുടെ കസ്റ്റംസ് ക്ളിയറൻസ് ഞാൻ വിചാരിച്ചിരുന്നത് ന്യൂയോർക്കിൽ JFK എയർപോർട്ടിൽ വെച്ചാവും എന്നാണ്. എന്നാൽ അതെല്ലാം അബുദാബിയിൽ കഴിഞ്ഞു. ഇനി ന്യൂയോർക്കിൽ ചെന്നാൽ ശരേ എന്ന് ഡൊമസ്റ്റിക് ടെർമിനലിലേക്ക് നടന്നു കൊള്ളുകയേ വേണ്ടൂ. കൊച്ചിയിൽ വെച്ച് പെട്ടിയും പ്രമാണങ്ങളും ക്ളീവ്ലാൻഡിലേക്ക് ത്രൂ ചെക്ക്-ഇൻ ആണ് ചെയ്തിരുന്നത്. അതായത് കൊച്ചി വിട്ടാൽ പിന്നെ ലഗ്ഗേജ് നമ്മൾ കാണുകയേ വേണ്ട. ക്ളീവ്ലാൻഡിൽ ചെന്നാൽ അവ ഐഡന്റിഫൈ ചെയ്ത് കൺവേയർ ബെൽട്ടിൽ നിന്ന് എടുത്താൽ മതി. എന്നാൽ അബൂദാബിയിൽ വെച്ച് കസ്റ്റംസ് ഉദ്യോഗസ്ഥന്മാർ ഞങ്ങളോട് അവരവരുടെ പെട്ടികൾ ഫോട്ടോ കമ്പ്യൂട്ടറിൽ കാണിച്ച് തിരിച്ചറിയാൻ ആവശ്യപ്പെട്ടത് പുതുമയായി തോന്നി. ഇങ്ങനെ ഉണ്ടാവുമെന്ന് ഡോ. പരമേശ്വരൻ പറഞ്ഞിരുന്നു. ഞങ്ങളുടെ ഇതിനു മുമ്പിലെ രണ്ടു യാത്രകളിലും ഇമ്മാതിരി ഉണ്ടായിരുന്നില്ല. അബൂദാബി എയർപോർട്ടിൽ കൂട്ടമായി ഷർട്ടിടാതെ അറബികൾ വെറും വെള്ള വസ്ത്രം പുതച്ചിരുന്നത് ഞാൻ ശ്രദ്ധിച്ചു. വിമാനം കാത്തിരിക്കുന്നവരാവണം. ഉഷ്ണകാലാവസ്ഥയിൽ അവരുടെ വസ്ത്ര ധാരണ രീതി കേരളത്തേയും തമിഴ്നാടിനേയും ഓർമ്മിപ്പിച്ചു.

അബൂദാബിയിൽ നിന്നും ന്യൂയോർക്കിലേക്കുള്ള കൂറ്റൻ വിമാനം മെഡിറ്റ്റേനിയൻ-യൂറോപ്യൻ രാജ്യങ്ങൾ - വടക്കൻ അറ്റ്ലാന്റിക് റൂട്ടിൽ കൂടി കാലത്ത് ന്യൂയോർക്കിലെത്തി. എത്തിഹാദിലെ ഭക്ഷണം പൊതുവെ നന്നായിരുന്നു. വെജിറ്റേറിയൻ ഭക്ഷണ സാധനങ്ങൾ

ആവശ്യത്തിനുണ്ടായിരുന്നു. ഈ യാത്രക്ക് ഒരാഴ്ച മുമ്പ് വസന്തക്ക് ഒരസുഖം വന്ന് കിടപ്പിലായപ്പോലെ ആയതാണ്. അമേരിക്കൻ യാത്ര നീട്ടിവെക്കേണ്ടി വരുമോ എന്ന് പോലും തോന്നിയിരുന്നു. ഡോക്ടർ പറഞ്ഞു, പനിയില്ലാത്തതു കൊണ്ട് യാത്ര മുടക്കേണ്ട കാര്യമില്ലെന്ന്. യാത്ര വിമാനത്തിലായത് കൊണ്ട് വിശ്രമിക്കാൻ പറ്റുമെന്നും പറഞ്ഞു. ആ സമയത്ത് ആകെ വയറ്റിൽ പിടിച്ചിരുന്നത് നാരങ്ങാജ്യൂസ് ആണ്. ബാക്കി എന്തു കഴിച്ചാലും ഛർദ്ദി തന്നെ. ഭാഗ്യത്തിന് യാത്രയുടെ തലേദിവസം അസുഖം ഭേദമായി. ക്ഷീണം ബാക്കിയായിരുന്നു. അങ്ങനെ വെറും ഭാഗ്യം കൊണ്ട് മാത്രമാണ് ഇത്തവണ യാത്രക്ക് മുടക്ക് വരാതിരുന്നത്. ഞാനിതു പറയാൻ കാരണം എത്തിഹാദിലെ ഓറഞ്ച് ജ്യൂസാണ്. ഇടയക്കിടെ എയർഹോസ്റ്റസുമാർ യാത്രക്കാർക്ക് നാരങ്ങാ നീര് കൊടുത്തിരുന്നു. 'അച്ഛൻ ഇച്ഛിച്ചതും പാല്, വൈദ്യൻ കൽപ്പിച്ചതും പാല്'' എന്ന മട്ടിലായി കാര്യങ്ങൾ. പിന്നെ വിമാന യാത്രയിൽ കുലുക്കമില്ലാതെ ഇരിക്കാമെന്നതിനാൽ ധാരാളം വിശ്രമവും കിട്ടി. ന്യൂയോർക്കിൽ എത്തിയപ്പോൾ സമാധാനമായി. ഇനി ഒരു അഭ്യന്തര (Domestic) യാത്രയല്ലേ ബാക്കിയുള്ളൂ.

നേരത്തെ സൂചിപ്പിച്ചമാതിരി ന്യൂയോർക്കിൽ ഫോർമാലിറ്റികൾ ഒന്നുമേയില്ല. ഷിക്കാഗോ പോലെത്തന്നെ വിമാനത്താവളം വളരെ വലുതായതു കൊണ്ടുള്ള പ്രശ്നം മാത്രം. പരിചയമില്ലെങ്കിൽ പരിഭ്രമിച്ചു പോകും. കൂടുതൽ പരിചയം ഇക്കാര്യങ്ങളിൽ ഉണ്ടായിരുന്ന ഡോ. പരമേശ്വരന്റേ സാന്നിധ്യം കാര്യങ്ങൾ കുറേക്കൂടി എളുപ്പമാക്കി. ഡൊമസ്റ്റിക് ടെർമിനലിനടുത്തുള്ള ഒരു ഷോപ്പിൽ നിന്ന് ഞങ്ങൾ എല്ലാവരും കാപ്പിയും ഉരുളക്കിഴങ്ങ് വറുത്തതും കഴിച്ചു. കുറച്ചു നേരവും അങ്ങനെ പോയി കിട്ടുമല്ലോ. നാലു മണിക്കൂർ ഇടവേളക്കു ശേഷം ക്ളീവ്ലാൻഡിലേക്കുള്ള ചെറു വിമാനം വന്നെത്തി. ഉണ്ണിയും ഭാര്യ മൻവീനും ത്രിവീണും നിതയും എത്തിയിരുന്നു. ഇനി സമാധാനമായി വിശ്രമിക്കാമല്ലോ.

ഫിലഡെൽഫിയ

ഫിലഡെൽഫിയയെപ്പറ്റി ധാരാളം കേൾക്കാറുണ്ട്. ഈ നഗരത്തെ അമേരിക്കയുടെ സാംസ്കാരിക തലസ്ഥാനമായി പലരും കാണുന്നു. (ബോസ്റ്റൺ നഗരത്തെ മറക്കുന്നില്ല) വാഷിങ്ടൺ ഡി. സി USA യുടെ തലസ്ഥാനമാവുന്നതിനു മുമ്പ് ഫിലഡെൽഫിയയാണ് ആസ്ഥാനം അലങ്കരിച്ചിരുന്നത്. 1776 ൽ അമേരിക്കൻ ഐക്യ നാടുകൾ ഉടലെടുത്തതിന് ശേഷം 1800 വരെ തലസ്ഥാനം ഫിലഡെൽഫിയയായിരുന്നു. അമേരിക്കൻ ഭരണഘടന എഴുതി വെച്ചത് ഈ നഗരത്തിലായിരുന്നുവത്രേ. അമേരിക്കയുടെ രാഷ്ട്ര പിതാവെന്നറിയപ്പെടുന്ന ജോർജ് വാഷിങ്ടൺ, ഭരണഘടനാശില്പിയായ തോമസ് ജെഫേഴ്സ്സൺ, ശാസ്ത്രജ്ഞനായിരുന്ന ബെഞ്ചമിൻ ഫ്രാങ്ക്ളിൻ എന്നിവരും അവരുടെ സാന്നിധ്യം കൊണ്ട് ഈ നഗരത്തെ അലങ്കരിച്ചവരാണ്. പെൻസിൽവാനിയ സംസ്ഥാനത്തിലെ പ്രമുഖ നഗരവും ഇതു തന്നെ. വലിപ്പം കൊണ്ട് അമേരിക്കയിലെ അഞ്ചാമത്തെ സ്ഥാനം ഫിലഡെൽഫിയക്കാണ്. അമേരിക്കക്ക് ഒരു പുരാതന സംസ്കാരത്തിന്റെയും അനുഗ്രഹം കിട്ടിയിട്ടില്ല. ഇന്ന് അവിടെ നില നിൽക്കുന്ന ജീവിത രീതിക്കും സംസ്ക്കാരത്തിനും കഷ്ടി നാലു നൂറ്റാണ്ടത്തെ പഴക്കം കണ്ടേക്കാം. അതിനാലായിരിക്കണം യുണെസ്ക്കോ വിന്റെ World Heritage Series ൽ ഉൾപ്പെടുത്തിയ പൈതൃകസ്ഥാന(Heritgage sites) ങ്ങളിൽ ഒന്നും തന്നെ അവിടെ ഇല്ലായിരുന്നു. അടുത്ത കാലത്തായി

ഫിലഡെൽഫിയ

ഇതിനൊരു മാറ്റം വന്നിട്ടുണ്ട്. ഫിലഡെൽഫിയ ഈ ഗണത്തിൽ സ്ഥാനം പിടിച്ചു. USA യിൽ പഴമ കൊണ്ടും പൈതൃകം കൊണ്ടും ഫിലഡെൽഫിയക്കൊരു ബദൽ ഉണ്ടാകാമെങ്കിൽ അത് ബോസ്റ്റൺ മാത്രം.

ക്ളീവ് ലാൻഡിൽ നിന്ന് ബസ്സിൽ എട്ട് മണിക്കൂർ കൊണ്ട് ഫില ഡെൽഫിയയിൽ എത്താം. Grey hound ബസ്സിൽ യാത്ര റിസർവ് ചെയ്തു. നേരിട്ട് ബസ്സ് കിട്ടില്ല. അതുകൊണ്ട് മുറിച്ചു ബുക്ക് ചെയ്തു. ക്ളീവ്ലൻസിൽ നിന്ന് അയൽ സംസ്ഥാനമായ പെൻസിൽവാനിയയുടെ അതിർത്തിപ്പട്ടണമായ പിറ്റ്സ് ബർഗ്. അവിടെ നിന്നും മേരിലാൻഡിലെ ബാൾട്ടിമോർ വഴി വീണ്ടും പെൻസിൽ വാനിയയിലെ ഫിലാഡൽഫിയയിലേക്ക്. ബസ്സിൽ യാത്ര പ്ളാൻ ചെയ്തതറിഞ്ഞപ്പോൾ പരിചയക്കാർ നെറ്റി ചുളിച്ചു. എന്തിനീ പൊല്ലാപ്പ് ഏറ്റു വാങ്ങുന്നു?. ബസ്സ് സമയത്തിനെത്തുമെന്ന് തിർച്ചയുണ്ടോ എന്നും മറ്റും. കുറച്ചു കാലം മുമ്പ് ന്യൂയോർക്കിലേക്ക് ബസ്സിൽ യാത്ര ചെയ്തപ്പോൾ പ്രയാസങ്ങളൊന്നും കൂടാതെ എത്തിയിരുന്നു. പിന്നെ ഞാനാകട്ടെ Public Transport System കാറിനേക്കാളും ഇഷ്ടപ്പെടുന്നവനുമാണ്. കാർ

യാത്രയേക്കാൾ ബസ്സ് യാത്രയും തീവണ്ടി യാത്രയുമാണ് ഓർമ്മ നിൽക്കുക. യാത്രക്കിടയിൽ പലമാതിരി ആളുകളെ കണ്ടു മുട്ടാനുള്ള സാധ്യതയുണ്ട്. അന്തരീക്ഷങ്ങൾക്ക് വൈവിധ്യമേറും. കാർ യാത്രയും വിമാനയാത്രയും അവയുടെ കാര്യക്ഷമത എത്ര കേമമായാലും അനുഭവങ്ങളുടെ കാര്യത്തിൽ ദരിദ്രമായിരിക്കും. തീവണ്ടി സൗകര്യമുള്ള സമയത്തിനില്ല. പിന്നെ ഉണ്ണിയുടെ സൗകര്യം കൂടി നോക്കണമല്ലോ.. അവന് യോജിക്കുക ഒരു വീക്കെൻഡ് യാത്രയാണ്. വെള്ളിയാഴ്ച ഒരു ദിവസം ലീവ് എടുത്താൽ വെള്ളി, ശനി, ഞായർ മൂന്നു ദിവസങ്ങൾ കിട്ടും. 2016 ആഗസ്റ്റ് അഞ്ചാം തീയ്യതി വെള്ളിയാഴ്ച, ക്ലീവ്‌ലൻഡിൽ നിന്നും പുറപ്പെട്ടു. കാലത്ത് ഏഴു മണിക്കാണ് Gray hound ന്റെ ബസ്. യഥാസമയം തന്നെ ബസ് സ്റ്റേഷനിലെത്തി. അന്വേഷിച്ചപ്പോഴാണറിയുന്നത് അന്നത്തെ ബസ് 'സാങ്കേതിക' കാരണങ്ങളാൽ ട്രിപ്പ് മുടങ്ങുകയാണെന്ന്. അടുത്ത ബസ്സിന് പോകുമെന്നും പറഞ്ഞു. അതിൽ സീറ്റുണ്ടാവുമെന്നറിഞ്ഞു. പക്ഷെ അടുത്ത ബസ്സ് രണ്ടോ മൂന്നോ മണിക്കൂർ കഴിഞ്ഞേ ഉള്ളൂവെന്നറിഞ്ഞപ്പോൾ ആവേശമെല്ലാം തണുത്തു. നീതി വൈകുമ്പോൾ നീതി നിഷേധിക്കപ്പെടുന്നു എന്ന ചൊല്ല് ഓർമ്മ വന്നു. കാലത്തുള്ള ബസ്സ് തിരഞ്ഞെടുത്തത് രണ്ടു കാരണങ്ങൾ കൊണ്ടാണ്. ഒന്ന് വഴിയിലെ അമേരിക്കൻ നാട്ടിൻ പുറങ്ങളും കൃഷി സ്ഥലങ്ങളുമെല്ലാം ബസ്സിലിരുന്നു കാണാം. രണ്ടാമതായി ഉറക്കമൊഴിക്കേണ്ട കാര്യവും ഇല്ല. എന്നിട്ടിപ്പോൾ എന്തായി? പുത്തരിയിൽ തന്നെ കല്ലുകടി. ആദ്യത്തെ ബസ്സ് തന്നെ മുടങ്ങിയതിനാൽ പിറ്റ്സ് ബർഗിൽ നിന്നും ഫിലഡെൽഫിയയിലേക്കുള്ള കണക്ഷൻ ബസ്സ് മിസ്സാവാനുള്ള എല്ലാ സാധ്യതയും ഉണ്ട്. സാധാരണ ഗതിയിൽ ഫിലഡെൽഫിയയിൽ സന്ധ്യക്ക് എത്തേണ്ടിടത്ത് ഇനി അർദ്ധ രാത്രിയാവും എത്തുക. അതോ അതിലും വൈകിയാലോ? ഈ ചോദ്യങ്ങൾക്ക് മുമ്പിൽ അധികൃതർ കാണിച്ച തികഞ്ഞ നിസ്സംഗതയാണ് എനിക്ക് പിടിക്കാഞ്ഞത്. ഒരു കാലത്ത് കേരളത്തിലെ ട്രാൻസ്പോർട്ട് ബസ്സുകളുടെ കെടുകാര്യസ്ഥതയുടെ ഒരു പതിപ്പു തന്നെ ഈ അമേരിക്കൻ ബസ്സുകളും.

പിറ്റസ് ബർഗിലേക്കുള്ള ബസ്സ് രണ്ടു മണിക്കൂർ വൈകിയിട്ടാണെങ്കിലും അവസാനം കിട്ടി. അതിനുള്ള ശിക്ഷയെന്നോണം പിറ്റ്സ് ബർഗിൽ നിന്ന് ബാൾട്ടിമോർ വഴി ഫിലഡെൽഫിയക്കുള്ള ബസ്സ് നഷ്ടപ്പെട്ടു. നാല് മണിക്കൂർ പിറ്റ്സ് ബർഗിൽ കുടുങ്ങി. ഫിലഡെൽഫിയയിലേക്കുള്ള അടുത്ത ബസ്സ് വൈകുന്നേരം മൂന്നരയ്ക്കേയുള്ളൂ. അതിന്റെ റിസർവേഷൻ സീറ്റ് കഴിഞ്ഞു. ബാക്കിയുണ്ടെങ്കിൽ

തരാമെന്നും പറഞ്ഞു. ബസ്സ് അധികൃതരുടെ ഭാഗത്ത് നിന്നുള്ള വീഴ്ചയ്ക്ക് യാത്രകാർക്ക് ശിക്ഷ കിട്ടുന്നതിലുള്ള ക്രൂരതയെപ്പറ്റി മകൻ അധികൃതരോടു സൂചിപ്പിച്ചു. അതിനുള്ള അവരുടെ മറുപടി ഒരു തവണയേ ആവലാതി പറയേണ്ടതുള്ളൂവെന്നും കൂടുതൽ തവണ പറഞ്ഞാൽ ശ്രദ്ധിക്കേണ്ട ബാധ്യത അവർക്കില്ലെന്നുമായിരുന്നു. കറുത്ത വർഗ്ഗക്കാരിയായ ഒരു സ്ത്രീയായിരുന്നു ഇത് പറഞ്ഞത്. ഇത്രയെങ്കിലും മൊഴിയാൻ സൌമനസ്യം കാണിച്ചതിനു നന്ദി പറയാനാണ് അപ്പോൾ തോന്നിയത്. പറയാത്തത് നന്നായി. കാരണം അവസാനം ബസ്സ് വന്ന സമയത്ത് അവർ അല്പം കൂടി ഉത്തരവാദിത്വമെടുത്ത് ഞങ്ങളെ പുതിയ ബസ്സിൽ കയറ്റിത്തരാൻ ഉത്സാഹം കാണിച്ചു. എല്ലാവരിലും ചില സമയത്ത് നല്ല മനസ്സും ചില സമയത്ത് ചീത്ത മനസ്സും ആയിരിക്കാം. അതിൽ നല്ല വശത്തോടുമാത്രം നമ്മൾ പ്രതികരിച്ചാൽ മതി. ചീത്ത ഭാഗത്തിനെ അവഗണിച്ചേക്കുക. പക്ഷേ അതത്ര എളുപ്പമല്ല. ഏതായാലും അനുഭവങ്ങളിൽ നിന്ന് ഒന്ന് തീർച്ചയായി. Argue ചെയ്യുക (വാദിക്കുക) എന്ന സ്വഭാവം കൊണ്ട് ആരും ഒന്നും നേടുന്നില്ല. Argument ഒരു Intellectual virtue ആയിരിക്കാം. പക്ഷേ, അത് മനുഷ്യരിലുള്ള നന്മയെ ഉണർത്തുന്നില്ല.

ആട്ടെ. പിറ്റസ് ബർഗിൽ കുടുങ്ങിയ നാലു മണിക്കൂർ നേരം വീണ്ടേടം വിഷ്ണു ലോകം പോലെ. ഞാൻ നേരത്തെ ഒരിടത്തു സൂചിപ്പിച്ച മാതിരി അമേരിക്കൻ ബസ് സ്റ്റേഷനുകളിൽ സമൂഹത്തിലെ താരതമ്യേന താഴ്ന്ന നിലയിലുള്ള യാത്രക്കാരെയാണ് കണ്ടു മുട്ടുന്നത്. ഈ ശ്രേണിയിൽ പക്ഷേ എല്ലാ Ethnic group കളേയും കാണാം. വെള്ളക്കാർ, കറുത്ത വർഗ്ഗക്കാർ, മലയാളികളെ ഓർമ്മിപ്പിക്കുന്ന ലാറ്റിൻ അമേരിക്കൻ വംശജർ, ചൈനീസ്, ജാപ്പനീസ്, ഇന്ത്യക്കാർ മദ്ധ്യപൂർവേഷ്യക്കാർ എന്നിങ്ങനെ പലരേയും. പ്രസിദ്ധ ശാസ്ത്രജ്ഞനും കലാകാരനും ദാർശികനുമായിരുന്ന ലിയോനാർഡോ ഡാവിഞ്ചി ഇങ്ങനെ പറഞ്ഞതോർക്കുന്നു. ദയാലുവായ പ്രകൃതി. ആർക്കും എപ്പോഴും എന്തെങ്കിലും പഠിക്കാനുള്ള വാതായനങ്ങൾ പ്രകൃതി നമുക്കു മുമ്പിൽ മലർക്കെ തുറന്നിട്ടിരിക്കുന്നു. നമ്മൾ എന്തെങ്കിലും പഠിക്കാനുള്ള സൌമനസ്യം കാണിച്ചാൽ മാത്രം മതി. പിറ്റസ് ബർഗിൽ കുടുങ്ങിയ നാലു മണിക്കൂറിൽ ഏതായാലും മറ്റൊന്നും ചെയ്യാനില്ലാത്തതു കൊണ്ട് ലോകത്തിലെ വ്യത്യസ്ത ജനവിഭാഗങ്ങളുടെ ഒരു Kaleidoscopic vision തരപ്പെട്ടു. നേരം പോയതറിഞ്ഞില്ല. കാറിൽ സഞ്ചരിച്ചാൽ ഈ മാതിരി വീണു കിട്ടിയ നിമിഷങ്ങളുണ്ടാവുമോ? അസൗകര്യങ്ങളും ബുദ്ധിമുട്ടുകളും വേദനകളും ദുഃഖവും

മനുഷ്യൻ ഇഷ്ടപ്പെടുന്നില്ല. പക്ഷേ ഇവയെ ഏറ്റു മുട്ടിക്കഴിഞ്ഞാൽ നമുക്കതൊരു ബാങ്ക് ബാലൻസായി മാറും. വൈകുന്നേരം നാലു മണിയോടെ ഫിലഡെൽഫിയക്കുള്ള ബസ്സ് കിട്ടി. സമാധാനം. രാത്രി പത്തു മണിയോടെ ഫിലഡെൽഫിയയിലെത്താം. സൂര്യൻ അസ്തമിക്കുന്നത് രാത്രി ഒമ്പതു മണിയോടടുത്താണ്. ആയിതിനാൽ ബസ്സിലിരുന്ന് അസ്തമിക്കുന്നതു വരെ അമേരിക്കൻ ഉൾനാടുകളെ കണ്ടുകൊണ്ടിരിക്കാം. എനിക്ക് സന്തോഷം തിരിച്ചു കിട്ടി.

ഒരു കാര്യംപറയാതെ വയ്യ. പിറ്റ്സ് ബർഗിൽ നിന്ന് ഫിലഡെൽ ഫിയക്കുള്ള ആ യാത്ര മനസ്സിൽ നിന്നും മാഞ്ഞു പോറ്വകയില്ല. അത്ര സുഖകരം. നിശ്ശബ്ദമായി ആറു മണിക്കൂർ നിർത്താതെ ആ ബസ്സ് പാഞ്ഞു. അമേരിക്കൻ റോഡുകളോടായിരിക്കാം ഞാൻ ആദ്യമായി നന്ദി പറയേണ്ടത്. റോഡുകൾ ഏറ്റവും നല്ല കണ്ടീഷനിൽ. നല്ല പക്വത വന്ന ഡ്രൈവർ, കേരളത്തിലെ പ്രൈവറ്റു ബസ്സുകളിൽ യാത്ര ചെയ്യുമ്പോൾ വയറ്റിലുള്ളത് മുഴുവൻ പുറത്തേക്കു വരുമെന്ന് തോന്നും. Grey hound ബസ്സിൽ ഇരിക്കുമ്പോൾ ഒരു രാജധാനി എക്സ്പ്രസ്സ് കമ്പാർട്ടുമെന്റിന്റെ ശാന്തത തോന്നി. ആറു മണിക്കൂർ യാത്രയിൽ പെൻസിൽ വാനിയയുടെ തലസ്ഥാനമായ ഹാരിസ് ബർഗിലും പിന്നെ മറ്റൊരിടത്ത് ഭക്ഷണത്തിനു വേണ്ടിയും ഇരുപതു മിനിട്ടു വീതം നൽകി. ബസ്സ് ഡ്രൈവർ ആണെങ്കിൽ ഒരു friend, philosopher and guide പോലെ വർത്തമാനം പറയുമ്പോൾ ഒരു പേഴ്സണൽ ടച്ച് ഉണ്ടായിരുന്നു. ഏതായാലും Grey hound ബസ്സു കളിൽ നല്ല അനുഭവങ്ങളും ഉണ്ടായി.

ഫിലഡെൽഫിയയിൽ Grey hound ബസ്സ് സ്റ്റേഷനു അടുത്തു തന്നെയായിരുന്നു Hampton Inn എന്ന ഹോട്ടൽ. രാത്രി പത്തുമണിക്ക് മുമ്പായി ബസ്സ് സ്റ്റേഷനിൽ എത്തിയ ഉടനെ ഉണ്ണി Uber സൗകര്യം ഉപയോഗപ്പെടുത്തി ടാക്സി വരുത്തി. നാടരിൽ നാടനായി വളർന്ന എനിക്ക് ഈ മാതിരിയുള്ള ഹൈടെക് സൗകര്യങ്ങൾ പറഞ്ഞാലും തലയിൽ കയറുകയില്ല. ഇരുപതാം നൂറ്റാണ്ടിന്റെ പ്രതിനിധിയായ എനിക്ക് ഇരുപത്തൊന്നാം നൂറ്റാണ്ടിന്റേതായ യാതൊന്നും ഏശുക യില്ല. ഇനി ഈ പ്രായത്തിൽ കാര്യങ്ങളൊന്നും മാറാനും എനിക്ക് കഴിയില്ല. ഏതായാലും പുതിയ നൂറ്റാണ്ടിന്റെ പ്രതിനിധിയായ മകൻ (ഉണ്ണി) ഈ പ്രശ്നങ്ങളൊക്കെ എളുപ്പം പരിഹരിച്ചു തരും. രാത്രി പത്തു മണിക്ക് ഹോട്ടലിലെത്തി ചെക്കിൻ ചെയ്തു. മൂന്നു പേർക്ക് താമസിക്കാൻ എല്ലാ സൗകര്യങ്ങളും തികഞ്ഞ ഹോട്ടൽ മുറി. രാത്രി ഭക്ഷണം ഞങ്ങളുടെ സ്ഥിരം പരിപാടിയും വെജിറ്റേറിയൻകാരുടെ

തെന്നിന്ത്യൻ പ്രതിനിധിയുമായ ഇഡ്ഡലി തന്നെ. പിറ്റ്സ് ബർഗിൽ കുടുങ്ങിയ സമയത്ത് ഞങ്ങൾക്ക് മറ്റൊരു ബേജാറുമുണ്ടായിരുന്നു. ബസ്സ് വന്ന് അതിൽ കയറുന്നതു വരെ അതിൽ സീറ്റുകിട്ടുമെന്ന് തീർച്ചയുണ്ടായിരുന്നില്ല. റിസർവേഷൻ ചെയ്തിട്ടു പോലും അഥവാ ബസ്സ് കിട്ടിയില്ലെങ്കിൽ രാത്രി ബസ്സിന് ഫിലഡെൽഫിയയി ലേക്ക് പുറപ്പെട്ടാൽ അവിടെയെത്താൻ വെളുപ്പാൻ കാലമാവും. അപ്പോൾ രാത്രി ഉറക്കം നഷ്ടപ്പെട്ടതു തന്നെ. ദൈവാധീനംകൊണ്ട് അതൊന്നും വേണ്ടി വന്നില്ല. രാത്രി പതിനൊന്നര മണിക്കു തന്നെ മുറിയിൽ സുഖമായി ഉറങ്ങാൻ കിടന്നു. All is well that ends well എന്നാണല്ലോ. പിന്നെ രണ്ടു ദിവസം ഫിലഡെൽഫിയ സുഖമായ കണ്ടു കളയാം.

നഗര പ്രദക്ഷിണം സ്ഥിരം സംവിധാനമായ Sight seeing ബസ്സുക ളിൽ പതിവു പോലെത്തന്നെ. രാവിലെ കുളി മുതലായ പ്രഭാതകൃത്യ ങ്ങൾ കഴിഞ്ഞ് ഡബിൾഡെക്കർ ബസ്സിന് ടിക്കെറ്റെടുത്തു. ഹോട്ടൽ അധികൃതർതന്നെ ബസ്സിന്റെ ആരംഭ സ്ഥാനത്തേക്ക് യാത്രാസംവി ധാനമൊരുക്കിതന്നു. ഹോട്ടലിലെ Complimentary Breakfast തകർ പ്പനായിരുന്നു. ഉച്ച ഭക്ഷണത്തിനായി ഞങ്ങൾ കരുതി വെച്ചിരുന്ന ഇഡ്ഡലി-ലെമൺ റൈസ്-ചപ്പാത്തി സാധനങ്ങളെല്ലാം പാക്ക് ചെയ്തു വെച്ചു.

ഇതിനിടയിൽ ഫിലഡെൽഫിയയുടെ ചരിത്രം അല്പം. വില്യംപെൻ എന്ന വെള്ളക്കാരനാണ് 1682 ൽ ഫിലഡെൽഫിയ നഗരത്തിന് അടിത്തറയിട്ടത്. ഡെലാവർ നദിയുടേയും ഷൂയിൽകിൽ നദിയുടേയും ഇടക്കുള്ള സ്ഥലമാണ് അദ്ദേഹം ഇതിനു തിരഞ്ഞെടു ത്തത്. അമേരിക്കയിലെ ആദ്യത്തെ ആസൂത്രിത നഗരം (Planned City) ഫിലഡെൽഫിയയാണ്. കിഴക്കു പടിഞ്ഞാറോട്ടുള്ള തെളിവു കൾക്ക് മരങ്ങളുടെ പേര് കൊടുത്തു. തെക്കു വടക്കുള്ളവയ്ക്ക് അക്കങ്ങ ളും. പെൻസിൽവാനിയ എന്ന പേർ തന്നെ പെൻസ് സായ്വുമായി അഭേദ്യമായി ബന്ധപ്പെട്ടു കിടക്കുന്നു. Penn's Woods (പെന്നിന്റെ ശാദ്വല പ്രദേശങ്ങൾ) എന്നാണ് പെൻസിൽ വാനിയയുടെ അർത്ഥം. ജോർജ് വാഷിങ് ടൺ, തോമസ് ജെഫേഴ്സൺ, ബെൻഞ്ചമിൻ ഫ്രാങ്ക്ളിൻ, പാട്രിക്ഹെന്റി, ജോൺ ആഡംസ് എന്നിങ്ങനെ അമേരിക്കൻ സ്വാതന്ത്ര്യ സമരവുമായി ബന്ധപ്പെട്ട മഹാന്മാരെല്ലാം ചൊല്ലിയാടിയിതു ഫിലഡെൽഫിയയുടെ മണ്ണിലായിരുന്നു.

1776 ജൂലായ് 4ന് Declaration of Independence എന്ന അമേരിക്കൻ സ്വാതന്ത്ര്യ പ്രഖ്യാപനം അംഗീകരിക്കപ്പെട്ടു. കുറച്ചു

ദിവസങ്ങൾക്കു ശേഷം Liberty Bell എന്ന സ്വാതന്ത്ര്യത്തിന്റെ മണി മുഴങ്ങിയതോടു കൂടി അമേരിക്കൻ സ്വാതന്ത്ര സമരം യാഥാർത്ഥ്യ മായി. ലിബർട്ടി ബെൽ സെന്റർ എന്ന സ്ഥലത്താണ് ഈ മണി സൂക്ഷിച്ചിട്ടുള്ളത്. ഓരോ കൊല്ലവും ലക്ഷക്കണക്കിനാളുകൾ ഈ മണി സന്ദർശിക്കുന്നു. ഞങ്ങൾ അവിടെ ചെന്ന സമയം നീണ്ട ക്യൂ ഉണ്ടായിരുന്നു. ക്യൂവിൽ നിന്ന് പോയി കാണാൻ അസൗകര്യമുള്ള വർക്ക് സ്വാതന്ത്ര്യ മണിയുടെ പ്രതിരൂപം പുറമേ നിന്ന് കാണാനും സൗകര്യമൊരുക്കിയിട്ടുണ്ട്. ഇരുന്നൂറിൽ പരം കൊല്ലങ്ങൾക്ക് ശേഷവും സ്വാതന്ത്ര്യത്തിനുവേണ്ടിയുള്ള ദാഹത്തിന്റേയും സമര ങ്ങളുടേയും പര്യായമായി ഈ ലിബർട്ടി ബെൽ ലോകമാസകലം ജനങ്ങൾക്ക് ആവേശം പകർന്നു കൊണ്ടിരിക്കുന്നു. Independence Hall ലെ അസംബ്ലി റൂമിൽ വെച്ചാണ് ജോർജ് വാഷിങ്ടണെ 1775 ൽ സ്വാതന്ത്ര സമരസേനയുടെ പരമാധിപനായി നിയമിച്ചത്. 1776 ൽ സ്വാതന്ത്ര്യ സമര പ്രഖ്യാപനം അംഗീകരിച്ചതും ഇതേ ഹാളിൽ വെച്ചാണ്. 1777 ൽ അമേരിക്കൻ പതാകയുടെ ഡിസൈൻ തീർച്ച പ്പെടുത്തുകയും ചെയ്തു. പത്തു കൊല്ലത്തിനു ശേഷം 1787 ൽ അമേ രിക്കൻ ഭരണഘടന അംഗീകരിക്കപ്പെട്ടു. ഫിലഡെൽഫിയയിലെ കെട്ടിടങ്ങളിലും തെരുവുകളിലുമെല്ലാം അമേരിക്കൻ സ്വാതന്ത്ര്യ സമരത്തിന്റെ ചരിത്രം ഉറങ്ങിക്കിടക്കുന്നണ്ടെന്നു പറയാം.

ബെൻഞ്ചമിൻ ഫ്രാങ്ക്ളിൻ പാർക്ക്‌വേയിൽ ഫിലഡെൽഫിയ യിലെ ഏറ്റവും ഭംഗിയുള്ള കെട്ടിടങ്ങൾ കാണാം. ഫിലഡെൽഫിയ മ്യൂസിയം ഓഫ് ആർട്ട്, റോഡിൻ മ്യൂസിയം എന്നിവ ഉദാഹരണ ങ്ങളാണ്. ഫിലഡെൽഫിയയിലെ റെസിഡെൻഷ്യൽ സ്ട്രീറ്റുകൾ കണ്ടപ്പോൾ ബോസ്റ്റണിലെ കുറേ ഓർമ്മകൾ മനസ്സിൽ കടന്നു വന്നു. ചുവന്ന ഇഷ്ടിക കൊണ്ട് ചെത്തിത്തേക്കാതെ പണിത ചുവരുകൾക്ക് ഒരു Old World Charm ഉണ്ട്. പെൻസായ്‌വ് വന്നി റങ്ങിയ സ്ഥലത്തിന് Penn's Land എന്നു പേർ. ഇത് ഡെലാവർ നദിയുടെ തീരത്താണ്. ഫിലഡെൽഫിയയിൽ ഡെലാവർ നദിക്ക് നല്ല വീതിയും ആഴവുമുള്ളതായി തോന്നി. പുഴയിൽ ഒരിടത്ത് ഒരു ഊക്കൻ കപ്പൽ നിന്നിരുന്നു. പുഴയുടെ അക്കരെ ന്യൂജെഴ്സി സംസ്ഥാനം. ന്യൂജെഴ്സി കടന്ന് ഹഡ്സൺ നദിക്കപ്പുറം ന്യൂയോർ ക്ക് നഗരമാണ്. ഡെലാവർ നദിക്ക് കുറുകെയുള്ള പാലത്തിന് പേർ ബെഞ്ചമിൻ ഫ്രാങ്ക്ളിൻ പാലം എന്നാണ്. പാലത്തിനപ്പുറം പെൻസ് ലാൻസിങ്ങ് പാലത്തിന് രണ്ടര കിലോമീറ്ററോളം നീളമുണ്ട്.

ഫിലഡെൽഫിയയിൽ ഞങ്ങളുടെ ശ്രദ്ധ പിടിച്ച പറ്റിയ ഒരു കാര്യം ചൈനീസ് വംശജരുടെ സാന്നിധ്യമാണ്. ഇത്രയധികം ചൈനക്കാർ (അല്ലെങ്കിൽ ചൈനയിൽ വേരുകളുള്ള അമേരിക്കൻ പൗരന്മാർ) എങ്ങിനെ ഇവിടെയുണ്ടായി. പസിഫിക്ക് തീരത്ത് വടക്കൻ കാലിഫോർണിയയിലെ സാൻഫ്രാൻസിസ് കോവിൽ കണ്ടമാനം ചൈനീസ് മുഖങ്ങൾ കണ്ടതായോർക്കുന്നു. അതിൽ അത്ഭുതം തോന്നിയില്ല. കാരണം സാൻഫ്രാൻസിസ്കോ പസഫിക് സമുദ്രത്തിന്റേ മുഖ്യ കവാടമാണ് അമേരിക്കക്കാർക്കും. എന്നാൽ ഫിലഡെൽഫിയ കടൽത്തീരത്തല്ലെങ്കിലും അമേരിക്കയുടെ കിഴക്കു ഭാഗത്തുള്ള അറ്റ്ലാൻഡിക് സമുദ്രത്തിനത് അടുത്താണ്. ഫിലഡെൽഫിയയുടെ മറ്റൊരു സവിശേഷത എത്നിക് ഗ്രൂപ്പുകളുടെ സവിശേഷതകൾ ഫോക്കസ് ചെയ്തു കൊണ്ടുള്ള മ്യൂസിയങ്ങളാണ്. ഉദാഹരണമായി ജ്യൂവിഷ് അമേരിക്കൻ മ്യൂസിയം, ആഫ്രിക്കൻ അമേരിക്കൻ മ്യൂസിയം, പോളിഷ് അമേരിക്കൻ മ്യൂസിയം എന്നി ങ്ങനെ.

ഫിലഡെൽഫിയ നഗരത്തിന്റേ കിഴക്കു ഭാഗത്തായി Eastern Penitentiary എന്ന ബോർഡ് കണ്ടപ്പോൾ ശ്രദ്ധിച്ചു. അപ്പോഴാണ് മനസ്സിലായത് അതൊരു പഴയ ജയിൽ ആണെന്ന്. ഇന്ന് അതൊരു സ്മാരകമായി സൂക്ഷിച്ചിരിക്കുന്നു. Penitentiary എന്നാൽ പശ്ചാത്തപി ക്കാനുള്ള സ്ഥലം. ക്ളീവ്ലൻസിൽ ഒരിടത്ത് ജയിലിന്റെ ബോർഡ് Centre for Correctional Facilities (തെറ്റുകൾ തിരുത്താനുള്ള സ്ഥലം) എന്ന് കണ്ടതായോർക്കുന്നു. ഏതായാലും ഈ രണ്ടു പേരുകളും കൂടുതൽ അർത്ഥവത്തായി തോന്നി. പക്ഷേ കാര്യങ്ങൾ ആ പേരുമ റ്റത്തിൽ മാത്രമായി ഒതുങ്ങി നിൽക്കുമോ എന്നറിയില്ല. USA യിൽ 20 ലക്ഷം പേർ ജയിലിൽ ശിക്ഷ അനുഭവിക്കുന്നതായി എവിടെയോ വായിച്ചതായി ഓർക്കുന്നു.

ഇന്റർനെറ്റിൽ നിന്ന് ഫിലഡെൽഫിയ ചട്ടിണി കമ്പനി എന്നൊരു ഹോട്ടലിന്റെ പേര് കണ്ടപ്പോൾ കൗതുകം തോന്നി. ഇങ്ങനേയും ഒരു പേരോ. ആരേയോ കളിയാക്കി കൊഞ്ഞനം കാണിക്കുന്നതു പോലെ. ഇന്ത്യൻ ഹോട്ടലാണ്. ഉടമസ്ഥൻ ഡൽഹി ക്കാരനാണ്. അവിടെ ചട്ടിണി ഒപ്പി കഴിക്കുന്ന പലഹാരങ്ങൾ ഒന്നൊ ഴിയാതെ കിട്ടും. ഉദാഹരണമായി മസാലദോശ. ഞങ്ങളോരോ മസാല ദോശ കഴിച്ചു. എനിക്ക് അന്നും ഇന്നും എന്നും ഇഷ്ടമുള്ള ഒരു പലഹാരമാണ് മസാലദോശ. തൃശ്ശൂരിലെ പത്തൻസ് കേഫ് ആണ് ഒരു കാലത്ത് മസാലദോശയെ ഇത്രമാത്രം പ്രചരിപ്പിച്ചത്.

ഇന്നത് വടക്കെ ഇന്ത്യയിലും വിദേശത്തുമെല്ലാം തെക്കേ ഇന്ത്യയുടെ ഭക്ഷണ ചിഹ്നമായി നില കൊള്ളുന്നു. ദോശ തെന്നിന്ത്യനാണെങ്കിലും അതിലെ മസാല (ഉരുളകിഴങ്ങ്-സബോള കൂട്ടുകെട്ട്) വടക്കെ ഇന്ത്യനാണ്. അങ്ങിനെ നോക്കിയാൽ മസാലദോശക്ക് ഒരു അഖിലേന്ത്യ തലമുണ്ട്. ഇഡ്ഡലിക്കിങ്ങനെയൊരു സ്ഥാനമില്ല. ഇഡ്ഡലി തനി തെക്കെ ഇന്ത്യക്കാരിയാണ്.

ഫിലഡെൽഫിയയിലെ നഗരക്കാഴ്ചകൾ കണ്ടു കഴിഞ്ഞപ്പോഴൊരു ഫോൺ വിളി. ഉണ്ണിയുടെ കൂട്ടുകാരനായ ഡോ. ശ്യാം പ്രസാദ് ആനന്ദിന്റേതാണ്. പിറ്റേ ദിവസം ഞായറാഴ്ച കാലത്ത് ബ്രേക്ക്ഫാസ്റ്റിന് ക്ഷണിച്ചു കൊണ്ടുള്ളതായിരുന്നു ഫോൺ. സന്തോഷം തോന്നി. ഉണ്ണിയുടെ സ്കൂൾ-കോളേജ് വിദ്യാഭ്യാസ കാലത്തെ സുഹൃത്താണ് ശ്യാം പ്രസാദ്. പക്ഷി നിരീക്ഷണം വഴിയാണ് അവർ പരിചയപ്പെട്ടത്. പിന്നീട് ബാംഗ്ളൂരിലെ I.I.Sc യിൽ നിന്ന് Life science ൽ ഗവേഷണ ബിരുദമെടുത്ത ശ്യാം പ്രസാദ് ഫിലഡെൽഫിയയിൽ വന്നിട്ട് കാലം കുറച്ചായി. ഇന്നദ്ദേഹം ശാസ്ത്ര ഗവേഷണം വിട്ട് കൂടുതൽ പ്രയുക്ത മേഖലകളിൽ (Applied feilds) പ്രാഗൽഭ്യം തെളിയിച്ചു കൊണ്ടിരിക്കുന്നു. ഞാനും ഒരു I.I.Sc പൂർവ്വ വിദ്യാർത്ഥി ആണ്. വിഷയം ഫിസിക്സ് ആണെന്നു മാത്രം. അങ്ങിനെ ശ്യാം പ്രസാദും ഞാനും കൂടി മറ്റൊരു വഴിക്ക് ചെറിയൊരടുപ്പം എന്നു പറഞ്ഞാലും പോരാ. ശ്യാം പ്രസാദിന്റെ അമ്മാമനാണ് കലകളിൽ ഒരു ബഹു മുഖ പ്രതിഭയായ ഡോ. സദനം ഹരി കുമാർ. ഹരികുമാറും ഞാനും പണ്ടു മുതലേ പരിചയക്കാരാണ്.

ഞായറാഴ്ച കാലത്തു നേരത്തെത്തന്നെ ഞങ്ങൾ ശ്യാം പ്രസാദിന്റെ വീട്ടിലേക്ക് പോകാൻ തയ്യാറായി നിന്നു. ഫിലഡെൽഫിയയിൽ നിന്നും അല്പം വിട്ട് Ardmore എന്ന ഗ്രാമപ്രദേശത്താണ് ശ്യാം പ്രസാദ് കുടുംബ സമേതം താമസിക്കുന്നത്. അദ്ദേഹത്തിന്റെ കാറിൽ ഞങ്ങളെ വീട്ടിലേക്ക് കൊണ്ടു പോയി. വീട്ടിൽ ഭാര്യയും കുട്ടികളും കൂടാതെ ശ്യാമിന്റേ അമ്മ സദനം പത്മിനിയും ഉണ്ടായിരുന്നു. അവർ സദനം ഹരികുമാറിന്റെ മൂത്ത ഏടത്തിയാണ്. ഒരു കാലത്ത് സദനം പത്മിനി-നളിനി സഹോദരിമാർ കഥകളിക്ക് പിന്നണി പാടാൻ ഉഷാറായി രംഗത്തുണ്ടായിരുന്നു. തൃശ്ശൂർ കഥകളി ക്ലബിന്റെ ഒരു പരിപാടിയിൽ ഇവർ പാടിയത് ഞാൻ വ്യക്തമായോർക്കുന്നു. നളചരിതം ഒന്നാം ദിവസമായിരുന്നു അന്നത്തെ കഥ. ഇക്കാര്യം ഞാൻ അവരോട് പറഞ്ഞു. എല്ലാവർക്കും സന്തോഷം. ഞാൻ ആവശ്യപ്പെട്ടപ്പോൾ പത്മിനി ഒന്നു രണ്ടു കഥകളിപ്പദങ്ങൾ പാടി.

ഇപ്പോഴും പഴയ ശാരീരത്തിനു യാതൊരു കോട്ടവും തട്ടിയിട്ടില്ല. പണ്ടത്തെ പോലെത്തന്നെ നന്നായി പാടുന്നുണ്ട്.

പ്രാതലിന് ദോശ-ഇഡ്ഡലി ചട്ടിണി ഉള്ളിച്ചമ്മന്തി-പഴം എന്നിങ്ങനെ വിഭവങ്ങൾ സമൃദ്ധം. അമേരിക്കയിൽ ഒരു മലയാളി കുടുംബത്തിന്റെ കൂടെ ഭക്ഷണം കഴിക്കുന്നതിന്റേ സുഖമൊന്നു വേറെ. വർത്തമാനം പറഞ്ഞിരിക്കുമ്പോഴാണ് ശ്യാമിനും അമ്മക്കും കൃഷി ചെയ്യാനുള്ള താൽപര്യം മനസ്സിലായത്. അവർക്ക് നല്ലൊരു അടുക്കളത്തോട്ടം ഉണ്ടായിരുന്നു. പത്മിനി ടീച്ചർ തോട്ടത്തിൽ നിന്ന് കയറിയ സമയം ഓർമ്മയില്ലെന്ന് ശ്യാമിന്റേ ഭാര്യ പറഞ്ഞു. ഞാൻ ഉണ്ണിയോട് ഈ കുടുംബത്തിനെ മാതൃകയാക്കികൊള്ളാൻ പറഞ്ഞു. അവൻ അടുത്ത കാലത്ത് വാങ്ങിയ വീടിനു ചുറ്റും വലിയൊരു പറമ്പുണ്ട്. അധിക ഭാഗത്തും മരങ്ങളായിരുന്നുവെങ്കിലും വീട്ടിനു തൊട്ടു പിന്നിലായി കുറച്ചു സ്ഥലം ഒഴിഞ്ഞു കിടന്നിരുന്നു, അടുക്കള തോട്ടത്തിന് ഉത്തമം. ശ്യാമും അമ്മയും കൂടി ഞങ്ങളെ അവരുടെ അടുക്കള തോട്ടത്തിലേക്ക് കൊണ്ടു പോയി കാണിച്ചു. പയർ, വഴുതനങ്ങ, വെണ്ടക്ക, പച്ചമുളക്, കോളിഫ്ലവർ, ക്യാബേജ്, എന്നിവ ഒരു തരം. കൂടാതെ പന്തലിട്ടു മുന്തിരി വളർത്തിയിരിക്കുന്നു. നിറയെ മുന്തിരിങ്ങ നിൽക്കുന്നു. എനിക്കെന്തോ ദാ ഇതൊക്കെയാണ് ഉള്ളിൽ തട്ടുന്നത്. നഗരത്തിലെ അത്ഭുത ദൃശ്യങ്ങൾ കണ്ട് കണ്ണ് മഞ്ഞളിക്കാറുണ്ട്. പക്ഷേ ഉള്ളിൽ തട്ടാൻ എനിക്കെപ്പോഴും മണ്ണുമായി ബന്ധം പുലർത്തുന്ന കൃഷി തന്നെ വേണം.

പഴയ ജീവിത രീതി നോക്കിയാൽ ഞങ്ങൾ അമ്പലവാസി സമുദായങ്ങൾക്ക് കൃഷി അത്യാവശ്യം ആവാം എന്നാണ് വെച്ചിരിക്കുന്നത്. ഞങ്ങളുടെ വീടുകൾ (അമ്പലവാസി ഭവനങ്ങൾ) ക്ഷേത്രങ്ങൾക്ക് തൊട്ടടുത്തായിരിക്കും ക്ഷേത്രത്തിലെ ശാന്തി പ്രവൃത്തി നമ്പൂതിരിമാർക്കായിരിക്കും. അവർക്ക് അകമ്പടിയായുള്ള കഴക പ്രവൃത്തിയോ തത്തുല്ല്യങ്ങളായ ക്ഷേത്രാടിയന്തിര പ്രവൃത്തിയോ ആയിരിക്കും അമ്പലവാസികൾക്ക്. അമ്പലങ്ങളെ ചുറ്റിപ്പറ്റിയുള്ള ലളിതമായൊരു ജീവിത രീതി ഇവർക്ക് ജന്മനാപരിചയമായിരുന്നു. ഞങ്ങൾ (തിയ്യാടി നമ്പ്യാർ സമുദായം) അയ്യപ്പക്ഷേത്രങ്ങളിൽ തിയ്യാട്ടുക്കഴിക്കുന്നവരാണ്. ഉത്തരായന സമയത്ത് (മകരം മുതൽ മിഥുനം വരെ) അമ്പലവാസികൾ ചക്കയും മാങ്ങയും ധാരാളം ഉപയോഗിക്കും. അതോ വേണ്ടും തരത്തിൽ. ദക്ഷിണായന സമയത്ത് (കർക്കിടകം മുതൽ ധനമാസം വിരെ) ഇക്കൂട്ടർ അങ്ങനേയും ഇങ്ങനേയും കഴിയുന്നു എന്നാണ് വെപ്പ്. അതായത് തൊടിയിലുള്ള ഏതെങ്കിലും

പച്ചക്കറികൊണ്ട് ഊണിനുള്ള കൂട്ടാനും ഉപ്പേരിയും വെക്കുന്നു എന്നർത്ഥം. അമ്പലവാസികൾക്ക് Mutation (രൂപമാറ്റം) വന്നിട്ടാണോ അലവലാതി എന്ന പദം മലയാളത്തിൽ വന്നത് എന്നാരോ ചോദിച്ച കേട്ടു. (അതോ ദരിദ്രവാസി എന്ന പദമോ) എന്തായാലും അമ്പലവാസികളുടെ പഴയ കാലത്തെ ജീവിതം പൊതുവെ സംതൃപ്തി നിറഞ്ഞതായിരുന്നു. അമിതാഗ്രഹങ്ങളൊന്നും അവർ വെച്ചു പുലർത്താറില്ല. ക്ഷേത്രങ്ങളിൽ നിന്നും കിട്ടുന്ന ഉണങ്ങലരിച്ചോറും (നിവേദ്യം) ശർക്കര പായസവും എന്നും ഉണ്ടാവും. കൂടാതെ വീട്ടു വളപ്പിൽ അത്യാവശ്യം പച്ചക്കറികൾ കൃഷി ചെയ്യും. വർഷക്കാലത്ത് റെണ്ട വഴുതന, പയർ, മത്തൻ, ചേന, മുതലായവയും തണുപ്പു കാലത്ത് ചേമ്പ്, കാവത്ത് (കാച്ചിൽ) എന്നിവയും. വേനൽ കാലത്ത് കയ്പ, പടവലം വെള്ളരി കുമ്പളം എന്നിവയും സാധാരണമാണ്. കൂടാതെ എക്കാലത്തും തെങ്ങ്, വാഴ കൃഷികളും, ഇഞ്ചി മഞ്ഞൾ കൂവ എന്ന്) കൃഷികളും പതിവാണ്. കൃഷിയുടെ ഹരം അതൊന്നു വേറെ തന്നെയാണ്. അതിനു സമം അത് മാത്രം. എനിക്ക് ബാല്യത്തിൽ അച്ഛനിൽ നിന്ന് കിട്ടിയ ഈ ലയം അമേരിക്കയിലെ ശ്യാമിന്റെ വീട്ടിലെ കൃഷി കണ്ടപ്പോൾ ജീവൻ വെച്ചു.

ശ്യാമിനോടും കുടുംബത്തോടും യാത്ര പറഞ്ഞു. ശ്യാം ഞങ്ങളെ തിരിച്ച് ഹോട്ടലിൽ കൊണ്ടാക്കി. ഉച്ചക്ക് ഹോട്ടൽ മുറി ഒഴിഞ്ഞു കൊടുത്തു. മടക്ക യാത്രയിൽ Grey hound പഴയ പോലെ പ്രശ്നമുണ്ടാക്കുമോ എന്ന് അനാവശ്യമായി ഭയപ്പെട്ടു. കുഴപ്പമൊന്നും ഉണ്ടായില്ല. വൈകുന്നേരം പിറ്റസ് ഭർഗിലേക്കുള്ള ബസ്സ് കയറി. ഈ ബസ്സ് വളരെയകലെ ലോസ് ആഞ്ജലസിലേക്കുള്ളതാണ്. ഞങ്ങൾ പിറ്റസ് ബർഗിൽ ഇറങ്ങിയാൽ മതി. മടക്കയാത്രയിൽ അമേരിക്കൻ നാട്ടിൻപുറങ്ങൾ ധാരാളം കാണാൻ പറ്റി. അർദ്ധരാത്രിയിൽ ഞങ്ങൾ പിറ്റ്സ് ബർഗിൽ ഇറങ്ങി. അടുത്ത ബസ്സിൽ ക്ളീവ്ലൻഡിലേക്കു പുറപ്പെട്ടു. വെളുപ്പിന് നാലു മണിക്ക് ക്ളീവ്ലൻഡിൽ എത്തി.

ഡിട്രോയിറ്റ് നഗരവും കനേഡിയൻ അതിർത്തിയും

അമേരിക്കൻ ഐക്യനാട്ടുകൾക്ക് വടക്ക ഭാഗത്തായി അഞ്ചു കടലുകൾ ഉണ്ട്. പഞ്ചമഹാ തടാകങ്ങൾ എന്നാണ് അവയെ വിളിക്കാറ്. ഈറി, ഹ്യൂറോൺ, ഒൺടാറിയോ, മിഷിഗൻ, സുപ്പീരിയൻ എന്നിവയാണവ. ഇവയുടെ വലുപ്പം ഗാംഭീര്യം എന്നിവ വെച്ച് തടാകമെന്ന് വിളിച്ചാൽ ശരിയാവില്ല. നൂറു കണക്കിന് കിലോ മീറ്റർ നീളത്തിലും വീതിയിലും ഇവ പരന്നു കിടക്കുന്നു. തെക്ക ഭാഗത്ത് USA യും വടക്ക ഭാഗത്ത് കാനഡയും. ന്യൂയോർക്ക്, പെൻ സിൽവാനിയ, ഓഹിയോ, മിഷിഗൻ, ഇൻഡ്യാന, ഇല്ലിനോയ്, വിസ്കോൺസിൻ, മിന്നസോട്ട എന്നീ വടക്കൻ സംസ്ഥാനങ്ങളാണ് USA യിൽ ഈ തടാകങ്ങളെ തൊട്ടു കിടക്കുന്നത്. ഓഹിയോ സംസ്ഥാനം ഈറി തടാകത്തിന്റെ തെക്ക ഭാഗത്താണ്. ഈറി തടാകത്തിനും ഒൺടാരിയോ തടാകത്തിനും ഇടയിലൂടെ ഒഴുകുന്ന നയാഗ്രാ നദിയാണ് ആ പേരിൽ അറിയപ്പെടുന്ന പ്രസിദ്ധ വെള്ള ച്ചാട്ടമെന്ന് നേരത്തെ പറഞ്ഞിട്ടുണ്ട്. കാനഡയിൽ ഒൺടാറിയോ സംസ്ഥാനമാണ് ഈ തടാകങ്ങളെയെല്ലാം സ്പർശിക്കുന്ന ഭൂവിഭാഗം. ഒൺടാറിയോ എന്ന കനേഡിയൻ സംസ്ഥാനവും മിഷിഗൻ എന്ന അമേരിക്കൻ സംസ്ഥാനവും മുഖത്തോടു മുഖം കാണുന്ന നഗരമാണ് അമേരിക്കയിലെ മിഷിഗനിൽ കിടക്കുന്ന ഡിട്രോയിറ്റ്.

ഡിട്രോയിറ്റ് റിവർ വാക്ക്

1701 ൽ ഈ നഗരം സ്ഥാപിച്ചത് ഫ്രെഞ്ചുകാരുടെ തുകൽ വ്യവസായവുമായി ബന്ധപ്പെട്ടായിരുന്നു. 1825 ൽ ഈറി കനാൽ നിർമ്മിച്ചതോടു കൂടി ഡിട്രോയിറ്റ് നഗരത്തിന് ന്യൂയോർക്ക് നഗരവുമായുള്ള വാണിജ്യ വ്യവസായ ബന്ധം വികസിച്ചു. ഡിട്രോയിറ്റ് നഗരത്തിന് പ്രശസ്തി നൽകിയത് അതിന്റെ വ്യവസായ പ്രാധാന്യമാണ്. അമേരിക്കയിലെ മോട്ടോർ വാഹന വ്യവസായത്തിന്റെ കേന്ദ്രമായിരുന്നു ഒരു കാലത്ത് ഡിട്രോയിറ്റ്. ഇന്നതിന് പ്രതാപം നഷ്ടപ്പെട്ട്കൊണ്ടിരിക്കുകയാണ്. ഹെന്റി ഫോർഡ് എന്ന വ്യവസായ പ്രമുഖൻ 1896 ൽ മേട്ടോർ വാഹനങ്ങൾ നിർമ്മിക്കുന്ന ഫാക്ടറി സ്ഥാപിച്ചതോടെയാണ് ഡിട്രോയിറ്റ് നഗരം പ്രതാപത്തിലേക്ക് കുതിച്ചുയർന്നത്. കുടിയേറ്റക്കാരും കറുത്ത വർഗ്ഗക്കാരുമായി വലിയൊരു വിഭാഗം പണിക്കാരെ എളുപ്പത്തിൽ ലഭിച്ചതോടു കൂടി ഫോർഡിന്റെ മോട്ടോർ വാഹന വ്യവസായം കുതിച്ചുയർന്നു. ജനറൽ മോട്ടേഴ്സ് എന്ന ഫോർഡിന്റെ ഈ സ്ഥാപനം അദ്ദേഹത്തിനെ ലോകത്തിലെത്തന്നെ ഏറ്റവും സമ്പന്നനെന്ന സ്ഥാനത്തേക്കുയർത്തി.

ഞാൻ ഡിട്രോയിറ്റിലേക്ക് പോകാൻ പുറപ്പെട്ടത് വലിയ പ്രതീക്ഷകളൊന്നും പുലർത്താതെയാണ്. മോട്ടോർ വാഹനനഗരം എന്ന ഇമേജ് മാത്രമേ മനസ്സിലുണ്ടായിരുന്നുള്ളൂ. നേരത്തെ പറഞ്ഞ പോലെ വ്യാവസായികമായ ഗ്ലാമർ എന്നെ ഒട്ടും ആകർഷിക്കുന്ന ഒരു കര്യമായിരുന്നില്ല. കേരളത്തിലെ ആലുവയോ, തമിഴ് നാട്ടിലെ കോയമ്പത്തൂരോ കാണുന്ന പോലെ മാത്രമേ എനിക്ക് തോന്നാൻ ന്യായമുള്ളൂ. പിന്നെ എന്താണെന്ന് വെച്ചാൽ ക്ലീവ്ലൻഡിൽ നിന്ന് മൂന്നു മണിക്കൂർ കാറിലിരുന്നാൽ ഡിട്രോയിലെത്താം. പോയില്ലെങ്കിൽ എനിക്കൊരുപാട് നഷ്ടപ്പെടുമായിരുന്നു എന്ന് അപ്പോൾ ആലോചിച്ചതേയില്ല.

ക്ളീവ്ലാൻഡിൽ നിന്ന് വളരെ വൈകി കാലത്ത് പതിനൊന്നര മണിക്കാണ് പുറപ്പെട്ടത്. പെട്ടെന്നെടുത്ത തീരുമാനമായിരുന്നു. അതിനാലാണ് പുറപ്പെടാൻ വൈകിയത്. കളീവ്ലാൻഡിൽ നിന്ന് പടിഞ്ഞാട്ട് ഷിക്കാഗോ റൂട്ടിലൂടെയാണ് ആദ്യത്തെ രണ്ടു മണിക്കൂർ യാത്ര. ഓഹിയോ സംസ്ഥാനത്തെ അതിർത്തിപ്പട്ടണമായ ടൊലെഡോ എത്തിയപ്പോൾ പിന്നെ യാത്ര കൂടുതലും വടക്കോട്ടായി മാറി. ടൊലെഡോ എത്തുന്നതിനു മുമ്പുള്ള ഓഹിയോവിലെ ഗ്രാമങ്ങൾ കൂടുതൽ ശ്രദ്ധ പിടിച്ചു പറ്റി. ക്ളീവ്ലാൻഡിന്റെ അടുത്തുള്ള ഓഹിയോ ഗ്രാമങ്ങൾ കൂടുതൽ യാറോപ്യൻ മട്ടിലായിരുന്നതിനാൽ എനിക്കൊരു വിരസത തോന്നി തുടങ്ങിയിരുന്നു. അതിനൊരു വിരാമമിട്ടത് സാൻണ്ടുസ്കി എന്ന കൌണ്ടിയിലെ ഉൾനാടൻ പ്രദേശങ്ങളാണ്. കൌണ്ടി എന്നുവെച്ചാൽ നമ്മുടെ നാട്ടിലെ ജില്ലകൾക്ക് സമാനമാണ്. സാൻഡുസ്കിയിൽ മഴ പെയ്ത് ഭൂമി നനഞ്ഞിരുന്നു. അവിടെ എന്നും മഴ പെയ്യുന്ന പ്രദേശമാണത്രേ. ധാരാളം കൃഷിയിടങ്ങൾ കാണുന്നത് സന്തോഷം തോന്നി. ചോള വയലുകളും സ്പൈനാച്ച് എന്ന ഇലക്കറി കൃഷിചെയ്യുന്ന സ്ഥലങ്ങളും ശ്രദ്ധിച്ചു. സ്പൈനാച്ച് നമ്മുടെ ചീര പോലെയാണ്. മുളകുഷ്യവും മെഴുക്കു പുരട്ടിയും തോരനും ഉണ്ടാക്കാം. ക്ളീവ്ലാൻഡിൽ ഞങ്ങൾ ഇടയ്ക്കിടെ വാങ്ങി ഉപയോഗിക്കാറുണ്ട്. ടൊലെഡോ വിട്ടു കുറച്ചു കഴിഞ്ഞപ്പോൾ ഓഹിയോ സംസ്ഥാനത്തോട് വിടപറഞ്ഞു. മിഷിഗൻ സംസ്ഥാനം തുടങ്ങി. പെട്ടെന്ന് റോഡിനൊരു മാറ്റം. റോഡിന്റെ കണ്ടീഷൻ മോശപ്പെട്ടു തുടങ്ങിയ പോലെ. അമേരിക്കയിലെ റോഡുകൾ ആദ്യമായാണ് മോശപ്പെട്ടു കാണുന്നത്.

ഡിട്രായിറ്റ് അടുക്കും തോറും റോഡിന്റേ ഇരുവശത്തും ഫാക്ടറികളും വാഹനഷോറൂമുകളും നിൽക്കുന്നത് ശ്രദ്ധിച്ചു. മറ്റൊന്നു ശ്രദ്ധിച്ചത്

RV വാഹനങ്ങൾ നിർത്തിവെച്ചിരിക്കുന്ന ഷോറൂമുകളാണ്. RV എന്നാൽ Residential Vehicles അതായത് താമസ സൗകര്യമുള്ള വാഹനങ്ങൾ. ഇങ്ങനെയുള്ളവ അമേരിക്കയിൽ ഇടയ്ക്കിടെ റോഡിൽ കാണാം. ഒരു ബസ്സിന്റേയും ചെറിയൊരു വീടിന്റേയും സ്വഭാവങ്ങൾ കാഴ്ചയിൽ തന്നെ തോന്നും. ഒരു ചെറിയ കുടുംബത്തിന് വേണ്ട അടുക്കളയും കുളിമുറിയും കിടപ്പുമുറികളും സജ്ജീകരിച്ചിട്ടുണ്ടാവും. ഇങ്ങനെയുള്ള വാഹനങ്ങളിൽ യാത്ര ചെയ്ത് വിശാലമായി രാജ്യം ചുറ്റി സഞ്ചരിക്കുന്നവർ അമേരിക്കയിൽ ധാരാളമുണ്ട്. എനിക്ക് പെട്ടെന്നോർമ്മ വന്നത് Jhon Steinbeck ന്റെ Grapes of wrath (ക്രോധത്തിന്റെ മുന്തിരിപ്പഴങ്ങൾ) എന്ന അമേരിക്കൻ നോവലാണ്. ഒക്‌ലഹോമ എന്ന സംസ്ഥാനത്തിൽ നിന്നുള്ള ഒരു ദരിദ്ര കുടുംബം ജോലി അന്വേഷിച്ച് കോളറാഡോ വഴി സമ്പന്ന സംസ്ഥാനമായ കാലിഫോർണിയയിലേക്ക് നാട്ടു വിടുന്നതിന്റെ കഥയാണ് ഈ നോവലിൽ. Joad കുടുംബത്തിന്റെ യാത്ര ഒരു RV വാഹനത്തിലാണ്. അതിന്റെ ഒരു പഴഞ്ചൻ പതിപ്പിലാണെന്നു മാത്രം.

മിഷിഗൻ സംസ്ഥാനത്ത് ക്ളീവ്‌ലാൻഡിലെ യൂറോപ്യൻ ഭൂപ്രകൃതിയിൽ നിന്നൊരു ചെറിയ മോചനം അനുഭവപ്പെട്ടു. ഓക്ക് മേപ്പിൾ എന്നിവയുടെ അതി പ്രസരം കുറഞ്ഞു. കുറ്റിക്കാടുകളും മൊട്ടക്കുന്നുകളും കുറേശ്ശെ കണ്ടപ്പോൾ വളരെ സന്തോഷം തോന്നി. നല്ലൊരു മാറ്റം. മുമ്പ് കാലിഫോർണിയയിൽ പോയപ്പോൾ ശ്രദ്ധിച്ച ഭൂപ്രകൃതിയുടെ വലിയ മാറ്റം നേരത്തെ പറഞ്ഞിട്ടുണ്ടല്ലോ. അത്ര വലിയ മാറ്റം മിഷിഗനിൽ ഇല്ല. ഇത് ഓഹിയോവിന്റെ വെറുമൊരു അയൽ സംസ്ഥാനം മാത്രം. റോഡിന്റെ ഇരു വശവും നിന്നിരുന്ന വീടുകളുടെ നില അല്പം പരുങ്ങലിലായ പോലെ കാണപ്പെട്ടു. അപ്പോഴാണ് ഉണ്ണി പറഞ്ഞത് ഡിട്രോയിറ്റ് ഇന്നൊരു സിംഹാസന ഭ്രഷ്ടനായ രാജാവിന്റേ മട്ടിലാണെന്ന്. പല സങ്കീർണ്ണ കാരണങ്ങളാലും വ്യാവസായിക പ്രതാപം ഇന്ന് ഡിട്രോയിറ്റിന് നഷ്ടപ്പെട്ടിരിക്കുന്നു. പലർക്കും തൊഴിൽ നഷ്ടപ്പെട്ടിട്ടുണ്ട്. ക്ളീവ്‌ലാൻഡിന് മുമ്പെങ്ങോ അനുഭവപ്പെട്ട ദുർദ്ദശ ഇന്ന് ഡിട്രോയിറ്റിന് അനുഭവപ്പെട്ടിരിക്കുന്നു. പലരും വീടുകൾ വിറ്റ് മറ്റു പ്രദേശങ്ങളിലേക്ക് കുടിയേറി കൊണ്ടിരിക്കുന്നു.

ഡിട്രോയിറ്റിൽ എത്തി. കാർ പാർക്ക് ചെയ്ത് ജനറലൽ മോട്ടേഴ്സ് റെനെസ്സാൻസ് സെന്റർ (General Motors Renessance Centre) എന്ന കെട്ടിടത്തിലെ ഹാളിൽ വെച്ച് ഭക്ഷണം കഴിച്ചു. കഫേലത്തെ എന്നു പേരുള്ള കാപ്പിയാണ് കഴിച്ചത്. മറ്റു ഭക്ഷണ

ഡിട്രോയിറ്റ് റിവർവാക്കിൽ നിന്നും ദൃശ്യമാവുന്ന കാനഡയുടെ തീരം

സാധനങ്ങൾ ഞങ്ങൾ കൂടെ കരുതിയിരുന്നു. മുമ്പിൽ അതാ ശാന്ത ഗംഭീരമായി ഡിട്രോയിറ്റ് പുഴ ഒഴുകുന്നു. പുഴക്ക് നല്ല വീതിയും ആഴവുമുണ്ട്. തൊട്ടു മുമ്പിൽ തന്നെ പുഴയിൽ ഒരു പടക്കപ്പൽ നിൽക്കുന്നു. അമേരിക്കൻ നാവിക സേനയുടേതെന്ന് മനസ്സിലായി. കുറച്ചകലെ പുഴക്കു കുറുകെ വലിയൊരു പാലം അമേരിക്കയേയും കാനഡയേയും തമ്മിൽ ബന്ധിച്ചിരിക്കുന്നു. കെട്ടിടത്തിന്റെ മുകൾ നിലയിൽ നിന്ന് നോക്കിയാൽ കാര്യങ്ങൾ കുറേക്കൂടി വ്യക്തമായി കാണാം. പുഴയ്ക്കക്കരെ അതാ കാണുന്നു കാനഡ. വേണ്ടുംതരത്തിൽ ഉണ്ണി കുറേ ഫോട്ടോകൾ എടുത്തു.

കെട്ടിടത്തിൽ നിന്നും പുറത്തു വന്ന് പുഴയുടെ തീരത്തുള്ള കാലടിപ്പാതയിൽ വന്നു. Detroit International River Walk (ഡിട്രോയിറ്റ് അന്തർദേശീയ നദീനടപ്പാത) ആണിത്. പുഴക്കിക്കരെ കൂടി അതായത് അമേരിക്കൻ ഭാഗത്തു കൂടി നീണ്ടു നീണ്ടു പോകുന്ന കാലടിപ്പാത. തൊട്ടു മുമ്പിൽ ഡിട്രോയിറ്റ് പുഴ ശാന്തമായൊഴുകുന്നു. അക്കരെ കാനഡ എന്ന രാജ്യം ഇതാ കണ്ടു കൊള്ളൂ എന്ന മട്ടിൽ.

കാലടിപ്പാതയിൽ കൂടി കുറേ നേരം നടന്നു. പാതയുടെ ഓരങ്ങളിൽ ഉദ്യാനങ്ങളുണ്ട്. വേണമെങ്കിൽ ഇരുന്നു കാറ്റു കൊള്ളാൻ പാതയിൽ ഇടയ്ക്കിടെ ബെഞ്ചുകൾ ഇട്ടിരിക്കുന്നു. പശ്ചാത്തലത്തിൽ ഡിട്രോയിറ്റ് ഡൌൺ ടൗണിലെ അംബംരചുംബികൾ നിരന്നു നിൽക്കുന്നു. പുഴയ്ക്കക്കരെ കാണുന്നത് കാനഡയിലെ വിൻസോർ (Vindsor)എന്ന പട്ടണമാണ്. പുഴയുടെ അടിയിൽ ഡിട്രോയിറ്റിനേയും കാനഡയിലെ വിൻസോറിനേയും യോജിപ്പിക്കുന്നു.

ഡിട്രോയിറ്റിൽ അമേരിക്കക്ക് തെക്കു വശത്താണ് കാനഡ എന്ന വസ്തുത എന്നെ ഒട്ടൊന്ന് അന്ധാളിപ്പിച്ചു. ഇത് നമ്മുടെ പൊതു ധാരണകളെ നോക്കി കൊഞ്ഞനം കാണിക്കുന്നു. പൊതുവെ USA യുടെ വടക്കാണ് കാനഡ. പക്ഷേ, ഡിട്രോയിറ്റ് ഭാഗത്ത് മിഷിഗൻ സംസ്ഥാനത്തിന്റേ ഒരു മുനമ്പ് കിഴക്കു ഭാഗത്തേക്ക് തുറിച്ചു നിൽക്കുന്നുണ്ട്. അതിന്റെ തെക്കു വശത്താണ് ഡിട്രോയിറ്റ് നഗരം. നഗരത്തിന്റേ തെക്കു ഭാഗത്തു കൂടി ഡിട്രോയിറ്റ് പുഴ ഒഴുകുന്നു. ഒപ്പം കാനഡയിലെ ഒൺടാരിയോ സംസ്ഥാനത്തിന്റേ ഒരറ്റം ഒരു ചന്ദ്രക്കലയുടെ ആകൃതിയിൽ ഡിട്രോയിറ്റിനെ പുഴക്ക് അക്കരയിൽ കൂടി വലയം ചെയ്തിരിക്കുന്നു. ഇതാണ് കാനഡ തെക്കു വശത്തു വന്നു ചേരാൻ കാരണം. ഇത്തരം ഭൂമിശാസത്രപരമായ അട്ടിമറികൾ നയാഗ്രയിലും കണ്ടപോലെ തോന്നി. എന്തിനേറെ ഹിമാലയത്തിൽ ഗംഗോത്രിയിൽ ഭാഗീരഥി നദി ഒഴുകുന്നത് വടക്കോട്ടാണല്ലോ. (ഗംഗോത്തരി) കാറക്കോറം പർവ്വത നിരകളിൽ കൂടി വടക്ക് പടിഞ്ഞാറോട്ട് ഒഴുകുന്നു. സിന്ധു നദി ഒരു വിടവിൽ കൂടി പുറത്തു വരുമ്പോൾ ഗതി തെക്കു പടിഞ്ഞാറോട്ടാവുന്നുണ്ടല്ലോ.

രാജ്യങ്ങൾ തമ്മിലുള്ള അതിർത്തികൾ നമ്മെ ഒന്ന് ഇരുത്തി ചിന്തിപ്പിക്കും. പഞ്ചാബിലെ വാഗാ അതിർത്തിയിലെ ജനത്തിരക്ക് നല്ല ഉദാഹരണമാണ്. എന്തോ ഒരു Mystery യുടെ പരിവേഷം രാജ്യാതിർത്തികൾ ചാലിച്ചെടുക്കാറുണ്ട്. ഞാൻ പഞ്ചാബിലെ രാവി നദിയെക്കുറിച്ചോർത്തു. രാവി നദി ചിലയിടങ്ങളിൽ സംസ്ഥാനങ്ങൾ തമ്മിലുള്ള അതിർത്തിയാണ്. ചിലയിടങ്ങളിൽ അത് രാജ്യങ്ങൾ തമ്മിലുള്ള അതിർത്തി കൂടിയാണ്. നയാഗ്രയിൽ ഇതു പോലൊരു സ്ഥിതിയുണ്ട്. നയാഗ്ര നദിയുടെ ഒരു വശത്ത് അമേരിക്കയും മറു ഭാഗത്ത് കാനഡയും. പക്ഷേ, വെള്ളച്ചാട്ടത്തിന്റെ ഘോഷത്തിൽ ഇത് അധികം ഫോക്കസിൽ വരാറില്ല. എന്നാൽ ഡിട്രോയിറ്റിൽ ഫോക്കസിൽ തെളിഞ്ഞുവരുന്നത് ഇതു മാത്രമാണ്. ശാന്ത ഗംഭീരമായ അന്തരീക്ഷം നദിയിലും നദിയുടെ ഇരുകരകളിലും

നിറഞ്ഞു നിൽക്കുന്നു. മീതെ പാലവും താഴെ തുരങ്കവും രണ്ടു രാജ്യങ്ങളേയും തമ്മിൽ ബന്ധിച്ചിരിക്കുന്നു. ഞാൻ അമേരിക്കയിൽ കണ്ട ദൃശ്യങ്ങളിൽ മനസ്സിൽ ഏറ്റവും ആഴത്തിൽ പതിഞ്ഞ ഒന്ന് ഡിട്രോയിറ്റിലെ ഈ ഇന്റർനാഷണൽ റിവർ വാക് ആണ്. ഡിട്രോയിറ്റിനെക്കുറിച്ചുള്ള വലിയ ഓർമ്മയും ഇത് തന്നെ. അന്ന് അവിടെ ഒരു വേനൽ മഴയുടെ അന്തരീക്ഷം നിലനിന്നിരുന്നു. ഇത് പുഴയേയും അതിർത്തിപ്പട്ടണത്തേയും കുറിച്ചുള്ള ഓർമ്മകൾ കൂടുതൽ ദീപ്തമാക്കി. സന്ധ്യക്ക് ഡിട്രോയിറ്റിൽ നിന്നും മടങ്ങി രാത്രി 10 മണിക്കു മുമ്പായി ക്ളീവ്ലാൻഡിൽ മടങ്ങിയെത്തി.

ആമിഷ് ജനവിഭാഗം

ആധുനിക പരിഷ്കാരത്തിന്റെ പറുദീസയായ അമേരിക്കയിൽ വൈദ്യുതിയും ഫോണും കാറും ഒന്നും ഉപയോഗിക്കാതെ ജീവിക്കുന്ന ഒരു ജനവിഭാഗമുണ്ട്. ആമിഷ് ജനത എന്ന് ഇവർക്ക് പേർ. ഇല്ലായ്മ കൊണ്ടല്ല അവർ ഇതൊക്കെ വേണ്ടെന്ന് വെച്ചത്. ഒരു പാരമ്പര്യത്തിന്റേ കണ്ണിയായി ഇന്നും ജീവിക്കുന്ന ഇവർ പരമ്പരയായി ഇരതൊന്നും ഉപയോഗിക്കാറില്ല. സ്വമേധയാ ആധുനിക സൗകര്യങ്ങളെ പരിത്യജിച്ച് അവക്ക് പുറം തിരിഞ്ഞു നിൽക്കുന്ന ഇവർ ഒരു പ്രത്യേക മതവിഭാഗം കൂടിയാണ്. അമേരിക്കയിലെ പെൻസിൽവാനിയ സ്റ്റേറ്റിലാണ് കൂടുതലായി ആമിഷ് ജനവിഭാഗങ്ങൾ താമസിക്കുന്നത്. ഓഹീയോ, ഇൻഡ്യാന, കെന്റക്കി, എന്നീ സംസ്ഥാനങ്ങളിലും ആമിഷ് സെറ്റിൽമെന്റുകളുണ്ട്. ഒഹായോവിലെ ആമിഷ് കോളനിയാണ് ഞങ്ങൾ പോയി കണ്ടത്.

പതിനേഴാം നൂറ്റാണ്ടിൽ യൂറോപ്പിലാണ് ആമിഷ് പ്രസ്ഥാനം ഉടലെടുത്തത്. അവരെ ആമിഷ് മെമ്പർന്നെറ്റ് (Amish Membernet) സെറ്റിൽമെന്റ് എന്നും പറയാറുണ്ട്. ജർമ്മനിയിലെ ജാക്കോബ് അമ്മാൻ ആണ് ആമിഷ് മതവിഭാഗത്തിന്റെ ആദ്യ നേതാവ്. പതിനെട്ടാം നൂറ്റാണ്ടിൽ യൂറോപ്പിൽ നിന്നും അമേരിക്കയിൽ അവർ കുടിയേറിപ്പാർത്തു. പെൻസിൽവാനിയയുടെ കിഴക്കൻ പ്രദേശങ്ങളിലാണ് അവർ കൂടുതലായി വാസമുറപ്പിച്ചത്. ക്രിസ്തു മതത്തിന്റെ മറ്റു വിഭാഗങ്ങളെന്ന പോലെ ഇവർക്കും തനതായ

ആരാധന ശൈലിയുണ്ട്. കുർബാനക്കുപയോഗിക്കുന്ന ഭാഷക്ക് പെൻസിൽവാനിയ ഡച്ച് എന്നാണ് പേർ. ഡച്ച് (Dutch) എന്ന വാക്ക് തെറ്റിദ്ധാരണക്കിടം കൊടുക്കുന്നതാണ്. ഹോളണ്ടിലെ ഡച്ചു കാരുമായോ അവരുടെ ഭാഷയുമായോ ഇതിനു ബന്ധമൊന്നുമില്ല. ജർമ്മൻ ഭാഷയുടെ ഒരു രൂപാന്തര മാണിവർ ഉപയോഗിക്കുന്നത്. അവർ ജർമ്മനിയിൽ നിന്ന് വന്നവരാണല്ലോ. ജർമ്മൻ ഭാഷയെ ജർമ്മനിയിൽ Deutsche (ഡോയ്ഷ്) എന്നാണ് പറയുക. ഈ പദം വികൃതമായി ലോപിച്ച് ഡച്ച് ആയിപ്പോയതാണ്. ഫിലാ ഡൽഫിയയിൽ നിന്ന് രണ്ടു മണിക്കൂർ റോഡു യാത്ര ചെയ്താൽ ആമിഷ് ജനതയുടെ ഈറ്റില്ലയായ ലങ്കാസ്റ്റർയോർക്ക്, ചെസ്റ്റർ, ലേബനോൺ, ബെർക്ക് ഷെയർ കൗണ്ടി (ജില്ല) കളിലെത്താം. അത്ര വലുതല്ലെങ്കിലും ഓഹിയോവിലെ ആമിഷ് കോളനിയും എടുത്തു പറയേണ്ടതാണ്.

ആമിഷ് സെറ്റിൽമെന്റിലെ അന്തേവാസികളുടെ വിശ്വാസങ്ങ ളേക്കാൾ അവരുടെ ലളിത ജീവിത ശൈലിയാണ് നമ്മെ ആകർ ശിക്കുക. യാത്ര ചെയ്യാൻ ബഗ്ഗി (ഒരു തരം കുതിരവണ്ടി) യാണവർ ഉപയോഗിക്കുക. കുതിരകളെ ഉപയോഗിച്ച് അവർ നിലം ഉഴുന്നു. മറ്റ് യാന്ത്രിക സംവിധാനങ്ങളൊന്നുമില്ല. വൈദ്യുതി അവിടെ യൊന്നും കണികാണാൻ പോലുമില്ല. ധാന്യങ്ങൾ പൊടിക്കാനും നെല്ലു കുത്താനും ഉരൽ- ഉലക്ക ഉപയോഗിക്കുന്നു. നമ്മുടെ നാട്ടിൽ അരനൂറ്റാണ്ടു മുമ്പ് കാര്യങ്ങൾ ഇങ്ങനെയൊക്കെ ആയിരുന്നുവല്ലോ. ഞങ്ങൾ ചെന്ന സമയത്ത് ഒരു ആമിഷ് പെൺകുട്ടി കുടത്തിൽ വെള്ളമെടുത്ത് മുറ്റത്തു നിൽക്കുന്ന പൂച്ചെട്ടി നനക്കുന്നത് കണ്ടു. ശാകുന്തളത്തിൽ വനജ്യോത്സനക്ക് ശകുന്തള വെള്ളമൊഴിക്കുന്ന താണെനിക്ക് ഓർമ്മ വന്നത്.

ആമിഷ് ജനസമൂഹം അവരുടെ കുട്ടികളെ എട്ടാം ക്ലാസിനപ്പുറം പഠിപ്പിക്കാറില്ല. എട്ടാം തരം കഴിഞ്ഞാൽ അവരെ കൃഷിയിലേ ക്കും വിവിധയിനം കൈത്തൊഴിലിലേക്കും വഴി തിരിച്ചു വിടുന്നു. ആശാരിപ്പണി അവരുടെ കൈത്തൊഴിലുകളിൽ മുഖ്യ ഇനമാണ്. അവർ പണിത ഫർണ്ണീച്ചർ ഉരുപ്പടികൾക്ക് ഉറപ്പും ഭംഗിയുമുണ്ട്. പെൻസിൽവാനിയ ഡച്ച് ഉല്പന്നങ്ങൾ എന്ന ലേബലിൽ ഇവ അമേരിക്കൻ നഗരങ്ങളിൽ വിൽപ്പനക്കെത്തുന്നു. അതേ പോലെ കൈകൊണ്ടു കുത്തിയെടുത്ത ഗോതമ്പുൽപ്പന്നങ്ങൾ വിറകടുപ്പിൽ ചുട്ടെടുത്തുണ്ടാക്കുന്ന പലഹാരങ്ങളും മാർക്കറ്റിൽ കാണാം. നമ്മുടെ കൈത്തറി, ഖാദി-ഗ്രാമോദ്യോഗ ഭവനങ്ങളിലെ ഉത്പന്നങ്ങൾ

പോലെ. പക്ഷേ, ആമിഷ് ജനതയുടെ ജീവിതവും ആമിഷ് ഉല്പന്ന ങ്ങളും തമ്മിലുള്ള ജൈവ ബന്ധം നമ്മുടെ കൈത്തൊഴിലുകൾക്ക് അവരുടെ ഉത്പന്നങ്ങളുമായിട്ടില്ലെന്ന് തീർച്ച.

ഞങ്ങൾ ആമിഷ് സെറ്റിൽമെന്റിലെ ഒരു ഭക്ഷണ ശാലയിൽ കയറി. പേർ ആമിഷ് കിച്ചൻ (ആമിഷ് അടുക്കള) എന്നാണ്. ശുദ്ധ നാടൻ ഭക്ഷണ സാധനങ്ങൾ സുലഭം. അവയിൽ നിന്ന് വെജിറ്റേ റിയൻ ഉല്പ്പന്നങ്ങൾ കൊണ്ട് സുഖമമായി ഉച്ച ഭക്ഷണം കഴിച്ചു. അവിടെയുള്ളവരുടെ പെരുമാറ്റവും ഞാൻ ശ്രദ്ധിച്ചു. ആധുനിക മനുഷ്യന് നഷ്ടപ്പെട്ടു കൊണ്ടിരിക്കുന്ന ഒരു ലാളിത്യം അവർക്ക് നൈസർഗ്ഗികമായി കിട്ടിയിരിക്കുന്നു. ധാന്യങ്ങൾ സൂക്ഷിക്കാൻ കൂറ്റൻ മരപ്പത്തായങ്ങൾ (Barns) ധാരാളം കണ്ടു. കൃഷിക്കു വേണ്ടി ഉഴുതുമറിച്ചിട്ട വയലുകളും കുതിരകളും എല്ലാം കൂടി സമ്മാനിക്കുന്ന അനുഭവം ഒരു സ്വപ്നം പോലെ.

ആമിഷ് സെറ്റിൽമെന്റ് സന്ദർശിച്ചപ്പോൾ എനിക്ക് പെട്ടെന്നോർ മ്മ വന്നത് രണ്ടു വ്യത്യസ്ത അന്തരീക്ഷങ്ങളാണ്. ഒന്ന് എന്റേ കുട്ടിക്കാ ലത്ത് നാട്ടിൽ പ്രചാരത്തിലുണ്ടായിരുന്ന ഗാന്ധിയൻ-സർവ്വോദയ സേവാശ്രമങ്ങൾ. മഹാരാഷ്ട്രയിലെ നാഗ്പൂരിനടുത്തുള്ള വാർദ്ധയി ലെപ്പോലെ. മറ്റൊന്ന് തിബറ്റൻ അഭയാർത്ഥികളെ പുനരധിവസിപ്പി ക്കാൻ സൃഷ്ടിച്ച തിബറ്റൻ സെറ്റിൽമെന്റുകൾ. ഹിമാചൽ പ്രദേശിൽ ധർമ്മശാലക്കടുത്തുള്ള മക്‌ളിയോഡ് ഗഞ്ജിലും കർണ്ണാടകത്തിൽ കുടകിലുള്ള ബൈലോ കുപ്പയിലും ഉള്ള ബുദ്ധിസ്റ്റ് കോളനികളാണ് ഇവിടെ ഉദ്ദേശിച്ചത്.

ആമിഷ് ജീവിതം കണ്ടതിനുശേഷം ചിലരെങ്കിലും ചോദിച്ചേ ക്കാം ഇങ്ങനെയൊക്കെ വേണോ എന്ന്. തീർച്ചയായും ചിലരെങ്കിലും ഇങ്ങനെ ജീവിക്കണം പ്രത്യേകിച്ചും അമേരിക്കയിൽ. ആധുനിക നാഗരിക ജീവിതത്തിന്റെ കുത്തൊഴുക്കിൽ നിസ്സഹായരായി ഒഴു കിക്കൊണ്ടിരിക്കുന്ന നമ്മളിൽ ചിലരെങ്കിലും പ്രശാന്തിയും ഏകാ ന്തതയും പ്രകൃതിയും അനന്തതയും ഇഷ്ടപ്പെടുന്നവരാണ്. അവരെ ആമിഷ് ദർശനം പിടിച്ചുകുടുന്നു. ഇംഗ്ലീഷ് കവി കോളറിഡ്ജിന്റെ Ancient Mariner ഒരു Wedding guestനെ പണ്ടു പിടികൂടിയ പോലെ. And he became a sadder and wiserman the morrow morn എന്ന് കോളറിഡ്ജിന്റെ കവിത. ആമിഷുകൾ നമുക്കേകുന്ന Santiyയും Serentiyയും എത്ര നേരത്തേക്കുണ്ടാവും? അതു പിന്നെ മനുഷ്യ പ്രകൃതിക്കനുസരിച്ചിരിക്കും. ഒന്നുമില്ലെങ്കിൽ ജീവിതത്തിന്റേയും ലോകത്തിന്റേയും ബാലൻസ് സൂക്ഷിക്കാൻ ഒഴുക്കിനെതതിരെ

നീള്ളന്ന അല്ലെങ്കിൽ ഒഴുക്കിൽ ഒലിച്ചുപോകാത്ത ചിലരെങ്കിലും വേണം. അമേരിക്കയിൽ തന്നെയാണല്ലോ പണ്ട് വാൾഡൻ തടാകത്തിൽ ഹെന്റിഡേവീഡ് തോറോ തപസ്സിനു തുല്യമായ ഏകാന്ത ജീവിതം നയിച്ചത്. റാൾഫ് വാൾഡോ എമേഴ്സൺ എന്ന മറ്റൊരു 'ബോസ്റ്റൺ ബ്രാഹ്മിൻ' അദ്ദേഹത്തിന്റേ മാറാപ്പും ഭാണ്ഡവുമായി അമേരിക്കൻ ഗ്രാമങ്ങളിൽ 'ചൗത്താക്വാ' യാത്രകൾ പോയതും അമേരിക്കയിൽത്തന്നെ. അമേരിക്കൻ ജനങ്ങളിൽ വലിയൊരു വിഭാഗം ആളുകൾ ആഴ്ചയുടെ അവസാനം (ശനി-ഞായർ) അടുത്തോ അകലെയോ ഉള്ള നാട്ടിൻപുറങ്ങളിലേക്കോ കാട്ടിൻ പുറങ്ങളിലേക്കോ Outing നടത്തുന്ന പതിവുള്ളവരാണ്. ബംഗാളി നോവലുകളിൽ പലപ്പോഴും പരാമർശിക്കപ്പെടുന്ന 'വനഭോജനം' അമേരിക്കയിൽ ഫാഷനായി വരുന്നു. കാട്ടിൻ നടുവിൽ ഊക്ക മരങ്ങളുടെ മുകളിൽ ഏറുമാടങ്ങൾ കെട്ടി അതിൽ താമസിക്കുക. ഭക്ഷണം ഏറുമാടത്തിനുള്ളിൽ വന്യമായി കഴിക്കുക. ഇവയെല്ലാം ആഴ്ചയിൽ അഞ്ചു ദിവസത്തെ യാന്ത്രികമായ നഗര ജീവിതത്തിനുള്ള അസ്സൽ മറുമരുന്നല്ലേ?

മണാലിയിലെ ബുദ്ധ വിഹാരങ്ങളിലേയും പുരി-ശൃംഗേരി-ബദരി-ദ്വാരക ശങ്കരാചാര്യ ആശ്രമങ്ങളിലേയും അന്തേവാസികളിൽ അപൂർവ്വമായൊരു ശാന്തി നിഴലിച്ചു കണ്ടതായി ഞാൻ ഓർക്കുന്നു. അങ്ങനെ പിന്നെ കണ്ടത് അമേരിക്കയിലെ ആമിഷ് കോളനിയിലെ അന്തേവാസികളിലാണ്. തികച്ചും വ്യത്യസ്ത മതവിശ്വാസങ്ങൾ ആണെങ്കിലും ഇവിടെയെല്ലാം Small is beautiful എന്ന Buddhist economics പ്രാവർത്തികമായി കണ്ടു. ലോകത്തിൽ ഉള്ളവർ, ഇല്ലാത്തർ എന്നിവരെ കൂടാതെ ഏറ്റവും വേണ്ടാത്തവർ എന്നൊരു വിഭാഗം കൂടിയുണ്ട്. അവരാണ് ഏറ്റവും ധനികരും എല്ലാം ഉള്ളവരും. ആമിഷ് ജനതക്ക് പ്രണാമം.

മടക്കയാത്ര

നവംബർ രണ്ടാമത്തെ പകുതിയായപ്പോഴേക്കും, ക്ലീവ്ലൻഡിൽ നല്ല തണുപ്പായി. നവംബർ 20 ന് മഞ്ഞു മഴ പെയ്തു. ഭൂമി നല്ല വെള്ള നിറത്തിൽ കുളിച്ച് നിൽക്കുന്നു. കണ്ടാൽ പഞ്ചാരമണൽപ്പുറം. കാണാൻ നല്ല രസം. പക്ഷേ വീട്ടിന്റെ ഉള്ളിൽ നിന്നു കാണാനേ രസമുള്ളൂ. തണുപ്പത്തു പുറത്ത് കടന്നാൽ കുറച്ച് കഴിയുമ്പോഴേക്കും പൊള്ളുന്ന പോലെ തണുപ്പ്. ഇനി അമേരിക്കയിൽ രക്ഷയില്ല. നാട്ടിലേക്കുള്ള വിമാനയാത്ര ഡിസംബർ 7ാം തിയ്യതിക്ക് ബുക്ക് ചെയ്തിരുന്നു. കൂടെ Dr. പരമേശ്വരനും ഭാര്യയും ഉണ്ട്. ഞങ്ങൾ വിമാനത്താവളത്തിൽ ഒത്തുകൂടി. വിമാനം ഉച്ചക്ക് ഒരു മണിക്ക് പുറപ്പെടേണ്ടിയിരുന്നു. പുറപ്പെട്ടത് ഉച്ചതിരിഞ്ഞ് മൂന്ന് മണിക്ക്. അങ്ങനെ വീട്ടിൽ നിന്നും പുറപ്പെടുമ്പോൾ വൈകിയെന്നു പരിഭ്രമിച്ചതുമാത്രം മെച്ചം. ക്ലീവ്ലൻഡിൽ നിന്നും ഒന്നര മണിക്കൂർ യാത്രയേ ന്യൂയോർക്കിലേക്കുള്ളൂ. വൈകുന്നേരം അഞ്ചുമണിയോടെ JFK എയർ ഫോർട്ടിൽ എത്തി. ക്ലീവ്ലൻഡിൽ രണ്ടര മണിക്കൂർ വൈകിയത് ന്യൂയോർക്കിൽ ലാഭം. അത്രയും കുറച്ച് അവിടെ കാത്തിരുന്നാൽ മതി. ന്യൂയോർക്കിലെ ഗ്യാപ്പ് ഏഴുമണിക്കൂർ ഉണ്ടായിരുന്നത് അഞ്ചരമണിക്കൂറായി ചുരുങ്ങി. രാത്രി പത്തരമണിയോടേയാണ് അബുദാബിക്കുള്ള എത്തിഹാദ് വിമാനം പുറപ്പെടുക. ഇന്ത്യയിലേക്കുള്ള മടക്കയാത്രയിൽ JFK യിൽ ഫോർമാലിറ്റികൾ ഒന്നും തന്നെയില്ല.

ക്ലീവ്ലൻഡിൽ നിന്നും ന്യൂയോർക്കിലേക്കുള്ള വിമാനയാത്രയിൽ നിന്നുള്ള ഒരു ദൃശ്യം മനസ്സിൽ നിറഞ്ഞു നിന്നു. സൂര്യൻ

അസ്തമിക്കുന്നതിന് തൊട്ടുമുമ്പാണ്. വിമാനം കിഴക്കോട്ട് ലക്ഷ്യമിട്ടു പറക്കുകയാണ്. വിമാനത്തിനു താഴെ മുഴുവൻ വെൺമേഘങ്ങൾ പരന്നു കിടക്കുന്നു. Window seat ൽ നിന്നും ഞാൻ പുറത്തേക്ക് നോക്കിയപ്പോൾ അതാ കാണുന്നു മഴവില്ല്. അതും ആകാശത്തല്ല, കീഴ്ഭാഗത്ത് ഭൂമിയോട് ചേർന്ന്. മഴവില്ല് സാധാരണയായി ആകാശത്താണ് കാണാറുള്ളത്. ഇതാദ്യമായാണ് താഴെ മഴവില്ല് കാണുന്നത്. ന്യൂയോർക്ക് - ക്ലീവ്‌ലൻഡ് റൂട്ടിൽ മേഘമാലകൾ നിറഞ്ഞുനിൽക്കുന്നതാണ് എപ്പോഴും കണ്ടിട്ടുള്ളത്. കാരണമെന്തന്നറിയില്ല. അതിനാൽ മഴവില്ല് വിമാനത്തിൽ നിന്നുതന്നെ കാണാൻ തരായതിൽ അത്ഭുതമില്ല. മറ്റൊരു ശ്രദ്ധേയമായ മഴവില്ല് നയാഗ്ര വെള്ളച്ചാട്ടത്തിൽ കണ്ടതിനെ പറ്റി ഞാൻ നേരത്തേ പറഞ്ഞിട്ടുണ്ട്.

ന്യൂയോർക്ക് JFK യിൽ നിന്നും എത്തിഹാദിന്റെ ബോയിംങ്ങ് വിമാനം രാത്രി കൃത്യം പത്തരക്കു തന്നെ പുറപ്പെട്ടു. വിമാനം യൂറോപ്പിന്റെ തെക്കൻ പ്രദേശങ്ങളിൽക്കൂടിയാണ് ഇക്കുറി പറന്നത്. ഭക്ഷണം എന്തോ എനിക്കിത്തവണ അത്രക്ക് തൃപ്തി തോന്നിയില്ല. അമേരിക്കയിലേക്കുള്ള യാത്രയിൽ കടം വാങ്ങിയ സമയം മടക്കയാത്രയിൽ കൃത്യമായി തിരിച്ചു പിടിച്ചു. അതായത് ന്യൂയോർക്കിൽ നിന്നും രാത്രി പത്തരക്ക് പുറപ്പെട്ട വിമാനം പന്ത്രണ്ടുമണിക്കൂർ പറന്ന് അബുദാബിയിലെത്തിയപ്പോൾ നേരം പിറ്റേ ദിവസം രാത്രി ഏഴരമണി! എങ്ങനെയുണ്ട്? അബുദാബിയിൽ നിന്നും കൊച്ചിയിലേക്കുള്ള ഫ്ലൈറ്റ് വെളുപ്പാൻ കാലത്ത് നാലരക്കാണ്. ഡോ. പരമേശ്വരൻ കൂടെയുള്ളതുകൊണ്ട് ടെർമിനലും ഗെയ്റ്റുമെല്ലാം കണ്ടുപിടിക്കുന്നത് എളുപ്പമായി. ഞാൻ ഇക്കാര്യങ്ങളിലെല്ലാം കുറച്ച് അമാന്തക്കാരനാണ്. അദ്ദേഹത്തിന്റെ മൊബൈൽ ഫോൺ വിമാനത്താവളത്തിൽ ചായ കുടിക്കാൻ കയറിയ കടയിൽ മറന്നു വെച്ചതും ആശങ്കയുണർത്തി. പക്ഷേ കടയുടമയുടെ സത്യസന്ധത കൊണ്ട് അത് ഭദ്രമായി തിരിച്ചു കിട്ടി. കളഞ്ഞുകിട്ടിയ സാധനങ്ങൾ സൂക്ഷിക്കുന്ന സ്ഥലത്ത് കടയുടമ അത് കൊടുത്തേല്പിച്ചിരുന്നു.

അബുദാബിയിൽ നിന്നും കൊച്ചിയിലേക്കുള്ള എയർബസ്സ് വെളുപ്പാൻ കാലത്ത് കൃത്യസമയത്തുതന്നെ പുറപ്പെട്ടു. നാലുമണിക്കൂറിനുള്ളിൽ അത് കൊച്ചിയിലെത്തി. കാലത്ത് ഒമ്പതുമണിക്ക് നെടുമ്പാശ്ശേരിയിലെ വിമാനത്താവളത്തിൽ ഇറങ്ങിയപ്പോൾ നാട്ടിൽ തിരിച്ചെത്തിയതിന്റെ സന്തോഷം എല്ലാവർക്കും. ജെറ്റ് ലാഗ് തീരാൻ ഒരാഴ്ചയോളമെടുത്തു. ഇപ്പോൾ ഒന്നു മാത്രം ബാക്കി, അമേരിക്കയിലേക്ക് തിരിച്ച് പോയാലോ എന്നൊരു തോന്നൽ താത്ക്കാലികമാവാം. തോന്നുന്നുണ്ട് എന്നുള്ളത് പരമാർത്ഥം.

ക്ലീവ്ലൻഡിലെ ജീവിതം

ഞാൻ അമേരിക്കയിൽ ഒന്നരക്കൊല്ലത്തോളം താമസമുണ്ടായിട്ടുണ്ട്. ആറുമാസത്തിൽ താഴെയായി മൂന്നു തവണ. മകൻ കുടുംബസമേതം അവിടെ താമസിക്കുന്നുവെന്ന ഒറ്റക്കാരണം കൊണ്ട് ഇങ്ങനെയൊക്കെ വന്നതാണ്. ആദ്യത്തെ വരവിൽ ഞങ്ങൾ താമസിച്ചത് ക്ലീവ്ലൻഡിലെ ഒരു ഫ്ലാറ്റിലാണ്. അന്ന് ഉണ്ണി വിവാഹിതനായിരുന്നില്ല. രണ്ടാം തവണ വരുമ്പോഴേക്കും ഉണ്ണിയും മൻവീനും വിവാഹിതരായി അവർക്കൊരു പെൺകുട്ടി (വാണി) ജനിച്ചിരുന്നു. ക്ലീവ് ലാൽഡിന്റെ പ്രാന്തപ്രദേശത്തുള്ള ഒരു ബീച്ച് വുഡിൽ ആണ് അന്ന് താമസിച്ചത്, ഒരു ഫ്ലാറ്റിൽത്തന്നെ. മൂന്നാമത്തെ തവണ വന്നപ്പോഴേക്കും ഉണ്ണി ബീച്ച് വുഡിൽത്തന്നെ ഒരു വീടും പറമ്പും വാങ്ങിയിട്ടുണ്ടായിരുന്നു.

USA യുടെ വടക്കു ഭാഗത്ത് അറ്റ്ലാൻഡിക് തീരത്തുനിന്ന് അല്പം പടിഞ്ഞാറോട്ടു തള്ളിയാണ് ഓഹിയോ (ഒഹായോ) സംസ്ഥാനം കിടക്കുന്നത്. ഈറി എന്ന തടാകത്തിന്റെ തീരത്തുനിന്നു തെക്കോട്ടു മാറിയിട്ട്. തടാകം എന്ന പേരെ ഉള്ളൂ. കണ്ടാൽ സമുദ്രം തന്നെ. ഈറി ഉൾക്കടലെന്നാണ് വിളിക്കേണ്ടത്. തിരമാലകളൊക്കെയുണ്ടാകും. തടാകത്തിന്റെ വടക്കു ഭാഗത്ത് കനഡയിലെ ഒൺടാരിയോ സംസ്ഥാനമാണ്. ഓഹിയോവിന്റെ കിഴക്ക് പെൻസിൽവാനിയ, വെസ്റ്റ് വിർജീനിയ എന്നീ സംസ്ഥാനങ്ങളാണ്. തെക്ക് കെന്റക്കിയും പടിഞ്ഞാറ് ഇൻഡ്യാനയും വടക്കു പടിഞ്ഞാറു മൂലയിലായി മിഷിഗൻ സംസ്ഥാനവും കിടക്കുന്നു. ഓഹിയോ സ്റ്റേറ്റിന്റെ വടക്കെ

അറ്റത്താണ് ക്ലീവ്‌ലൻഡ്. തെക്കുപടിഞ്ഞാറെ അറ്റത്ത് സിൻസിനറ്റി പട്ടണവും നടുവിലായി കൊളംബസ് പട്ടണവും കിടക്കുന്നു. കൊളംബസ് ആണ് ഓഹിയോവിന്റെ തലസ്ഥാനം. ടൊലിഡോ, ആക്രൺ എന്നിവ ഓഹിയോവിലെ മറ്റു പട്ടണങ്ങളാണ്. ക്ലീവ്‌ലൻഡിൽ നിന്ന് രണ്ടര മണിക്കൂർ കിഴക്കോട്ടു യാത്ര ചെയ്താൽ പെൻസിൽവാനിയയിലെ പിറ്റ്സ്ബർഗ് പട്ടണത്തിലും മൂന്നു മണിക്കൂർ വടക്കു പടിഞ്ഞാറോട്ടു യാത്ര ചെയ്താൽ മിഷിഗനിലെ ഡിട്രോയിറ്റ് പട്ടണത്തിലുമെത്തും. ക്ലീവ്‌ലൻഡ് ഒരു ലക്ഷണമൊത്ത ഉൾനാടൻ പട്ടണമാണ്, കേരളത്തിലെ തൃശ്ശൂർ പോലെയൊക്കെ. ജീവിത ചിലവ് ഇവിടെ താരതമ്യേന കുറവാകയാൽ സാധാരണക്കാർക്ക് താമസിക്കാൻ ഉത്തമം.

അമേരിക്കൻ പട്ടണങ്ങളുടെ എല്ലാ ലക്ഷണങ്ങളും ക്ലീവ്‌ലൻഡിലും കാണാം. ബഹുനിലകെട്ടിടങ്ങൾ തിങ്ങിനിറഞ്ഞ ഡൌൺടൗൺ പട്ടണത്തിന്റെ സിരാ കേന്ദ്രമാണ്. മേലോട്ട് തള്ളി മാറി റെസിഡൻഷ്യൽ ഏരിയകളായ Uptown, അതിനുമപ്പുറത്ത് പ്രാന്തപ്രദേശങ്ങളായ നാട്ടിൻപുറങ്ങൾ. കയഹോഗാനദി ക്ലീവ്‌ലൻഡിലൂടെ ഒഴുകി ഈറി തടാകത്തിൽ ചേരുന്നു. നദി പട്ടണത്തിലെത്തുന്നതിനു മുമ്പ് ഒഴുകുന്നത് കയഹോഗ താഴ് വരയിലൂടെയാണ്. അതിനാലാണ് നദിക്ക് ഈ പേര്. ക്ലീവ്‌ലൻഡ് പട്ടണത്തിൽ ഈറി തടാകതീരത്ത് തുറമുഖവും ബോട്ടുജെട്ടിയുമുണ്ട്. ക്ലീവ്‌ലൻഡിൽ ഫാക്ടറികളുടെ വലിയ കോലാഹലങ്ങളൊന്നും തന്നെയില്ല. ഇവിടുത്തെ വലിയ തൊഴിൽമേഖലകൾ ക്ലീവ്‌ലൻഡ് ക്ലിനിക്കും, കെയ്സ് വെസ്റ്റേൺ റിസർവ്വ് യൂണിവേഴ്സിറ്റിയും യൂണിവേഴ്സിറ്റി ഹോസ്പിറ്റലുമാണ്. ക്ലീവ്‌ലൻഡ്സ് ക്ലിനിക് അമേരിക്കയിലെത്തന്നെ പ്രശസ്തമായ ഹാർട്ട് ഹോസ്പിറ്റലാണ്. ഇന്ത്യയിലെ ആശുപത്രികളിൽ നിന്നു വ്യത്യസ്തമായി ഇവിടെ വളരെയധികം ഹൃദയസംബന്ധമായ ഗവേഷണങ്ങൾ നടക്കുന്നുണ്ട്. അതുകൊണ്ട് ലൈഫ്സയൻസിൽ ഉന്നത ബിരുദധാരികളായ വളരെയധികം പേർ ഇവിടെ ജോലി ചെയ്യുന്നു. മറ്റൊരു സവിശേഷത മെഡിക്കൽ ഡോക്ടർമാരും ഗവേഷണത്തിൽ പങ്കെടുക്കുന്നുവെന്നതാണ്. ഈ പ്രവണത ഇന്ത്യയിൽ അപൂർവ്വമായേ കാണൂ. ഇന്ത്യയുടെ സാമ്പത്തികമായ പിന്നോക്കാവസ്ഥയാവാം ഇതിനു കാരണം. ഇന്ത്യയിൽ മെഡിക്കൽ ബിരുദധാരികൾ ചികിത്സയിൽ മാത്രം ശ്രദ്ധിച്ച് ഗവേഷണത്തിന് പുറംതിരിഞ്ഞ് നിൽക്കുന്നു. ചികിത്സാരംഗത്ത് ശ്രദ്ധ കേന്ദ്രീകരിക്കുകയാണ് സാമ്പത്തികമായി ആദായകരം. അമേരിക്കയിലും ശാസ്ത്രഗവേഷണത്തിൽ

മുഴുകുന്നതിനെക്കാൾ സാമ്പത്തികനേട്ടം ചികിത്സാരംഗത്തു തന്നെ യെന്നതിൽ സംശയമില്ല. എന്നാലും നമ്മുടെ നാട്ടിലെ മാതിരി എഞ്ചിനിയറിങ്ങ് മെഡിക്കൽ സീറ്റുകൾക്കു പിന്നാലെയുള്ള നെട്ടോട്ടം ഇവിടെയില്ല. കെയ്സ് വെസ്റ്റേൺ സർവ്വകലാശാല പ്രശസ്തമാണ്. ഒരു റോഡിന്റെ അപ്പുറത്തും ഇപ്പുറത്തുമെന്നപോലെ അടുത്തടുത്താണ് ക്ലീവ്ലൻഡ് ക്ലിനിക്കും കെയ്സ് വെസ്റ്റേൺ കാമ്പ സുകൾ പരന്നുകിടക്കുന്നത്. രണ്ടിലും ധാരാളം ഇന്ത്യൻ വിദ്യാർത്ഥി കളും ഗവേഷകരും ഉണ്ട്. ക്ലീവ്ലൻഡ് പാശ്ചാത്യ സംഗീതത്തിന് കേൾവി കേട്ട നഗരമാണ്. ക്ലീവ്ലൻഡ് ഓർക്കെസ്ട്ര അമേരിക്കയിൽ ന്യൂയോർക്ക് ഫിൽഹാർമോണിക് ഓർക്കെസ്ട്ര കഴിഞ്ഞാൽ അടുത്ത സ്ഥാനത്തു നിൽക്കുന്നു. ക്ലീവ്ലൻഡ് ഓർക്കെസ്ട്രയുടെ കച്ചേരികൾ നടത്തുന്ന സെവറൻസ് ഹാൾ ഞങ്ങൾ കണ്ടു. നഗരമദ്ധ്യത്തിൽ തല ഉയർത്തി നിൽക്കുന്ന മനോഹരമായ കെട്ടിടം. ചുറ്റും പച്ച പിടിച്ച് തുടുത്തുനിൽക്കുന്ന പുൽത്തകിടികൾ. അടുത്തുതന്നെ ഭംഗിയുള്ള താമരപ്പൊയ്കകൾ. ക്ലീവ്ലൻഡ് നഗരത്തിലുള്ള ഒരു പ്രശസ്തമായ ബോട്ടാണിക്കൽ ഗാർഡനും ഞങ്ങൾ ചുറ്റിനടന്നു കണ്ടു. കണ്ടാൽ അവസാനിക്കില്ല. വൃക്ഷങ്ങളിലെ രാക്ഷസനായ സെക്കോയമരം കണ്ടില്ല. അത് പസിഫിക് തീരത്ത് കാലിഫോർണിയയിലേ ഉണ്ടാവുള്ളൂ എന്നറിഞ്ഞു.

കയഹോഗാ നദി ചെറുതാണ്. ഞങ്ങൾ കാണുന്ന സമയത്ത് നദീജലം മലിനമായിരുന്നില്ല. കുറച്ചുകാലം മുമ്പുവരെ കയഹോഗനദി ദൽഹിയിലെ യമുനപോലെ മലീമസമായി കിടക്കുകയായിരുന്നുവ ത്രെ. അവസാനം ഗവൺമെന്റ് ഗൗരവം മനസ്സിലാക്കി കാര്യമായി ഇടപ്പെട്ട് നദി ശുദ്ധീകരിക്കാനുള്ള ശ്രമം ചെയ്തു. കയഹോഗ നദി യിൽക്കൂടി ഞങ്ങൾ ഒരു തോണിയാത്ര നടത്തി. കേരളത്തിൽ നിന്നു വരുന്നവർക്ക് ഇതിൽ പുതുമയൊന്നും തോന്നുകയില്ല. ബോട്ടുജെട്ടിയിൽ നിന്ന് കപ്പലിൽ ഈറി തടാകത്തിൽക്കൂടി യാത്ര നടത്തിയത് ഓർമ്മയിൽ കൂടുതൽ തങ്ങി നിൽക്കുന്നു. മെട്രോപ്പോ ളിറ്റൻ നഗരമല്ലെങ്കിലും ക്ലീവ്ലൻഡിലെ ബോട്ടുജെട്ടിയിൽ കപ്പൽ കാത്തുനിന്നിരുന്നവരിൽ അമേരിക്കൻ ജനതയുടെ ഒരു പരിഛേദം (Cross Section) കാണാം. വെള്ളക്കാർ, കറുത്തവർഗ്ഗക്കാർ, ലാറ്റിൻ അമേരിക്കക്കാർ, ചൈനക്കാർ, ഇന്ത്യക്കാർ എന്നിങ്ങനെ.

ക്ലീവ്ലൻഡിൽ വെടിക്കെട്ട് (Fireworks) ഉണ്ടെന്ന് കേട്ട് ഞങ്ങൾ കാണാൻ പോയി. സത്യം പറഞ്ഞാൽ എനിക്കിഷ്ടപ്പെട്ടില്ല. നയാ ഗ്രയിൽ വെച്ചു കണ്ട വെടിക്കെട്ടു എനിക്കു പിടിച്ചില്ല. അമേരിക്കൻ

വെടിക്കെട്ട് കൂടുതൽ Science - technology oriented ആണ്. കേരളത്തിലെ വെടിക്കെട്ടിന്റെ പേടിപ്പിക്കുന്ന ഗാംഭീര്യം അറിഞ്ഞവരാരും അമേരിക്കൻ വെടിക്കെട്ട് ഇഷ്ടപ്പെടില്ല. മറ്റൊരിക്കൽ അമേരിക്കൻ ലേബർഡേ (തൊഴിൽദിനം) പ്രമാണിച്ചാണെന്നു തോന്നുന്നു വ്യോമാഭ്യാസ പ്രകടനം കാണാൻ പോയി. അതൊരു അനുഭവം തന്നെയായിരുന്നു. ജെറ്റുവിമാനങ്ങളുടെ നിരകൾ മഹാഭാരതയുദ്ധത്തിൽ വ്യൂഹം ചമയ്ക്കുന്ന മട്ടിൽ ആകാശത്തിൽ വിന്യാസങ്ങൾ (patterns) രചിക്കുന്നത് ആവേശജനകമായിരുന്നു. ജെറ്റുവിമാനങ്ങൾ ആകാശത്ത് തലകുത്തി മറിയുന്ന മാതിരിയുള്ള അക്രോബാറ്റിക് അഭ്യാസങ്ങൾ ശ്വാസമടക്കി നോക്കിനിന്നു. ശബ്ദാധികവേഗതയുള്ള പോർവിമാനങ്ങൾ ഞെട്ടിക്കുന്ന അഭ്യാസചാതുര്യമാണ് കാഴ്ച വെച്ചത്. മറ്റൊരു ദിവസം Baseball മത്സരം കാണാൻ പോയി. ക്രിക്കറ്റ് കളിയുടെ അമേരിക്കൻ രൂപമാണത്രെ ഇത്. അരസികനായ എന്നിൽ ബെയ്സ്ബോൾ കളി ഒരു പ്രതികരണവുമുണ്ടാക്കിയില്ല. പിന്നെ എന്താണെന്നു വെച്ചാൽ അമേരിക്കൻ ജനതയുടെയും ജീവിതരീതിയുടെയും വിവിധഭാവഭേദങ്ങൾ കാണമല്ലോ. വിവിധ ജനവിഭാഗങ്ങളെ അമേരിക്കയിൽ ഏതു സന്ദർഭത്തിലും ഒന്നിച്ചുകാണാമല്ലോ. അവരുടെ പ്രതികരണങ്ങൾ നോക്കിയിരുന്നാൽ നേരം പോയിക്കൊള്ളും.

2009 ൽ ആദ്യമായി അമേരിക്കയിൽ വന്നപ്പോൾ ഉണ്ണി ക്ലീവ്ലൻഡ് ക്ലിനിക്കിൽ ആയിരുന്നു ജോലി ചെയ്തിരുന്നത്. Post Doctoral ഗവേഷണത്തിലായിരുന്നു അവൻ അവിടെ. അതുകൊണ്ട് സ്വാഭാവികമായും ഒരു തവണ ക്ലിനിക് ചുറ്റി നടന്ന് കണ്ടു. അവന്റെ ലബോറട്ടറിയും കാണിച്ചുതന്നു. ഫിസിക്സ് പഠിച്ച എനിക്ക് Biochemistry എളുപ്പത്തിലൊന്നു വഴങ്ങില്ല. 2014 ൽ രണ്ടാമത്തെ തവണ അമേരിക്കയിൽ വരുമ്പോൾ ഉണ്ണി Case western university യിൽ ഒരു Research Associate ആയിട്ട് ജോലി ചെയ്യുകയായിരുന്നു. അവിടുത്തെ പരീക്ഷണശാലകളും കണ്ടു, ഒന്നും മനസ്സിലായില്ലെങ്കിലും. പക്ഷേ ഇത്തവണ എനിക്ക് ആവേശകരമായൊരു അനുഭവമുണ്ടായി. യൂണിവേഴ്സിറ്റിയിലെ ഫിസിക്സ് ഡിപ്പാർട്ടുമെന്റിനു സമീപം ഒരു ജലധാര എന്റെ ശ്രദ്ധ ആകർഷിച്ചു. അടുത്തുചെന്നു നോക്കിയപ്പോൾ കണ്ടു അവിടെ എഴുതിവെച്ചിരിക്കുന്നു പത്തൊമ്പതാം നൂറ്റാണ്ടിന്റെ അവസാനം നടന്ന പ്രസിദ്ധമായൊരു പരീക്ഷണത്തിന്റെ സ്മാരകമാണതെന്ന്. മൈക്കൽസൺ-മോർലി പരീക്ഷണം. പ്രൊഫ. മൈക്കൽസൺ കെയ്സ് വെസ്റ്റേൺ സർവ്വ

കലാശാലയിൽ അധ്യാപകനായിരിക്കുമ്പോൾ അവിടെ വെച്ചാണ് സഹപ്രവർത്തകനായ മോർലിയും കൂടി പ്രകാശവേഗതയെ പല ദിശകളിൽ അളന്ന് തിട്ടപ്പെടുത്തിയത്. പരീക്ഷണത്തിന്റെ ഒരു പ്രത്യേകത അതൊരു Null result ആണെന്നതാണ്. പല ദിശകളിൽ പ്രകാശം സഞ്ചരിക്കുമ്പോഴുള്ള വേഗതകൾ തമ്മിൽ ഒരു വ്യത്യാസവുമില്ല. അതുവരെയുണ്ടായിരുന്ന ധാരണ പ്രകാശതരംഗങ്ങൾക്ക് സഞ്ചരിക്കാൻ ഈഥർ എന്നൊരു മാദ്ധ്യമത്തിന്റെ ആവശ്യമുണ്ടെന്നായിരുന്നു. മൈക്കൽസൺ -മോർലി പരീക്ഷണം ഈധാരണയെ കടപുഴക്കിയെറിഞ്ഞു. ആൽബർട്ട് ഐൻസ്റ്റിൻ 1905 ൽ അദ്ദേഹത്തിന്റെ പ്രസിദ്ധമായ സാപേക്ഷതാ വാദത്തിന് (theory of Relativity)ജന്മം നൽകാൻ ഈ പരീക്ഷണഫലം വലരെയധികം കരുത്തു നൽകിയിട്ടുണ്ട്. ഈ പരീക്ഷണത്തിന്റെ സ്മാരകമായിട്ടാണ് ജലധാരയും ഒരു ശിലാഫലകവും അവിടെ സ്ഥാപിച്ചിരിക്കുന്നത്.

ക്ലീവ്‌ലൻഡ് വിശേഷങ്ങൾ കൂടുതൽ പറയുന്നതിനു മുമ്പ് അല്പം നഗരചരിത്രം പറയട്ടെ. ക്ലീവ്‌ലൻഡ് നഗരം സ്ഥാപിച്ചത് മോസസ് ക്ലീവ്‌ലൻഡ് എന്നയാളാണ്. അതാണീ പേര് നഗരത്തിനു വരാൻ കാരണം. 1796 ൽ കണക്റ്റികട്ട് ലാന്റ് കമ്പനി എന്ന സ്ഥാപനത്തിന്റെ പ്രതിനിധിയായി വന്നതാണ് മോസസ്. ഇന്നത്തെ ഓഹിയോ സംസ്ഥാനത്തിന്റെ വടക്കുകിഴക്കു ഭാഗത്ത് കമ്പനിയുടെ ഭൂസ്വത്തുക്കൾ തിട്ടപ്പെടുത്താനാണ് അദ്ദേഹം വന്നത്. ഈ ഭാഗത്തിന് അന്നത്തെ പേർ വെസ്റ്റേൺ റിസർവ്വ് എന്നായിരുന്നു. പണ്ട് ഈ സ്ഥലം ആദിവാസികൾ നായാടി നടന്ന ഒരു കാട്ടു പ്രദേശമായിരുന്നു. ഈറി തടാകത്തിൽ കൂടി തുഴഞ്ഞെത്തിയ മോസസ് കയഹോഗ നദിയുടെ അഴിമുഖത്തെത്തിയപ്പോൾ യാത്ര നിർത്തി, അതുവരെ കണ്ട തീരദേശം അദ്ദേഹം അടയാളപ്പെടുത്തിവെച്ചു. വെസ്റ്റേൺ റിസർവ്വിന്റെ ആസ്ഥാനം ഇവിടെ ത്തന്നെയാവട്ടെ എന്നു തീരുമാനിച്ചു. കാലക്രമത്തിൽ അദ്ദേഹത്തിന്റെ പേര് നഗരത്തിനു പതിഞ്ഞു.

പിന്നീട് 1825 നു ശേഷമാണ് ഓഹിയോ ഈറി കനാൽ നിർമിച്ചത്. ഈ കനാൽ കയഹോഗനദിയും തെക്കു ഭാഗത്തുള്ള ഓഹിയോ നദിയും കൂട്ടിയോജിപ്പിച്ചു. അതോടെ അമേരിക്കയുടെ വടക്കുഭാഗത്തുള്ള അഞ്ചു തടാകങ്ങളും (ഈറി, ഹ്യൂറൺ, മിഷിഗൻ, ഒണ്ടാരിയോ, സുപ്പിരിയർ)രാജ്യത്തിന്റെ പ്രധാന നദിയായ മിസ്സിസ്സിപ്പിയുമായി ബന്ധിപ്പിക്കപ്പെട്ടു. അതൊരു വഴിത്തിരിവായിരുന്നു. ക്ലീവ്‌ലൻഡ് ഒരു പ്രധാന തുറമുഖമായി. ഇംഗ്ലണ്ടിൽ നിന്നുള്ള പ്രൊട്ടസ്റ്റന്റ് ജനവിഭാഗങ്ങൾ ആയിരുന്നു സ്ഥലവാസികൾ. കൂടാതെ

അയർലാൻഡ്, ജർമ്മനി എന്നിവിടങ്ങളിൽ നിന്ന് കത്തോലിക്കരും ജോലി തേടി ഇവിടെയെത്തി.

ഇരുപതാം നൂറ്റാണ്ടിന്റെ തുടക്കത്തിൽ ക്ലീവ്‌ലൻഡ് വലിയൊരു വ്യാവസായിക നഗരമായി മാറി. ഇന്നത്തെ യൂക്ലിഡ് അവന്യൂ, യൂണിവേഴ്സിറ്റി സർക്കിൾ എന്നിവ നഗരത്തിലെ ധനാഢ്യന്മാരുടെ വാസകേന്ദ്രങ്ങളായിരുന്നു. ന്യൂയോർക്ക് ഷിക്കാഗോ റൂട്ടിലെ ഒരു പ്രധാന കണ്ണികൂടിയാണ് ക്ലീവ്‌ലൻഡ്. ഇതൊക്കെയായിട്ടും ക്ലീവ്‌ലൻഡിനെ പിൻതള്ളി ഷിക്കാഗോ, ഡിട്രോയിറ്റ് നഗരങ്ങൾ മുൻപന്തിയിലെത്തി. ഡിട്രോയിറ്റ് നഗരം അമേരിക്കയിലെ മോട്ടോർ വാഹന വ്യവസായത്തിന്റെ കേന്ദ്രമായിമാറി. ഷിക്കാഗോവിന്റെയും ഡിട്രോയിറ്റിന്റെയും മുന്നേറ്റത്തിനു മുൻപിൽ പതറിയ ക്ലീവ്‌ലൻഡ് ഒരു വ്യവസായിക നഗരത്തിന്റെ പ്രതാപം പിന്നീട് വേണ്ടെന്നു വെച്ചു. നഷ്ട പ്രതാപം ക്ലീവ്‌ലൻഡ് കുറച്ചെങ്കിലും തിരിച്ചു പിടിച്ചത് മറ്റുവഴികളിൽ സഞ്ചരിച്ചുകൊണ്ടായിരുന്നു. സേവനമേഖലകളായ ആരോഗ്യം, വിദ്യഭ്യാസം എന്നിവയിലും കലകളിലും ശ്രദ്ധകേന്ദ്രീകരിച്ചപ്പോൾ ക്ലീവ്‌ലൻഡ് അതിന്റെ ഇന്നത്തെ വ്യക്തിത്വം തിരിച്ചറിഞ്ഞു. വെസ്റ്റേൺ റിസർവ്, കെയ്സ് ഇൻസ്റ്റിറ്റിയൂട്ട് ഓഫ് ടെക്നോളജി എന്നിവ കൂട്ടിച്ചേർത്ത് കെയ്സ് -വെസ്റ്റേൺ യൂണിവേഴ്സിറ്റിയാക്കി. മെഡിക്കൽ ഗവേഷണരംഗത്ത് ക്ലീവ്‌ലൻഡ് ക്ലിനിക് ഫൗണ്ടേഷൻ പ്രശസ്തി നേടി.

1882 ൽ ഷെയ്ക്കർ എന്ന മതവിശ്വാസികളുടെ ഒരു സമൂഹം ക്ലീവ്‌ലൻഡിൽ താവളമിട്ടു. The united society of believers in the second appearing of christ എന്നാണ് ഷെയ്ക്കറിന്റെ പൂർണമായ നാമം. ഇവർ ഇന്നത്തെ ക്ലീവ്‌ലൻഡ് നഗരത്തിന്റെ കിഴക്കുമാറി ഡോവൻ ബ്രൂക്ക് എന്ന അരുവിയുടെ കരയിൽ താമസമാക്കി. നദിക്കൊരു അണക്കെട്ടി അവർ വെള്ളത്തിന്റെ ശക്തി ഉപയോഗിച്ച് അവരുടെ യന്ത്രങ്ങൾ പ്രവർത്തിപ്പിച്ചു. അതിന്റെ അവശിഷ്ടങ്ങൾ ഇന്നു കാണാം. ഷെയ്ക്കർ തടാകങ്ങൾ എന്നാണ് അവയുടെ പേര്. മേലെ ഷെയ്ക്കർ തടാകം അഥവാ ഹോഴ്സ്ഷൂതടാകം എന്നും കീഴേ ഷെയ്ക്കർ തടാകമെന്നും അവക്കു പേർ. ഇന്ന് തടാകങ്ങൾ ശാന്തമായി കിടക്കുന്നു. പലരും കാറ്റു കൊള്ളാനും നടക്കാനും മറ്റുമായി അവിടെ വരാറുണ്ട്. Shaker Heights എന്നത് ക്ലീവ്‌ലൻഡിലെ നല്ല ഗ്ലാമറുള്ള ഒരു പ്രാന്ത പ്രദേശമാണ്. അതിനോടുബന്ധപ്പെട്ട മറ്റൊരു സ്ഥലമാണ് Clieve land Heights. സാധാരണയായി Heights എന്ന വിശേഷണം കൂട്ടിച്ചേർക്കുന്നത് ആഢ്യത്തത്തിന്റെ ലക്ഷണമായി

പരിഗണിക്കപ്പെടുന്നു. കോഴിക്കോടൻ ഭാഗങ്ങളിൽ പൊയിൽ എന്ന പോലെയും പാലക്കാടൻ ഭാഗങ്ങളിൽ തറ എന്ന പോലെയും ആണ് ഇവിടങ്ങളിൽ Heights. യൂറോപ്യൻ കുലീനത്വം വീടുകളിൽ നിഴലിക്കുന്ന Cleveland Heights, Shaker Heights, University Heights എന്നീ സ്ഥലങ്ങളിലെ വീടുകളുടെ മട്ടിൽ ഈ ഔന്നത്യം പ്രകടമായിക്കാണാം. ചുറ്റും നല്ല വീട്ടുവളപ്പുണ്ടായിരിക്കും. ആധുനിക വ്യാവസായിക നഗരങ്ങളിൽ ഡൗൺ ടൌൺ എല്ലാം വാണിജ്യ സംരഭങ്ങളുടെ കേന്ദ്രങ്ങളായിരിക്കും. അപ്പ് ടൗണിലാണ് കൂടുതൽ സാമ്പത്തിക സ്ഥിതിയുള്ളവർ താമസിക്കുക. സ്വച്ഛസുന്ദരമായ ഈ സ്ഥലങ്ങൾ കാലക്രമേണ Heights ആയി മാറുന്നു. ഡൗൺ ടൗൺ നിവാസികൾ സാമ്പത്തികമായി താരതമ്യേന പിന്നിലായിരിക്കും. അവരിൽ സാമ്പത്തികമായി ഉന്നതി നേടുന്നവർ പതുക്കെ അപ്പ് ടൗൺ ഭാഗങ്ങളിലേക്ക് ചേക്കേറുന്നു. അപ്പോൾ അവിടങ്ങളിൽ നേരത്തെ താമസിച്ചിരുന്ന സമ്പന്നരിൽ ചിലർ പുതിയ അപ്പ് ടൗൺ ഭാഗങ്ങളിലേക്ക് നീങ്ങുന്നു. ഇത് പുതിയൊരു Heights ന് തുടക്കം കുറിക്കുന്നു. ഇങ്ങനെയുള്ള 'ആഢ്യത്തകേന്ദ്രങ്ങൾ" സാമൂഹ്യ ശാസ്ത്ര ജ്ഞരുടെ ശ്രദ്ധയ്ക്ക് വിഷയമാവാറുണ്ട്. ക്ലീവ്‌ലൻഡ് എന്തായാലും വളരെയധികം പഴമയും പാരമ്പര്യവും സമ്പ്രദായവും അവകാശ പ്പെടാവുന്ന ഒരു പട്ടണമാകയാൽ ഇവിടെ Heights വളരെയധികം കാണാം.

ക്ലീവ്‌ലൻഡിൽ മെയ്, ജൂൺ മാസങ്ങളിൽ വസന്തവും ജൂലായ്, ആഗസ്റ്റ്,സെപ്റ്റംബർ പകുതി വരെ ഗ്രീഷ്മവുമാണ്. Fall Equinox ആയ സെപ്റ്റംബർ 21 കഴിഞ്ഞാൽ തണുപ്പു തുടങ്ങും. വസന്ത- ഗ്രീഷ്മ ഋതുക്കളിൽ അതിനാൽ പല സ്ഥലത്തും വാതിൽപ്പുറ ഉത്സവങ്ങൾ (outdoor festivals) സംഘടിപ്പിക്കും. കവലകളിലും മൈതാനങ്ങ ളിലുമായി നാടൻ സംഗീതോത്സവങ്ങൾ ശനി- ഞായർ ദിവസ ങ്ങളിൽ ഉണ്ടാവും. അതിൽ ചിലത് കാണാൻ ഞങ്ങൾ പോയി. സാധാരണയായി ഇന്ത്യക്കാർക്ക് പാശ്ചാത്യ ക്ലാസിക്കൽ സംഗീതം ഒരു ബാലി കേറാമലയായിത്തോന്നും. എന്നാൽ പാശ്ചാത്യ നാടൻ സംഗീത ശാഖകൾക്ക് ആ പ്രശ്നമില്ല - അതിലെ പല ഭാഗങ്ങളും ആസ്വാദ്യമായിത്തോന്നി. വെസ്റ്റേൺ ക്ലാസിക്കൽ സംഗീതം ഹാർമണി + കൗണ്ടർ പോയന്റ് എന്നിവയിൽ ശ്രദ്ധിക്കുമ്പോൾ നാടൻ സംഗീതവും പോപ്പ് സംഗീതവും മറ്റും താളത്തിന് പ്രാധാന്യം നൽകുന്നു. നമ്മുടെ നാട്ടിലെ മാതിരിതന്നെ. എന്നാലും ഇന്ത്യൻ ക്ലാ സിക്കൽ സംഗീതത്തിലൂടെ പ്രശസ്തമായ രാഗങ്ങൾ (melody modes)

പാശ്ചാത്യസംഗീതത്തിന് അന്യമാണ്. ആഫ്രിക്കൻ -അമേരിക്കൻ എന്ന വിളിക്കാറുള്ള കറുത്ത വർഗ്ഗക്കാർക്ക് താളത്തിനോടു കാണിക്കുന്ന ആഭിമുഖ്യം ശ്രദ്ധിക്കേണ്ടതാണ്. അവർ തലയാട്ടുന്ന വിധം കണ്ടാൽ മലയാളികൾക്ക് ഇഷ്ടപ്പെടും. നമ്മൾ പഞ്ചാരി മേളം കേൾക്കുമ്പോൾ ചെയ്യുന്ന പോലെ ഒരു കഴുത്തുചുഴറ്റലുണ്ട്. അതിന്റെയൊരു ഗ്രെയ്സ് (grace) വേറെത്തന്നെ. അതിലൊരു സമ്പ്രദായമുണ്ട്.

കറുത്ത വർഗ്ഗക്കാരെപ്പോലെ ത്തന്നെ താളത്തിനോടുള്ള ആഭിമുഖ്യം ലാറ്റിൻ അമേരിക്കക്കാരും കാണിക്കുന്നു. ഒരിക്കൽ ക്ലീവ്‌ലാന്‌ഡിലെ ഷെയ്ക്കർ സ്ക്വയറിൽ വെച്ച് ഒരു മെക്സിക്കൻ സംഗീത പരിപാടി കണ്ടു. ഒരു വലിയ താളോപകരണം കൂട്ടിനുള്ളിലാക്കി അടച്ചുവെച്ച് അതിന്റെ തലക്കലുള്ള അടപ്പിൻമേൽ കൊട്ടുന്നതുകണ്ടപ്പോൾ എനിക്കോർമ്മ വന്നത് നമ്മുടെ കൂടിയാട്ടത്തിനുപയോഗിക്കുന്ന മിഴാവിനെയാണ്. മറ്റൊരു വസ്തുത കൂടി ഞാൻ ശ്രദ്ധിച്ചു. അതു പറയാം.കേരളത്തിൽ ചെണ്ടയിൽ കോലുകൊണ്ട് ഉരുട്ടിക്കൊട്ടാറുണ്ട്. കോൽ ഉരുട്ടിയാൽ ചെറിയ ശ്രമം കൊണ്ട് അതി വേഗത്തിൽ കൊട്ടാൻ പറ്റും. നമ്മുടെ തായമ്പക ഉദാഹരണമാണ്. കോലുപയോഗിക്കാത്ത തിമില,മദ്ദളം എന്നീ കേരളീയ വാദ്യോപകരണങ്ങളിൽ കൈകൊണ്ട് കുഴമറിഞ്ഞുകൊട്ടിയാലും കോൽ ഉരുട്ടുന്ന ഫലം കിട്ടും. കർണ്ണാടക സംഗീതത്തിൽ മൃദംഗം, ഘടം എന്നിവ കൊട്ടുമ്പോഴും ഹിന്ദുസ്ഥാനിസംഗീതത്തിൽ തബല, പക്കവാജ് എന്നിവ കെട്ടുമ്പോഴും ഈ കുഴമറിഞ്ഞുള്ള കൊട്ടൽ സാധാരണയാണ്. പാശ്ചാത്യ താളോപകരണങ്ങൾ കൊട്ടുമ്പോൾ അവർക്ക് ഈ സങ്കേതം (technique) പരിചിതമല്ലാത്ത പോലെ തോന്നും. അവർ നേർകോൽമട്ടിൽ മാത്രമേ കൊട്ടിക്കണ്ടിട്ടുള്ളൂ. അവർക്ക് ഭാരതീയതാളപ്രയോഗങ്ങളിൽ നിന്നും പലതും പഠിക്കാനുണ്ടെന്നു തോന്നി. പക്ഷേ അവർക്ക് മറ്റൊരു പ്രത്യേകതയുണ്ട്. ഒരേ ആൾ തന്നെ ഒരേ സമയം പല വാദ്യോപകരണങ്ങളിൽ കൊട്ടുന്നു. ഇത് നമുക്കും പരീക്ഷിച്ചുനോക്കാമെന്നുതോന്നി.

ക്ലീവ്‌ലൻഡിൽ ഞങ്ങൾ താമസിച്ചിരുന്നതിന്റെ അടുത്തുതന്നെയാണ് ലോഗൻ ബെറിബുക്ക്സ്റ്റാൾ. അവിടെ ഞാൻ പലകുറി പോയിട്ടുണ്ട്. അവിടുത്തെ ശാന്തമായ അന്തരീക്ഷം എനിക്കിഷ്ടമാണ്. ചില പുസ്തകങ്ങൾ അവിടെ നിന്ന് വാങ്ങിയിട്ടുമുണ്ട്. അതേപോലെ കുറച്ചകലെയുള്ള ആപ്പിൾ ട്രീബുക്ക് സ്റ്റാളിലും. കുറെക്കൂടി അകലെ ബീച്ച് വുഡ് എന്ന സ്ഥലത്തെ Barns and Noble എന്ന ബുക്ക് സ്റ്റാളിലും പോയിട്ടുണ്ട്. എന്നാലും ലോഗൻബെറി പുസ്തക ശാലയോടുള്ള അടുപ്പം മറ്റെവിടെയും തോന്നിയിട്ടില്ല.

ഇനി സൂപ്പർമാർക്കറ്റുകളുടെ കാര്യം. വാൾ മാർട്ട് മാതിരി. പലചരക്കും പച്ചക്കറിയും പഴങ്ങളുമൊക്കെ ഇത്തരം സൂപ്പർമാർക്കറ്റുകളിൽ കിട്ടും. പക്ഷേ കുറച്ചു കഴിഞ്ഞപ്പോഴേക്കും എനിക്ക് അവിടെ പോകാനുള്ള ഉത്സാഹം കുറഞ്ഞു. പിന്നെ ഉണ്ണി വിളിച്ചാൽ കൂടെ പോകുമെന്നു മാത്രം. ചിലയിടങ്ങളിൽ ഇന്ത്യൻ സ്റ്റോറുകൾ ഉണ്ട്. അവടങ്ങളിൽ പോയാൽ ഇന്ത്യയിൽകിട്ടുന്ന സകലമാന പലചരക്കും പച്ചക്കറികളും കിട്ടും. അമേരിക്കൻ സൂപ്പർമാർക്കറ്റുകളിൽ സാധനങ്ങളെല്ലാം വൃത്തിയായി അലങ്കരിച്ച് വിൽക്കാൻ വെച്ചിരിക്കും. ഭക്ഷണ സാധനങ്ങൾ അധികവും മാംസാഹാരം കഴിക്കുന്നവരെ ഉദ്ദേശിച്ചുള്ളതായിരിക്കും. അവിടെ നിന്ന് ഞങ്ങൾ പഴവർഗത്തിൽ പെട്ടവ മാത്രമേ വാങ്ങാറുള്ളൂ. നമ്മുടെ നാട്ടിലെ ജീവിതത്തിന്റെ ശബ്ദവും ചൂടും തിളക്കവും ഇവിടങ്ങളിലില്ല. എല്ലാം കുറെ യാന്ത്രികമായപോലെയാണ്. അതാണെനിക്ക് പെട്ടെന്ന് മടുത്തത്. നേരത്തെ എവിടെയോ പറഞ്ഞപോലെ മക്ഡോണാൾസ്, സ്റ്റാർ ബക്സ്, ഡങ്കിൻ സോണറ്റ് എന്നീ കാപ്പിക്കടകൾ കണ്ടാൽ എനിക്കുത്സാഹമാണ്. അവിടെ പോയി കാപ്പികുടിക്കാൻ പ്രത്യേകിച്ചു മക്ഡൊണാൾഡിലെ കാപ്പിയും ഫ്രെഞ്ച് ഫ്രൈയും. ക്ലീവ്ലൻഡിലെ ഡൌൺ ടൌണിലുള്ള വെസ്റ്റ് സൈഡ് മാർക്കറ്റിൽ ഒരു തവണപോയി. നാടൻ ചന്തയാണ്. പച്ചക്കറികൾ ചില ദിവസങ്ങളിൽ നല്ല ലാഭവിലക്ക് കിട്ടും. കേരളത്തിലെ ആഴ്ച ചന്തകളുടെ ഒരു ഛായ തോന്നും.

രസമുള്ള ഒരു കാര്യം തലമുടി വെട്ടുന്നതിന്റേയാണ്. നമ്മുടെ നാട്ടിൽ പണ്ടു തലമുടിവെട്ടാനുള്ള സ്ഥലത്തിന് ബാർബർഷാപ്പ് എന്നായിരുന്നു പേര്. പിന്നീടത് ഹെയർ കട്ടിങ്ങ് സലൂൺ ആയി. ഇപ്പോഴത് Gents beauty parlour ആയിരിക്കുന്നു. അമേരിക്കയിൽ ഇപ്പോഴും പേർ ബാർബർ ഷാപ്പ് എന്നുതന്നെയാണ്. തലമുടിവെട്ടുന്നവർ അധികവും കറുത്തവർഗ്ഗക്കാരികളായ സ്ത്രീകളായിരിക്കും. അവരിലെ ആണുങ്ങളെയും ചിലയിടങ്ങളിൽ കാണാം. നമ്മുടെ നാട്ടിൽ ഫാഷനായിരിക്കുന്ന ചിലതരം ഹെയർകട്ടിങ്ങ് മാതിരികൾ ഇവിടെനിന്ന് വന്നതായിത്തോന്നും.

ഇലക്ട്രോണിക് മീഡിയയുടെയും ഇന്റർനെറ്റിന്റെയും അതിപ്രസരം കാരണം നമ്മുടെ നാട്ടിൽ പോസ്റ്റ് ഓഫീസ് വഴി എഴുത്തുകൾ വരുന്ന സമ്പ്രദായം കുറഞ്ഞിട്ടുണ്ട്. അമേരിക്കയിൽ അങ്ങിനെയല്ല. ധാരാളം കത്തുകൾ എന്നും വരും. അവയിൽ അധികവും ബിസിനസ് കത്തുകളായിരിക്കും. അമേരിക്കൻ മുതലാളിത്തവ്യവസ്ഥിതിയുടെ ഒരു ഭാഗമാണ് ബിസിനസ് കത്തുതൾ. പല കത്തുകളും പലരും

ുറന്നു നോക്കാൻ പോലും മെനക്കെടാറില്ലെന്നാണ് എനിക്കറിയാൻ കഴിഞ്ഞത്.

അച്ഛനിൽ നിന്നും എനിക്കു പകർന്നു കിട്ടിയ രണ്ടു ശീലങ്ങളാണ് കൃഷിപ്പണിയും നീണ്ട നടത്തങ്ങളും. ഞങ്ങൾ തിയ്യാടി നമ്പ്യാന്മാരുടെ കുല പ്രവൃത്തി അയ്യപ്പന്റെ തിയ്യാട്ടു കഴിക്കലാണ്. പാരമ്പര്യമുറക്ക് അയ്യപ്പക്ഷേത്രങ്ങളിലും നമ്പൂതിരി ഇല്ലങ്ങളിലുമാണ് അധികവും തിയ്യാട്ട് നടത്തിവരാറുള്ളത്. എന്റെ കുട്ടിക്കാലത്തു മുളകുന്നത്തുകാവിൽ നിന്ന് എട്ടു കിലോമീറ്ററോളം അകലെയുള്ള പുതുരുത്തിയിലെ പല്ലിക്കാട്ടു മനയ്ക്കലും തെക്കേടത്തു മനക്കലും തീയ്യാട്ട് പതിവുണ്ട്. വേനൽക്കാല രാത്രികളിലാണ് തിയ്യാട്ട് അധികവും ഉണ്ടാവുക. അച്ഛനും ഞാനും കാലത്ത് മുളകുന്നത്തുകാവിൽ നിന്നും പുതുരുത്തിയിലേക്ക് പുറപ്പെടും. അന്ന് ഇന്നത്തെ മാതിരി ബസ്സൊന്നു ഉണ്ടായിരുന്നില്ല. ഞങ്ങൾ ഒരു മൂന്നു മണിക്കൂർ സമയം കൊണ്ട് പുതുരുത്തിയിലെത്തും. രാത്രി 11 മണിക്ക് തിയ്യാട്ടു കഴിഞ്ഞുള്ള മടക്കയാത്രയാണ് കൂടുതൽ രസം. അച്ഛനും ഞാനും മാത്രം. ചിലപ്പോൾ കുറച്ചു ദൂരത്തേക്ക് ചെണ്ട കൊട്ടുന്ന മാരാരും കൂടെയുണ്ടാകും. ഒരു കമ്പി റാന്തലിന്റെ വെലിച്ചത്തിലാണ് യാത്ര. തിയ്യാട്ടിന്റെ അനുഭവങ്ങളായ നെല്ല്, അരി, നാളികേരം, എണ്ണ എന്നിവ കയ്യിലെടുത്താണ് നട്ടപ്പാതിരക്കുള്ള നടത്തം. രാത്രി 2 മണിക്ക് ഞങ്ങൾ വീട്ടിൽ തിരിച്ചെത്തും. അന്നെനിക്ക് പ്രേതങ്ങളെ ഭയങ്കര പേടിയായിരുന്നു. ഇന്നത്തെമാതിരി അന്ന് തെരുവുവിളക്കുകളൊന്നും ഉണ്ടായിരുന്നില്ല. ഞാൻ അച്ഛനു മുമ്പിലാണ് നടക്കുക. കാരണം പ്രേതങ്ങളെയുള്ള പേടി. പ്രേതങ്ങൾ പിന്നിലുണ്ടെങ്കിലോ? പ്രേതങ്ങൾ പിന്നിൽനിന്നാണ് തുറിച്ചുനോക്കുക. ഞാൻ അച്ഛന്റെ മുമ്പിൽ നടന്നാൽ അച്ഛൻ പിന്നിലുണ്ടല്ലോ. അപ്പോൾ പ്രേതപ്പേടി വേണ്ടാ. വേനൽക്കാല രാത്രികളിൽ നടക്കുമ്പോൾ കട്ട വിണ്ട പാടത്തിന്റെയും കശുമാവിൻതോപ്പിന്റെയും മണം വരും. വേനലിന്റെ അവ്യക്തമായ മറ്റു മണങ്ങളും തോന്നാറുണ്ട്. ഒരിക്കൽ അർദ്ധരാത്രിയിൽ കളികൊട്ട് (കഥകളികൊട്ട്) കേട്ടു. അത് അവിടെത്തന്നെയുള്ള മണക്കുളം കോവിലകത്തു നിന്നാണെന്ന് അച്ഛൻ പറഞ്ഞു. അവിടെ ഇടയ്ക്ക് കളി പതിവുണ്ടെത്ര. അമ്പലപുരത്തിനടുത്തുള്ള മണക്കുളം കോവിലകത്തായിരുന്നു കേരള കലാമണ്ഡലത്തിന്റെ ആദ്യവർഷങ്ങൾ. പ്രേതങ്ങളെ പേടിച്ചുള്ള പാതിരാനടത്തങ്ങൾ ഇന്നാലോചിക്കുമ്പോൾ ഒരു Midsummer nights dream ആയി തോന്നുന്നു.

കുറെക്കഴിഞ്ഞപ്പോൾ മനസ്സിലായി നടത്തം ഒരു നല്ല ശീലമാണെന്ന്. ഞാൻ ഈ നടത്തത്തിനെ കൈവിട്ട ഒരു കാലവും ഓർമ്മയിലില്ല. നടത്തമെന്നുവെച്ചാലോ നീണ്ട നടത്തം. അധികവും ഒറ്റയ്ക്കാണ് നടക്കാറ്. അപ്പോൾ ഏകാന്തത കൂട്ടിനുണ്ടാവുമല്ലോ. പലതും മനോരാജ്യം വിചാരിച്ച നടക്കാം. നടക്കുമ്പോൾ ദേഹത്തിനു വ്യായാമം, മനസ്സിനു വിശ്രമം. പിന്നെ നീണ്ട നടത്തത്തിലൊരു പ്രാർത്ഥനയുടെ അംശമുണ്ടെന്ന് എനിക്കെന്നു തോന്നാറുണ്ട്. ക്ലീവ്ലൻഡിലെ താമസക്കാലത്തു ഈ നടത്തം ഞാൻ പതിവുണ്ട്. പരിചയമില്ലാത്ത സ്ഥലമായതിനാൽ ഉണ്ണി സ്ഥലങ്ങളെല്ലാം പറഞ്ഞു തന്നു. ആദ്യം രണ്ടു ദിവസം കൂടെ വന്നു. പിന്നീട് ഞാൻ തനിയെ പോയിത്തുടങ്ങി. വഴി തെറ്റിയാൽ ബുദ്ധിമുട്ടാതിരിക്കാൻ പോക്കറ്റിൽ വീട്ടഡ്രസ്സ്, ഫോൺ നമ്പർ, പിന്നെ കുറച്ച ഡോളർ ഇവ കരുതും. ഇതുവരെ വഴിതെറ്റി ബുദ്ധിമുട്ടിയിട്ടില്ല. ഒരുതവണമാത്രം പറ്റിയിട്ടുണ്ട്. അന്നൊരാൾ ശരിക്കുള്ള വഴി കാണിച്ചുതന്നു.

അപ്രതീക്ഷിതമായി ചില പ്രശ്നങ്ങൾ ചിലപ്പോൾ തല പൊക്കാറുണ്ട്. റോഡിൽ കുടി വെള്ളക്കാർ നടക്കാൻ പോകുമ്പോൾ കൂടെ അവരുടെ പെറ്റ് ആയ നായയെയും ചങ്ങലക്കിട്ട് കൊണ്ടുപോകും. ഒരു തവണ,ആവരുടെ അശ്രദ്ധ കൊണ്ടാണോന്നറിയില്ല നായയുടെ ചങ്ങല എന്റെ ദേഹത്തു കുടുങ്ങി. കുരുക്കഴിക്കാൻ ശ്രമിക്കുന്തോറും അത് കൂടുതൽ കുരുങ്ങാൻ തുടങ്ങി. നായയാണെങ്കിൽ അങ്കലാപ്പിലായി, ഭാഗ്യത്തിന് അത് എന്റെ നേരെ തുറിച്ച നോക്കിയതല്ലാതെ കടിച്ചില്ല. കുരച്ചതുപോലുമില്ല. സായ്പ്പ് വളരെയധികം ക്ഷമായാചനം ചെയ്തു. ഞാനും അത് സാരമില്ലെന്നു പറഞ്ഞു. കടിയേൽക്കാത്തതുകൊണ്ട് അങ്ങനെയൊക്കെ പറയാൻ ധൈര്യം വന്നു. പിന്നെ ഒന്നുമനസ്സിലായി, നായ അങ്ങനെ കടിച്ച സംഭവങ്ങളൊന്നു അമേരിക്കയിൽ കേട്ടിട്ടില്ല. എല്ലാ വളർത്തു നായ്ക്കൾക്കും അമേരിക്കയിൽ കുത്തിവെപ്പ് നിർബന്ധമാണ്. പേ വിഷബാധ പൂർണ്ണമായും തുടച്ച നീക്കിയിരിക്കുന്നു. ഏതായാലും ഈ സംഭവത്തിനുശേഷം നായ്ക്കളെയുംകൊണ്ട് ആളുകൾ നടക്കാൻ വരുമ്പോൾ ഞാൻ ശ്രദ്ധാപൂർവ്വം ഒഴിഞ്ഞുമാറാറുണ്ട്. നായ്ക്കളുടെ ഉടമസ്ഥരും സാധാരണ വളരെ ശ്രദ്ധയുള്ളവരാണ്.

ചിലപ്പോൾ വളർത്തുനായ്ക്കൾ കുരച്ചുകൊണ്ട് വീട്ടിൽ നിന്ന് ഓടിവരും. വഴി നടക്കുന്ന ഫുട്പാത്ത് എത്തിയാൽ പെട്ടെന്ന് നിൽക്കും. പിന്നീടാണ് മനസ്സിലായത് ഇത്തരം സ്ഥലങ്ങളിൽ വീട്ടുടമസ്ഥർ mysterious fence സ്ഥാപിച്ചിട്ടുണ്ടാവും അവിടെ എത്തിയാൽ

നായക്ക് ഒരു ചെറിയ ഷോക്കേൽക്കും. പിന്നെ അവ മുന്നോട്ട് വരുകയില്ല. അങ്ങനെയുള്ള സ്ഥലങ്ങളിൽ ബോർഡ് വെച്ചിട്ടുണ്ടാവും Invisible fences under ground എന്നിങ്ങനെ. എന്നെക്കണ്ട് പല നായ്ക്കളും കുരക്കാറുണ്ട്. അവർക്ക് വിദേശികളെ കണ്ടാൽ പെട്ടന്ന് മനസ്സിലാവും. ഇവിടുത്തുകാരെ കണ്ടാൽ നായക്ക് ഒരു ശാട്ടമാട്ടവുമില്ല.

ഒരിക്കൽ ഒരു സായ്പ് നായയേയും കൊണ്ട് നടക്കാൻ വരുമ്പോൾ പെട്ടന്ന് റോഡിലിരുന്ന എന്തോ കോരിയെടുക്കുന്നത് കണ്ടു. നോക്കിയപ്പോഴാണ് മനസ്സിലായത് നായക്കാട്ടമാണെന്ന്. ഒരു പ്ലാസ്റ്റിക് ഉറയിൽ കോരുകയാണ്. നായ വിസർജിച്ചാൽ വഴിയിൽ നിന്നും അത് മാറ്റിക്കളയേണ്ടത് ഉടമസ്ഥരുടെ കടമയാണ്. റോഡിൽ ചില ഭാഗത്ത് ഇങ്ങനെ എഴുതിവെച്ചിരിക്കുന്നത് കണ്ടു 'You are suppose to clean up after your pets' (നിങ്ങളുടെ വളർത്തുനായ റോഡിൽ വിസർജിച്ചാൽ കോരിക്കളയേണ്ടത് നിങ്ങളുടെ ചുമതലയാണ്.)

അപൂർവ്വമായിട്ടെങ്കിലും അഭിമുഖീകരിക്കുന്ന മറ്റൊരു പ്രശ്നമുണ്ട്. അത് റോഡിൽ ഒറ്റപ്പെട്ട ചില സ്ഥലങ്ങളിലായിരിക്കും. കറുത്ത വർഗ്ഗക്കാർ കൂട്ടമായി താമസിക്കുന്ന ചില സ്ഥലങ്ങളുണ്ട്. ആ വഴിക്ക് ഒറ്റക്ക് നടക്കാൻ പോവുമ്പോൾ ശ്രദ്ധിക്കണം. അവരിൽ ചിലർ പരമ ദരിദ്രരായിരിക്കും. നിങ്ങൾ അവിടെ അന്യനാണെന്ന് മനസ്സിലാക്കിയാൽ അവർ ആളും തരവും നോക്കി നിങ്ങളുടെ അടുത്തുവന്ന് കാശ് ചോദിക്കും. ഒന്നോ രണ്ടോ ഡോളർ കൊടുത്താൽ മതി അവർക്ക് തൃപ്തിയാവും. കൊടുത്തില്ലെങ്കിൽ അവർ എന്തെങ്കിലുമൊക്കെ വിളിച്ചുപറയും. അതും സഹിക്കാം. അതിൽ അപകടമില്ല. ചിലർ പോക്കറ്റിൽ നിന്ന് തോക്കെടുത്ത് ഭീഷണിപ്പെടുത്തുമെന്ന് കേട്ടു. എല്ലാം ആളും തരവും നോക്കിയാണ്. അവരുടെ Ghetto കളിൽ അവർകൂട്ടമായി പാർക്കുന്നുണ്ടാവും. അവിടങ്ങളിൽ ഒരു അപരിചിതൻ ഒറ്റക്കു ചെന്നുപെടുമ്പോഴാണ് ഇത്തരം അനിഷ്ട സംഭവങ്ങളുണ്ടാവുക. ഞാൻ ഒരു തവണ നടക്കാൻ പോയപ്പോൾ ഒരു കറുത്തവർഗ്ഗക്കാരി എന്റെ അടുത്ത് വന്ന് പൈസ ചോദിച്ചു, കഷ്ടകാലത്തിന് അന്ന് ഞാൻ പോക്കറ്റിൽ പൈസയൊന്നും കരുതിയിരുന്നില്ല. ഞാൻ പെട്ടന്ന് പേടിച്ചുപോയെങ്കിലും ഒന്നും അറിയാത്ത മട്ടിൽ പോക്കറ്റിൽ ഒന്നുമില്ലെന്നു കാണിച്ചുകൊടുത്തു. ഭാഗ്യത്തിന് ആ സ്ത്രീ ഒന്നും മിണ്ടാതെ സ്ഥലം വിട്ടു. അതിനുശേഷം ഞാൻ എപ്പോൾ നടക്കാൻ പോകുമ്പോഴും പോക്കറ്റിൽ കുറച്ച് ഡോളർ കരുതിവെക്കും.അങ്ങിനെ ഒരു ഘട്ടം വരുമ്പോൾ ഒന്നോ രണ്ടോ

ഡോളർ കൊടുത്താൽ അവർ ഒഴിഞ്ഞുപോയിക്കൊള്ളും. പക്ഷേ അതിനൊക്കെ ഇടവരുന്ന സന്ദർഭങ്ങൾ ഒഴിവാക്കുകയാണ് നല്ലത്.

വെള്ളിയാഴ്ച വൈകുന്നേരങ്ങളിൽ റോഡിൽക്കൂടി വാഹനങ്ങളിൽ ചിലതിൽ ഒരു revelry ആയിരിക്കും. ഇന്നത്തെ ഭാഷയിൽ 'ഒരു അടിച്ചുപൊളിക്കൽ.' ശനി - ഞായർ മുടക്കമായതിന്റെ അമിതമായ ആഹ്ലാദപ്രകടനം. ഇങ്ങിനെയുള്ള സന്ദർഭങ്ങളിൽ കറുത്തവർഗ്ഗക്കാരായിരിക്കും പ്രശ്നങ്ങൾ സൃഷ്ടിക്കുന്നത്. ഒരിക്കൽ ഞാൻ നടക്കാൻ പോകുന്ന സമയത്ത് ഒരു കാർ എന്റെയടുത്തെത്തിയപ്പോൾ ചിലർ എനിക്കു മനസ്സിലാവാത്ത മട്ടിൽ എന്തോ കുറെ വിളിച്ചു പറഞ്ഞു. എന്നെ വിരട്ടുകയാണെന്നാണ് തോന്നിയത്. എത്രത്തോളം ശരിയാണെന്നറിയില്ല. ഞാൻ ഒന്നും കേൾക്കാത്ത മട്ടിൽ നടത്തം തുടർന്നു. അപ്പോഴേക്കും പിന്നിലുള്ള കാറുകൾ എത്തിത്തുടങ്ങിയതും അവർ ഒന്നുമറിയാത്ത മട്ടിൽ സ്ഥലം വിട്ടു. മറ്റൊരു തവണ എന്റെ കയ്യിൽ ചെറിയൊരു പിഴവുവന്നു. എന്റെ പതിവു നടത്തത്തിനിടയിൽ ഒരു കെട്ടിടം കണ്ടപ്പോൾ ഞാൻ അതിന്റെ മുകൾനിലയിലേക്ക് കുറച്ച് നേരം തുറിച്ച് നോക്കി നിന്നുപോയി. Absent minded ആയി അങ്ങനെ വന്നതാണ്. ചിലരിതു ശ്രദ്ധിക്കുന്ന കാര്യം ഞാനൊട്ടറിഞ്ഞതുമില്ല. അതേ വഴിയെ ഞാൻ അരമണിക്കൂറിനുശേഷം മടങ്ങി വരുകയായിരുന്നു. ആ സ്ഥലത്തെത്തിയപ്പോൾ ഒരു പന്തിയല്ലാത്ത മൂളൽ എവിടെ നിന്നോ വരുന്നതുപോലെ ഇംഗ്ലീഷിൽ Sepulchral എന്നു പറയുന്ന ഒരു ശ്മശാന സംഗീതം. റോഡിന്റെ മറുവശത്താണെങ്കിൽ ഒരു ശ്മശാനമാണ്. ഞാൻ കേട്ടില്ലെന്നു നടിച്ചു നടന്നു. നടന്നപ്പോൾ കൂടുതൽ കൂടുതൽ ശക്തിയായി ശബ്ദം വരുന്നു. മടങ്ങി വന്ന് കെട്ടിടത്തിന്റെ മുകൾ നിലയിലേക്ക് നോക്കിയപ്പോൾ അവിടെനിന്നുതന്നെയാണ് ശബ്ദം വരുന്നത്. ചില കണ്ണുകളും കണ്ടു. ഞാൻ നേരത്തേ തുറിച്ചു നോക്കിയ കെട്ടിടത്തിന്റെ മൂന്നാം നില ഒരു പ്രേതഭവനമെന്നു വരുത്താൻ ചിലർ കല്പിച്ചുകൂട്ടി ചെയ്തതാണ്. ഏതായാലും ഇത്തവണ ആദ്യം തെറ്റുപറ്റിയത് എനിക്കാണ്. അറിയാതെയാണെങ്കിലും Stare ചെയ്യേണ്ടിയിരുന്നില്ല. അല്ലെങ്കിൽ തന്നെ ഇന്ത്യക്കാരെ കുറിച്ച് ഇവിടെങ്ങളിലുള്ള ആരോപണം അവർ തുറിച്ചു നോക്കുന്നു (Stare) എന്നാണുപോലും. ഈ സംഭവത്തിനു ശേഷം ഞാൻ അറിയാതെ പോലും തുറിച്ച് നോക്കുന്നത് ഒഴിവാക്കാൻ ശ്രദ്ധിക്കാറുണ്ട്. രസകരമായൊരു അബദ്ധം പിണഞ്ഞതു കൂടി പറയട്ടെ. ക്ലീവ്ലൻഡിലെ പതിവുനടത്തിനിടയിൽ ഞാനൊരു ലോഡ്ജിന്റെ മുൻവശത്തുകൂടി പോകാറുണ്ട്. ലോഡ്ജിനു മുമ്പിൽ

നല്ല ഭംഗിയിൽ പൂച്ചട്ടികൾ നിരത്തി വച്ചിരിക്കുന്നു. നിറയെ പൂക്കൾ. അടുത്തു തന്നെ ഒരു ബോർഡ് തൂക്കിയിട്ടിയിരിക്കുന്നു. 'കോൺഡോമിനിയം വേണമെങ്കിൽ ഇവിടെ അന്വേഷിക്കുക.' ചട്ടികളിൽ കാണുന്ന പൂക്കൾ കോൺഡോമിനിയം ആണെന്ന് ഞാൻ ധരിച്ചു പോയി. ബോസ്റ്റണിലുള്ള ഉണ്ണിയുടെ കൂട്ടുകാരൻ പ്രസാദ് ആണ് പറഞ്ഞത് കോൺഡോമിനിയം എന്നാൽ വാടകമുറികളാണെന്ന്. ആകെ ചമ്മലായി. അതിനുശേഷം ഞാൻ കോൺഡോമിനിയം എന്ന വാക്ക് ഉച്ചരിക്കാനേ മെനക്കെട്ടില്ല.

സന്ദർഭവശാൽ പറയട്ടെ. കറുത്തവർഗ്ഗക്കാർക്ക് Afro –Americans, African Americans, Negro എന്നിങ്ങനെ പല പേരുകളുണ്ട്. Negro എന്ന് അവരെ അഭിസംബോധന ചെയ്യുന്നതവർക്കിഷ്ടമില്ല. കറുത്തവർഗ്ഗം (Black People) എന്നു പറഞ്ഞാലും വലിയ കുഴപ്പമില്ല. African – American അല്ലെങ്കിൽ Afro – American എന്നു പറഞ്ഞാൽ വലിയ സന്തോഷമാണ്. അവർ ഉള്ളുകൊണ്ട് ശുദ്ധരാണ്. പക്ഷേ പെട്ടന്നവർ പ്രകോപിതരാവും. താരതമ്യേന കൂടുതൽ ദരിദ്രരാണവർ. അവരുടെ പരിസ്ഥിതികളാണ് അവരെ കൂടുതൽ Sensitive ആക്കുന്നത്. അവർ ഇംഗ്ലീഷ് പറഞ്ഞാൽ എനിക്കു മനസ്സിലാവാറില്ല. അല്പം ശങ്കയോടാണ് അവരോട് അടുക്കാറുള്ളത്. ലാറ്റിൻ അമേരിക്കക്കാരെ ക്ലീവ്‌ലൻഡിൽ അധികം കാണാറില്ല.

പൊതുവെ അമേരിക്കക്കാരുടെ ഇംഗ്ലീഷ് പുറമേ നിന്ന് വരുന്നവർക്ക് പെട്ടന്ന് മനസ്സിലാവുകയില്ല. നമ്മൾ ഇന്ത്യക്കാർ ഇംഗ്ലീഷ് പഠിച്ചിട്ടുണ്ടെന്ന് പറഞ്ഞതുകൊണ്ടൊന്നും കാര്യമില്ല. നമുക്കങ്ങോട്ട് ഇംഗ്ലീഷിൽ പറയാൻ കഴിഞ്ഞിട്ടെന്തു കാര്യം? അവർ പറഞ്ഞതു മനസ്സിലാവണ്ടേ? എനിക്കത് പലപ്പോഴും പ്രശ്നം സൃഷ്ടിക്കാറുണ്ട്. കോളേജിൽ വച്ച് പഠിച്ച ഷെയ്ക്സ്പിയറും മിൽട്ടനുമെല്ലാം നിഷ്പ്രയോജനമെന്നു തോന്നും. ഉണ്ണി പറഞ്ഞു ബ്രിട്ടീഷുകാരുടെ ഇംഗ്ലീഷിന് ഇത്ര പ്രശ്നമില്ലെന്ന്. അമേരിക്കയിൽ ജനിച്ചു വളർന്നവർക്കു മാത്രമേ അമേരിക്കൻ accent ഇംഗ്ലീഷ് സംസാരിക്കാനൊക്കൂ. മറ്റുള്ളവർക്ക് കുറച്ച് കാലം അവരുമായി പെരുമാറിയാൽ അവരുടെ ഉച്ചാരണം മനസ്സിലാവുമെന്ന് മാത്രം. ഏതായാലും എന്റെ കാര്യം പരുങ്ങലിൽ തന്നെയാണ്. അല്ലെങ്കിൽത്തന്നെ എന്റെ ചെവി അല്പം പതുക്കെയാണ്.

ആരാധനാലയങ്ങളോട് എനിക്ക് കുട്ടിക്കാലം മുതലേ ഇഷ്ടമാണ്. എന്റെ ബാല്യകൗമാരങ്ങൾ കഴിച്ചത് ഒരു ക്ഷേത്രത്തിനെ ചുറ്റിപ്പറ്റിയായിരുന്നു. ഇക്കാരണം കൊണ്ടാവാം ക്ലീവ്‌ലൻഡിലെ

താമസക്കാലത്ത് നടക്കാൻ പോവുമ്പോഴെല്ലാം പള്ളികൾ കണ്ടാൽ ശ്രദ്ധിക്കാറുണ്ട്. റോഡിന്റെ ഇരുവശത്തും നിരന്നുനിൽക്കുന്ന തണൽ വൃക്ഷങ്ങൾ ഒരു കൂപ്പുകൈ പോലെ തോന്നും, റോഡിന്റെ ഒരറ്റത്തു നിന്നും ശ്രദ്ധിച്ചാൽ ഈ കൂപ്പുകൈ പള്ളിയുടെ മുഖപ്പിന്റെ ആകൃതിയിൽ നിഴലിക്കാറുണ്ട്. ഒരു കൂപ്പുകൈയുടെ മീതെയൊരു കുരിശു വന്നാൽ പള്ളിയായി. ഒന്നുമില്ലെങ്കിൽ എനിക്കങ്ങിനെ തോന്നാറുണ്ട്. കൂപ്പുകൈ പ്രാർത്ഥനയുടെ പ്രതീകമാണല്ലോ. ഞാൻ നടക്കാൻ പോകുമ്പോൾ സാധാരണ കാണുന്ന പള്ളികൾ Fairmount Presbyterian Church, St. Paul Episcopal Church, St. Ann's Church, First Unitarian Church, St. Marks Presbyterian Church, Crist Unitry Church ഇവയിൽ ഏതെങ്കിലും ഒക്കെയായിരിക്കും. അവയിൽ ഒരു പ്രത്യേകതരം ശാന്തത നിഴലിച്ചു കാണാറുണ്ട്. എനിക്കേറ്റവും ഇഷ്ടം തോന്നാറുള്ളത് St. Pauls Episcopal പള്ളിയാണ്. കരിങ്കല്ലിൽ തീർത്ത പള്ളി. ചെത്തിത്തേക്കാത്തതിനാൽ പഴമ കൂടുതൽ തോന്നിക്കും. എന്തൊരു പൊക്കമാണെന്നോ? നമ്മളൊരു പതിനാറാം നൂറ്റാണ്ടിലേക്കു മടങ്ങിപോയപോലെ തോന്നാറുണ്ട്. അവിടത്തെ ഒരു അന്തേവാസിയായിക്കഴിയാൻ സാധിച്ചെങ്കിൽ എന്നും തോന്നാറുണ്ട്. അത്രയും പ്രശാന്തഗംഭീരം. പള്ളിയുടെ മുമ്പിൽ ധാരാളം സൈക്കാമോർ വൃക്ഷങ്ങൾ തലയുയർത്തി നിൽക്കുന്നു. കുറച്ച് കൂടി നടന്നാൽ കവൻട്രി റോഡും സീഡർ റോഡും കൂടിച്ചേരുന്ന കവലയ്ക്കടുത്ത് St. Ann's Church. വലിയ പള്ളി. ഇരുവശത്തും നിര നിരയായി Black locust മരങ്ങൾ പൂത്തു നിൽക്കുന്നു. കുലകുലയായി വെളുത്തപൂക്കൾ. എനിക്ക് ലോക്കസ്റ്റ് മരങ്ങളോട് ഒരു പ്രത്യേക ഇഷ്ടം തോന്നാറുണ്ട്. ന്യൂയോർക്ക് നഗരത്തിൽ നിറയെ ലോക്കസ്റ്റ് മരങ്ങൾ കണ്ട ഓർമ്മ മായാതെയുണ്ട്. പള്ളികളും ക്ഷേത്രങ്ങളുമൊക്കെ നട്ടുച്ചക്ക് ആളില്ലാത്ത അവസ്ഥയിൽ കാണുന്നതാണ്. എനിക്ക് കൂടുതൽ ഇഷ്ടം. Eternity എന്ന വാക്കിന്റെ അർത്ഥം ശരിക്കും മനസ്സിലാക്കിയെന്നുതോന്നുന്നത് അപ്പോഴാണ്.

നമ്മുടെ നാട്ടിൽ മെയിൻ റോഡിൽക്കൂടിയുള്ള നടത്തം ഇന്ന് ഒട്ടും തന്നെ സാദ്ധ്യമല്ല. ആ നിലയിലാണ് വാഹന പ്രളയം. അതുപോട്ടെ കാൽനടപ്പാതയുണ്ടായാൽ മതി. അതും മിക്കവാറും ഇല്ലാതായിരിക്കുന്നു. റോഡുകൾ വീതികൂട്ടുന്നത് കാൽനടപ്പാത നക്കിത്തിന്നുകൊണ്ടാണ്. അമേരിക്കൻ റോഡുകളുടെ ഇരുവശവും കാൽനടപ്പാതകളുണ്ടാവും. കാൽനടപ്പാതകളിലൂടെ മാത്രമേ നടക്കാവൂ എന്നുമുണ്ട്. വാഹനങ്ങൾ സാധാരണയായി ഹോൺ മുഴക്കാറില്ല, അങ്ങിനെ

വേണ്ടിവരാറുമില്ല. അതുമല്ല, ഹോൺ അടിക്കുന്നത് അപമര്യാദയുടെ ഒരു സ്വരമായി ഇന്നാട്ടുകാർ കരുതുന്നു. ലെവൽ ക്രോസ്സിങ്ങ് ഇടങ്ങളിലും സിഗ്നൽ സംവിധാനം എല്ലായിടത്തും കാണാം. എന്നിട്ടും ഒരു കാൽനടക്കാരനെ കണ്ടാൽ വാഹനങ്ങൾ നിന്നുതരും. മുൻഗണന അവർക്കെന്നപോലെ. ഇതു നാം കണ്ടുപഠിക്കേണ്ടതാണ്. കേരളത്തിൽ കാൽനടക്കാരെ പുച്ഛമാണ്. You are not supposed to walk എന്നാണ് അലിഖിത നിയമം. ആരോഗ്യമുള്ളവർക്കേ നടക്കാൻ സാധിക്കൂ എന്ന വാസ്തവം മലയാളികൾ മറക്കുന്നു.

ഞാൻ സാധാരണയായി നടക്കാൻ പോകുന്നത് വൈകുന്നേരങ്ങളിലാണ്. എന്നിട്ടും മറ്റുകാൽനടക്കാരെ വളരെ വിരളമായേ കാണാറുള്ളൂ. നഗരത്തിൽ നിന്നല്പം വിട്ടാൽ റോഡുകൾ പ്രായേണ വിജനമായിരിക്കും. ഇതിനൊരു കാരണം അമേരിക്കയിലെ കുറഞ്ഞ ജനസാന്ദ്രതയാണ്. ഇന്ത്യയിലെ ജനസാന്ദ്രതയുടെ പന്ത്രണ്ടിലൊരു ഭാഗം മാത്രമാണ് അമേരിക്കയിൽ. എല്ലാവരും കാറിലായിരുക്കും യാത്ര. നടക്കാൻ വേണ്ടി നടക്കുന്നവരെ മാത്രമേ റോഡിൽ കാണുകയുള്ളൂ. ചിലപ്പോൾ ആളുകൾ ഒറ്റക്കും തെറ്റക്കുമായി നടക്കുന്നതുകാണാം. സായ്പ്പന്മാരാണെങ്കിൽ കൂടെ അവരുടെ വളർത്തുനായയേയും കാണാം. കൗമാര പ്രായക്കാരിൽ ചിലർ സൈക്കിളും ചവിട്ടിവരുന്നതു കാണാം. വഴി മാറാൻ അവർ ബെല്ലടിക്കാറില്ല. ബെല്ലടിച്ചാൽ ഹോൺ മുഴക്കുന്നതുപോലെ അതിലൊരു അപമര്യാദയുടെ സ്വരമുണ്ടെന്ന് അവർ കരുതുന്നു. എനിക്കും അത് ശരിയാണെന്ന് തോന്നാറുണ്ട്. ബെല്ലടിക്കുന്നതിനു പകരം അവർ Excuse me എന്നോ Have a nice walk എന്നോ പറയാറാണ് പതിവ്. ഇത്തരം ചെറിയ കാര്യങ്ങളിൽക്കൂടി അവർ കാണിക്കുന്ന മര്യാദ നമ്മെ സ്പർശിക്കും. മര്യാദയുള്ള പെരുമാറ്റം നമ്മൾ മലയാളികൾ പാശ്ചാത്യരിൽ നിന്ന് പഠിക്കണമെന്ന് തോന്നുന്നു.

ക്ലീവ്‌ലൻഡിൽ ധാരാളം മൃഗശാലകളും ബൊട്ടാണിക്കൽ ഗാർഡൻസും ലൈബ്രറികളും ഉണ്ട്. ചിലപ്പോൾ ഇവിടങ്ങളിൽ പോകാറുണ്ട്. അമേരിക്കൻ മൃഗശാലകളുടെ പ്രത്യേകതയാണെന്നു തോന്നുന്ന മൃഗങ്ങളെ അടച്ചിരിക്കുന്ന കൂടുകൾക്ക് വളരെയധികം വലിപ്പമുണ്ട്. അതിനാൽ കൂട്ടുണ്ടെന്നുതന്നെ മൃഗങ്ങൾക്കും സന്ദർശകർക്കും തോന്നില്ല. മൃഗങ്ങൾക്ക് കൂട്ടിലെ ഇടുങ്ങിയ അന്തരീക്ഷത്തിനു പകരം കാട്ടിലെ സ്വതന്ത്രമായ അന്തരീക്ഷം ഏറെക്കുറെ കിട്ടും. ഇത് നമ്മുടെ നാട്ടിലെ മൃഗശാലകളിലും പ്രാവർത്തികമാക്കിക്കൂടെയെന്ന് തോന്നാറുണ്ട്. ഇതിനല്പം സൗമനസ്യം മാത്രമേ വേണ്ടൂ.

ക്ലീവ്‌ലൻഡ് സാമാന്യം ചെറിയ പട്ടണമാണ്. അതിനാൽ ഇവിടെ ബസ്സ് മുതലായ പൊതുഗതാഗത സംവിധാനം വളരെ കുറവാണ്. അമേരിക്കൻ പാരമ്പര്യപ്രകാരം അധികം പേരും കാറുപയോഗിക്കുന്നു. ഇവിടത്തെ തണുത്ത കാലാവസ്ഥക്ക് ഇത് വളരെ അനുയോജ്യമാണ്. പല കുടുംബങ്ങൾക്കും രണ്ടു കാറുണ്ടായിരിക്കും. ഭാര്യക്കും ഭർത്താവിനും വേറെവേറെ. ചിലപ്പോൾ ഇതൊരു ആർഭാടമായിത്തോന്നാറുണ്ട്. അപൂർവ്വമായി മാത്രം ബസ്സോടുന്നതു കാണാം. ചില ഭാഗത്ത് ട്രാം ഓടുന്നതും അത്യപൂർവ്വമായി കാണാം. അതിലൊക്കെ ആളുകൾ വളരെകുറവ്. അധികവും കറുത്തവർഗ്ഗക്കാരായിരിക്കും. ബസ്സിൽ ഡ്രൈവറും കണ്ടക്ടറും കൂടി ഒരാൾമാത്രം.

ക്ലീവ്‌ലൻഡിന്റെ പ്രാന്തപ്രദേശത്തായി രണ്ടു ചെറിയ തടാകങ്ങളുണ്ട്. ഷെയ്ക്കർ തടാകങ്ങളെപ്പറ്റി തുടക്കത്തിൽ സൂചിപ്പിച്ചിട്ടുണ്ട്. ചിലപ്പോൾ ഇവിടങ്ങളിലേക്ക് നടന്നുവരാറുണ്ട്. തടാകതീരത്ത് പലരും നടക്കുന്നുണ്ടാകും. പിന്നെ തടാകത്തിലെ മത്സ്യങ്ങളെയും പക്ഷികളേയും മറ്റും തീറ്റാനുമായി ആളുകൾ വരും. തടാകത്തിനടുത്തായി ഒരു Nature Club ഉണ്ട്. അമേരിക്കയിൽ പ്രകൃതിസ്നേഹികൾ വളരെയധികമുണ്ട്. മരങ്ങൾ ധാരാളമുള്ളതുകൊണ്ട് എല്ലാ ആവശ്യങ്ങൾക്കും മരത്തടി ധാരാളം ഉപയോഗിക്കുന്നു. നമ്മുടെ നാട്ടിൽ കോൺക്രീറ്റ് ഉപയോഗിച്ചുള്ള എത്രയോ കാര്യങ്ങൾ ഇവിടെ മരത്തടി കൊണ്ട് ചെയ്യുന്നു. ഓക്കും വാൾനട്ടും എല്ലാം നല്ല മരപ്പണിക്ക് ഉത്തമം.

ക്ലീവ്‌ലൻഡ് പട്ടണം പാശ്ചാത്യ സംഗീതത്തിനെന്നപോലെ ഭാരതീയ സംഗീതത്തിനും പ്രസിദ്ധമാണെന്ന വസ്തുത ഇന്ത്യക്കാർക്ക് അഭിമാനിക്കാവുന്ന ഒരു കാര്യമാണ്. ഇവിടെ കർണ്ണാടക സംഗീതപ്രേമികളും ഹിന്ദുസ്ഥാനി സംഗീതപ്രേമികളും ധാരാളമുണ്ട്. ദക്ഷിണേന്ത്യക്കാരും ഉത്തരേന്ത്യക്കാരും ധാരാളം ഉള്ളതാണിതിനു കാരണം. ക്ലീവ്‌ലൻഡ് ത്യാഗരാജോത്സവം പ്രസിദ്ധമാണ്. വസന്തകാലത്തിന്റെ ആരംഭത്തിലാണ് ത്യഗരാജോത്സവം. മിക്കവാറും ഏപ്രിലിൽ ആയിരിക്കും. ഇന്ത്യയിൽ നിന്ന് പ്രശസ്ത കർണ്ണാടക സംഗീത വിദ്വാന്മാർ ഇതിൽ പങ്കെടുക്കാനെത്തുന്നു. ഡൗൺ ടൗണിനടുത്ത് ക്ലീവ്‌ലൻഡ് സ്റ്റേറ്റ് യൂണിവേഴ്സിറ്റി കാമ്പസിനകത്താണ് ത്യാഗരാജോത്സവം നടത്താറ്. കർണ്ണാടതസംഗീതത്തിന് ഭാരതത്തിനപ്പുറത്തുള്ള ഏറ്റവും വലിയ വേദി ക്ലീവ്‌ലൻഡ് ത്യാഗരാജോത്സവമാണെന്നു പറയപ്പെടുന്നു. ഞാൻ ക്ലീവ്‌ലൻഡിൽ ഓരോ തവണയും വന്നത് മെയ്മാസത്തിലോ ജൂണിലോ ആകയാൽ

എനിക്ക് ഈ സംഗീതോത്സവം കാണാൻ സാധിച്ചിട്ടില്ലെന്നു കൂടി പറയട്ടെ. ക്ലീവ്‌ലൻഡ് ത്യാഗരാജോത്സവത്തിൽ പാശ്ചാത്യരും ചൈനീസ് വംശജരും എല്ലാമായി ധാരാളം പേർ ആസ്വാദകരായി പങ്കെടുക്കാറുണ്ടെന്നാണ് അറിഞ്ഞത്.

അമേരിക്കൻ ഗ്രാമങ്ങൾ–
നിറങ്ങളും മണങ്ങളും

അമേരിക്കൻ ജീവിത രീതി കൂടുതലായും നഗരങ്ങളെ കേന്ദ്രീകരിച്ചാണ്. മറിച്ച് ഇന്ത്യയിലെ ജനങ്ങൾ കൂടുതലും ഗ്രാമങ്ങളെ ആശ്രയിച്ച് ജീവിക്കുന്നു. കേരളീയരുടെ ജീവിത രീതിയോ? ഒരു പ്രത്യേക അർത്ഥത്തിൽ അമേരിക്കയും കേരളവും തമ്മിലൊരു സമാനതയുണ്ട്. കേരളത്തിലെ ഇന്നത്തെ ഗ്രാമങ്ങൾ വളരെയധികം നഗരവൽകൃതം ആണ്(Urbanized). ഓണം കേറാ മൂലകൾ പൊതുവെ വളരെ കുറവാണ്. അമേരിക്കയിലും കുറേയൊക്കെ ഇങ്ങനെത്തന്നെയാണ്. ശുദ്ധ നാട്ടിൻ പുറങ്ങളും കാട്ടിൻ പുറങ്ങളും കൂടുതലായി അമേരിക്കയുടെ മദ്ധ്യ മേഖലയിൽ പടിഞ്ഞാട്ടു നീങ്ങിയാണ് സ്ഥിതി ചെയ്യുന്നത്. Wild West എന്നൊക്കെ പറയും. അവയൊന്നും കാണാതെ അമേരിക്കൻ നാട്ടിൻപുറങ്ങളെപ്പറ്റി പറയുന്നതു ശരിയാവില്ല. ഞാൻ ഇവിടെ നാട്ടിൻപുറങ്ങളെ പറ്റി എഴുതുന്നത് രണ്ടു തവണയായി ഏകദേശം ഒരു കൊല്ലം ജീവിച്ചത് ഒരു അമേരിക്കൻ നാട്ടിൻ പുറത്തായിരുന്ന എന്ന ബോധം ഉൾകൊണ്ടാണ്. മറ്റൊരു ആറുമാസക്കാലം ക്ളീവ്ലാൻഡ് പട്ടണത്തിനുള്ളിലാണു താനും താമസിച്ചത്.

എന്റെ രണ്ടാമത്തേയും മൂന്നാമത്തേയും ഊഴം ക്ളീവ്ലാൻഡിന്റെ അടുത്തുള്ള ബീച്ച് വുഡ് എന്ന ഗ്രാമത്തിലായിരുന്നു. നേരത്തെ പറഞ്ഞ പോലെ ഇതും ഒരു നാഗരിക ഗ്രാമം (Urbanized Villlages) ആണ്. എന്നാലും ബീച്ച് വുഡ് ഒരു പട്ടണമല്ല. ഒരു കേരളീയ ഉദാഹരണം

പറയാം. പാലക്കാടൻ ഗ്രാമങ്ങളെ നോക്കു കൊടുവായൂർ, നെന്മാറ, കൊല്ലങ്കോട്, ആലത്തൂർ, വടക്കഞ്ചേരി, എന്നിവ ഉദാഹരണം. ഇവയൊക്കെ ഗ്രാമമെന്ന പേരുണ്ടെങ്കിലും ഒരു പട്ടണത്തിന്റെ മട്ടിൽ (Clustering) ഉണ്ട്. ബീച്ച് വുഡ് മാതിരിയുള്ള അമേരിക്കൻ ഗ്രാമങ്ങൾ ഈ പാലക്കാടൻ ഗ്രാമങ്ങളിൽ നിന്ന് പകുതിപ്പങ്ക് വ്യത്യസ്തമാണ്. പകുതി സമാനമാണ്.അമേരിക്കൻ ഗ്രാമങ്ങളിൽ വീടുകൾക്ക് ചുറ്റും പുരയിടം കാണാം. കൂട്ടം കൂടൽ (Clustering) ഇല്ല. എന്നാൽ അങ്ങാടികൾ മുഴുവൻ Clusterized ആണ്. ഒരു കേന്ദ്ര ത്തിൽ സൂപ്പർ മാർക്കറ്റിനുള്ളിൽ അല്ലെങ്കിൽ അതിനോടനുബന്ധിച്ച് എല്ലാ കടകളും കാണാം. നമ്മുടെ നാട്ടിലെ മാതിരി വീട്ടിനടുത്തുള്ള കവലയിൽ രണ്ടോ മൂന്നോ പീടിക എന്ന മട്ടല്ല. അമേരിക്കയിലെ തണുപ്പ് കൂടിയ കാലാവസ്ഥയാവാം ഇതിനു കാരണം. പാലക്കാടൻ ഗ്രാമങ്ങൾ തമിഴ്നാടൻ മട്ടിൽ മുഴുവൻ Clusterized ആണ്.

കേരളത്തിലെ ഗ്രാമങ്ങളും (പാലക്കാടൻ ഗ്രാമമല്ല) പൊതു സ്വഭാ വമായ പുരയിടം (തൊടി അല്ലെങ്കിൽ വീട്ടു വളപ്പ്) അമേരിക്കൻ ഗ്രാ മങ്ങളുടേയും സ്വഭാവമാണ്. ജനസാന്ദ്രതയുടെ കുറവു കാരണമാവാം. ഗ്രാമം പരിപൂർണ്ണ നിശ്ശബ്ദതയിലായിരിക്കും. വാഹനങ്ങൾ എന്നാൽ കാറുകൾ മാത്രം. ബസ്സുകളും ലോറികളും അപൂർവ്വം. നാഷണൽ ഹൈവേകളിൽ വൻ ട്രക്കുകൾ ഓടുന്നതു കാണാം. നാട്ടിൻ പുറങ്ങ ളിൽ ചില ടെമ്പോ മാതിരിയുള്ള ചെറുവാഹനങ്ങൾ കണ്ടാലായി. കാറുകൾ സർവ്വത്ര കാണാം.

പലചരക്ക്, പച്ചക്കറി, പാലും, പാലുല്പ്പന്നങ്ങളും, പഴങ്ങൾ, മത്സ്യമാംസാദികൾ, സ്റ്റേഷനറി സാധനങ്ങൾ, മരുന്ന് എല്ലാം സൂപ്പർ മാർക്കറ്റിൽ കിട്ടും. പച്ചക്കറികൾ ഒഴികെ ഭക്ഷണസാധനങ്ങളിൽ അധികവും പാക്കറ്റിലായിരിക്കും. ആളുകൾ കാറിൽ അവിടെ പോയി സാധനങ്ങൾ വാങ്ങുന്നു. ഇതിന് ഒരു Smartness അഥവാ വൃത്തിയുള്ള പുറം വശം ഉണ്ട്. പെട്ടെന്ന് നമുക്കിഷ്ടപ്പെടും. പിന്നെ എന്താണെന്നു വെച്ചാൽ പത്തു ദിവസം കഴിയുമ്പോഴേക്കും ഈ പുറം മോടിയൊക്കെ നമുക്കുമടുക്കും. എന്തോ ഒരു Intimacy യുടെ കുറവ് തോന്നിത്തുടങ്ങും. ഇന്ത്യയിലെ പ്രത്യേകിച്ച് ഉത്തരേന്ത്യയിലെ മറ്റും മാർക്കറ്റിൽ അനുഭവപ്പെടുന്ന ജീവൻ ഇവിടെയില്ല. ഇക്കാര്യത്തിൽ ശരിയും തെറ്റുമൊന്നും പറയാൻ ഞാൻ ആളല്ല. ഓരോ നാട്ടിലും എത്രയോ വർഷങ്ങൾ എടുത്താണ് ഓരോ ജീവിത രീതിയും പാരമ്പര്യവും ഉരു ത്തിരിയുന്നത്. ഇതിൽ ഏറ്റവും വലിയ പങ്ക് കാലാവസ്ഥക്കാണ്. ഒരു നാട്ടിലെ ജീവിതരീതി ആ നാട്ടുകാർക്കു ശരിയായിരിക്കും.

ഇതിനപ്പുറം ഒരു വിധി പറയാൻ പറ്റില്ല. ഏതായാലും സാമാന്യം ഉൾനാടൻ മനോഭാവം കൊണ്ടു നടക്കുന്ന എനിക്ക് അമേരിക്കയിലെ ഗ്രാമിണ ജീവിതത്തിൽ പോലും നിറഞ്ഞു നിൽക്കുന്ന നാഗരിക ശൈലികൾ ഒട്ടും പിടിക്കാറില്ല. ഒരു തെറ്റും പറ്റാതെ ചിട്ടയായി പ്രവർത്തിക്കുന്ന ഒരു യന്ത്രം പോലെ തോന്നി അമേരിക്കയിലെ ഗ്രാമീണ ജീവിതം പോലും. നഗരത്തിലെ പിന്നെ പറയാനുമില്ല.

വീടുകൾക്കു ചുറ്റുമുള്ള പുരയിടത്തിൽ ധാരാളം മരങ്ങൾ നട്ടു വളർത്തുന്നു. ധാന്യങ്ങളോ പച്ചക്കറികളോ കൃഷി ചെയ്യുന്നത് പാർപ്പിട മേഖല (Residential areas) കളിൽ നിന്നകന്ന് സ്ഥിതി ചെയ്യുന്ന വലിയ പാടശേഖരങ്ങളിൽ ആയിരിക്കും. ഇതിനൊരു കാരണവും കാണാം. കൃഷി അവിടെ യന്ത്രവത്കൃതമാണ്. യന്ത്രവത്കൃത കൃഷിക്ക് ചെറിയ പുരയിടങ്ങൾ എളുപ്പം വഴങ്ങില്ലല്ലോ. ഇക്കാര്യത്തിൽ അമേരിക്കൻ നാട്ടിൻ പുറങ്ങൾക്ക് ഇന്ത്യയിൽ പഞ്ചാബിനോടാണ് കൂടുതൽ സാമ്യം. ഇന്ത്യയിൽ നിന്ന് അമേരിക്കയിൽ കുടിയേറിപ്പാർത്ത സിഖ് ജനവിഭാഗങ്ങൾ അവിടെ വലിയ കൃഷിക്കാരായി ജീവിക്കുന്നതിന്റെ കാരണവും ഇതിൽ കാണാം. അമേരിക്കയിലെ ഉള്ളിലോട്ടു തള്ളക്കിടക്കുന്ന നാട്ടിൻ പുറങ്ങളിൽ വെള്ളക്കാരിൽ തന്നെ ധനികരായ കർഷകരുമുണ്ട്. അവർക്ക് പുറംലോകവുമായുള്ള സമ്പർക്കം ഏറെക്കുറെ പരിമിതമായിരിക്കും. അവരുടെ കാഴ്ചപ്പാടും യാഥാസ്ഥിതികമായിരിക്കും. അവർ വളരെയധികം ആഭിമുഖ്യം റിപ്പബ്ളിക്കൻ പാർട്ടിയോടു കാണിക്കുന്നു. അതേ സമയം അറ്റ്ലാന്റിക് തീരത്തോടു ചേർന്നുള്ള പ്രദേശങ്ങൾ കൂടുതൽ Urbanized ആണ്. അവിടുത്തെ ജനങ്ങൾ കുറേക്കൂടി പുറംലോകവുമായി സമ്പർക്കം പുലർത്തുന്നവരുമാണ്. അവർ അധികവും ഡെമോക്രാറ്റിക് പാർട്ടിയോട് ആഭിമുഖ്യം ഉള്ളവരുമാണ്. കേരളത്തിൽ അരനൂറ്റാണ്ടു മുമ്പ് പുലർന്നിരുന്ന സ്വച്ഛസുന്ദരമായ ഒരു ഗ്രാമീണ ജീവിത രീതിയും കാർഷിക സമ്പദ്‌വ്യവസ്ഥയും അമേരിക്കയിലെ കൃഷിക്കാരുടെ ഇടയിൽ കാണാം. കാർഷിക സമ്പദ്‌വ്യവസ്ഥ ഏതു നാട്ടിലും പ്രകൃതിയോട് കൂടുതൽ അടുപ്പം പുലർത്തുന്നു. കർഷകരുടെ ജീവിതത്തിൽ ആധുനികയാന്ത്രിക യുഗത്തിന്റേ കോലാഹലങ്ങളും കലങ്ങിമറിയലുകളും കുറവായിരിക്കും. കേരളത്തിൽ മാത്രം ഈ ലാളിത്യം കൈമോശം വന്ന മട്ടാണ്. പഴയ കേരളം കാണണമെങ്കിൽ നാം കേരളത്തിനു വെളിയിൽ പോകണം.

ബീച്ച് വുഡ് എന്ന പട്ടണം അമേരിക്കൻ സമതലങ്ങളുടെ ഗ്രാമങ്ങളുടെ പ്രാതിനിധ്യ സ്വഭാവം ഉൾകൊള്ളുന്നു. മണ്ണ് നമ്മുടെ നാട്ടിലെ

പാടത്തെ മണ്ണിന്റേ മട്ടിൽ ചേറു കലർന്ന പശിമയുള്ള മണ്ണാണ്. ചെമ്മണ്ണ് ഇവിടെ കണ്ടിട്ടില്ല. ഞാൻ അമേരിക്കയിൽ യാത്ര ചെയ്ത ഭാഗത്തൊന്നും ചെമ്മണ്ണ് കണ്ടതായോർക്കുന്നില്ല. ഗ്രാമങ്ങളിൽ വീടിനോട് തൊട്ടു കിടക്കുന്ന പുരയിടങ്ങളിൽ പുല്ല് വളർത്തുന്നത വ്യാപകമായി കണ്ടു. അതിനാൽ നഗ്നമായ മണ്ണ് കാണാനൊക്കില്ല. പറമ്പുകൾ (വീട്ടുവളപ്പുകൾ) പച്ചപിടിച്ചു കിടക്കുന്നതു കാണാൻ ഭംഗിയാണ്. പുല്ല് വളർത്തുന്നത് ഉത്തരവാദിത്തവും വിളിച്ചു വരുത്തുന്നുണ്ട്. പുല്ലിനെ ഇടക്കിടടെ ക്രോപ്പ് ചെയ്യണം. ഒരാളുടെ തൊടിയിൽ അധികം പുല്ല് വളർന്നാൽ അയൽവാസികൾ പരാതി പറയും. കൊതുകും ഈച്ചയും കൂടി വരുന്നു എന്നൊക്കെ പരാതി പറയും. പുല്ല് വെട്ടുന്ന ഏജൻസികളുണ്ട്. അവർ ഇടക്കിടെ വന്ന് പുല്ല് വെട്ടി വൃത്തിയാക്കും. കൂലി വളരെ കൂടുതലാണ്. പുല്ല് വെട്ടാൻ ഒരു യന്ത്രമാണിവിടെ ഉപയോഗിക്കുന്നത്. ആ യന്ത്രം കേരളത്തിൽ ഇപ്പോൾ സർവ്വസാധാരണമായിരിക്കുന്നു. കൂലി താങ്ങാൻ പറ്റാത്തവർ തന്നത്താൻ യന്ത്രമുപയോഗിച്ച് പുല്ല് വെട്ടുന്നു. ഇതേ പോലെ വീട്ടു വളപ്പിൽ കീടനാശിനിയടിക്കാൻ ഇടക്കിടക്ക് ആളുകൾ വരും. എല്ലാം യന്ത്രമുപയോഗിച്ചാണ്. അമേരിക്കയിൽ ദേഹാദ്ധ്വാനതമുള്ള പണിക്ക് ആളെകിട്ടാൻ വിഷമമാണ്. കേരളത്തിലും അങ്ങനെയാണല്ലോ. തത്ക്കാലം ഇക്കാര്യത്തിൽ കേരളത്തിനെ താങ്ങി നിർത്തുന്നത് അന്യസംസ്ഥാനങ്ങളിൽ നിന്നുള്ള അതിഥിത്തൊഴിലാളികളാണ്.

പറമ്പിൽ വളരുന്ന പുല്ലിന്റെ പൊതു സ്വഭാവം നമ്മുടെ പാടത്തും പുഴവെള്ളങ്ങളിലും വളരുന്ന പുല്ലിന്റെ തന്നെയാണ്. മുത്തങ്ങയും കറുകയും ധാരാളം. മറ്റു ചിലതു കണ്ടാൽ മഞ്ഞു കാലത്തു കേരളത്തിലെ പുഴവെള്ളങ്ങളിൽ കാണുന്ന കൊട്ടവേലി അടയ്ക്കാമണിയൻ മട്ടാണ്. പക്ഷേ ഞാനതിന്റെ പൂവ് മണത്തു നോക്കിയപ്പോൾ അതല്ലെന്നു കണ്ടു. ഭംഗിയേറിയ മറ്റൊരു പുല്ല് ആയുർവേദ മരുന്നായ പുളിയാറലിന്റെ മട്ടിലാണ്. മഞ്ഞ നിറത്തിലുള്ള ചെറിയൊരു പൂവും ഇതിനുണ്ട്. പുല്ലുകൾ മെയ് മുതൽ ഒക്ടോബർ വരെ ആറുമാസമേ ഉണ്ടാവൂ. നവംബർ മുതൽ ഏപ്രിൽ വരെ പറമ്പ് മൊട്ടയടിച്ചമാതിരി ആയിരിക്കും. മരങ്ങളും കാര്യവും അതേ പോലെത്തന്നെ. മെയ് മുതൽ ആറുമാസം തളിർത്ത് പൂത്തു നിൽക്കും. ശൈത്യക്കാലത്ത് മൊട്ടയടിക്കും.

അമേരിക്കൻ ഗ്രാമങ്ങളിലും കാടുകളിലും മെയ് ആദ്യത്തിൽ വസന്തം വന്നെത്തും. ഏപ്രിൽ വസന്തം വന്നെത്തുമെന്നു

പറയുമെങ്കിലും ആ സമയത്ത് ചില അനക്കങ്ങൾ പ്രകൃതയിൽ കണ്ടു തുടങ്ങുമെന്നേ പറയാവൂ, മെയ് ആദ്യത്തിൽ (നമ്മുടെ വൈശാഖ മാസം) അമേരിക്കൻ ഗ്രാമങ്ങൾ സർവ്വത്ര തളിർക്കും,പൂക്കും, കങ്കേളി ചമ്പകാദികൾ പൂത്തുനിൽക്കാനും, 'ശങ്കേ വസന്തം ആയാനും എന്നും പൂത്തും തളിർത്തുമല്ലാതെ ദ്രുമങ്ങളിൽ ചേർത്തു മൊന്നില്ലിവിടെ കാണ്മാൻ' (നളചരിതം രണ്ടാം ദിവസം) എന്ന ദമയന്തിയുടെ വാക്കു കളിവിടെ അക്ഷരാർത്ഥത്തിൽ ശരിയാവുന്നു. തണുപ്പ രാജ്യങ്ങളിൽ വസന്താഗമനം കൂടുതൽ ശ്രദ്ധേയം (Spectacular) ആണ്. അതിന്റെ നിറവും ഉദിപ്പും തുടിപ്പും എല്ലാം ഒന്നു വേറെത്തന്നെ. ആകാശമാണെ ങ്കിൽ കടും നീല. Azure blue എന്നു പറയും. ഉഷ്ണമേഖലയിൽ പെടുന്ന കേരളത്തിൽ അത്തരം ആകാശം കാണാറില്ല. കുമാര സംഭവത്തിൽ വസന്തത്തിന്റേ അടയാളമായി കാളിദാസൻ പറയുന്ന കർണികാരം (കണിക്കൊന്ന) ഏതായാലും അമേരിക്കയിൽ കണ്ടിട്ടില്ല.

പ്രകൃതി ചില കാര്യങ്ങളിൽ ഉഷ്ണമേഖലക്ക് അനുകൂലമായാണ് വിധിച്ചിട്ടുള്ളത്. പൂക്കളുടെ മണത്തിന്റെ കാര്യത്തിലും പഴങ്ങളുടെ രുചിയുടെ കാര്യത്തിലും. അമേരിക്കയടക്കമുള്ള മിതശീതോഷ്ണ മേഖലയിലെ പൂക്കൾക്ക് നിറമേയുള്ളൂ. മണം കുറവാണ്. നമ്മുടെ മുല്ല പൂക്കൾക്കും നന്ത്യാർവട്ടത്തിനും പവിഴമല്ലിക്കും കിടനിൽക്കാൻത്ത ക്ക മണമുള്ള പൂക്കൾ അമേരിക്കയിൽ കണ്ടിട്ടില്ല. അതു പോലെത്ത ന്നെ പഴങ്ങളുടെ കാര്യത്തിലും. മാധുര്യത്തിന്റേ കാര്യത്തിൽ നമ്മുടെ ചക്കക്കും മാങ്ങക്കും കിട നിൽക്കില്ല കൂടുതൽ പരിഷ്കൃതമട്ടിലെ ന്നു ജനം കരുതുന്ന ആപ്പിളും മുന്തിരിയും ഓറഞ്ചും ഒന്നും തന്നെ. ഇത് പ്രകൃതിയുടെ ഒരു ബാലൻസ് അഥവാ സമതുലനം ആണ്. ഉഷ്ണം കൂടും തോറും മാങ്ങ പുളി കുറഞ്ഞ് മധുരം വെക്കുന്നത് നാം മലയാളികൾക്ക് അനുഭവമുള്ളതാണ്. മഴ പെയ്ത് ഉഷ്ണം ശമിച്ചാൽ ചക്കയുടേയും മാങ്ങയുടേയും മധുരം കുറയുന്നു. പൂക്കളുടേയും തളിരി ന്റേയും നിറത്തിലും തുടുപ്പിലും പക്ഷേ തണുപ്പ രാജ്യങ്ങൾ തന്നെ മുൻപന്തിയിൽ. ഇക്കാര്യങ്ങളിൽ നാം അവരേയും അവർ നമ്മളേയും അനുകരിക്കാൻ ശ്രമിച്ചിട്ടു കാര്യമില്ല.

അമേരിക്കയിലെ കാടുകളിൽ ധാരാളം പൊയ്കകളുണ്ട്. മെയ് ജ്ജൂൺ മാസങ്ങളിൽ അവയുടെ തീരത്തുള്ള ചെടികളിൽ പൂക്കൾ കുലകുലയായി നിൽക്കുന്നതു കാണാം. "ഭൃംഗാളി നിറയുന്ന പാടലപട ലിയിൽ എന്നും ആർത്തു നടക്കും വണ്ടിൻ ചാർത്തുംകയിൽക്കുലവും" (നളചരിതം രണ്ടാം ദിവസം) എല്ലാംമെല്ലാം അമേരിക്കയിൽ പുനർ ജനിക്കുന്നു. വസന്ത ഋതുവിൽ ഞങ്ങൾ ഒരു മെയ് മാസത്തിലാണ്

ബീച്ച് വുഡിൽ നിന്ന് അടുത്തുള്ള Kirtland എന്ന കാട്ടിൽ Holden Arbonretum എന്ന ബൊട്ടാണിക്കൽ ഗാർഡനിൽ പോയത്. തണുപ്പ് മെയ് അവസാനത്തിലും വിട്ടുമാറിയിട്ടുണ്ടായിരുന്നില്ല. അമേരിക്കൻ സസ്യജാലങ്ങളുടെ പുളപ്പ് (Exuberance) അവിടെ കണ്ടു. പുഷ്പോദ്യാനത്തിൽ പോയി കുറച്ച് ഫോട്ടോ എടുക്കുകയും ചെയ്തു.

മിതശീതോഷ്ണ കാലാവസ്ഥ (Temperate Climate) ഉള്ള സ്ഥലങ്ങളിൽ മരങ്ങൾ ഉഷ്ണമേഖലയിലേക്കാൾ കൂടുതൽ വലുപ്പം വെക്കുന്നു. ഓക്ക്, മേപ്പിൾ, സൈക്കാമോർ, പോപ്ളാർ എന്നിവ വൃക്ഷ ഭീമന്മാരാണ്. പോപ്ളാർ നമ്മുടെ അരയാലിന്റെ മട്ടുണ്ട്. ഇലകൾ എപ്പോഴും നാമം ജപിച്ചു കൊണ്ടിരിക്കും. ഈസ്റ്റേൺ കോട്ടൺവുഡ് എന്നും ഇതിനു പേരുണ്ട്. വൃക്ഷരാജൻ ഓക്ക് തന്നെ. ഇവിടങ്ങളിൽ സർവ്വത്ര നിറഞ്ഞു നിൽക്കുന്നതും ഓക്ക് തന്നെ. സൈക്കാമോർ മരത്തിന്റേ തടിയുടെ തൊലിക്ക് ഒരു മിലിട്ടറി യൂണിഫോം മട്ടാണ്. പൈൻ മരം ധാരാളം കാണാം. പക്ഷേ എന്തോ എനിക്ക് ഹിമാലയത്തിൽ പൈൻ മരങ്ങൾ കണ്ടപ്പോൾ തോന്നിയ ആവേശം അമേരിക്കൻ നാട്ടിൻപുറങ്ങളിൽ കണ്ടപ്പോൾ തോന്നിയില്ല. വാൾനട്ട്, ചെസ്റ്റ് നട്ട്, ബ്ളാക്ക് ലോക്കസ്റ്റ്, വീപ്പിങ് വില്ലോ, കോർക്സ്ക്രൂവില്ലോ,സപ്രൂസ്, സൈപ്രസ്, ആഷ് എന്നിവ ഇവിടങ്ങളിലുള്ള ഇടത്തരം മരങ്ങളാണ്. അതേ പോലെ ഹാവ്ത്തോൺ, മൾബെറി, പിയർ ബീച്ച്, പീച്ച് എന്നിവയും. ആപ്പിൾ ചെറിയ മരമാണ്. ചെറിയും കൃശഗാത്രനാണ്. ചെറി മരത്തിന്റെ ഇലകൾ പിങ്ക് നിറത്തിൽ കാണാൻ രസമുണ്ട്. ചെറിപ്പൂങ്കുലകൾ (Cherry blossems) പ്രസിദ്ധമാണല്ലോ, വെളുവെളുന്നനെയിരിക്കും. ആൽമണ്ട് (Almond) കേരളത്തിലും കാണാം. ആപ്രിക്കോട്ട് പണ്ട് ബദരീനാഥിൽ പോകുന്ന വഴിക്ക് ധാരാളം കണ്ടിട്ടുണ്ട്. അമേരിക്കയിൽ എന്തോ അത് കാണാൻ സാധിച്ചില്ല. ഓക്ക്, മേപ്പിൾ, പോപ്ളാർ, സൈക്കോമോർ മുതലായ അമേരിക്കൻ മരങ്ങളുടെ തടി ഞാൻ ശ്രദ്ധിച്ചു. മരത്തിന് നല്ല മൂഴപ്പെത്തിയാൽ തടി ഏറെ ചിരകിപ്പൊളിഞ്ഞ പോലെ. അപ്പോൾ അതിനെന്തൊരു ഗാംഭീര്യമാണെന്നോ. കരിങ്കല്ലിലുള്ള കൊത്തു പണിയുടെ പഴമ അതിൽ നിഴലിക്കും.

കേരളത്തിൽ നമ്മൾ ആറു ഋതുക്കളെക്കുറിച്ച് പറയാറുണ്ട്. വസന്തം, ഗ്രീഷ്മം, വർഷം, ശരത്ത്, ഹേമന്തം, ശിശിരം എന്നിങ്ങനെ. അമേരിക്കയിൽ പൊതുവേയും ക്ളീവ്ലാൻഡ് മാതിരിയുള്ള വടക്കൻ ഭാഗങ്ങളിൽ പ്രത്യേകിച്ചും ഋതുക്കൾ നാലേയുള്ളൂ. വസന്തം (Spring), ഗ്രീഷ്മം (Summer), ഹേമന്തം (Autumn), ശിശിരം (Winter)

എന്നിവ. ഹേമന്തത്തിന് Fall season (ഇലപൊഴിയും കാലം) എന്നും പറയും. മൺസൂൺ ഒരു സീസണായി ഇവിടെയില്ല. മഴ ഉണ്ടായാലും ഇല്ലെങ്കിലും അങ്ങനെ വർഷ ഋതു (ആഷാഡം,ശ്രാവണം) ഇല്ല. അതു കൊണ്ടു തന്നെ ശരത് (ഭാദ്രം, ആശ്വിനം) വ്യക്തമായി ഉണ്ടായിരുന്നുമില്ല. ശരത് എന്ന ഋതുവിന്റേ വർണ്ണന കാളിദാസന്റെ രഘു വംശത്തിൽ ഉണ്ടല്ലോ. അങ്ങിനെയുള്ളൊരു അനുഭവം ഭാര തീയർക്കുള്ള മാതിരി പാശ്ചാത്യ ലോകത്തുള്ളതായി കേട്ടിട്ടില്ല. ശരത്തും ഹേമന്തവും കൂടിയ ഒരു സങ്കരമായിട്ടാണ് Fall season നെപ്പറ്റി തോന്നാറുള്ളത്. വർഷ ഋതുവിന്റെ അനുബന്ധം (Epilogue) ആയ ശരത്ത് ആണ് അമേരിക്കയിൽ അതിന്റ അസാന്നിദ്ധ്യം കൊണ്ട് ശ്രദ്ധേയം (conspicuously Absence) ആയിത്തോന്നുന്നത്. മഴക്കാലത്തിന്റെ അവസാനം മഴ പെയ്തൊഴിഞ്ഞ് ഭൂമി ആകെ തെളിഞ്ഞ കാലാവസ്ഥയാണ് ശരത്ത്. എന്നാൽ ഫാൾസീസൺ ശൈത്യകാലത്തിനു മുന്നോടിയായി വൃക്ഷങ്ങളുടെ ഒരു വാനപ്രസ്ഥ സമയമാണ്. ഇലകളെല്ലാം പൊഴിഞ്ഞ് വൃക്ഷങ്ങൾ നീണ്ട ഒരു നിരാഹാര തപസ്യക്ക് തയ്യാറെടുക്കുന്നു.

ക്ളീവ്ലാൻസിലെ വൃക്ഷങ്ങൾക്ക് ആറുമാസം (മെയ് മുതൽ ഒക്ടോബർ വരെ) ഉഷാറായ ജീവിതവും ശേഷമുള്ള ആറുമാസം (നവംബര മുതൽ ഏപ്രിൽ വരെ) തപശ്ചര്യയുമാണ്. മിതശീതോഷ്ണ മേഖലയിൽ എല്ലായിടത്തും ഏതാണ്ടിങ്ങനെയൊക്കെത്തന്നെയായിരിക്കും. ക്ളീവ്ലാൻഡിലെ ജനജീവിതത്തിലും ഇതിന്റെ പ്രതിഫലനം കാണാം. മെയ് മുതൽ ഒക്ടോബർ വരെ ഇവിടെ വാതിൽപ്പുറ ജീവിതം (Out door life) തകർക്കുന്നു. മൈതാനങ്ങളിലെല്ലാം പലതരം കളികളും കലാപരിപാടികളും. ബാക്കി ആറുമാസം ജീവിതം Indoor ലേക്ക് ഉൾവലിയുന്നു. പുറത്തെങ്ങും നിശ്ശബ്ദം. ജീവിതത്തിന്റെ തുടിപ്പെല്ലാം വീടിനുള്ളിൽ ഒതുങ്ങുന്നു.

കേരളീയർക്ക് ചിര പരിചിതമായ ചില ചെടികൾ ക്ളീവ്ലാൻഡിലും ബീച്ച് വുഡിലും കണ്ടപ്പോൾ കൗതുകം തോന്നി. അവയിൽ ചിലതാണ് ചെമ്പരത്തി, കാശിത്തുമ്പ, ശംഖു പുഷ്പം, ചുണ്ടമല്ലി (ചെണ്ടുമല്ലി) എന്നിവ. കാശിത്തുമ്പ പല നിറത്തിലും കാണാം. വെള്ള, പിങ്ക്, ചുവപ്പ് നിറങ്ങളിൽ.പിന്നെ കല്പ്പൂരത്തുളസി, മുയൽ ച്ചെവി (മോച്ചമി) എന്നിവയും. തൃശ്ശൂരിനടുത്തുള്ള ഗ്രാമങ്ങളിൽ ഓണപ്പൂക്കളമിടാൻ പാകത്തിലുള്ള ഒരു പൂവ് കാണാറുണ്ട്. അതിന് അവിടങ്ങളിൽ ഓണപ്പൂവ് എന്നുണ് പറയാറ്. ഇതിന് വള്ളുവനാട്ടിലെ കണ്ണാന്തളിപ്പൂവിന്റെ സാമ്യമുള്ളതായി ഒരു ഓർമ്മ തോന്നുന്നു.

ഈ ഓണപ്പൂവ് ബീച്ച് വുഡിന്റെ പലഭാഗത്തും കാണാം. കാശിത്തുമ്പ പോലെ പലനിറങ്ങളിൽ. പല വീടുകളുടേയും മുറ്റത്ത് നിൽക്കുന്ന മരങ്ങൾക്ക് ചുറ്റും ഇവ ഭംഗിക്കു വേണ്ടി വളർത്തിയിരിക്കുന്നതു കണ്ടു. മേൽപ്പറഞ്ഞ പൂക്കൾ കൂടാതെ ഇവിടങ്ങളിൽ മാത്രം വളരുന്ന പൂക്കളുമുണ്ട്. എനിക്കവയുടെ പേരറിയില്ല.

ഇവിടങ്ങളിൽ മരങ്ങൾ സമൃദ്ധമായി വളരുന്നു. റോഡിന്റെ ഇരു വശങ്ങളിലും തണൽ വൃക്ഷങ്ങൾ വളർത്തുന്നുണ്ട്. അതും ശ്രദ്ധാപൂർവ്വം വിറകു കത്തിക്കാൻ ഉപയോഗമില്ലാത്തതിനാൽ പട്ടു മരങ്ങൾ മറ്റൊരു വിധത്തിൽ ഉപയോഗം കണ്ടെത്തുന്നു. അത് ഏതാണ്ടിങ്ങനെയാണ്. തണൽ വൃക്ഷങ്ങളുടെ കടയ്ക്കൽ മണ്ണ് വട്ടത്തിൽ ഇളക്കുക, എന്നിട്ട്, മരത്തടികളുടെ ചീളുകൾ അഥവാ നറുങ്ങ് ഈ ഇളകിയ മണ്ണിൽ പരത്തിയിടുക. മരത്തിന്റെ വളർച്ചക്ക് ഇത് വളരെയധികം സഹായിക്കുമത്രേ. ഇത് എന്തായാലും കേരളത്തിൽ പ്രായോഗികമല്ല. മരം ആവശ്യത്തിലധികം വളരുന്നിടത്തേ ഇതു പറ്റുകയുള്ളൂ. മരങ്ങളുടെ ഈ ധാരാളിത്തം മറ്റു പലതരത്തിലും അമേരിക്കയിൽ നിഴലിക്കുന്നുണ്ട്. നമ്മുടെ നാട്ടിൽ കോൺക്രീറ്റു കൊണ്ടു ചെയ്യുന്ന പല മൈനർ പണികളും ഇവിടെ മരത്തടി, അതും കുറ്റൻ മരത്തടി കൊണ്ട് ചെയ്തു കാണുന്നു. ഒരുദാഹരണം ഇതാ. ഒരു തോടിനു കുറുകെ ചെറിയൊരു പാലം (അറ്റക്കഴ) പണിയുകയാണെങ്കിൽ അതിൽ മരത്തടികളുടെ ഈ ധാരാളിത്തം കാണാം. അതേ പോലെത്തന്നെ വൈദ്യുത കമ്പികൾ പോകുന്ന കാലുകൾ റോഡുകളിൽ ബോർഡുകൾ താങ്ങി നിൽക്കുന്ന പോസ്റ്റുകൾ എന്നിവ. തീവണ്ടിപ്പാതകളിലെ സ്ളീപ്പറുകൾ മറ്റൊരുദാഹരണമാണ്. കാത്തിരിപ്പു കേന്ദ്രങ്ങൾ (waiting sheds) പോലെയുള്ള സ്ഥലങ്ങളിൽ പോലും മരങ്ങളുടെ ഈ ധാരാളിത്തം കാണാം.ബീച്ച് വുഡ് അടുത്ത് കയഹോഗാവാലി നാഷണൽ പാർക്ക് കാണാൻ പോയപ്പോൾ ശ്രദ്ധിച്ച ഒരു കാര്യവും ഇതാണ്. എല്ലാത്തരം ഫ്രെയിം വർക്കുകളും ഭംഗിയായി മരം കൊണ്ടാണ് ചെയ്തു തീർത്തിരിക്കുന്നത്.

ക്ളീവ്ലാൻസ് പട്ടണത്തേക്കാൾ എന്റെ ദിവസേനയുള്ള നടത്തത്തിനു സൗകര്യം ബീച്ച് വുഡ് ഗ്രാമത്തിലാണ്. നേരത്തെപ്പറഞ്ഞ മാതിരി ഇവിടെ റോഡിൽ മനുഷ്യ ജീവികളെ കാണാൻ വിഷമമാണ്. അതിനാൽ നടക്കാൻ എളുപ്പം പക്ഷേ, വിജനത ഇത്രവയ്യെന്നും തോന്നാറുണ്ട്. ഒരു റെയിൽപ്പാതയുടെ ഓരം ചേർന്നുള്ള റോഡിൽ കൂടി ഞാൻ പലപ്പോഴും നടക്കാറുണ്ട്. ഒരു വശത്ത് വീടുകളും മറുവശത്ത് ഇടതൂർന്ന മരങ്ങൾ വളരുന്ന കാടുപോലെയുള്ള

പ്രദേശവുമാണ്. റോഡിലെ വിജനത കാരണമാവാം ചിലപ്പോൾ റോടിനു കുറുകേ മാൻപേടകൾ പോകുന്നതും കാണാം. ഒറ്റക്കും ചിലപ്പോൾ രണ്ടോ മൂന്നോ എണ്ണങ്ങൾ കൂടിയ കൂട്ടമായും. റോഡിനരികത്തെ മൈതാനത്തിലും കാട്ടുപ്രദേശങ്ങളിലും അവ ശാന്തമായി നിന്ന് മേയുന്നത് കാണാം. ഞങ്ങൾ താമസിക്കുന്ന വീടിന്റെ പറമ്പിലും ചിലപ്പോഴെല്ലാം മാൻ വരാറുണ്ടെന്നു പറയട്ടെ, മൂന്നോ നാലോ മാനുകൾ കൂട്ടമായി ചിലപ്പോൾ വീടിന്റെ പിൻഭാഗത്ത് മുറ്റം വരെവന്ന് എത്തി നോക്കും. മഞ്ഞു വീണ് പുല്ലുകൾ അന്യം നിന്നപ്പോൾ അവ തീറ്റ അന്വേഷിച്ച് വന്നതാണ്. വാഹനങ്ങൾക്കു സൂചനയായി മാനിന്റെ ചിത്രം വലുതായി വരച്ച ബോർഡുകളും റോഡിൽ ചിലയയിടത്തു കാണാം. ബോർഡിന്റെ അർത്ഥം അടുത്തു മാനുകളെ കണ്ടേക്കാമെന്നും വാഹനങ്ങൾ ശ്രദ്ധിച്ച് ഓടിക്കണമെന്നുമാണ്.

റോഡിൽ നടക്കുമ്പോൾ എപ്പോഴും എവിടേയും കാണുന്ന ഒരു ജീവിയാണ് അണ്ണാൻ (അണ്ണാറക്കണ്ണാൻ). ഇവിടുത്തെ അണ്ണാന് കേരളത്തിലെ അണ്ണാന്മാരേക്കാൾ മൂന്നിരട്ടി വലുപ്പം ഉണ്ട്. പൂച്ചകളെ അപൂർവ്വമായേ ഇവിടെ കണ്ടിട്ടുള്ളൂ. അലഞ്ഞു നടക്കുന്ന നായ്ക്കൾ ലവലേശമില്ല. എല്ലാം വളർത്തു നായ്ക്കൾ മാത്രം. നായ്ക്കൾ ഞാൻ നടന്നു പോകുന്നതു കാണുമ്പോൾ കുരക്കാറുണ്ട്. ഇയാൾ ഈ നാട്ടുകാരനല്ലെന്ന് അവക്ക് എളുപ്പം മനസ്സിലാവുന്നുണ്ടാവണം. റോഡിലെ കാൽനടപ്പാതയിലും വീട്ടിലെ പറമ്പിലും നമ്മുടെ കട്ടുറുമ്പ് മാതിരി ഒന്നിനെ കാണാറുണ്ട്. മറ്റു യാതൊരു ചെറു ജീവിയേയും കാണാറില്ല. ഒരു പല്ലിയേയോ എട്ടുകാലിയേയോ പഴുതാരയേയോ തേളിനേയോ ഒന്നും കാണാൻ പറ്റിയിട്ടില്ല. പക്ഷേ ഇതത്ര നല്ല കാര്യമായി തോന്നുന്നുമില്ല. നമുക്ക് ചുറ്റും കുറേ ജന്തുക്കളും വേണം.

മരങ്ങൾ ധാരാളം വളർത്തുന്നത് കൊണ്ടുള്ള മറ്റൊരു ഗുണം പക്ഷി സമ്പത്താണ്. പക്ഷികളെ സർവ്വത്ര കാണാം. റോഡിന്റെ വക്കത്ത് ചിലയിടങ്ങളിൽ വള്ളിക്കുടിലുകൾ വളർത്തിയിരിക്കുന്നത് കണ്ടു. അതിനുള്ളിൽ നിന്ന് എപ്പോഴും പക്ഷി കുഞ്ഞുങ്ങളുടെശബ്ദം കേൾക്കാം. കൂട്ടത്തിൽ മറ്റൊരനുഭവം പറയാം. ബീച്ച് വുഡിലെ വീട്ടിൽ ഒന്നു രണ്ടു സ്ഥലങ്ങളിൽ ഒരു കൂട്ടിൽ ഭക്ഷണ സാധനങ്ങൾ നിക്ഷേപിക്കും. കുറച്ചു കഴിയുമ്പോഴേക്കും പക്ഷികൾ വന്ന് അത് തിന്നുന്നത് കാണാം. ഒരു തവണ വന്നാൽ പക്ഷികൾ അവിടെ സ്ഥിരമായി വരാൻ തുടങ്ങും. ഒരു കാര്യം തീർച്ചയാണ്. ആർത്തി പിടിച്ച് മനുഷ്യൻ പ്രകൃതിയെ നശിപ്പിക്കുന്ന പ്രവണത

അമേരിക്കയിൽ ഒരിടത്തും കണ്ടിട്ടില്ല. ഇഷ്ടം പോലെ ഭൂമി. കുറച്ചു മാത്രം മനുഷ്യർ. ഇതു കൊണ്ടാവാം ഇങ്ങനെയൊക്കെയുള്ള ഉദാര മനസ്ഥിതി. ഇതിനു കടക വിരുദ്ധമായിട്ടുള്ള കേരളത്തിലെ സാഹചര്യങ്ങൾ ഞാനോർത്തു പോയി.

ബീച്ച് വുഡ് ഭാഗത്ത് നടക്കാൻ പോകാൻ വളരെ സൗകര്യമാണ്. നീണ്ടു നിണ്ടു പോകുന്ന കാൽവരിപ്പാതകൾ. കിലോ മീറ്ററുകളോളം മുന്നിൽ കാണാം. നടക്കാൻ മോഹിക്കുന്നവർക്ക് സുവർണ്ണാവസരം. നടക്കുമ്പോൾ ഏതെങ്കിലും മനുഷ്യനെക്കൂടി വഴിക്കെങ്ങാനും കാണണേ എന്നു മാത്രമേ മോഹം തോന്നാറുള്ളൂ. കാരണം അവിടെയെങ്ങും ജീവാജീവിയില്ല. പരിചയമില്ലാത്ത സ്ഥലത്ത് ചിലപ്പോൾ നട്ടുച്ചക്ക് പോലും നട്ടപ്പാതിരയുടെ പേടിപ്പിക്കുന്ന നിശ്ശബ്ദതയായിരിക്കും. ചിലപ്പോൾ നല്ല കാറ്റ് വീശുന്നുണ്ടാവും. കാറ്റ് ചെവിപ്പോളങ്ങളിൽ തട്ടുമ്പോഴാണ് സുഖമുള്ളോരു അനുഭവം. ബാല്യം മുതൽ ഇന്നോളം വരെയുള്ള ഓർമ്മകൾ ഇത്തരം അവസരങ്ങളിലാണ് മുളപ്പൊട്ടുന്നത്. എനിക്കത് ഭാരതപ്പുഴയുടെ തീരത്തൊരിടത്ത് കഥകളി കണ്ട കഥ ഓർമ്മയാവാം. പെരുവനം പൂരം കണ്ട ഓർമ്മയാകാം. അതുമല്ലെങ്കിൽ അച്ഛന്റെ കൂടെ തിയ്യാട്ടു കഴിഞ്ഞുള്ള അർദ്ധ രാത്രിയിലെ നീണ്ട നടത്തമാവാം. പഥേർ പാഞ്ചാലിയിലെ ദുർഗ്ഗക്ക് ഇതേ അവസരത്തിൽ നിശ്ചിന്ദിപുരം ഗ്രാമത്തിലെ മുളങ്കാടിനെപ്പറ്റിയും ഇച്ഛാമതി നദിയെപ്പറ്റിയും ആവാം ഓർമ്മ വരുന്നത്. എന്തായാലും കഴിഞ്ഞ കാലം ചുരുളഴിഞ്ഞു വരുന്ന അമൂല്യവരമാണ് ചെവിപ്പോളയിൽ കൂടി ഒഴുകുന്ന ഇത്തരം ഇളം തെന്നലുകൾ നൽകുന്നത്. പിന്നെ ഒരു വേനൽ മഴക്കു പിറ്റേന്നാണ് ഇതെങ്കിൽ കൂടുതൽ നന്നായി. പക്ഷേ നമ്മുടെ ഉഷ്ണമേഖല ഭാഗത്ത് പെയ്യുന്ന വേനൽ മഴയുടെ അനുഭവം ഇവിടെയില്ല. വേനൽ മഴയും ഇടവപ്പാതിയുമൊക്കെ നമുക്ക് ഉഷ്ണമേഖലകാർക്കു മാത്രം.

ഇവിടങ്ങളിൽ വീടുകൾക്കു ചുറ്റും പറമ്പുകളുണ്ടെങ്കിലും അവയിലെല്ലാം വൃക്ഷങ്ങൾ മാത്രമാണ്. ഒരു പച്ചക്കറിത്തോട്ടം കാണാനെളുപ്പമല്ല. ധാന്യങ്ങൾ കൃഷിച്ചെയ്യുന്ന പാടങ്ങളുടെ കാര്യം പറയുകയേ വേണ്ട. പാടങ്ങൾ കാണാൻ ഗ്രാമങ്ങൾ വിട്ട് കുറച്ചധികം സഞ്ചരിക്കണം. അപ്പോൾ ഓണം കേറാമൂലകളായ തനി കുഗ്രാമങ്ങൾ കാണാം. അവിടങ്ങളിൽ വൻതോതിൽ ചോളം, ഗോതമ്പ്, കരിമ്പ്, മുന്തിരി മുതലായവ കൃഷിചെയ്തിരിക്കുന്നതു കാണാം. നെൽകൃഷി കണ്ടതായി ഓർമ്മയില്ല. നെൽകൃഷിക്ക് മൺസൂൺ കാലാവസ്ഥ വേണമല്ലോ. ചില സ്ഥലങ്ങളിൽ വൻതോതിൽ മത്തങ്ങ കൂട്ടി

ഇട്ടിരിക്കുന്നതു കണ്ടു. തൃശ്ശൂർ പൂരത്തിന് പൊട്ടിക്കാനുള്ള ഡൈനകൾ കൂട്ടിവെച്ചിരിക്കുന്ന മാതിരിയുണ്ട്. അന്വേഷിച്ചപ്പോഴാണറിയുന്നത് അവ ഹാലോവിൽ ഉത്സവത്തിന് കരുതി വെച്ചിരിക്കുന്നതാണെന്ന്. ഹാലോവിൽ ഉത്സവ പ്രേതോത്സവത്തെപ്പറ്റി പിന്നീട് പറയാം. നല്ല ഭംഗിയുള്ള മത്തങ്ങകൾ. നല്ല മധുരമുണ്ടാകുമെന്നു തോന്നുന്നു. സാമ്പാറും ഓലനുമൊക്കെ വെക്കാൻ തോന്നും. എന്തോ ഏതോ...?

വൻതോതിൽ പഴങ്ങൾ കൃഷിചെയ്യുന്ന ഇടങ്ങൾ ബീച്ച് വുഡിൽ നിന്ന് കുറച്ചകലെയുണ്ട്. അവിടെ പോയാൽ നേരിട്ട് നമുക്ക് പഴങ്ങൾ പൊട്ടിച്ച് കൊട്ടയിൽ നിറച്ചു വാങ്ങി കൊണ്ടു പോരാം. Fruit plucking എന്നാണിതിന് പേര്. ആപ്പിൾ, മുന്തിരി, സ്ട്രോബറി, ബ്ലൂബെറി, ക്രാൻബെറി എന്നതിങ്ങനെ വിവിധയിനം പഴങ്ങൾ വളർത്തുന്ന എസ്റ്റേറ്റുകൾ ഉണ്ട്. നമുക്ക് നേരിട്ട് പഴങ്ങൾ പൊട്ടിക്കാം. ഇഷ്ടം പോലെ തിന്നുകയും ചെയ്യാം. തീറ്റ ഫ്രീ ആണ്. നമ്മൾ പൊട്ടിച്ച പഴങ്ങൾ ഉറകളിലാക്കി തൂക്കി ഒരു വില ഈടാക്കാം. മാർക്കറ്റ് വിലയേക്കാൾ ഇതിന് നല്ല കുറവുണ്ടായിരിക്കും. പലരും ഫ്രൂട്ട് പ്ലക്കിങിന് വരും. ഞങ്ങളും രണ്ടു തവണ പോയി. ഒരു തവണ ക്രാൻബെറിയും മറ്റൊരിക്കൽ ആപ്പിളും പൊട്ടിച്ചു വാങ്ങി. ഫ്രൂട്ട് പ്ല ക്കിങിന്റെ ഡൈനമിക്സ് ഏതാണ്ടിങ്ങനെയാണ്. ലേബർ ചാർജ് ഇവിടങ്ങളിൽ വളരെക്കൂടുതലാണ്. ആളുകളെ നേരിട്ടു പൊട്ടി ക്കാൻ അനുവദിച്ചാൽ ഉടമസ്ഥന് ലേബർ ചാർജ് ലാഭിക്കാം. ആ ലാഭത്തിലൊരുപങ്ക് പഴം വാങ്ങുന്നയാൾക്ക് വിലക്കുറവായി കിട്ടും. ഇരു കൂട്ടർക്കും ലാഭം. ശുഭം.

ഒരിക്കൽ ഈറീ തടാകതീരത്ത് ഒരു ബീച്ച് കാണാൻ പോയി. തടാകമെന്നു പറഞ്ഞാലും ഉൾക്കടല് തന്നെ. മെന്റർ ബിച്ച് എന്നു പേര്. തിരമാലകൾ ഒന്നിനു പിറകെ മറ്റൊന്നായി വന്നിരുന്നു. വളരെ യധികം പേർ കുടുംബ സമേതം ബീച്ചിൽ കുളിക്കാൻ പാകത്തിന് വന്നിരുന്നു. അധികവും വെളുത്ത വർഗ്ഗക്കാർ, കുറച്ചു പേർ കറുത്ത വരും വന്നിരുന്നു. ഇന്ത്യക്കാർ അപ്പോൾ ഞങ്ങൾ മാത്രം. മെന്റർ ബീച്ച് ലോസ് ആഞ്ചലസിലെ സാന്റാ മോണിക്കാ ബീച്ചിന്റെ ഒരു പതിപ്പായി തോന്നി. ഞാൻ കണ്ടതിൽ വെച്ച് വലിയ ബീച്ച്. ചെന്നെയിലുള്ള മറീന ബീച്ച് തന്നെ. മെന്റർ ബീച്ചിൽ ചെറിയ കുട്ടികൾ കളിമൺ കലർന്ന മണൽ കൊണ്ട് ഓരോ രൂപങ്ങളുണ്ടാ ക്കി കളിക്കുന്നു. കുറച്ചു കൂടി മുതിർന്ന കുട്ടികൾ തിരമാലകളുമായി മല്ലിടാൻ ശ്രമിക്കുന്നു. ചിലരുടെ കയ്യിൽ രക്ഷാ ബെൽട്ട് കണ്ടു. ആരെങ്കിലും അപകടത്തിൽ പെടുന്നുണ്ടോ നോക്കിക്കൊണ്ട് ബീച്ച്

അതോറിറ്റിയുടെ ജോലിക്കാർ കടലിൽ റോന്തു ചുറ്റുന്നുണ്ടായിരുന്നു. കുറേക്കൂടി അകലെ സാഹസപ്രിയരായ ചിലർ yachting നടത്തി ആസ്വദിച്ചുകൊണ്ടിരുന്നു. കുറച്ചു പേർ വെയിലത്ത് ടാനിങ് നടത്തി തൊലി കറുപ്പിക്കാനുള്ള ശ്രമത്തിലായിരുന്നു.

ഒക്ടോബർ 31-ാംതി അമേരിക്കയിലെല്ലായിടത്തും ഹാലോവീൻസ് ഡേ ആയി ആഘോഷിക്കുന്നു. ഇതിനെ പ്രേതോത്സവം അല്ലെങ്കിൽ പരേതാത്മാക്കളുടെ ഉത്സവമായി കണക്കാക്കുന്നു. വീടുകളുടെ ഉമ്മറത്ത് വലിയ മത്തങ്ങകളുടെ പുറത്ത് പ്രേതങ്ങളുടെ ചിത്രം വരച്ചു വെക്കുന്നു. ഇത് കുറച്ച് ദിവസം മുമ്പ് തന്നെ തുടങ്ങും. ചെറിയ കുട്ടികൾ പ്രേതങ്ങളുടെ മുഖം മൂടിയണിഞ്ഞ് അയൽവീടുകൾ വൈകുന്നേരങ്ങളിൽ സന്ദർശിക്കും. വീട്ടുകാർ മിഠായി കൊടുത്ത് കുട്ടി പ്രേതങ്ങളെ സ്വീകരിക്കും. കേരളത്തിൽ ക്രിസ്തുമസിനോടനുബന്ധിച്ച് ഇതിനു സമാനമായൊരാചാരണം കാണാറുമുണ്ട്. സാന്താക്ലോസിന്റെ വേഷം ധരിച്ചാണ് വരുന്നതെന്ന് മാത്രം. സമാനതയുള്ള മറ്റൊരു ആചാരം ഓണക്കാലത്തെ കുമ്മാട്ടിയും വേനൽക്കാലത്തെ പൂതൻ, നായാടി, ആണ്ടിക്കിടാവ് എന്നിവയാണ്. ഹാലോ, ഈവ്നിങ് എന്നീ വാക്കുകൾ യോജിച്ചുണ്ടായതാണ് ഹാലോവീൻ. പരിവേഷത്തിന്റെ സന്ധ്യാ സമയം അല്ലെങ്കിൽ പരിവേഷസന്ധ്യ എന്ന് ഹാലോവിനിനെ മലയാളത്തിലേക്ക് മൊഴി മാറ്റം ചെയ്യാം. അമേരിക്കയിൽ ഈ ദിവസം പ്രേതവേഷം കെട്ടാനുള്ള മുഖം മൂടികളും മറ്റും കടകളിൽ ധാരാളമായി വാങ്ങാൻ കിട്ടും. യൂറോപ്പിൽ നിന്നാണ് ഹാലോവീൻ അമേരിക്കയിലെത്തിയത്. ഇന്ത്യയിൽ ചില കാട്ടുവർഗ്ഗക്കാരുടേയും ആദിവാസികളുടേയും ആചാരാനുഷ്ഠാനങ്ങൾ പതുക്കെ പതുക്കെ ആര്യവത്ക്കരണം വഴി മുഖ്യധാരണയിലേക്കെത്തുന്നത് പോലെയാണ് യൂറോപ്പിൽ 'പാഗൻ' മതാനുഷ്ഠാനങ്ങളിൽ ചിലത് ക്രിസ്തുമതാചാരങ്ങളായി മാറിയത്. അമേരിക്കയിലെ പല വീടുകളുടേയും ഉമ്മറത്ത് വൈദ്യുത ദിപാലങ്കാരങ്ങൾ ഹാലോവീൻ ഡേക്ക് അനുബന്ധമായി തുടങ്ങുന്നത്, പിന്നീട് Thanks giving day യും കഴിഞ്ഞ് ഡിസംബർ അവസാനം ക്രിസ്തുമസും പുതുവത്സര ദിനവും വരെ ഉണ്ടാവും.

ഒക്ടോബർ -നവംബർ ഇലപൊഴിയും കാലമാണ്. ഫാൾ എന്ന് പറയുന്ന ഈ ഹേമന്തം തണുപ്പിന് പതുക്കെ തുടക്കമിടുന്നു. നവംബർ രണ്ടാം പകുതി ആകുമ്പോഴേക്കും നല്ല തണുപ്പായി മാറും. ഇനി അഞ്ചു മാസം അതായത് ഡിസംബർ മുതൽ ഏപ്രിൽ വരെ ശിശിരം അഥവാ കടുത്ത തണുപ്പ് കാലം. അമേരിക്കയുടെ വടക്കൻ

ഭാഗങ്ങളിൽ ഡിസംബർ ജനുവരി മാസങ്ങളിൽ കുറേ കഠിനമായ തണുപ്പാണ്. ഷിക്കാഗോ, ക്ലീവ്ലൻഡ് മുതലായ തടാകതീരങ്ങളിൽ തണുപ്പ് ക്രൂരമായൊരനുഭവമാണെന്ന് പലർക്കും തോന്നും. തണുപ്പ കൊണ്ട് ദേഹത്ത് പൊള്ളുന്ന പോലെ. കേരളത്തിൽ നിന്നും അമേരിക്കയിൽ വരുന്നവർക്ക് ഇതുമായി പൊരുത്തപ്പെടാൻ വലിയ പാടായിരിക്കും. വീട്ടിനകത്ത് മൂടിപ്പുതച്ചിരുന്നാൽ അറിയില്ല. മരം കൊണ്ടുള്ള ഭിത്തികൾ തണുപ്പിനെ ചെറുക്കുന്നു. കൂടാതെ ചൂടുള്ള ഗ്യാസിന്റെ സർക്കുലേഷൻ, ഹീറ്ററുകൾ, ചൂടുവെള്ളം എന്നിവ എല്ലാ വീടുകളിലും ഉണ്ടാവും. വാതിൽപ്പുറങ്ങളിൽ മാത്രമേ പ്രശ്നമുണ്ടാവുകയുള്ളൂ.

തണുപ്പിന്റെ പ്രഹരം കഠിനമാവുന്നത് മഞ്ഞു വിഴുമ്പോഴാണ് Snow fall എന്ന ഈ മഞ്ഞു വീഴ്ച കാണാൻ നല്ല രസമാണ്. ഒരു തവണ നവംബർ 20-ാം തിയോ മറ്റോ ക്ലിവ്ലാൻഡിലും പരിസര പ്രദേശങ്ങളിലും നല്ല മഞ്ഞു വിഴ്ചയുണ്ടായി. ചെറിയ മഞ്ഞു കണങ്ങൾ മഴത്തുള്ളികൾ പോലെ 'പിരുപിരുന്നെനെ' വീഴുന്നു. കുമിളകൾ വീഴുന്ന പോലേയും തോന്നും. വളരെപ്പതുക്കെയാണ് വീഴുക. കുറേക്കഴിയുമ്പോൾ ഭൂമി മുഴുവൻ മഞ്ഞു മൂടി വെളുത്ത നിറമാവുന്നു. പല്ലുകൾ മുഴുവൻ മഞ്ഞിനടിയിൽ പെടുന്നു. പറമ്പുകൾ മുഴുവൻ വെള്ളമണൽ നിരത്തിയ പോലെ. കുറച്ചു കൂടി ശരിക്കു പറഞ്ഞാൽ പഞ്ചസാര മൂടിയ പോലെ. ഈ കാഴ്ച മൂന്നോ നാലോ ദിവസത്തേക്കുണ്ടാവും. ശക്തിയായി മഞ്ഞു പേയ്താൽ ഒരാഴ്ചയോളം ഇതു നിൽക്കും. ചിലപ്പോൾ ഒരടി പൊക്കത്തിൽ മഞ്ഞു പെയ്യും. ഇത് റോഡിലെ ഗതാഗതത്തിനെ സാരമായി ബാധിക്കും. അപ്പോൾ റോഡിൽ ഉപ്പു വിതറിയിട്ടാണ് മഞ്ഞുരുകുന്നത്. വീടുകളുടെ മേൽക്കൂരയെല്ലാം മഞ്ഞിൽ വെള്ള പുതച്ച് നിൽക്കുന്നതു കാണാൻ കൗതുകമുണ്ട്. ദിവസങ്ങൾ കഴിയുമ്പോൾ മഞ്ഞുരുക്കുന്നത്. ഇതെല്ലാം കാണാൻ നല്ല രസമാണ്. അവനവൻ വീട്ടിനകത്ത് മൂടിപ്പുതച്ചിരിക്കണമെന്നു മാത്രം.

മഞ്ഞുകാലത്തു കാണാൻ ഭംഗിയുള്ള മറ്റൊന്നു കൂടി. മരങ്ങൾ ഇലപൊഴിഞ്ഞു നിൽക്കുന്നതു കാണേണ്ടതാണ്. ഒരു തരത്തിൽ പറഞ്ഞാൽ മരങ്ങൾ നഗ്നനമായി നിൽക്കുന്ന പോലെ. നഗ്നതയിൽ എല്ലാ മരങ്ങളും ഒരു പോലെയായിരിക്കും. കാഴ്ചയിൽ അമേരിക്കയിൽ സർവ്വസാധാരണമായിട്ടുള്ള ഓക്ക്, മേപ്പിൾ, പോപ്ലാർ മുതലായ മരങ്ങൾ കേരളീയരുടെ ദൃഷ്ടിയിൽ കാട്ടുമരങ്ങളാണ്. കേരളത്തിൽ തേക്ക് മുതലായ കാട്ടു മരങ്ങൾ ജനുവരി-ഫെബ്രുവരി

മാസങ്ങളിൽ ഇലപൊഴിഞ്ഞു നിൽക്കും. പിന്നെ ഏപ്രിൽ മെയ് മാസങ്ങളിൽ തളിരിടും. നാടൻ മരങ്ങളിലെ കാടനായ പുളി മരം ഇതേപോലെത്തന്നെ. തിരുവാതിരക്കാലത്ത് (ധനുമാസം) പുളിങ്ങ പഴുത്തു വീണാൽ ഇലകൊഴിഞ്ഞു നിൽക്കുന്ന പുളിമരം പിന്നെ വിഷുക്കാലത്ത് (മേടം, ഏപ്രിൽ) തളിർക്കുന്നു. കേരളീയർക്കും കുംഭം - മീനം മാസങ്ങൾ വസന്ത കാലമാണ്. തണുപ്പ് രാജ്യങ്ങളിൽ ഇത് രണ്ടു മാസത്തോളം വൈകിയേക്കും. മെയ് - ജൂൺ മാസങ്ങളിലാണ് അവിടെ വസന്തം. നമ്മുടെ വർഷക്കാലത്ത് (മിഥുനം - കർക്കിടകം) തണുപ്പ രാജ്യങ്ങളിൽ ഗ്രീഷ്മം (വേനൽ) ആണ്.

പറഞ്ഞു വന്നത് മരങ്ങൾ ഇലപൊഴിയുന്നതിനെ പറ്റിയാണ ല്ലോ. എല്ലാ മരങ്ങളും ഇല പൊഴിഞ്ഞാൽ ഒരു പുളിമരക്കാടിന്റെ പ്രതീതിയാണ് പിന്നെ. മരങ്ങളുടെ തടിയും കൊമ്പുകളും കറുത്ത നിറമാകയാൽ പുളിമരക്കാടിനോടുള്ള സാദൃശ്യം പൂർണ്ണമാവുന്നു. ശിശിരത്തിൽ സർവ്വത്ര ഇലകൊഴിഞ്ഞാൽ അമേരിക്ക ഒരു മെഗാ പുളിമരക്കാട് ആണ്. അല്ലെങ്കിൽ എനിക്കങ്ങനെ തോന്നുന്നു എന്നെങ്കിലും പറയട്ടെ. കേരളത്തിൽ കാട്ടു മരങ്ങൾ തനി സ്വഭാവം വെളിവാക്കി ഇലപൊഴിയുമെങ്കിലും നാട്ടു മരങ്ങൾ ഇലപൊഴിയാ ത്തവയാണ്. അഥവാ മാവു ഇല പൊഴിഞ്ഞാലും ഉടനെത്തളിർ ക്കും. എങ്ങനെ നോക്കിയാലും ഉഷ്ണ മേഖലയിൽ പെടുന്ന കേരള ത്തിൽ ഒരു ഇലപൊഴിയും കാലമില്ല. ഇലപൊഴിയാത്ത മരങ്ങൾ എപ്പോഴും പച്ച പിടിച്ച് നിൽക്കുന്നുണ്ടാവും. കാടുകളിൽ പോലും ഇല പൊഴിയാത്ത ചില മരങ്ങളെങ്കിലും ഉണ്ടാവും. ഒരു പച്ചപ്പ് എല്ലായിടത്തും ഉണ്ടാവും.

അമേരിക്കയിലും അപൂർവ്വമായി ചില മരങ്ങൾ ഇലപൊഴി യാതെ നിത്യ ഹരിതമായി നിൽക്കുന്നതു കാണാം. പൈൻ, സ്പ്രൂസ്, സൈപ്രസ് എന്നിവ നല്ല ഉദാഹരണങ്ങളാണ്. ഇവിടെ ബീച്ച് വുഡിൽ ഞങ്ങൾ താമസിക്കുന്ന വീട്ടിലെ പറമ്പിൽ ഈ മൂന്നിനം മരങ്ങളും ഉണ്ട്. പറമ്പിനു അതിരിട്ടുകൊണ്ട് വേലിയുടെ സ്ഥാനത്ത് സൈപ്രസ് നിൽക്കുന്നു. പൈൻ, കോളറാഡോസ് സ്പ്രൂസ് എന്നിവ പറമ്പിനുള്ളിലും. ഇവ കാഴ്ചവെക്കുന്ന പച്ചപ്പിനോളം എനിക്ക് ഇഷ്ടമാണ് ഇലകൊഴിഞ്ഞ മരങ്ങൾ സൃഷ്ടിക്കുന്ന പുളിമരക്കാടിന്റെ അന്തരീക്ഷം. എനിക്കപ്പോൾ കേരളത്തിലെ ധനു മകരം മാസങ്ങൾ ഓർമ്മ വരും. തൃശ്ശൂർ ഭാഗങ്ങളിൽ പഞ്ചാരി മേളം പൂത്തുലയാൻ തുടങ്ങുന്നത് കുംഭ മാസത്തിലാണ്. കുംഭം മീനം മാസങ്ങളിൽ കേര ളത്തിൽ വസന്തം വിരിഞ്ഞു വരുന്നതിന്റെ വിളംബരമാണ് പഞ്ചാരി.

കുംഭം മീനം മാസങ്ങളിൽ പുളി വീണ്ടും തളിർക്കാൻ തുടങ്ങും. വിഷു ആവുമ്പോഴേക്കും പുളി പൂവിടും. ഞാൻ കുട്ടിക്കാലത്ത് അച്ഛന്റെ കൂടെ അയ്യപ്പൻ തിയ്യാട്ട് എന്ന ക്ഷേത്ര കല അവതരിപ്പിക്കാൻ പോകാറുള്ളത് കുംഭം മീനം മാസങ്ങളിലാണ്. അധികവും അയ്യപ്പ ക്ഷേത്രങ്ങളിലാവും. ചിലപ്പോൾ നമ്പൂതിരിമാരുടെ ഇല്ലങ്ങളിലും. നമ്പൂതിരി ഇല്ലങ്ങളിൽ വളപ്പിൽ ഒരു ഭാഗത്തൊരു കുളം അല്ലെങ്കിൽ കൊക്കറണി ഉണ്ടാവും. കുളി അതിലായിരിക്കും. കുളത്തിൻ കരയിൽ കുംഭ മാസത്തിൽ ഇല പൊഴിഞ്ഞു നഗ്നയായി നിൽക്കുന്ന പുളിമരമുണ്ടാകും. മീന മാസത്തിൽ വരുമ്പോൾ ഇതേ പുളിമരം തളിർത്തു കാണും. മേടത്തിൽ വരുമ്പോൾ പുളി പൂത്തു നിൽക്കുന്നുണ്ടാവും. പൂത്തു തളിർത്തു നിൽക്കുന്ന പുളി മരത്തിന്റെ ഭംഗിക്ക് എതിരില്ല. കാരണം അവൾ കാടത്തിയാണ്. കാട്ടിൽ നിന്ന് നാട്ടിൻ പുറത്തേക്ക് കുടിവെച്ചവളാണ്. പുളിമാതിരി ഇലകൊഴയുന്ന മറ്റൊരു മരമാണ് തൃശ്ശൂർ ഭാഗത്ത് പൂമരം എന്നു വിളിക്കുന്ന ഗുൽമോഹർ (May Flower). പൂമരം പുളിമരത്തിന്റെ ഒരു കൊച്ചനിയത്തിയാണ്. മെയ് മാസത്തിൽ വൈശാഖത്തിലാണ് പൂമരം പൂക്കുക. മെയ് മാസത്തിൽ പൂത്തുലയുന്നതിനാലാണ് ഇതിനെ മെയ് ഫ്ലവർ എന്നു വിളിക്കുന്നത്. പ്രസിദ്ധമായ മറ്റൊരു ഇലപൊഴിയും മരത്തിനെപ്പറ്റി പറയട്ടെ. സാക്ഷാൽ കണിക്കൊന്ന. കാട്ടിൽ നിന്ന് നാട്ടിൻ പുറത്തേക്ക് ചേക്കേറിയെങ്കിലും വസന്തം വന്നാൽ പൊന്നണിയാൻ മറക്കില്ല. കാളിദാസൻ കുമാരസംഭവത്തിൽ വസന്തത്തിന്റെ കൊടിയടയാളമായ കർണ്ണികാരത്തെപ്പറ്റി പറയുന്നുണ്ട്. കർണ്ണികാരമെന്നാൽ കണികൊന്ന, ശിശിരത്തിൽ ഇലകൊഴിയുന്ന കണികൊന്ന വസന്തം വന്നാൽ ആദ്യം പൂക്കും പിന്നെ തളിർക്കും. അങ്ങനെ ഒരു വിഷു കൂടി വന്നു പോകും. കർണ്ണികാരം പൂത്തു തളിർത്തു എന്നാണല്ലോ പറയുക.

മഞ്ഞുകാലം ക്രൂരമായിരിക്കാം. പ്രത്യേകിച്ചും ഷിക്കാഗോ ക്ലീവ്ലൻഡ് എന്നീ നഗരങ്ങളിൽ. പക്ഷേ, മഞ്ഞിൽ കുതിർന്ന നിലാവിന് ഒരു പ്രത്യേക വശ്യതയുണ്ട്. കാല്പനികം എന്നു വിളിക്കാവുന്ന ഒരു Dreamy quality നിലാവിന്റെ മഞ്ഞ നിറത്തിൽ മഞ്ഞിന്റെ വെണ്ണ പുരട്ടിയ ഒരു സ്നിഗ്ധത. അതാണല്ലോ നമ്മുടെ തിരുവാതിര നിലാവ്. ധനുമാസത്തിലെ തിരുവാതിരയെ ഈ മഞ്ഞിൽക്കുതിർന്ന നിലാവ് സ്വപ്ന സദൃശ്യമാകുന്നു. ശിശിരത്തിലെ ഓണനിലാവിനുള്ള ഒരു കുറവ് മഞ്ഞ് സമ്മാനിക്കുന്ന ഈ സ്നിഗ്ധതയാണ് മഞ്ഞിൽ കുളിച്ച നിലാവിൽ പെൺകിടാങ്ങൾ അനുഷ്ഠിക്കുന്ന തിരുവാതിരക്കളി. കേരളീയരുടെ ഏറ്റവും സുന്ദരമായ കാല്പനിക

സങ്കൽപ്പമാണ്. ഇതിന്ന സമാനമായ പലതും മറ്റ രാജ്യങ്ങളിലുമുണ്ട്. മഹാരാഷ്ട്രയിലെ ഡാൻഡിയാ നൃത്തവും ഗുജറാത്തിലെ ഗർബാഡാൻ സുമെല്ലാം ഉദാഹരണം. എന്തിനേറെ തോമസ് ഹാർഡിയുടെ Tess of the December will എന്ന നോവലിലെ ആദ്യ രംഗം നായികയും തോഴിമാരും നിലാവു നിറഞ്ഞ ശിശിര രാത്രിയിൽ ചെയ്യുന്ന അനുഷ്ഠാന നൃത്തമാണ്. കേരളത്തിലെ തിരുവാതിരക്കളിയുടെ ഇംഗ്ലീഷ് പതിപ്പ്. മഞ്ഞിൽക്കുതിർന്ന നിലാവത്ത് പൂർണ്ണ ചന്ദ്രനെ സാക്ഷി നിർത്തി ഒരു പത്തു നാഴികപ്പഞ്ചാരി മേളം കൊട്ടിയാൽ എങ്ങനെയിരിക്കും. ഒരു Mid summer Night's dreams എന്നു തന്നെ പറയാം. തൃശ്ശൂരിനടുത്തുള്ള കുട്ടനെല്ലൂർ എന്ന നാട്ടിൻ പുറത്തെ ഭഗവതി ക്ഷേത്രത്തിൽ അങ്ങനെ ഒന്ന് അരങ്ങേറാറുണ്ട്. കുംഭ മാസത്തിലെ വെളുത്ത വാവിൻ നാൾ രാത്രിയിൽ. അതു കാണാൻ ആകാശത്ത് നിന്ന് ദേവീദേവന്മാർ ഒളിച്ചു നോക്കാറുണ്ട്. സംഗതി വശാൽ പറയട്ടെ കുട്ടനെല്ലൂർ പഞ്ചാരിക്കഴിഞ്ഞ് നമ്മൾ മടങ്ങുന്ന വഴിക്ക് കുറച്ചു ദൂരം പുളി- കണികൊന്ന-പൂമരക്കാടാണ്. ആട്ടെ അമേരിക്കയിലെ മഞ്ഞു കാലവും മഞ്ഞിൻ പുതഞ്ഞ നിലാവും എന്നെ കേരളത്തിലേക്ക് വഴിത്തെറ്റിച്ചു. നിലാവിന്റേയും നിലാകാശത്തിന്റേയും സൗന്ദര്യം അതിന്റെ പാരമ്യത്തിലെത്തുന്നത് നമ്മുടെ നാട്ടിലല്ല തണുപ്പു രാജ്യങ്ങളിലാണ്. കാരണം നിലാവിന് കുതിരാൻ അവിടെ മഞ്ഞുണ്ട്. അടുത്ത കാലത്തായി കേരളത്തിൽ മഞ്ഞു കാലം ശരിക്കുണ്ടോ എന്നു തന്നെ സംശയമാണ്. പഴയ നാട്ടിൻപുറങ്ങളും കേരളത്തിനോട് വിട പറഞ്ഞിരിക്കുന്നു. കേരളീയർ പരിഷ്കൃതരാണല്ലോ.

അമേരിക്കക്കാർ ശുചിത്വബോധത്തിൽ ബഹുദൂരം മുന്നിട്ടു നിൽക്കുന്നുവെന്നതിൽ സംശയമില്ല. എന്നാലും ചില സംശയങ്ങൾ ബാക്കി നിൽക്കുന്നു. വീട്ടിലേയും വീട്ട് വളപ്പിലേയും മാലിന്യങ്ങൾ പട്ടണ പ്രദേശങ്ങളിൽ മുനിസിപ്പൽ അധികൃതർ കൊണ്ടു പോകുന്നതു മനസ്സിലാക്കാം. പക്ഷേ, ഗ്രാമ പ്രദേശങ്ങളിൽ പറമ്പുകൾ പരന്നു കിടക്കുകയാണ്. അധികം വളരുന്ന പുല്ലും മരത്തിന്റെ ചുള്ളിക്കമ്പുകളും തണുപ്പു കാലത്ത് കൊഴിയുന്ന ഇലകളുമെല്ലാം അതാതിടങ്ങളിൽ ത്തന്നെ ഭൂമിക്കടിയിലേക്ക് അലിയിച്ചെടുക്കാനുള്ള എന്തെങ്കിലും സംവിധാനം ആയിക്കൂടേ. പഴയ കേരളീയ ഭവനങ്ങളിൽ ധനു മകരം കാലത്ത് പറമ്പിൽ ചമ്മല നിറഞ്ഞാൽ അതെല്ലാം അടിച്ചു കൂട്ടി അവിടെത്തന്നെയിട്ടു കത്തിക്കാറുണ്ട്. ഇപ്പോഴും കേരളത്തിലെ നാട്ടിൻ പുറങ്ങളിൽ ഇങ്ങനെ ചെയ്യുന്നതു കാണാറുണ്ട്. കത്തിച്ച

വെണ്ണീറാക്കുന്നതിനേക്കാൾ നല്ലത് ചമ്മലകൾ അതാതിടങ്ങളിൽ തന്നെ മഴക്കാലത്ത് ചീഞ്ഞു വളമാകാൻ വിടുകയാണ് നല്ലതെന്നും ഒരു അഭിപ്രായമുണ്ട്. അതിന്റേ ശരിത്തെറ്റുകൾ എന്തുമാവട്ടെ, ഈ ചമ്മലകൾ അതാതിടങ്ങളിൽത്തന്നെ ഭൂമിയിലേക്ക് മടങ്ങി പോകുന്നു എന്നതാണ് കാര്യം. വർഷക്കാലത്ത് പുല്ലുവെട്ടി മാറ്റി ഏതെങ്കിലും മരത്തിന്റെ ചുവട്ടിലിട്ടു മൂടാം. അമേരിക്കൻ വീടുകളിൽ അതാതു പറമ്പിലായി പച്ചക്കറി കൃഷി ഇല്ലാത്തതിനാൽ വെട്ടിമാറ്റിയ പുല്ല് വളമായി പച്ചക്കറി കൃഷിക്ക് ഉപയോഗിക്കാൻ പറ്റില്ല. കേരളത്തിലാണെങ്കിൽ തെങ്ങിനും കവുങ്ങിനും വാഴക്കുമെല്ലാം വളമായി ഇടാമായിരുന്നു. അമേരിക്കയിൽ പക്ഷേ ഇതെല്ലാം മുൻസിപ്പാലിറ്റികൾ ശേഖരിച്ച് അകലെ എവിടേക്കോ കൊണ്ടു പോകുന്നു. അതാതിടങ്ങളിൽ തന്നെ ഇവയെല്ലാം ഭൂമിയിൽ ലയിച്ചു ചേരാനുള്ള സംവിധാനവും ജീവിത രീതിയും ആയിക്കൂടേ? അതുപോലെത്തന്നെയാണ് മരക്കൊമ്പുകളും ചില്ലകളും. വിറകിന്റെ ഉപയോഗമില്ലെങ്കിൽ ഈ മരക്കൊമ്പുകളും ചുള്ളികളും വള്ളിമടലാരങ്ങളും കത്തിച്ച് വെണ്ണീറാക്കി സൂക്ഷിക്കുകയും വർഷക്കാലത്ത് കൃഷിക്ക് ഉപയോഗിക്കുകയും ചെയ്തു കൂടേ? അങ്ങനെ ചെയ്യുന്നതിൽ ഒരു പരിസ്ഥിതി സൗഹൃദം ഉണ്ട്. ഈ വികേന്ദ്രീകൃതമായ ജീവിത രീതി (Decentralized way of life) കേരളത്തിലും മറ്റും പണ്ട് പതിവായിരുന്നു. അമേരിക്കയിലും ഈ വികേന്ദ്രീകരണം ആയിക്കൂടെ. പക്ഷേ സംഭവിക്കുന്നത് നേരെ മറിച്ചാണ്. പരിഷ്കൃത കേരളം അതിന്റെ തനതു രിതികൾ കൈവെടിഞ്ഞു അമേരിക്കൻ മട്ടിൽ കേന്ദ്രികൃത (Centralized) മായ ജീവിത ശൈലിയിലേക്കാണ് നീങ്ങുന്നത്.

ആധുനിക മനുഷ്യൻ യന്ത്രങ്ങളെക്കൊണ്ടു ജോലി ചെയ്യിക്കുന്ന ദേഹാദ്ധ്വാനത്തിനോട് വിടപറയുന്നു. എന്നിട്ട് ദേഹാദ്ധ്വാനം കിട്ടാൻ കാലത്തുനടക്കുന്നു, അല്ലെങ്കിൽ ഓടുന്നു. വിചിത്രം! കൂട്ടത്തിൽ പറയട്ടെ, ചമ്മല കത്തിക്കുമ്പോഴുള്ള മണം അതീവഹൃദ്യമാണ്. പുതുമഴപെയ്യുമ്പോൾ പൊങ്ങുന്ന മണ്ണിന്റെ മണം പോലും ഇതിനുതാഴെയാണ്. ഒന്നുമില്ലെങ്കിൽ എനിക്കങ്ങനെ തോന്നി.

പുരയിടങ്ങൾ വൃത്തിയായി സൂക്ഷിക്കുകയെന്ന സ്വഭാവം എല്ലാ അമേരിക്കൻ പൗരന്മാരും സൂക്ഷിക്കുന്നു. പുല്ലുവെട്ടാനും ചമ്മല അടിച്ചു മാറ്റാനുമെല്ലാം അതാതിന്റെ ജോലിക്കാരെ കിട്ടും. പക്ഷേ നല്ല ചെലവാണ്. സാമ്പത്തിക സ്ഥിതി അതിനനുവദിക്കുന്നില്ലെങ്കിൽ അവരവർക്ക് സ്വന്തമായി ഇതെല്ലാം ചെയ്യാം. പലരും സ്വന്തമായി ചെയ്യുന്നതാണ് കാണുന്നത്. കാരണം അമേരിക്കയിൽ

ദേഹാദ്ധ്വാനം ആവശ്യമായ ജോലി ചെയ്യാൻ ആളെ കിട്ടാനില്ല. തന്നത്താൻ ജോലി ചെയ്താൽ ദേഹത്തിന് കുറച്ച് വ്യായാമമായി. മനസ്സിന് അല്പം വിശ്രമവുമായി. പണി ആയുധങ്ങൾ മാർക്കറ്റിൽ കിട്ടും. പുല്ലുവളർത്തുന്ന കീടനാശിനി അടിക്കുന്നതിനു സംവിധാനമുണ്ട്. അലസമായി പറമ്പിട്ടാൽ അയൽക്കാരൻ പരാതിയുമായി വരാനും സാദ്ധ്യതയുണ്ട്. അതിനാൽ എല്ലാവരും എല്ലാം ഏറെക്കുറെ ചിട്ടയായി ചെയ്യുന്നു.നമ്മുടെ നാട്ടിലെമാതിരി പകർച്ചവ്യാധികൾ വരാനും പടർന്നുപിടിക്കാനും അമേരിക്കയിൽ സാദ്ധ്യത കുറവാണ്. Civic Sense എന്നർത്ഥം വിളിക്കുന്ന പൗരബോധം അമേരിക്കയിൽ പ്രബലമാണ്. കേരളയീർ വ്യക്തിപരമായി ശുചിത്വം പാലിച്ചാലും Civic Sense കുറവാകയാൽ സാമൂഹ്യശുചിത്വത്തിന്റെ കാര്യത്തിൽ അമാന്തക്കാരാണ്. അവനവന്റെ വീട്ടിലെ അല്ലെങ്കിലും വീട്ടുപറമ്പിലെ മാലിന്യങ്ങൾ തരം കിട്ടിയാൽ ആരുമറിയാതെ ആരാന്റെ പറമ്പിൽ കൊണ്ടിട്ട് 'ശുചിത്വം' പാലിക്കുന്നവരാണല്ലോ ആധുനിക മലയാളികൾ. അറവുശാലകളിലെ മാലിന്യം പുഴവക്കത്തോ തോട്ടുവക്കത്തോ തള്ളുന്നതിനെപ്പറ്റി എത്രയോ പത്രവാർത്തകൾ കേരളത്തിൽ വരാറുണ്ട്. ഇങ്ങനെയുള്ള കാര്യങ്ങളിൽ അപരിഷ്കൃതരായ പഴയ നാടൻ മലയാളികളേക്കാൾ വളരെ മുന്നിലാണല്ലോ ഇന്നത്തെ മലയാളികൾ. മലയാളിയുടെ ജീവിതവീക്ഷണം വളരെയധികം മാറേണ്ടിയിരിക്കുന്നു. ഒന്നുകിൽ നാം പഴയ നാടൻ മലയാളി ജീവിതം തിരിച്ചുപിടിക്കുക. അല്ലെങ്കിൽ അമേരിക്കയിലെ ഗ്രാമീണ ജീവിതത്തിന്റെ വശങ്ങൾ പകർത്തുക.

അമേരിക്കയിലെ താമസക്കാലത്ത് ഒരു കാര്യം ഞാൻ പതുക്കെ മനസ്സിലാക്കിത്തുടങ്ങി. ഇവിടെ നിന്ന് നോക്കുമ്പോൾ തെക്കേ ഇന്ത്യ വടക്കേ ഇന്ത്യ എന്നും കേരളം, തമിഴ്നാട്, മഹാരാഷ്ട്ര, ബംഗാൾ എന്നും മറ്റുമുള്ള ഭേദഭാവങ്ങൾക്ക് പ്രസക്തിയില്ല. അല്ലെങ്കിൽ പ്രസക്തിമങ്ങിക്കൊണ്ടിരിക്കുന്നു. തെക്കേ ഇന്ത്യയിലെ ഇഡ്ഡലി, ദോശ, വട വടക്കെ ഇന്ത്യയിലെ പൂരി, സമൂസ എന്ന വ്യത്യാസം നമ്മൾക്ക് ഇന്ത്യക്കുള്ളിൽ തോന്നുന്നമാതിരി വിദേശത്തുപോയാൽ പറ്റില്ല. അതേപോലെത്തന്നെ ചോറ് സാമ്പാർ,കാളൻ, രസം എന്നമട്ടിലുള്ള ഊണും ചപ്പാത്തി, ഉരുളക്കിഴങ്ങുകറി, പാലക് കറി, ആലു-ഗോബി, ലസ്സി എന്നമട്ടിലുള്ള ഉത്തരേന്ത്യൻ ഭക്ഷണവും എല്ലാം ഇന്ത്യൻ ഭക്ഷണം എന്നേതോന്നുകയുള്ളൂ. കാരണം ഇവ തമ്മിലുള്ള വ്യത്യാസങ്ങളേക്കാൾ എത്രയോ വലിയ വ്യത്യാസങ്ങളാണ് ഇവിടെ നമ്മെ കാത്തിരിക്കുന്നത്. ഇക്കാര്യം അടുത്ത അദ്ധ്യായത്തിൽ

വ്യക്തമാക്കുന്നു.

ജോലിയിൽ നിന്ന് റിട്ടയർ ചെയ്തവർക്ക് അമേരിക്കയിൽ വന്നാൽ പൊതുവെ നേരം പോയിക്കിട്ടാൻ വലിയ വിഷമമായിരിക്കും. ഞങ്ങൾ അമേരിക്കയിൽ പോകാറുള്ളത് Spring, Summer, Fall എന്ന കാലയളവിൽ ആയതിനാൽ Outdoor മട്ടിൽ കുറെ സമയം ചെലവഴിക്കാം. പലതവണ സൂചിപ്പിച്ചപോലെ നീണ്ട നടത്തങ്ങളാണ് എന്റെ ഒരു ഹോബി. അച്ഛനിൽ നിന്നു ചാർത്തികിട്ടിയതാണ്. ഇപ്പോൾ പേരക്കുട്ടിയുള്ളതിനാൽ അവളുടെ കൂടെയും കുറേനേരം ചെലവഴിക്കാം. Indoor ആയി സമയം ചെലവഴിക്കാൻ എനിക്കു പറഞ്ഞിട്ടുള്ള വഴി വായനയും പാട്ട്കേൾക്കലുമാണ്. ഭാഗ്യത്തിന് ഞാനിരുന്ന് വായിക്കുന്ന മുറിയുടെ ജനാലയിൽക്കൂടി വീട്ടുവളപ്പിലെ മരങ്ങളുടെ നല്ലൊരു കാഴ്ച കിട്ടും. ഒരു മേപ്പിൾ മരവും ഓക്കുമരവും ലോക്കസ്റ്റുമരവും തൊട്ടുമുമ്പിലുണ്ട്. കുറച്ചകലെ ഒരു പോപ്ലാർ എപ്പോഴും ഇലകൾ വിറപ്പിച്ചുകൊണ്ട് നിൽക്കുന്നുണ്ടാവും. ഈ പോപ്ലാർ ഇലയനങ്ങാത്ത നേരത്തും വിറച്ചുകൊണ്ടിരിക്കും. ലോക്കസ്റ്റ് മരത്തിന്റെ ഇലകൾ മഞ്ചാടിയിലപോലെയിരിക്കും. കേവലപ്രകൃതിയുടെ ഹൃദയനൈർമല്യം ഏതുനാട്ടിലും ഒരു പോലെയാണ്. അമേരിക്കയിലെ പോപ്ലാറും കേരളത്തിലെ അരയാലും കാശ്മീരിലെ ചിനാർമരവും ഒരേ മാനസികഭാവമാണുണ്ടാക്കുന്നത്. പ്രാർത്ഥന എന്നോ ധ്യാനം എന്നോ ഒക്കെ ഇതിനെ വാക്കിലൊതുക്കാം.

എന്റെ അമ്മക്ക് പ്രകൃതിയോട് വല്ലാത്തൊരു പ്രണയമായിരുന്നു. അത്യാവശ്യം കവിതയും എഴുതിയിരുന്നു. എനിക്കാണെങ്കിൽ അങ്ങനെയുള്ള കഴിവില്ല. ഒരു കവിതപോലും എഴുതാൻ ഞാൻ കൂട്ടിയാൽ കൂടില്ല, കേവലപ്രകൃതിയുടെ വിവിധഭാവങ്ങളും സംഗീതത്തിലെ രാഗങ്ങളും തമ്മിലുള്ള ജൈവബന്ധം അമ്മ എപ്പോഴും പറയുമായിരുന്നു. ഹിന്ദോളവും ദേവഗന്ധാരിയുമായിരുന്നു അമ്മക്ക് ഏറ്റവും പ്രിയപ്പെട്ട രാഗങ്ങൾ. ഹിന്ദോള രാഗത്തിലുള്ള പത്നാഭ പാഹി എന്ന സ്വാതിതിരുനാൾ കൃതിയും ദേവഗാന്ധാരിയിലുള്ള 'ക്ഷീരസാഗര ശയന' എന്ന ത്യാഗരാജകൃതിയും മക്കളെ പഠിക്കണമെന്ന് അമ്മ പാട്ടുപഠിപ്പിച്ചിരുന്ന ഭാഗവതരെ പ്രത്യേകം ഓർമ്മിപ്പിച്ചിരുന്നു. ഹിന്ദോളം കർണ്ണാടക സംഗീതത്തിലെന്ന പോലെ ഉത്തരേന്ത്യൻ സംഗീതത്തിലും ഉണ്ടെന്ന് അമ്മ പറയാറുണ്ടായിരുന്നു. എന്നാൽ അതിന്റെ പേർ മാൽക്കൗൻസ് എന്നാണെന്ന് അമ്മക്കും അറിഞ്ഞിരുന്നില്ലെന്നു തോന്നുന്നു. തായമ്പകയിൽ അടന്തക്കൂറ് അമ്മക്ക് വളരെ പഥ്യമായിരുന്നു. കുംഭം മീനമാസങ്ങളിൽ തൃശ്ശൂരും

പരിസരപ്രദേശങ്ങളിലും പൂത്തുലയുന്ന പഞ്ചാരിമേളത്തിന്റെ സൗന്ദര്യവും എനിക്ക് അമ്മയിൽ നിന്ന് കുട്ടിക്കാലത്ത് മുലപ്പാൽ പോലെ കിട്ടിയ അനുഭവമാണ്. തായമ്പകയുടെ ഈറ്റില്ലമായ വള്ളുവനാട്ടിലെ മലമക്കാവിൽ ജനിച്ച അമ്മക്ക് അച്ഛന്റെ നാടായ തൃശ്ശൂരിന്റെ വാദ്യപ്പെരുമയോടായിരുന്നു കൂടുതൽ ആഭിമുഖ്യം. പെരുവനം – ആറാട്ടുപുഴ പൂരങ്ങൾക്ക് ആയിരത്തിനാനൂറോളം വർഷങ്ങളുടെ പഴക്കമുണ്ടെന്ന് അമ്മ വാചാലമായി പറയാറുണ്ട്.

ശിവകുമാർ ശർമ്മയുടെ സന്തൂർ എന്ന ശതതന്ത്രി വീണയിൽ കലാവതി (കർണ്ണാടക സംഗീതത്തിലെ വലപിരാഗം) ചാരുകേശി (കർണ്ണാടക സംഗീതത്തിൽ നിന്നും ഹിന്ദുസ്ഥാനി സംഗീതത്തിലേക്ക് അതേപേരിൽ ചേക്കേറിയ രാഗം), ഗോരഖ് കല്ല്യാൺ, ബാഗേശ്വരി എന്നിവ ആലപിച്ചാൽ ഇത് അമേരിക്കൻ ലാൻഡ്സ്കേപിനു ചേരും. അമേരിക്കൻ പുൽത്തകിടിയുടെ പച്ചപ്പ് വസന്തം മുതൽ ഫാൾ വരെയുള്ള ആറുമാസം കൊണ്ട് പച്ചയുടെ വിവിധ തരംഗദൈർഘ്യം (wave length) ങ്ങളിൽക്കൂടി സഞ്ചരിക്കുന്നു. വസന്തത്തിലെ പച്ചപ്പ് മഞ്ഞ കലർന്ന പച്ച (Yellowish green) ആയിരിക്കും. നാട്ടിലെ എന്റെ വീട്ടുപറമ്പിൽ ദന്തപ്പാല എന്നൊരു മരമുണ്ട്. അതിന്റെ പച്ചപ്പ് (Yellowish green) ആണ് ആറുമാസത്തോളം. ഞാൻ ഈ മരത്തിന്റെ ചുവട്ടിൽ മണിക്കൂറോളം നിൽക്കാറുണ്ട്. പച്ചയുടെ മറ്റേ അറ്റത്താണ് പ്ലാവിലയുടെ ഇരുണ്ട പച്ച. ദന്തപ്പാലയുടെ പച്ചയിൽ നിന്ന് യാത്ര തുടങ്ങി പ്ലാവിന്റെ ഇരുണ്ട പച്ചയിൽ തരംഗദൈർഘ്യത്തിന്റെ ഈ യാത്ര അവസാനിക്കുന്നു. ഈ നിറഘോഷയാത്രയാണ് അമേരിക്കൻ Landscape വസന്തം മുതൽ Fall വരെയുള്ള കാലയളവിൽ ചെയ്യുന്നത്. ഭാരതീയ സംഗീതത്തിൽ രാഗങ്ങളെ അങ്ങനെ വ്യവഹരിക്കുന്നത് മനസ്സിന് നിറം കൊടുക്കുന്നതു കൊണ്ടാണ്. രഞ്ജയതി ഇതി രാഗ എന്നു പറയും. That which colours the mind എന്നു വേണമെങ്കിൽ മൊഴിമാറ്റം ചെയ്യാം. Synesthesia എന്നൊരു മാനസിക പ്രതിഭാസമുണ്ട്. ശബ്ദതരംഗങ്ങൾ മനസ്സിൽ സൃഷ്ടിക്കുന്ന അനുഭവങ്ങളെ ദൃശ്യതരംഗങ്ങളായി മൊഴിമാറ്റം ചെയ്യുകയാണത്. നാട്ടിൻപുറങ്ങളിലേയും കേവലപ്രകൃതിയുടേയും നിറങ്ങളുടെ വൈവിദ്ധ്യത്തെ ഭാരതീയ സംഗീതത്തിലെ രാഗങ്ങളായി മൊഴിമാറ്റം ചെയ്യൽ എന്റെ ഒരു ഇഷ്ട വിനോദമാണ്. ഈ വികട സ്വഭാവം എന്റെ അമേരിക്കൻ യാത്രയിലും താമസവേളയിലും വളരെ ഉപകരിച്ചുവെന്നും പറയട്ടെ.

അമേരിക്കൻ ജീവിത രീതി – താളങ്ങളും താളപ്പിഴകളും

അമേരിക്കൻ ജീവിതരീതയെപ്പറ്റി ഒരു ഇന്ത്യക്കാരന് പല അഭിപ്രായങ്ങളും പറയാം. വിലയിരുത്തിപ്പറയാൻ വളരെ പ്രയാസമാണ്. ഭൂമിയിലെ ഓരോ പ്രദേശത്തും അതാതിടങ്ങളിലെ കാലാവസ്ഥക്കും പരിസ്ഥിതികൾക്കുമനുസരിച്ച് വ്യത്യസ്ത ജീവിതശൈലികൾ ഉരുത്തിരിഞ്ഞതു സ്വാഭാവികമാണ്. ഈ ശൈലികൾ പാരമ്പര്യത്തിൽ വേരുറച്ചതായിരിക്കും. കാലത്തിന്റെ വെല്ലുവിളികളെ അതിജീവിച്ചതുമായിരിക്കും. ഓരോ ശൈലിക്കും അതിന്റേതായ താളമുണ്ടായിരിക്കും. ഒരു താളത്തിന്റെ അളവുകോലുപയോഗിച്ച് മറ്റൊരു താളത്തിനെ അളക്കാൻ ശ്രമിക്കുമ്പോഴാണ് താളപ്പിഴകൾ തോന്നുന്നത്. അതിനപ്പുറം ഇതിന് പ്രാധാന്യവുമില്ല.

എന്റെ ഒരു കണക്കനുസരിച്ച് ഇങ്ങനെയൊരു ചർച്ച വരുമ്പോൾ വിഷയത്തിനെ പല അടരുകളായി ചികഞ്ഞുനോക്കുന്നത് സൗകര്യമാണ്. ആദ്യം തന്നെ കേവല പ്രകൃതി-കഴിഞ്ഞ അദ്ധ്യായത്തിൽ അതിനെപ്പറ്റി പറഞ്ഞിരുന്നു. കേവല പ്രകൃതിയുടെ നൈർമല്യം എല്ലാ ദേശത്തും എല്ലാ കാലത്തും ഒരു പോലെയാണ്. പ്രകൃതിയുടെ മുഖഭാവങ്ങൾ വ്യത്യസ്തമായിരിക്കും. എന്നാലും അകക്കാമ്പിന്റെ ഭാവം ഒന്നു തന്നെയാണ്. ദൈവികമായ പരിശുദ്ധി. അതുകൊണ്ടാണ് ദൈവികത്വത്തെ അന്വേഷിക്കുന്ന പല മിസ്റ്റിക്കുകളും

പ്രകൃതിയുടെ മടിത്തട്ടിലേക്ക് തീർത്ഥാടനം നടത്തുന്നത്. അമേരിക്കയിലെ കേവല പ്രകൃതിയുടെ ഈ പരിശുദ്ധി ഒരു ഇന്ത്യക്കാരന് യാതൊരു കലവറയും കൂടാതെ ഉൾക്കൊള്ളാൻ സാധിക്കും.

അടുത്ത അടർ പച്ചമനുഷ്യത്വത്തിന്റേതാണ്. ജനനത്തിനും മരണത്തിനും ഇടയിലുള്ള ചെറിയൊരു യാത്രപോലെ തോന്നുന്ന ജീവിതം ഇന്ത്യക്കാരനും അമേരിക്കക്കാരനും ഒരു സമസ്യതന്നെയാണ്. 'ഒരിടത്ത് ജനനം ഒരിടത്ത് മരണം ചുമലിൽ ജീവിതഭാരം' തന്നെ അല്ലെങ്കിൽ പൂന്താനം ജ്ഞാനപ്പാനയിൽ പറഞ്ഞപോലെ 'മദ്ധ്യേയിങ്ങനെ കാണുന്ന നേരത്തു... കലഹിക്കുന്നതു വൃഥാ'. റിലേ ഓട്ടത്തിലേ ബാറ്റൻ കൈമാറുന്ന പോലെ നമ്മളെല്ലാം നമ്മുടെ പൂർവ്വികന്മാരിൽ നിന്നും ലഭിച്ച പൈതൃകം ചെറിയ മാറ്റങ്ങളോടെ അടുത്ത തലമുറയ്ക്കു കൈമാറുന്നു. ഓരോ തലമുറ കഴിയുമ്പോഴും ചെറിയൊരു Paradigm Shift ഉണ്ടായെന്നു വരാം. വിദ്യാഭ്യാസം, ജോലിതേടൽ, വിവാഹം, കുടുംബജീവിതം, കുട്ടികളുടെ വിദ്യഭ്യാസം, മക്കളുടെ ജോലി, വിവാഹം... എന്നിങ്ങനെ ചാക്രികമായി നീണ്ടുപോകുന്ന ഈ യാത്ര ഇന്ത്യയിലായാലും അമേരിക്കയിലായാലും, ആഫ്രിക്കയിലായാലും ഒരു പോലെത്തന്നെ. എന്നാൽ പിന്നെ എവിടെയാണ് ഇന്ത്യയിലേയും അമേരിക്കയിലേയും ജീവിത രീതികൾ തമ്മിൽ വ്യത്യാസപ്പെടുന്നത്?.

ഈ ചോദ്യത്തിനുള്ള ഉത്തരമാണ് അടുത്ത അടരിൽ പ്രത്യക്ഷപ്പെടുന്നത്. ജീവിത പ്രശ്നങ്ങളെ വിവിധ ജനവിഭാഗങ്ങൾ എങ്ങിനെ നേരിടുന്നു? ഞാൻ ഇക്കാര്യത്തെ സംസ്ക്കാരമെന്നു വിളിക്കാൻ ഇഷ്ടപ്പെടുന്നു. ജീവിതത്തോടുള്ള മനുഷ്യന്റെ പ്രതികരണത്തെ സംസ്കാരമെന്നും വിളിക്കാം. ഇത് വളരെയധികം കെട്ടുപിണഞ്ഞുകിടക്കുന്ന ഒരു വിഷയമാണ്. ഭക്ഷണം, വസ്ത്രധാരണം, വീടുവെക്കൽ, വിവാഹം, വിദ്യാഭ്യാസം എന്നിങ്ങനെ നേരത്തെ പറഞ്ഞ കാര്യങ്ങളെല്ലാം സംസ്ക്കാരത്തിന്റെ ചേരുവകൾതന്നെയാണ്. ഇവിടെയാണ് ഇന്ത്യയും അമേരിക്കയും വളരെയധികം വ്യത്യസ്തത പുലർത്തുന്നത്. പൊതുവായ സാംസ്കാരിക ധാരകൾ ചില രാജ്യങ്ങൾ തമ്മിൽ കണ്ടേക്കാം. എന്നാൽ ഇക്കാര്യത്തിൽ 'East is east and West is west' എന്നു പറഞ്ഞപോലെയാണ്. ഇതിൽ ശരിയും തെറ്റുമൊന്നുമില്ല. നമുക്ക് പൗരസ്ത്യർക്ക് നമ്മുടേത് ശരി, അവർക്ക് പാശ്ചാത്യർക്ക് അവരുടേത് ശരി. ഒരു ജനതയ്ക്കു അവരുടെ താളം മറ്റൊരുകൂട്ടർക്ക് ഇത് അവതാളമായി തോന്നുമെന്ന് മാത്രം.

ഭക്ഷണം അടുക്കളയിൽ പാകം ചെയ്ത് കഴിക്കുന്ന ഒരു വഴിയാണ് ഇന്ത്യക്കാരുടേത്. ഇന്നത്തെ ഇന്ത്യയിൽ Urbanized എന്നും വിളിക്കാവുന്നവരിൽ കൂടുതൽക്കൂടുതലായി ഹോട്ടലിനെ ആശ്രയിക്കുന്ന പ്രവണത ഏറി വരുന്നുണ്ട്. അതല്ല ഇവിടെ പറഞ്ഞു വരുന്നത്, കൂടുതൽ വ്യക്തമക്കാം. ഹോട്ടലിൽ ഭക്ഷണം അടുക്കളയിൽതന്നെയാണ് ഉണ്ടാക്കുന്നത്.

അമേരിക്കയിൽ ഭക്ഷണത്തിന്റെ ഈ അടുക്കള സംസ്കാരമില്ല. വീട്ടിൽ വച്ച് അവർ ഭക്ഷണം കഴിക്കുന്നുണ്ടെങ്കിലും അത് അടുക്കളയിൽ പാകം ചെയ്തതല്ല. സൂപ്പർ മാർക്കറ്റുകളിൽ നിന്ന് എളുപ്പം വാങ്ങാൻ കഴിയുന്ന പാക്കറ്റ് ഭക്ഷണസാധനങ്ങൾ വാങ്ങിക്കൊണ്ട് വന്ന് അവർ വീട്ടിൽ വച്ച് ഭക്ഷിക്കുന്നു. ഉദാഹരണമായി പിസ്സ, പാസ്ത, ബർഗർ, ഡോനട്ട്, സാന്റ്വിച്ച്, ഫ്രൂട്ട്ജ്യൂസുകൾ എന്നിവ. രണ്ട് ബ്രഡ് പാളികൾക്കിടയിൽ മാംസം, അതും പച്ചമാംസം വച്ച് അതു കഴിക്കുന്നത് ഇവിടെ സാധാരണയാണ്. അമേരിക്കൻ അടുക്കള, അമേരിക്കൻ കറികൾ അല്ലെങ്കിൽ പലഹാരങ്ങൾ എന്നൊന്നുമില്ല. അമേരിക്കയിൽ സാധാരണയുള്ള ഭക്ഷണരീതികൾ ഇറ്റാലിയൻ, മെക്സിക്കൻ, ചൈനീസ്, ഇന്ത്യൻ പിന്നെ അപൂർവ്വമായി വിയറ്റനാമീസ്, ജാപ്പനീസ് എന്നിവയാണ്. ഇറ്റാലിയൻ പിസ്സയ്ക്ക് പ്രശസ്തിയുണ്ട്. മെക്സിക്കൻ ഗ്രില്ലുകൾ പലയിടത്തും കാണാം. ഇന്ത്യൻ ഹോട്ടലുകളിൽ ചില അമേരിക്കക്കാർ കുടുംബസമേതം വന്നുകാണാറുണ്ട്. അവർക്ക് അതൊരു Exotic അനുഭവമാണ്. ഭക്ഷണം കഴിഞ്ഞാൽ കുലുക്കുഴിഞ്ഞ് വായ് കഴുകുന്ന പതിവില്ല. കൈ ടിഷ്യൂ പേപ്പറിൽ തുടക്കുകയാണ് പതിവ്. വെള്ളത്തിന്റെ ഉപയോഗം ഇക്കാര്യത്തിലില്ല. പക്ഷേ അമേരിക്കക്കാർ ദിവസവും എണീറ്റശേഷവും രാത്രി ഉറങ്ങുന്നതിനു മുമ്പും പല്ലു തേക്കാറുണ്ട്. കത്തിയും ഫോർക്കും ഉപയോഗിക്കുന്നതു കാരണം കൈ വൃത്തിയായിരിക്കും എന്നു പറയാനും പറ്റില്ല. എല്ലാ സാധനങ്ങളും അവർ കൈകൊണ്ടുതന്നെ വായിൽവെക്കുന്നതാണ് ഞാൻ കണ്ടിട്ടുള്ളത്, കൈ കഴുകുന്നതിന് പകരം ടിഷ്യൂപേപ്പറിൽ തുടക്കുന്നുവെന്നു മാത്രം.

അമേരിക്കക്കാർ 99 ശതമാനവും മാംസഹാരികളാണ്. അവരുടെ കാലാവസ്ഥയ്ക്ക് യോജിച്ച വഴിയാണിത്. പക്ഷേ അടുത്തകാലത്ത് അവർക്കിടയിൽ ഒരു ധാരണ വന്നിട്ടുണ്ട്. സസ്യാഹാരം അപകടരഹിതമാണെന്ന്. അതിനാൽ അടുത്ത കാലത്തായി പൗരസ്ത്യ ഭക്ഷണരീതികളോട് പ്രത്യേകിച്ചും, വെജിറ്റേറിയൻ രീതികളോട് ചിലർക്കെങ്കിലും ആഭിമുഖ്യം വന്നുകാണുന്നുണ്ട്. അമേരിക്കയിലെ

മരണങ്ങളിൽ വലിയൊരു ശതമാനത്തിന് കാരണം ഹൃദ്രോഗമോ കാൻസറോ ആണ്. ഹൃദ്രോഗത്തിന് ചികിത്സയുണ്ട്. കാൻസർ രോഗത്തിന്റെ കാര്യത്തിൽ 'ഇപ്പോഴും ഒരു നിശ്ചയമില്ലയൊന്നിനും' എന്ന മട്ടാണ്. മാംസഹാരവും ദേഹം അനങ്ങാതെയുള്ള ജിവിത രീതിയും ഈ രണ്ടു രോഗങ്ങൾക്കും വലിയതരത്തിൽ കാരണമാവുന്നുണ്ടെന്ന് ഇവർ കൂടുതൽ കൂടുതലായി മനസ്സിലാക്കിവരുന്നു. മാംസഭക്ഷണത്തിന് അമേരിക്കയിൽ വില വളരെ കുറവാകയാൽ താരതമ്യേന സാമ്പത്തിക സ്ഥിതി കുറഞ്ഞ കറുത്ത വർഗ്ഗക്കാർ അത് അമിതമായി ഭക്ഷിക്കുന്നു. അത് അവരിൽ അസഹ്യമായ ലെവലിൽ പൊണ്ണത്തടിയുണ്ടാക്കുന്നു. വിദ്യാഭ്യാസം പൊതുവിൽ കുറഞ്ഞ അവർ മനസ്സിലാക്കിവെച്ചിരിക്കുന്നത് അവരുടെ യജമാനന്മാരായിരുന്ന വെള്ളക്കാരെ എല്ലാ കാര്യത്തിലും അനുകരിക്കണമെന്ന് മാത്രമാണ്. അതിൽ അത്ഭുതമില്ല. സ്വതന്ത്ര ഇന്ത്യയിൽ നമ്മളും അങ്ങനെ ചിലതെല്ലാം കാട്ടിക്കൂട്ടുന്നുണ്ടല്ലോ. ഏതായാലും സസ്യഹാരം മുതലായ പൗരസ്ത്യരീതികളെ കറുത്തവർഗ്ഗക്കാർ അടുത്തകാലത്തൊന്നും സ്വീകരിക്കുന്ന പ്രശ്നമുദിക്കുന്നില്ല. കറുത്തവരിൽ ചിലരെങ്കിലും ഇപ്പോൾ നടക്കാൻ തുടങ്ങിയിട്ടുണ്ട്. പക്ഷേ ഇത് ആരോഗ്യത്തെക്കുറിച്ചുള്ള വീണ്ടുവിചാരം കൊണ്ടാണെന്ന് തീർച്ചയൊന്നുമില്ല. സായ്പ് നായയേയും കൊണ്ട് നടക്കുമ്പോൾ നമ്മളും അത് ചെയ്തില്ലെങ്കിൽ മോശക്കാരാവില്ലേ എന്ന് ആവാം. ഇന്ത്യക്കാർക്ക് സായ്പിനെ സ്വാധീനിക്കാൻ കഴിയും. കറുത്തവർഗ്ഗക്കാരെ സ്വാധീനിക്കാൻ സായിപ്പിന് മാത്രമേ കഴിയൂ.

അമേരിക്കയിൽ Vegan Vegetarian എന്ന ഒരു വിഭാഗ ജനങ്ങളുണ്ട്. മതവിഭാഗമൊന്നുമല്ല, ഭക്ഷണകാര്യത്തിലാണ് അവരുടെ ചിട്ട. ശുദ്ധസസ്യാഹാരികൾ എന്നു പറഞ്ഞാൽ പോരാ മുട്ട പോകട്ടെ പാൽപോലും കഴിക്കില്ല. പാലുല്പന്നങ്ങളും കഴിക്കില്ല, ചെടികളികളിൽ നിന്നും മരങ്ങളിൽ നിന്നും ലഭിക്കുന്ന ഭക്ഷണസാധനങ്ങൾ മാത്രമേ അവർ കഴിക്കൂ. വിമാനത്തിൽ സീറ്റ് ബുക്ക് ചെയ്യുമ്പോൾ അപേക്ഷഫോറത്തിൽ ഭക്ഷണം ഏതുവേണമെന്ന് ചോദിക്കുന്ന ഒരു വിഭാഗമുണ്ട്. അവിടെ വേഗൻ വെജിറ്റേറിയൻ എന്ന വാക്കും കാണാം.

ഇന്ത്യക്കാർക്ക് ഒരു കാര്യത്തൽ മാത്രമാണ് അമേരിക്കക്കാരുമായി ഒട്ടും പൊരുത്തപ്പെടാൻ വയ്യാത്തത്. കക്കൂസിൽ പോയതിനു ശേഷം ദേഹം വൃത്തിയാക്കുന്ന കാര്യത്തിൽ വെള്ളമില്ലാതെ നമുക്ക് സാധിക്കില്ല. അമേരിക്കക്കാർ ടിഷ്യുപേപ്പർ കൊണ്ടാണ് ക്ലീൻ

ചെയ്യുക. എന്നാൽ അവർക്ക് കുളിയില്ലെന്ന് ധരിക്കരുത്. വീടുകളിലും ഹോട്ടലുകളിലും ബാത്ത് ടബ്ബുകൾ കാണാം. കാലാവസ്ഥ കൂടുതൽ തണുപ്പ് നിറഞ്ഞതാകയാൽ തണുപ്പുവെള്ളവും ചൂടുവെള്ളവും ഒരേ സമയം കിട്ടാനുള്ള സംവിധാനം ഏതു വീട്ടിലുമുണ്ടാകും. വെളുത്ത വർഗ്ഗക്കാരെങ്കിലും എന്നും കുളിക്കുമെന്നാണ് അറിയാൻ കഴിഞ്ഞത്.

ചികിത്സാരീതികളുടെ സാർവ്വത്രികപ്രചാരം മൂലം അമേരിക്കക്കാരുടെ ശരാശരി ആയുസ്സ് ഇന്ത്യക്കാരുടേതിനേക്കാൾ ഒരു പത്ത് വയസ്സ് കൂടുതലാണ്. ഇതൊരു നല്ല നേട്ടമാണ്. ഇതിന്റെ ക്രെഡിറ്റ് അധികവും കൊടുക്കേണ്ടത് ചികിത്സാ മേഖലയുടെ കാര്യക്ഷമതയ്ക്കാണ്. ജീവിതരീതിയുടെ കേമത്തം കൊണ്ടല്ല. പൗരസ്ത്യരുടെ കാഴ്ചപ്പാടിൽ ജീവിതരീതി ആയുസ്സിനെ സ്വാധീനിക്കുന്നു. പ്രത്യേകിച്ച് ഭക്ഷണരീതികളും വ്യായാമവും. പൗരസ്ത്യ വീക്ഷണം കൂടുതൽ ഹോളിസ്റ്റിക് ആണെങ്കിൽ പാശ്ചാത്യ വീക്ഷണം കൂടുതൽ അനാലിറ്റിക് ആണെന്ന് പറയാം. അപഗ്രഥനാത്മകം എന്നു പറയുന്ന ഈ അനാലിറ്റിക് കാഴ്ചപ്പാട് അമേരിക്കൻ ജീവിതരീതിയിൽ സർവ്വത്ര നിറഞ്ഞുനിൽക്കുന്നു. എല്ലാ ഭക്ഷണസാധനങ്ങളുടേയും എനർജി / കലോറി ഇക്വിവാലന്റ് ഭക്ഷണപാക്കറ്റുകളിന്മേൽ രേഖപ്പെടുത്തിയിട്ടുണ്ടാകും. ഭക്ഷണമെല്ലാം വളരെ ശാസ്ത്രീയമായി ചിട്ടപ്പെടുത്തിയിരിക്കും. കാർബോഹൈഡ്രേറ്റ്, പ്രോട്ടീൻ, ഫാറ്റ്, മിനറൽസ്, വിറ്റാമിൻ ഇവയൊക്കെ എത്രയെത്രയെന്ന് വളരെ ക്ലിപ്തമായറിയാം പാക്കറ്റിൽ നിന്ന്. ഇതൊന്നും മനസ്സിൽ കാണാതെ ഉരുത്തിരിഞ്ഞ ഒരു ഭക്ഷണപാരമ്പര്യം ഇന്ത്യയിൽ തലമുറകളായി നിലനിൽക്കുന്നുണ്ട്. കാലത്തിനെ അതിജീവിച്ച ഈ ഭക്ഷണപാരമ്പര്യം അനാലിറ്റിക് അല്ല, Intuitive ആണ്. അമേരിക്കൻ ജീവിതത്തിൽ ഈ Intuitive പാരമ്പര്യം അമ്പേ വിട പറഞ്ഞിരിക്കുന്നു.

സാധാരണ അമേരിക്കൻ വീടുകളിൽ ആളുകൾ നേരത്തെ ഉറങ്ങി നേരത്തെ എഴിന്നേൽക്കുന്നവരാണ്. നമ്മുടെ പൊതുവിലുള്ള ധാരണ പാശ്ചാത്യരാജ്യങ്ങളിലെ ജനങ്ങൾ വൈകി ഉറങ്ങി വൈകി എഴുന്നേല്ക്കുന്നവരാണെന്നാണ്. വാസ്തവം അങ്ങനെയല്ല. തീർച്ചയായും നഗരങ്ങളിൽ യുവജനങ്ങൾ പ്രത്യകിച്ചും അവിവാഹിതർ വൈകി ഉറങ്ങുന്നവരുണ്ടാകാം. പക്ഷേ അവരെ മോഡലാക്കി നാം ജനറലൈസ് ചെയ്യുന്നത് തെറ്റായിരിക്കും. അമേരിക്കൻ ഭവനങ്ങളിൽ രാത്രി നേരത്തെ ഭക്ഷണം കഴിക്കുന്നു. തിങ്കൾ മുതൽ വെള്ളിവരെ അഞ്ചുദിവസം ജീവിതത്തിന്റെ താളം ഒന്നു തന്നെ. വെള്ളിയാഴ്ച വൈകുന്നേരം ഒരു ആഘോഷത്തിന്റെ

പ്രതീതിയാണ്. ശനി, ഞായർ മുടക്കം. Weekend ൽ പലരും പ്രത്യ കിച്ച് നഗരവാസികൾ അകലെ ഏതെങ്കിലും ഗ്രാമങ്ങളിലോ വിജ നസ്ഥനങ്ങളിലോ ക്യാമ്പുചെയ്യാൻ ഇഷ്ടപ്പെടുന്നവരാണ്. ശനിയാഴ്ച ശരിക്കും അലസമായിത്തന്നെ ആഘോഷിക്കും. ഞാറാഴ്ചക്കാലത്ത് സ്ഥലത്തുണ്ടങ്കിൽ പള്ളിയിൽ പോകും. അമേരിക്കയിലെ Mid West പ്രദേശങ്ങളിലെ ശുദ്ധ നാടൻ കൃഷിക്കാർക്ക് ഈ പാറ്റേൺ ബാധക മായിരിക്കില്ല. അവിടങ്ങളിലെ കാർഷിക സമ്പദ്‌വ്യവസ്ഥ തിരക്കും കോലാഹലവും ഇല്ലാത്ത ജീവിതത്തെ പ്രോത്സാഹിപ്പിക്കുന്നു. ഞാറാഴ്ച കാലത്ത് ഇടവകയിലെ പള്ളിയിൽ കൃത്യമായി പോകും അവിടെയുള്ളവർ.

അമേരിക്കൻ ജീവിതത്തിൽ അയൽക്കാർ ഒരു വിഷയമല്ല. നമ്മൾ താമസിക്കുന്ന വീടിന്റെ അപ്പുറത്തും ഇപ്പുറത്തും താമസി ക്കുന്നവർ ആരാണെന്ന് പോലും അറിയണമെന്നില്ല. എത്രകാലം ജീവിച്ചാലും ഈ സ്ഥിതിക്ക് മാറ്റം വരുന്നില്ല. ഇത് ഒരു നാഗരിക സ്വഭാവമാണ്. നാട്ടിൻ പുറങ്ങളിൽ ഈ സ്ഥിതിക്ക് കുറെയൊക്കെ അയവുണ്ടാവും. അമേരിക്കക്കാർക്കിത് യൂറോപ്പിൽ നിന്ന് കിട്ടിയ പാരമ്പര്യമായിരിക്കും. ഇന്ത്യക്കാർക്കിത് കുറെ വിചിത്രമായിത്തോ ന്നും. പശ്ചാത്യനാഗരികജീവിതത്തിൽ ബന്ധുക്കളും സുഹൃത്തുക്കളും ആവാം. അയൽക്കാർ വേണ്ടെന്നു തോന്നുന്നു. അമേരിക്കയിൽ ഈയൊരു സ്ഥിതി വിശേഷത്തിന് മറ്റൊരു കാരണം കൂടിയുണ്ട്.

ഒരു സ്ഥലത്ത് താമസത്തിനുവന്നുകൂടിയവർ പല രാജ്യങ്ങളിൽ നിന്നു വന്നവരാവാം. സംസാരഭാഷ ഒന്നല്ലെങ്കിൽത്തന്നെ ആളുകൾ പരസ്പരം അടുക്കാൻ സമയമെടുക്കും. എന്തായാലും ജീവിതത്തിൽ ഊഷ്മളതയുടെ കുറവ് ഇക്കാരണം കൊണ്ടുണ്ടാകും. ഇക്കാര്യത്തിൽ ഇന്ത്യക്കാർ പാശ്ചാത്യരാജ്യങ്ങളേക്കാൾ വളരെ മുന്നിലാണെന്ന് പറയേണ്ടി വരും.

നാം ഇന്ത്യക്കാർ വളരെയധികം Casual ആണ്, പെരുമാറ്റത്തിൽ. അതായത് ഔപചാരികത കുറവാണെന്ന് അർത്ഥം. അമേരിക്ക യിലെ വെളുത്തവർഗ്ഗക്കാർ യൂറോപ്യൻ പാരമ്പര്യം നിലനിർത്തുന്ന തിനാൽ കൂടുതൽ Formal ആണ്. ഔപചാരികത്വം കൂടും. പലരും പറയുന്നതും യൂറോപ്യൻ ജനതയെ പ്രത്യകിച്ചും ഇംഗ്ലീഷുകാരെ അപേക്ഷിച്ച് അമേരിക്കയിലെ വെളുത്തവർഗ്ഗക്കാർ പോലും കുറച്ച് Casual ആണെന്നാണ്. എന്നാൽ ഇന്ത്യൻ പരിചയം വച്ചുനോക്കു മ്പോൾ നമുക്ക് അവർ Formal ആയിട്ടേ തോന്നൂ. ഇക്കാര്യത്തിൽ വ്യത്യസ്തത പുലർത്തുന്നവർ കറുത്തവർഗ്ഗക്കാരാണ്. അവർക്ക്

കുറെ പൗരസ്ത്യ സ്വഭാവങ്ങളുണ്ട്. അവർ വളരെ Casual ആയിട്ടാണ് എനിക്ക് തോന്നിയിട്ടുള്ളത്.

ഉദാഹരണമായി വീടിന്റെ ഉമ്മറത്തും ഇറയത്തുമെല്ലാം കുടുംബാംഗങ്ങളുമൊത്ത് വർത്തമാനം പറഞ്ഞിരിക്കുന്ന സ്വഭാവം കറുത്തവർഗ്ഗക്കാർ പലരിലും ഞാൻ കണ്ടിട്ടുണ്ട്. വെള്ളക്കാരിൽ ഇത് അത്യപൂർവ്വമാണ്.

വെള്ളക്കാർ നടക്കാൻ പോവുമ്പോൾ സായ്പ്, മദാമ്മ പിന്നെ വളർത്തുനായ ഇതാണ് ക്രമം. മക്കളെ കൂടെ കൊണ്ടുപോകുന്നവരെ അപൂർവ്വമായെ കണ്ടിട്ടുള്ളൂ. കറുത്തവർഗ്ഗക്കാർക്കിടയിൽ കുട്ടികളെയും കൊണ്ടു നടക്കാൻ പോവുന്ന പതിവ് കൂടുതൽ സാധാരണമാണ്. അവരിൽ ചിലർ ഇപ്പോൾ വെള്ളക്കാരെ അനുകരിച്ച് വളർത്തുനായയേയും കൊണ്ട് നടക്കാൻ തുടങ്ങിയിട്ടുണ്ട്. നമ്മുടെ നാട്ടിൽ ചെയ്യുന്നമാതിരി ചെറിയകുട്ടികളെ എടുത്ത് ഒക്കത്തുവെച്ച് കൊണ്ട് പോവുന്ന സ്വഭാവം പാശ്ചാത്യരിൽ അപൂർവ്വമാണ്. അല്ലുമെന്നു പറയട്ടെ ചിലർ കുട്ടികളെ പിൻകഴുത്തിൽ എടുത്തുകൊണ്ടുപോകുന്നത് കണ്ടിട്ടുണ്ട്. വളരെ ചെറിയകുട്ടികളെ ദേഹത്തിന്റെ മുന്നിലോ പിന്നിലോ കെട്ടിയിരിക്കുന്ന ഭാണ്ഡത്തിൽ പേറി നടക്കുന്നതു സാധാരണമാണ്, കറുത്ത വർഗ്ഗക്കാർ പലരും ഒക്കത്തുവെച്ച് കുട്ടികളെ കൊണ്ടുപോകുന്നതു കാണാറുണ്ട്. ഇക്കാര്യത്തിൽ ചൈനീസ് വംശജർ ഇന്ത്യക്കാരുടെ മാതിരിയാണ്. അവർ കുട്ടികളെയും കൂട്ടി കുടുംബസമേതം നടക്കാൻ ഇറക്കും.

എന്നാൽ മേൽപ്പറഞ്ഞവരിൽ നിന്നും വ്യത്യസ്തമായൊരു ചിത്രമാണ് പാർക്കിലോ ചന്തയിലോ വരുന്നവർ കാഴ്ചവെക്കുന്നത്. അവർ കറുത്തവരോ, വെളുത്തവരോ, ഇന്ത്യക്കാരോ ചൈനക്കാരോ ആരുമാവട്ടെ ചെറിയ കുട്ടികൾ അടക്കം സംകുടുംബം ആയിട്ടാണ് വരുന്നത്. അപ്പോൾ വളർത്തുനായ ഉണ്ടാവില്ല. നായയെക്കൂട്ടിയുള്ള സായാഹ്നനടത്തത്തിന് മാത്രമേ കുട്ടികളെ ഒഴിവാക്കിക്കൊണ്ടുള്ള ഈ ഔപചാരികതയുള്ളൂ. കുട്ടികളെ ചെറുപ്രായത്തിൽ തന്നെ വീട്ടിൽ പ്രത്യേകം പ്രത്യേകമുള്ള മുറികളിൽ കിടത്തിയുറക്കുന്നത് വെളുത്ത വർഗ്ഗക്കാരുടെ മറ്റൊരു ശീലമാണ്. ഒരോ കുട്ടിക്കും വെവ്വേറെ ഓരോ മുറി വേണമെന്നതും മറ്റൊരു വഴക്കമാണ്. താരതമ്യേന സാമ്പത്തികനില മോശമായ കറുത്ത വർഗ്ഗക്കാർ ഈ വഴക്കം എങ്ങിനെ പാലിക്കുമെന്നറിയില്ല.

ആരേയും തുറിച്ച് നോക്കുന്ന സ്വഭാവം വെള്ളക്കാർക്കില്ല, രണ്ടു പേരുടെ ദൃഷ്ടികൾ തമ്മിൽ ഇടഞ്ഞാൽ അതു കൊണ്ടുണ്ടാവുന്ന

Embarassment കുഴിച്ച് മൂടാൻ അവർ ഉടൻ ഹായ് എന്നോ Have a nice time എന്നോ പറയും. നമ്മളും പറഞ്ഞാൽ മതി. ഇന്ത്യക്കാരെ ക്കുറിച്ച് ഒരു പരാതി അവർ തുറിച്ചു നോക്കുന്നു (stare) എന്നാണ്. അതിലൊരു ശരിയുമുണ്ട്. തുറിച്ച് നോക്കുന്നത് ഇന്ത്യയിൽ സാധാരണമാണ്. പ്രത്യേകിച്ചും ഗ്രാമങ്ങളിൽ, അതിൽ ദുരുദ്ദേശമൊന്നും ഇല്ല. എന്നാലും തുറിച്ചു നോക്കിയാൽ ആരും ഇഷ്ടപ്പെടില്ലെന്നതു ഒരു പരമാർത്ഥമാണ്.

കൗമാരപ്രായമെത്തുമ്പോൾ അമേരിക്കയിൽ കുട്ടികൾ അച്ഛനമ്മമാരെ പിരിഞ്ഞു ജീവിക്കാനുള്ള പ്രവണത കാണിക്കുന്നു. അപ്പോഴേക്കും അവർ ഹൈസ്കൂൾ ഘട്ടം പിന്നിട്ടിരിക്കും. ഇതിനെ നാം താന്തോന്നിത്തരമെന്ന വ്യാഖ്യനിക്കേണ്ട കാര്യമില്ല. അവിടുത്തെ നാട്ടുനടപ്പ് അങ്ങനെയാണെന്നുമാത്രം. പല കുട്ടികൾക്കും ഒരു ബോയ്ഫ്രണ്ടോ ഗേൾഫ്രണ്ടോ ഉണ്ടായിരിക്കും. സാമ്പത്തികമായി സ്വന്തം കാലിൽ നിൽക്കാറാവുമ്പോൾ ഇത് സ്വാഭാവികമായും വിവാഹ ബന്ധത്തിലെത്തും. വിവാഹ ബന്ധങ്ങൾ ഇവിടെ ഇന്ത്യയിലെപ്പോലെ അത്ര ദൃഢമല്ല. വിവാഹ മോചനങ്ങൾ കൂടുതൽ സാധാരണമാണ്. ഇത് ഇവിടുത്തെ സാമൂഹ്യ വ്യവസ്ഥിതിയുടെ ഒരു സ്വഭാവമായെടുത്താൽ മതി. എന്താണെന്നു വെച്ചാൽ ഇങ്ങനെയൊക്കെയായിട്ടും എത്രയോ അമേരിക്കൻ കുടുംബങ്ങൾ ഇന്ത്യൻ കുടുംബങ്ങളെപ്പോലെ പല കൊടുങ്കാറ്റുകളേയും അതിജീവിച്ചു കെട്ടുറപ്പോടെ ജീവിക്കുന്നു. അമേരിക്കയിലെ ജീവിത വ്യവസ്ഥയെ ചോദ്യം ചെയ്യുന്നതിനു മുമ്പ് നാം നമ്മുടെ നാട്ടിൽ കുറച്ചുകാലം മുമ്പുവരെ ഉണ്ടായിരുന്ന സാമൂഹ്യ വ്യവസ്ഥയെക്കുറിച്ച് ഓർമ്മിക്കുന്നത് നന്നായിരിക്കും. പ്രത്യേകിച്ചും മരുമക്കത്തായ വ്യവസ്ഥിതിൽ. പാപം ചെയ്യാത്തവർ മാത്രം കല്ലെറിഞ്ഞാൽ മതി.

അമേരിക്കയിലെ വിദ്യാഭ്യാസരീതിക്കും ഇന്ത്യയുടേതിൽ നിന്നും വളരെയേറെ വ്യത്യാസങ്ങളുണ്ട്. Day care, Pre – Scool എന്നിവയാണല്ലോ ആദ്യത്തെ ചവിട്ടുപടികൾ, ഇവയെല്ലാം ഇപ്പോൾ ഇന്ത്യയിലും വ്യാപകമാണ്. Pre – Scool (Nursery, LKG,UKG) നമ്മുടെ നാട്ടിൽ പ്രചാരത്തിലായിട്ട് നാളേറേയായി. അച്ഛനമ്മമാർ രണ്ടുപേരും ജോലിക്കുപോകുന്നത് സാധാരണമായപ്പോൾ Day Care (Play Scool) എന്നതും ഇപ്പോൾ ഇന്ത്യയിലുണ്ട്. അവ അമേരിക്കയിലും അങ്ങിനെത്തന്നെ. പന്ത്രണ്ടു കൊല്ലത്തെ സ്കൂൾ വിദ്യാഭ്യാസം സൗജന്യമാണ് അമേരിക്കയിൽ. സൗജന്യമാണെന്നതു കൊണ്ട് മോശമാണെന്ന് ആരും തെറ്റിദ്ധരിക്കരുത്. അതൊരു തെറ്റായ കാഴ്ചപ്പാടാണ്.

അമേരിക്കയിൽ സൗജന്യമായ സ്കൂൾ വിദ്യാഭ്യാസം ഉയർന്ന നിലവാരം പുലർത്തുന്നു. എല്ലാം ഗവൺമെന്റ് സ്കൂളുകളാണ്. ഞാൻ അമേരിക്കയിലെ ചില സ്കൂളുകൾ പോയി കണ്ടു. നാടൻ ഭാഷയിൽ പറഞ്ഞാൽ കണ്ടാൽ കൊതിയാവും. പ്രൈമറി സ്ക്കൂൾ കെട്ടിടങ്ങൾ പോലും നമ്മുടെ നാട്ടിലെ ഒരു കോളേജ് കെട്ടിടത്തിനേക്കാൾ നല്ല കെട്ടിലും മട്ടിലുമാണ്. ഓരോ സ്ക്കൂളിലും സ്വന്തമായി സാമാന്യം നല്ലൊരു ഓഡിറ്റോറിയം ഉണ്ടായിരിക്കും. Playground, ലൈബ്രറി എന്നീ ഇൻഫ്രാ സ്ട്രക്ച്ചർ സംവിധാനങ്ങൾ എല്ലാതരത്തിലും ഉയർന്ന നിലവാരം പുലർത്തുന്നു. മിഡിൽ സ്കൂളുകളും ഹൈസ്കൂളുകളും അതിനനുസരിച്ച് കൂടുതൽ ഉയർന്ന നിലവാരം ഉള്ളവരായിരിക്കും. ചെറുപ്രായത്തിൽത്തന്നെ കുട്ടികളുടെ അഭിരുചികൾ തിരിച്ചറിഞ്ഞ് അവരെ അവർക്കിഷ്ടമുള്ള അക്കാദമിക് പഠനത്തിനും പാഠ്യേതര വിഷയങ്ങൾ പരിശീലിപ്പിക്കുന്നതിനും പ്രോത്സാഹനം നൽകുന്നു. ഹൈസ്ക്കൂൾ ഘട്ടം കഴിയുമ്പോഴേക്കും വിദ്യാർത്ഥിക്ക് ഭാവിയിൽ ഏതുവഴിക്കു തിരിയണമെന്നതിനെക്കുറിച്ച് വ്യക്തമായൊരു ധാരണയുണ്ടായിരിക്കും.

അമേരിക്കയിൽ ഹൈസ്ക്കൂൾ വിദ്യാഭ്യാസം കഴിഞ്ഞവരിൽ ചെറിയൊരു ശതമാനം മാത്രമാണ് ഉന്നത വിദ്യാഭ്യാസത്തിന് പോകുന്നത്. ബാക്കിയുള്ളവരെല്ലാം അഭിരുചിക്കിണങ്ങിയ ഓരോ തൊഴിൽ കണ്ടെത്തുന്നു. സർവ്വകലാശാല വിദ്യാഭ്യാസം വളരെ ചെലവുള്ളതാണ്. ഫീസുകൊടുത്തു പഠിക്കുകയാണെങ്കിൽ ആർക്കും അതു താങ്ങാനാവില്ല. ചില ലക്ഷപ്രഭുക്കൾക്കൊഴികെ. പക്ഷെ അതിനെ മറികടക്കാൻ ഇവിടെ ഇവിടുത്തേതായ വഴികളുണ്ട്. ഒന്നാമതായി കുറച്ച് വിദ്യാർത്ഥികൾക്ക് സ്കോളർഷിപ്പ് കിട്ടും. അതൊരു വൻതുകയാവും. അല്ലെങ്കിൽ വൻ തോതിലുള്ള ഫീസ് ഒഴിവായി കിട്ടും. അടുത്ത ഓപ്ഷൻ ആണ് രസകരം. കലാശാല വിദ്യാർത്ഥികൾ അധികവും ഇവിടെ ജോലി ചെയ്ത് പൈസയുണ്ടാക്കുന്നു. അതുകൊണ്ട് പഠനച്ചെലവ് താങ്ങുന്നു. ഇക്കാരണങ്ങൾ കൊണ്ട് മക്കളുടെ ഉന്നതവിദ്യാഭ്യാസം രക്ഷകർത്താക്കൾക്കൊരു തലവേദനയും സാമ്പത്തികമായി ഉണ്ടാക്കുന്നില്ല. അമേരിക്കയിലെ ഹോട്ടലുകളിലും സൂപ്പർമാർക്കറ്റുകളിലും പണിയെടുക്കുന്ന ചെറുപ്പക്കാരായ ജോലിക്കാരെ നാം ശ്രദ്ധിച്ചാൽ മനസ്സിലാവും. അവരിൽ പലരും കലാലയ വിദ്യാർത്ഥികളായിരിക്കും. Weekend ൽ അവർ ഹോട്ടലിൽ ഭക്ഷണം വിളമ്പുന്നു. അല്ലെങ്കിൽ സൂപ്പർ മാർക്കറ്റിൽ ബിൽ എഴുതാനിരിക്കുന്നു. സാധനങ്ങൾ എടുത്തു കൊടുക്കുന്നു.

ഇതിനു സമാനമായൊരു കാര്യം ഞാൻ ഇന്ത്യയിൽ ചിലയിടങ്ങളിൽ കണ്ടിട്ടുണ്ട്. ഉത്തർഖണ്ഡിലെ ഗഢ്വാൾ ഭാഗത്ത് ബദരീനാഥ് - കേദർനാഥ് മേഖലകളിൽ മല കയറാൻ ശാരീരികമായി അവശതയുള്ളവർക്ക് പല്ലക്കിൽ കൊണ്ടുപോവാനുള്ള സംവിധാനമുണ്ട്. ചെറുപ്പക്കാർ പിള്ളേരാണ് ഏറ്റിക്കൊണ്ടുപോകുന്നത്. അന്വേഷിച്ചപ്പോഴാണറിയുന്നത് അവർ ഡെറാഡൂണിലെ കോളേജ് വിദ്യാർത്ഥികളാണത്രേ, കോളേജ് വിദ്യാഭ്യാസ ചെലവിന്റെ വലിയൊരു ഭാഗം അവർ വേനൽക്കാലത്ത് ഡോളി ചുമന്നുണ്ടാക്കുന്നു. ഇതിന് മറ്റൊരു വശം കൂടിയുണ്ട്. ദേഹം കൊണ്ട് ജോലിയെടുക്കാൻ ദുരഭിമാനം സമ്മതിക്കാത്ത പ്രബുദ്ധരായ മലയാളികളെ നോക്കി ഇവർ കൊഞ്ഞനം കാണിക്കുന്നപോലെ. എവിടെയായാലും എങ്ങനെയായാലും ജോലി ചെയ്യുന്നതിൽ അഭിമാനം കണ്ടെത്തുന്നവരെപ്പറ്റി നമുക്ക് മതിപ്പുമാത്രമേ തോന്നുകയുള്ളൂ.

അമേരിക്കയിൽ ഉന്നത വിദ്യാഭ്യാസത്തിന്റെ ആദ്യഘട്ടമാണ് അണ്ടർ ഗ്രാജ്വേറ്റ് പഠനം. നമ്മുടെ നാട്ടിലെ ഡിഗ്രി പഠനത്തിന് അവർ അണ്ടർഗ്രാജ്വേറ്റ് എന്നാണ് പറയുക. സ്കൂളിലെ പന്ത്രണ്ടാം ക്ലാസ്സുകഴിഞ്ഞാൽ നാലു കൊല്ലം കൊണ്ടാണ് അവർ ഈ കോഴ്സ് ചെയ്യുന്നത്. ഫ്രെഷ്മാൻ, സോഫോമോർ, ജൂനിയർ, സീനിയർ എന്നാണ് നാലു വർഷ ഡിഗ്രി കോഴ്സിന് ഓരോ കൊല്ലത്തിനും പേര്. ഡിഗ്രി കോഴ്സിലെ വിഷയങ്ങളും കോമ്പിനേഷൻ നമ്മുടെ നാട്ടിലേതിൽ നിന്നും കൂടുതൽ വൈവിധ്യമേറിയതാണ്. ഉദാഹരണമായി ഫിസിക്സ്, സൈക്കോളജി, ഹിസ്റ്ററി, ഈ മാതിരി വിചിത്ര Triple Main ചേരുവകൾ കാണാം. ഇതിനൊരു ഗുണമുണ്ട്. ഡിഗ്രിക്കുശേഷമുള്ള പഠനത്തിന് കൂടുതൽ സ്വാതന്ത്ര്യം ലഭിക്കുന്നു എന്നതാണത്. നമ്മുടെ നാട്ടിലും ചില കോഴ്സുകൾ ചെയ്യാൻ ഇങ്ങനെയുള്ള സ്വാതന്ത്ര്യം അനുവദിക്കുന്നുണ്ട്. ഉദാഹരണമായി എം. എ ഇംഗ്ലീഷ് ചെയ്യാൻ ബി.എ ക്ക് ആ വിഷയം തന്നെ ചെയ്തിരിക്കണമെന്ന നിർബന്ധമില്ലല്ലോ. ഏതാണ്ട് അതേ മട്ടാണ് മേൽപറഞ്ഞത്. പക്ഷേ അമേരിക്കയിൽ കുറെക്കൂടി ഓപ്ഷൻസ് കിട്ടുമെന്നുമാത്രം. ഡിഗ്രി കഴിഞ്ഞുള്ള പഠനത്തിനാണ് അമേരിക്കയിൽ ഗ്രാജ്വേറ്റ് സ്റ്റഡീസ് (Graduate Studies)എന്നു പറയുന്നത് ഇതിന്റെ ആദ്യഘട്ടമാണ് Master Programme. അതിന്റെ തുടർച്ചയായി Doctorate നു വേണ്ടിയുള്ള ഗവേഷണ പഠനവും. അതാതു വിഷയങ്ങളിൽ താല്പര്യവും പ്രാഗൽഭ്യവും ഉള്ളവരെ ഉദ്ദേശിച്ചാണ് Graduate programme സംവിധാനം ചെയ്തിരിക്കുന്നത്. വളരെയധികം പേർ

അണ്ടർഗ്രാജ്വേറ്റ് പഠനത്തിനു ശേഷം മാനേജ്മെന്റ്, നിയമം, പത്ര പ്രവർത്തനം മുതലായ മേഖലകളിലേക്ക് ചേക്കേറിയിട്ടുണ്ടാകും. ഗ്രാജ്വേറ്റ് പഠനം വലിയ ഒരു പഠന മേഖലയായി മാറിയിട്ടുള്ളത് സയൻസ് വിഷയങ്ങളിലാണ്. എഞ്ചിനീയറിങ്ങിനും ഏതാണ്ടിതേ പോലെത്തന്നെ.

അമേരിക്കയിൽ മെഡിക്കൽ വിദ്യാഭ്യാസം കൂടുതൽ സമയമെടുക്കുന്ന ഒരു മേഖലയാണ്. നാലുകൊല്ലത്തെ അണ്ടർ ഗ്രാജ്വേറ്റ് കോഴ്സ് കഴിഞ്ഞിട്ടാണ് മെഡിക്കൽ വിദ്യാഭ്യാസം തുടങ്ങുന്നതു തന്നെ. മെഡിക്കൽ വിദ്യാർത്ഥികൾ ആദ്യത്തെ നാലുകൊല്ലം മെഡിക്കൽ കോളേജിലെ ക്ലാസ്സുമുറികളെ കേന്ദ്രമാക്കിയും പിന്നീട് മൂന്നു കൊല്ലം ആശുപത്രികളെ കേന്ദ്രമാക്കി പഠിക്കുന്നു. എം. ഡി. എന്നാണ് മെഡിക്കൽ ഡിഗ്രിക്ക് പേര്. ആസ്പത്രിയെ കേന്ദ്രമാക്കിയുള്ള മൂന്നുകൊല്ലത്തെ പഠനഘട്ടത്തിന് റെസിഡൻസി എന്നു പറയുന്നു. എം. ഡി കഴിയുമ്പോഴേക്കും ചുരുങ്ങിയത് ഇരുപത്തെട്ട് വയസ്സെങ്കിലും ആയിരിക്കും.സൂപ്പർ സ്പെഷ്യാലിറ്റി കോഴ്സുകൾ അതിനുശേഷം വേണമെന്നുള്ളവർക്ക് ആവാം.

അമേരിക്കയിലെ ചികിത്സാ രംഗം ആധുനിക ശാസ്ത്രത്തിൽ എല്ലാ പരിവേഷവും നിഴലിക്കുന്നതാണ്. അത്യാന്താധുനിക സാങ്കേതിക വിജ്ഞാന മാർഗ്ഗങ്ങൾ ഇവിടെ ഒന്നിക്കുന്നു. ചികിത്സ വളരെ ചെലവേറിയതാണ്. കാശുകൊടുത്ത് അസ്പത്രിയിൽ ചികിത്സിക്കാൻ പോയവർ മുടിഞ്ഞതു തന്നെ. പക്ഷേ ഈ ദുർഘടത്തിന് പ്രതിവിധിയും ഇവിടെയുണ്ട്. ഇതിന് ആരോഗ്യ ഇൻഷ്വറൻസ് എന്നു പറയും. ഈ സ്കീമിൽ എല്ലാവരും ചേരും. പ്രീമിയം അടച്ചുകൊണ്ടിരുന്നാൽ മതി. അസുഖം വന്നാലോ അപകടം നേരിട്ടാലോ ആസ്പത്രികളിൽ ചികിത്സാ സൗജന്യമായിരിക്കും. അധികം പേരുടെ ചികിത്സയും ഈ മട്ടിലാണ് നടക്കുന്നത്. ഇൻഷ്വറൻസ് ഇല്ലാത്ത ഒരുത്തന് ചികിത്സ നിഷേധിക്കുമെന്ന് വിചാരിക്കേണ്ട. പക്ഷേ ഊക്കൻ ബിൽ വരും. പ്രത്യകിച്ചും കിടത്തി ചികിത്സ നടത്തിയ കേസുകളിൽ, ഒരാൾക്ക് ഈ ബിൽ അടക്കാൻ സാധിച്ചില്ലെങ്കിലോ? എന്താവും അയാളുടെ ഗതി? ഈ ചോദ്യത്തിന് ഉത്തരം പറയണമെങ്കിൽ ക്രെഡിറ്റ് കാർഡുകളെ പറ്റി പറയേണ്ടി വരും. എനിക്കാണെങ്കിൽ ഇതിന്റെ Dynamics എത്ര പറഞ്ഞാലും തലയിൽ കേറുകയില്ല. അമേരിക്കയിൽ പൊതുവെ എല്ലാവരും ക്രെഡിറ്റിൽ ആണ് ജീവിക്കുന്നതെന്ന് പറയാം. റൊക്കം കാശ് ചെലവുചെയ്യിട്ടല്ലെന്നർത്ഥം. ക്രെഡിറ്റ് കാർഡ് ഒരാൾക്ക് അനുവദിച്ചു കിട്ടുന്നതിന് അയാൾക്ക്

ഒരു സമ്പ്രദായത്തിലുള്ള അല്ലെങ്കിൽ മര്യാദകുള്ള ക്രെഡിറ്റ് ഹിസ്റ്ററി ഉണ്ടായിരിക്കണം. ഞാൻ മനസ്സിലാക്കിയേടത്തോളം പറഞ്ഞാൽ അയാൾക്ക് കടം വാങ്ങിയാൽ വീട്ടാനുള്ള കഴിവുണ്ടെന്ന് തെളിഞ്ഞിരിക്കണം. അങ്ങനെ ആയാലേ ബാങ്കുകൾ അല്ലെങ്കിൽ ക്രെഡിറ്റ് കൊടുക്കുന്ന ഏജൻസികൾ ആരായാലും അയാൾക്ക് ക്രെഡിറ്റ് കാർഡ് അനുവദിക്കൂ. ഹെൽത്ത് ഇൻഷുറൻസ് ഇല്ലാത്തൊരാൾക്ക് നിർഭാഗ്യവശാൽ ആസ്പത്രി ചെലവ് അടച്ചു തീർക്കാൻ കഴിയാത്ത അവസ്ഥ വന്നാൽ അയാൾ ഒരു നിസ്വൻ ആണെന്ന് പ്രഖ്യാപിക്കും. കൂടുതൽ ശിക്ഷയൊന്നുമുണ്ടാവില്ല. പക്ഷേ അയാൾക്ക് പിന്നീടൊരിക്കലും ക്രെഡിറ്റ് അനുവദിക്കുകയില്ല. സാമ്പത്തികമായി ഒരാളുടെ പൗരത്വം തടഞ്ഞുവച്ച മാതിരി ഇരിക്കും ഈ പരിതസ്ഥിതി. സാമ്പത്തികമായി താഴെയുള്ള മേഖലയിലുള്ളവർക്ക് ഈ പ്രശ്നം വലിയൊരു കീറാമുട്ടിയായി അനുഭവപ്പെടാറുണ്ട്. പ്രത്യേകിച്ചും ആഫ്രിക്കൻ അമേരിക്കൻ എന്ന കറുത്തവർഗ്ഗക്കാർക്ക്. പ്രസിഡണ്ട് ഒബാമയ്ക്ക് നേരിടേണ്ടി വന്ന വലിയൊരു വിഷയം തന്നെ ഇതേചൊല്ലിയുള്ളതായിരുന്നു. അതിപ്പോഴും ഒരു തെരഞ്ഞെടുപ്പ വിഷയമായി പുകഞ്ഞുകൊണ്ടിരിക്കുന്നു.

മറ്റൊരു ചൂടേറിയ വിഷയം തോക്കു കൈവശം വെക്കുന്നതിനെച്ചുറ്റിപ്പറ്റിയുള്ളതാണ്. അമേരിക്കയിൽ എല്ലാ പൗരന്മാരക്കും തോക്കു കൈവശം വെക്കാനുള്ള അവകാശം അനുവദിച്ചിട്ടുണ്ട്. ആത്മരക്ഷാർത്ഥം തോക്കു കൈവശം വെക്കാമെന്നാണാണ് പറയുന്നത്. പക്ഷേ പലപ്പോഴും ഇത് ദുരുപയോഗം ചെയ്യാറുണ്ട്. ചിലപ്പോഴെല്ലാം കേൾക്കാറുണ്ട് രണ്ടുപേർ തമ്മിൽ ഒന്നും രണ്ടും പറഞ്ഞ് അവസാനം ഒരാൾ മറ്റെയാളെ വെടിവച്ചെന്ന്. ചിലപ്പോൾ കൂടുതൽ വിചിത്രമായ വാർത്തകളും കേൾക്കാം. ജീവിതത്തിൽ നിരാശപൂണ്ട ഒരു Desperado തോക്കെടുത്ത് ഒരു ആൾക്കൂട്ടത്തിനു നേരെ വെടിവച്ചെന്നും മറ്റും. ചിലപ്പോൾ ഇങ്ങനെ ചെയ്യുന്നത് മദ്യത്തിനോ മയക്കുമരുന്നിനോ അടിമപ്പെട്ടവരായിരിക്കും. ഈ തോക്കു സംസ്കാരം അമേരിക്കയിൽ മാത്രമേയുള്ളൂവെന്നു തോന്നുന്നു. ഇങ്ങനെയൊക്കെയുള്ള ഒരു ഭൗതിക പുരോഗതി നമ്മളെയൊക്കെ എവിടെക്കൊണ്ടെത്തിക്കുമെന്നു ചോദിക്കാൻ തോന്നും. ഇതും അമേരിക്കയിൽ ഒരു തെരഞ്ഞെടുപ്പ വിഷയമാണ്.

അമേരിക്കയിൽ റോഡപകടങ്ങൾ അപൂർവ്വമാണ്. നല്ല കണ്ടീഷനിലുള്ള റോഡുകൾ, നാഷണൽ ഹൈവേ എല്ലാം ഇരട്ട റോഡുകൾ ആണ്. ഹൈവേയിൽ നടത്തം പാടില്ല. കാൽ നടക്കാർ വളരെ

കുറവ്. അവർ വൈകുന്നേരത്തെ നടത്തത്തിന് പുറപ്പെട്ടവർ മാത്രമായിരിക്കും. അവർക്ക് കാൽനടപ്പാതകളുണ്ട്. പബ്ലിക് ട്രാൻസ്പോർട്ട് സിസ്റ്റം മെട്രോപ്പോളിറ്റൺ നഗരങ്ങളിൽ മാത്രമേയുള്ളൂ. സിഗ്നൽ സംവിധാനം മികച്ചതാണ്. റോഡുകളിൽ കാറുകൾ മാത്രം. നമ്മുടെ നാട്ടിലേതിന് വിപരീതമായി വാഹനങ്ങൾ റോഡിന്റെ വലതുവശം ചേർന്നാണ് പോവുക. ഈ മികച്ച ഗതാഗതസംവിധാനത്തിൽ ഒരു റോഡപകടവും സംഭവിക്കില്ല. കേരളത്തിൽ ദിവസവും ശരാശരി പത്തുപേർ റോഡപകടങ്ങളിൽ മരിക്കുന്ന നിർഭാഗ്യകരമായ പരിസ്ഥിതിയെക്കുറിച്ച് ഞാനോർത്തുപോയി.

ഓരോരുത്തർക്കും ഒരോ കാർ എന്നപോലെയാണിവിടെ. ഈ അമേരിക്കയിൽ ഇതൊരു ധൂർത്തല്ലേ എന്നു തോന്നാറുണ്ട്. ഇവിടത്തെ തണുപ്പു നിറഞ്ഞ കാലാവസ്ഥയുമായി പൊരുത്തപ്പെടാൻ സമ്പന്ന രാജ്യമായ അമേരിക്ക കണ്ടെത്തിയ ഒരു വഴിയായിരിക്കാം. എന്നാലും ധൂർത്തിന് ന്യായീകരണമില്ല. എക്കാലത്തും ഇങ്ങനെ ധൂർത്തിൽ ജീവിക്കാൻ പറ്റുമോ? ഇന്ന് ഗൾഫ് രാജ്യങ്ങളിൽ നിന്ന് പറഞ്ഞ വില കൊടുത്ത് ക്രൂഡ് ഓയിൽ വാങ്ങിക്കാൻ സാധിക്കുന്നുണ്ടായിരിക്കാം. പിന്നെ അങ്ങകലെ അമേരിക്കൻ സംസ്ഥാനമായ അലാസ്കയിൽ എണ്ണയുടെ നല്ല ഒരു ശേഖരമുണ്ടത്രേ. ഇതൊന്നും തന്നെ എണ്ണ ധൂർത്തിന് ന്യായീകരണമാവുകയില്ല. പൊതു ഗതാഗതം (ബസ്സ്, ട്രെയിൻ, മുതലായവ) യുറോപ്പിലെപ്പോലെ ശക്തിപ്പെടുത്തുകയാണ് വേണ്ടത്.

അമേരിക്കയിൽ ജനാധിപത്യം ശക്തമായ അടിത്തറയിലാണ് നിലനിൽക്കുന്നത്. വിവാദങ്ങളും കോലാഹലങ്ങളും ജനാധിപത്യത്തിൽ സാധാരണമാണ്. ഇവയുടെ അലകളെല്ലാം കുറച്ച് സമയത്തിനുള്ളിൽ ജനങ്ങളുടെ ജനാധപത്യബോധമെന്ന കടലിൽ വിലയിക്കും. എന്നാൽ അമേരിക്കയുടെ സമ്പദ്‌വ്യവസ്ഥയെപ്പറ്റി Comfort ഓട്ടുകൂടി പറയാൻ സാധിക്കില്ല. ഇവിടുത്തെ ജീവിതം ശ്രദ്ധിച്ചാൽ താഴെ പറയുന്ന വസ്തുതകൾ ആർക്കും ബോധ്യമാവും. 'പണത്തിനു മീതെ പരുന്തും പറക്കില്ല' എന്ന ചൊല്ല് അമേരിക്കയിൽ അക്ഷരം പ്രതി ശരിയാണെന്ന് തോന്നും. ഇവിടെ വിദ്യാഭ്യാസത്തിന്റെ ലക്ഷ്യം ഒരു കരിയറിനെ ചുറ്റിപ്പറ്റിമാത്രമാണ്. ജോലിയിൽ സന്തോഷം കണ്ടെത്തുക, സമൂഹത്തിനെന്തെങ്കിലും സേവനം ചെയ്യുക എന്ന ലക്ഷ്യമോ സങ്കല്പമോ തരിപോലും കാണുകയില്ല. മറ്റു സമ്പദ്‌വ്യവസ്ഥകളിൽ താത്വികമായിട്ടെങ്കിലും മനുഷ്യ നന്മയെ ലക്ഷ്യമാക്കിയുള്ള എന്തെങ്കിലും ആദർശങ്ങൾ കാണാം. അവ പ്രയോഗത്തിലെത്തുമ്പോൾ

ദുരുപയയോഗം ചെയ്യപ്പെടുന്നു പലപ്പോഴും എന്നത് മറ്റൊരു വിഷയമാണ്. അമേരിക്കയിലെ ക്യാപ്പിറ്റലിസ്റ്റ് വ്യവസ്ഥിതിയിൽ ഒരു ആദർശത്തിന്റെയും നിഴൽപോലും കാണില്ല. ജീവിതമെന്നാൽ കരിയർ,കരിയർ എന്നാൽ പണം. പണം എന്തിന്? പണത്തിനുവേണ്ടിതന്നെ. എല്ലാ ചിന്തകളും ലാഭചിന്തയിൽ വിലയം പ്രാപിക്കുന്നു. ഭക്ഷണം എന്നാൽ കലോറി അഥവാ ഊർജ്ജം. വളരെ ശാസ്ത്രീയവീക്ഷണത്തോടെയാണ് ഭക്ഷണസാധനങ്ങൾ തയ്യാറാക്കപ്പെടുന്നത്. പക്ഷേ ഒരു തനതായ ഭക്ഷണ സംസ്ക്കാരം ഇവിടെയില്ല. ജൈവം അല്ലെങ്കിൽ ഓർഗാനിക് എന്നു വിളിക്കാവുന്ന എന്തോ ചില ക്വാളിറ്റികൾ അവയുടെ അസാന്നിധ്യം കൊണ്ട് അമേരിക്കയിൽ ശ്രദ്ധേയമാവുന്നു.

അമേരിക്കയിൽ മാർക്കറ്റുല്പന്നങ്ങൾ നിർമ്മിക്കുന്ന വൻ കോർപ്പെറേറ്റുകളാണ് കാര്യങ്ങളുടെ കിടപ്പ് നിർണ്ണിയിക്കുന്നത്. അവർ പലതരം പരസ്യങ്ങളും മറ്റും വഴി പ്രചോദിപ്പിച്ച് സാധാരണ ജനങ്ങളെ പഠിപ്പിക്കുന്നു. ജീവിതമെന്നാൽ അവരുടെ ഉല്പന്നങ്ങളുടെ ഉപഭോഗം മാത്രമാണെന്ന്. പണം സമ്പാദിക്കുന്നതെന്തിനെന്നു ചോദിച്ചാൽ ഉത്തരം കിട്ടും മാർക്കറ്റുൽപന്നങ്ങളുടെ ഉപഭോഗത്തിനെന്ന്. ഇവിടത്തെ ജനങ്ങൾക്ക് പലർക്കും മിക്കവാറും എന്നും എഴുത്തുകൾ കിട്ടികൊണ്ടിരിക്കും. ഇന്ന ഉല്പന്നത്തിന്റെ മേന്മയെക്കുറിച്ച് അല്ലെങ്കിൽ ഇന്ന ഇൻഷുറൻസിൽ ചേർന്നാലുള്ള ഗുണങ്ങളെ കുറിച്ച്. എല്ലാവരും ഓരോ കോർപ്പറേറ്റ ഭീമന്മാരുടെ പിടിയിലാണ്. നമ്മുടെ നാട്ടിലെ ടി. വി പരസ്യങ്ങൾ ശ്രദ്ധിച്ചാൽ തോന്നും ഇന്ത്യയിലും ഏതാണ്ട് ഇതേ കഥയാണെന്ന്.

സാധാരണക്കാർക്ക് ഒരു തരത്തിൽ പറഞ്ഞാൽ സ്വന്തം വീടുണ്ടെങ്കിൽ മറ്റു വൻബാദ്ധ്യതകളൊന്നുമില്ല. കുട്ടികൾക്ക് സ്ക്കൂൾ വിദ്യാഭ്യാസം സൗജന്യം. ഭക്ഷണസാധനങ്ങൾക്ക് വലിയവിലയൊന്നമില്ല. ഇന്ത്യയിലെപ്പോലെ മക്കളുടെ വിവാഹം അമേരിക്കയിലെ രക്ഷകർത്താക്കൾക്ക് ഒരു സാമ്പത്തിക ബാദ്ധ്യതയും വരുത്തിവെക്കുന്നില്ല. അവർ അവരുടെ ഭാര്യയേയോ ഭർത്താവിനേയോ സ്വയം കണ്ടെത്തിക്കൊള്ളും. സർവ്വകലാശാല വിദ്യാഭ്യാസവും പ്രൊഫഷണൽ വിദ്യാഭ്യാസവും വളരെ ചെലവേറിയാതാണെങ്കിലും അത് അച്ഛനമ്മമാരുടെ തലയിൽ ഒരു ഭാരമായി വരുന്നില്ല. താല്പര്യമുള്ള കുട്ടികൾ അതിനുള്ളവഴികൾ നേരത്തേ പറഞ്ഞമാതിരി സ്വയം കണ്ടെത്തിക്കൊള്ളും. പിന്നെയുള്ളത് ചികിത്സാച്ചെലവാണ്. അതും വളരെ അധികമാണെങ്കിലും ഹെൽത്ത് ഇൻഷുറൻസ് വഴി

അതിനേയും മറികടക്കാം. അങ്ങിനെ അമേരിക്കയിൽ സാധാരണക്കാരായ പലരുടേയും മൂന്ന് പ്രധാന ചിലവിനങ്ങൾ വീട്, കാർ, ഹെൽത്ത് ഇൻഷ്വറൻസ് എന്നിവ മാത്രമായി ചുരുങ്ങുന്നു. ഇതുമുഴുവൻ ക്രെഡിറ്റ് വ്യവസ്ഥയിൽ നിറവേറ്റാം. പിന്നെ വയസ്സുകാലത്ത് മക്കൾ നോക്കികൊള്ളുണമെന്നില്ല. മക്കൾക്ക് അച്ഛനമ്മമാരോട് സ്നേഹമില്ലാഞ്ഞിട്ടല്ല. അമേരിക്കയിലെ നാട്ടുനടപ്പ് അങ്ങനെയല്ലെന്നുമാത്രം. ഇന്ത്യക്കാരായ നമ്മൾക്ക് ഈ കാര്യം ഉൾകൊള്ളാൻ വലിയ ബുദ്ധിമുട്ടായിരിക്കും. പാശ്ചാത്യ ജീവിതരീതികളോടുള്ള അമിതാദരം കാരണമാണോ എന്തോ നമ്മുടെ നാട്ടിലും ഇപ്പോൾ പ്രായമായ അച്ഛനമ്മമാരെ വൃദ്ധസദനത്തിൽ കൊണ്ടുവിടുന്ന നിർഭാഗ്യകരമായ സംഭവങ്ങൾ ചിലപ്പോൾ കേൾക്കാറുണ്ട്. ഇക്കാര്യത്തിൽ നമുക്ക് നമ്മുടെ പാരമ്പര്യങ്ങൾ മുറുകെ പിടിക്കലായിരിക്കും കൂടുതൽ ധാർമികമായിട്ടുള്ളത്.

മേൽ പറഞ്ഞ കാര്യങ്ങളുടെ വെളിച്ചത്തിൽ ഒരു കാര്യം വ്യക്തമാവുന്നു. അമേരിക്കയിൽ സാധാരണക്കാർക്ക് ഇന്ത്യക്കാരുടെ ലെവലിൽ Savings എന്ന സങ്കല്പമില്ല. അതിന്റെ ആവശ്യമില്ലാത്തതാണ് കാരണം. അമേരിക്കയിലെ തനതു പൗരന്മാരേക്കാൾ കൂടുതൽ സമ്പാദ്യമനസ്ഥിതി അവിടെ താമസിക്കുന്ന ഇന്ത്യൻപൗരന്മാർക്കാണ് എന്നറിയാൻ കഴിഞ്ഞു. അമേരിക്കയിൽ വന്നു താമസിക്കുന്ന ഇന്ത്യക്കാർക്ക് ഇന്ത്യയിലെ സാമ്പ്രദായിക മൂല്യങ്ങളും അമേരിക്കൻ മൂല്യങ്ങളും തമ്മിലുള്ള പൊരുത്തക്കേട് വല്ലാതെ തോന്നും.

അമേരിക്കയിലെ ജീവിതം ആകെക്കൂടി നോക്കിയാൽ വളരെ വലിയ ഒരു വ്യവസായത്തിന്റെ മട്ടുണ്ട്. വളരെ കാര്യക്ഷമമായി കാര്യങ്ങൾ നീങ്ങുന്നു. നല്ല ലാഭത്തിലാണിപ്പോൾ ഓടുന്നത്. മൂല്യങ്ങൾ ഡോളറും കലോറിയും. നിങ്ങൾ എത്ര ഡോളർ സമ്പാദിക്കുന്നു? നിങ്ങൾ കഴിക്കുന്ന ഭക്ഷണത്തിൽ നിന്ന് എത്ര കലോറി ഊർജ്ജം ലഭിക്കുന്നു? ഇതിനുള്ള ഉത്തരമാണ് മുതലാളിത്ത വ്യവസ്ഥിതിയിൽ നിങ്ങളുടെ ജീവിതവിജയത്തെ അടയാളപ്പെടുത്തുന്നത്. എല്ലാം അമിതമായ നിലയിൽ കേന്ദ്രീകൃതമാണ്. എല്ലാ കാര്യങ്ങളും തീരുമാനിക്കുന്നത് കോർപ്പറേറ്റ് ഭീമന്മാരാണ്. വളരെയധികം കേന്ദ്രീകൃതമാവുമ്പോൾ ഒന്നു വഴുക്കിയാൽ വീഴും. ബന്ധപ്പെട്ട ഒരു കാര്യം ഇപ്പോൾ പറയാം. ഇന്ത്യയിലും പ്രകൃതികോപങ്ങൾ പതിവുണ്ട്. കൊടുങ്കാറ്റ്, ഭൂകമ്പം,വെള്ളപ്പൊക്കം എന്നിവ ഉദാഹരണം. അമേരിക്കയിലും ചുഴലിക്കാറ്റ് മുതലായ പ്രകൃതികോപങ്ങൾ ഇടക്കിടെ വരാറുണ്ട്. അമേരിക്കയിലെ സാങ്കേതിക പുരോഗതി ഇല്ലാതിരുന്നിട്ടും

ഇന്ത്യയിൽ ജനങ്ങൾ പ്രകൃതികോപങ്ങളെ അമേരിക്കക്കാരേക്കാൾ കാര്യക്ഷമമായി മറികടക്കുന്നതായി കാണാം. കാര്യങ്ങൾ അപകടമില്ലാതെ പോകുന്നേടത്തോളം കാലം അമേരിക്കക്കാർ നമ്മേക്കാൾ സുഖമായി ജീവിക്കുന്നു. എന്നാൽ ഒരു ചെറിയ വഴുക്കൽ വന്നാൽ അമേരിക്കൻ ജീവിതം കൂടുതൽ ആഴത്തിലാണ് സ്തംഭിക്കുന്നത്. ജീവിതം കൂടുതൽ വികേന്ദ്രീകൃതം (Decentralized) ആയാൽ ചെറിയ ഷോക്കുകളെ ലോക്കൽ ആയി ഏറ്റെടുക്കാൻ പറ്റുമായിരുന്നു. Budhist Economics എന്ന് ഷൂമാക്കർ Small is Beautiful എന്ന തന്റെ പ്രശസ്ത ഗ്രന്ഥത്തിൽ പറഞ്ഞിട്ടില്ലേ? ഇന്ത്യൻ ഭാഷയിൽ Gandhian Economics. ഇതാണ് മുതലാളിത്ത ഭീമന്മാർക്കുള്ള മറുപടി. അല്ലാതെ റഷ്യൻ കമ്മ്യൂണിസമല്ല. റഷ്യൻ കമ്മ്യൂണിസം മന്ത് ഒരു കാലിൽ നിന്നെടുത്ത് മറ്റേക്കാലിൽ വെക്കുന്നതുപോലെയാണ്.

അമേരിക്കയിൽ എന്തിനേയും ഏതിനേയും ക്യാപ്പിറ്റലിസം വിഴുങ്ങും. എല്ലാം വളരെ കാര്യക്ഷമമായി നടക്കുന്നു. പക്ഷേ എന്തോ ഒരാദർശത്തിന്റെ കുറവ് നമുക്കനുഭവപ്പെടും. ഇത് ശാസ്ത്രരംഗത്തും അനുഭവപ്പെടുന്നു. ശാസ്ത്രത്തിന് മാനവിക വിഷയങ്ങളുമായും ടെക്നോളജിയുമായും ബന്ധമുണ്ട്. Arts and Science എന്നൊരു പ്രയോഗം തന്നെ പണ്ടുണ്ടായിരുന്നു. ഉദ്ദേശിക്കുന്നത് Humanities and Science എന്നാണ്. ശാസ്ത്രത്തിന് ഫിലോസഫിയെ ആഴത്തിൽ സ്വാധീനിക്കാൻ കഴിയും. ഭൗതിക ശാസ്ത്രത്തിന് പ്രത്യകിച്ചും. ഫിസിക്സിന്റെ പഴയ പേർ Natural Philosophy എന്നായിരുന്നു. ക്വാണ്ടം ഫിസിക്സ് ഫിലോസഫിയിൽ കാര്യമായ Paradigm Shift വരുത്തിയിട്ടുണ്ട്. Reality എന്നാൽ എന്തു എന്നും മറ്റുമുള്ള ചോദ്യങ്ങളെ ക്വാണ്ടം ഫിസിക്സ് അഭിസംബോധന ചെയ്യുന്നുണ്ട്. ക്വാണ്ടം ഓൺട്രോളജിയും ക്വാണ്ടം എപിസ്റ്റമോളജിയും ഇരുപതാം നൂറ്റാണ്ടിലെ ഫിലോസഫിയെ കാര്യമായി സ്വാധീനിച്ചിട്ടുണ്ട്. എന്നാൽ അടുത്തകാലത്തായി സയൻസ് മാനവികതയെ വിട്ട് ടെകനോളജിയെ കൂടുതൽ കൂട്ടുപിടിക്കാൻ തുടങ്ങിയിട്ടുണ്ട്. ഇത് നിർഭാഗ്യകരമെന്നു പറയട്ടെ. ഇന്ന് പല സന്ദർഭങ്ങളിലും Sceince and Technology എന്നാണ് കേൾക്കുക. രണ്ടാം ലോകമഹായുദ്ധം വരെ ശാസ്ത്രത്തിൽ യൂറോപ്യൻ മേൽക്കോയ്മയായിരുന്നു. യുദ്ധത്തിന് ശേഷം മേൽക്കോയ്മ അമേരിക്കയിലേക്ക് മാറി. കാപ്പിറ്റലിസ്റ്റ് സമ്പദ്വ്യവസ്ഥയുടെ അമിത പ്രസരത്തിനിടപെട്ടാണ് ശാസ്ത്രം ടെക്നോളജിക്ക് ദാസ്യവേല ചെയ്യാനാരംഭിച്ചത്. പണം മുടക്കിയാൽ ശാസ്ത്രത്തിലായാലും ഉടനെ റിസൾട്ട് കിട്ടണമെന്ന മുതലാളിത്ത

നിലപാടാണ് പഴയ മുൻഗണനാ ക്രമത്തിൽ അനാരോഗ്യകരമായ ഈ പ്രവണത സൃഷ്ടിടിച്ചത്. മാനവികതയുമായുള്ള ബന്ധം ശാസ്ത്രം തിരിച്ചുപിടിക്കേണ്ടിയിരിക്കുന്നു.

ടെക്നോളജിയുടെ അതിപ്രസരം തന്നെയാണ് അമേരിക്കൻ ജീവിതത്തെ സങ്കീർണ്ണമാക്കുന്നത്. കാര്യങ്ങളെല്ലാം ഭദ്രമാണെങ്കിൽ ജീവിതം ഒരു സംങ്കീർണ്ണ യന്ത്രത്തെപ്പോലെ വിദഗ്ദ്ധമായും കാര്യക്ഷമമായും ഓടുന്നു. അപഗ്രഥനാത്മക (Analytical) കാഴ്ചപ്പാട് (Intuitive) ആയ കഴിവുകളെ തളർത്തിയ മട്ടാണ്. അല്ലെങ്കിൽ അങ്ങനെ ചിലതുണ്ടെന്ന ബോധം പോലും നഷ്ടപ്പെട്ടപോലെ. ഇന്ത്യമാതിരി താരതമ്യേന അവികസിതമായ രാജ്യങ്ങളിൽ പല ജനവിഭാഗങ്ങളിലും ഇത്തരം Faculty കൾ ഭദ്രമായിനിലനിൽക്കുന്നുണ്ടെന്ന് നാം ഓർക്കണം. കാര്യങ്ങളെ സമഗ്രമായി കാണുന്നൊരു കാഴ്ചപ്പാട് (Holistic view) പുരാതന പാരമ്പര്യങ്ങളിൽ ഇപ്പോഴും നിലനിൽക്കുന്നതായി കാണാം. അവ നൂറ്റാണ്ടുകളുടെ ആഴങ്ങളിൽ വേരൂന്നതായി കാണാം. കാലത്തെ അതിജീവിച്ചാണ്. ഇന്നും നാം ശാസ്ത്രീയമെന്നു വ്യവഹരിക്കുന്ന അപഗ്രഥനാത്മക മാർഗം ദെക്കാർത്തേ (Descartes) എന്ന ഗണിത ശാസ്ത്രജ്ഞൻ നാലുനൂറ്റാണ്ട് മുമ്പ് തുറന്ന് തന്നതാണ്. ദെക്കാർത്തേ ഒരു തത്വജ്ഞാനി (Philosopher) യും ആയിരുന്നു. ന്യൂട്ടോണിയൻ ഭൗതികത്തെ Cartesian paradigm ആഴത്തിൽ സ്വാധീനിച്ചിട്ടുണ്ട്. പക്ഷേ മൂന്നു നൂറ്റാണ്ട് കൊണ്ട് ന്യൂട്ടോണിയൻ ഭൗതികം വളർന്നു ഇരുപതാം നൂറ്റാണ്ട് ക്വാണ്ടം ഭൗതികത്തിൽ എത്തിയപ്പോൾ അത് Analitic world view വിനെത്തന്നെ ചോദ്യം ചെയ്തു. Intuitive കാഴ്ചപ്പാടുകളും ശാസ്ത്രീയത ഉൾക്കൊള്ളുന്നതാണെന്ന് ക്വാണ്ടം മെക്കാനിക്ക് തെളിയിച്ചു. ക്വാണ്ടം ഫിസിക്സിന്റെ ദാർശനികമായ ഉൾക്കാഴ്ചകൾ നമ്മുടെയെല്ലാം World view വിനെ ജനകീയ തലത്തിൽ സ്വാധീനിക്കാൻ സമയമെടുക്കും.

ചികിത്സാരംഗത്ത് നമ്മുടെ ആയുർവേദത്തിന്റെ കാര്യമെടുക്കുക. വാതം - പിത്തം- കഫം എന്നീ ത്രിദോഷങ്ങളുടെ ബാലൻസ് അഥവാ Equilibrium ആയി ആയുർവേദം ആരോഗ്യത്തെക്കാണുന്നു. ത്രിദോഷങ്ങളെ Cartes കാഴ്ചപ്പാടിൽ നിർവഹിക്കാൻ പറ്റില്ല. അതിനാൽ ആധുനിക വൈദ്യശാസ്ത്രം ആയുർവേദത്തെ അല്പം അവജ്ഞയോടെ വീക്ഷിക്കുന്നു. ടിബത്തൻ ചികിത്സാപദ്ധതിയിൽ ആരോഗ്യത്തെ മൂന്നു ബലങ്ങളുടെ Equilibrium ആയികാണുന്നുണ്ടെന്ന് ഇപ്പോഴത്തെ ദലായ്‌ലാമ പറഞ്ഞതായി ഓർക്കുന്നു. ആയുർവേദം പണ്ടുകാലത്ത് ടിബിറ്റിലേക്ക് ചേക്കേറിയതിന്റെ ഫലമാവാം ഇത്.

അടുത്തകാലത്ത് മോളിക്യൂലർ ബയയോളജിയിൽ നടന്ന ചില പരീക്ഷണഫലങ്ങൾ ആയുർവേദത്തിലെ ത്രിദോഷ സിദ്ധാന്തത്തിന് പിൻബലം കൊടുക്കുന്നതായി അറിഞ്ഞു. ഇത് പാശ്ചാത്യരുടെ കണ്ണ് തുറപ്പിക്കേണ്ടതാണ്. Analytical രീതിയും Intuitive രീതികളും പരസ്പര വിരുദ്ധമല്ല, പരസ്പരപൂരകമാണെന്ന് തിരിച്ചറിയണം. അടുത്തു നിന്ന നോക്കുമ്പോൾ പരസ്പര വിരുദ്ധമായിത്തോന്നുന്നതും അകലെ നിന്ന് നോക്കിയാൽ പരസ്പരപൂരകമായിതോന്നും.

പഴയകാലം മുതൽ രോഗിയും വൈദ്യനും തമ്മിൽ ഒരു ജൈവ ബന്ധമുണ്ടായിരുന്ന ശിഷ്യനും ഗുരുവുമെന്ന പോലെ. ആധുനിക സമൂഹത്തിൽ അത് ഒന്നുകൂടി പുനർനിർണ്ണയം ചെയ്താൽ രോഗി - ഡോക്ടർ - ആശുപത്രി - മരുന്നു കമ്പനികൾ - ഇൻഷുറൻസ് എന്നു വരും. അമേരിക്കയിലെ ക്യാപ്പിറ്റലിസ്റ്റ് സാമൂഹ്യ വ്യവസ്ഥിതിയിൽ അത് തലകുത്തനെ മറിഞ്ഞ് ഇൻഷുറൻസ് കമ്പനികൾ - മരുന്നു കമ്പനികൾ - ആശുപത്രി - ഡോക്ടർ - രോഗി എന്ന മട്ടിലാണ്. രോഗി ചികിത്സാ രംഗത്തിനു വേണ്ടി, ചികിത്സാരംഗം സാമ്പത്തിക വ്യവസ്ഥയുടെ ആരോഗ്യത്തിന് വേണ്ടി എന്ന മട്ടിൽ. ജീവിത രീതിക്കും ആരോഗ്യപരിപാലനത്തിൽ നല്ലൊരു പങ്കുണ്ടെന്ന കാര്യം വിസ്മരിക്കപ്പെടുന്നു. ഇപ്പറഞ്ഞ കാര്യം ആയുർവേദത്തിൽ അടിവരയിട്ട് പറയുന്നുണ്ട്.

മുകളിൽ പറഞ്ഞ കാര്യങ്ങൾ ചികിത്സാ രംഗത്ത് മാത്രമല്ല. അമേരിക്കൻ ജീവിതത്തിൽ ഉടനീളം ഈ അപഗ്രഥനാത്മക മനോഭാവം അധീശ സ്വഭാവം (Hegamony) പുലർത്തുന്നു. പരസ്പരപൂരകമായി വർത്തിക്കേണ്ട രണ്ടു വശങ്ങളിൽ ഒന്ന് അധീശസ്വഭാവം കാണിക്കുമ്പോൾ മറ്റേത് തളരുന്നു. രണ്ടു കാലുകളിൽ ഒന്നിനു മുടന്തുവന്നതുപോലെ വളരെ വിദഗ്ധമായും കാര്യക്ഷമമായും ഓടി കൊണ്ടിരിക്കുന്ന അമേരിക്കൻ ജീവിതവ്യവസ്ഥ പ്രകൃതി കോപങ്ങൾ വന്നാൽ അപ്പാടെ പകച്ചു നിൽക്കുന്നു. വളയാൻ കഴിയാത്തവർ ഒടിയുന്നപോലെ. ഭൗതികമായി നോക്കിയാൽ അമേരിക്കൻ വ്യവസ്ഥിതിയിൽ എല്ലാം ഉണ്ട്. ജീവിതം കുറെക്കൂടി ലളിതമായി ജീവിച്ച് തീർക്കുമ്പോൾ ഉണ്ടാവുന്ന പല നേട്ടങ്ങളും ഈ സങ്കീർണ്ണതയിൽ നഷ്ടപ്പെടുന്നു. Wholesomeness, Harmony, Coherence, Intuition എന്നിവ നഷ്ടങ്ങളുടെ പട്ടികയിൽ പെടുന്നു. ഇവയെല്ലാം അതേസമയം പല അവികസിത രാജ്യങ്ങളിലും നഷ്ടപ്പെടാതെ നിലനിൽക്കുന്നു. അതിനാലായിരിക്കാം ഈ സമ്പന്നതക്കിടയിലും അമേരിക്കയിൽ പലരും പൗരസ്ത്യ രാജ്യങ്ങളിലേക്ക് ഉറ്റുനോക്കുന്നത്.

അമേരിക്കയിലെ മതവിഭാഗങ്ങൾ

USA യിലെ ജനങ്ങൾ പല Ethnic വിഭാഗങ്ങളിൽ പെട്ടുത്താവുന്നവരാണ്. യൂറോപ്യൻ, ആഫ്രിക്കൻ, അമേരിക്ക, ലാറ്റിൻ അമേരിക്ക, ഏഷ്യൻ അമേരിക്കൻ, മദ്ധ്യേഷ്യൻ- അമേരിക്കൻ എന്നിവരെ ക്കൂടാതെ ഇവിടെത്തന്നെയുള്ള ആദിവാസിജനങ്ങളും ഇതിൽപെടുന്നു. ഇങ്ങിനെയല്ലാതെ ശുദ്ധമായൊരു അമേരിക്കൻ വർഗ്ഗമില്ല. ഈ വസ്തുത ഇവിടുത്തെ മതവിഭാഗങ്ങളിൽ നിഴലിക്കുന്നുണ്ട്. ഇവിടെ വരുന്നതിനുമുമ്പ് ഞാൻ വിചാരിച്ചിരുന്നത് അമേരിക്കൻ ജനങ്ങൾ മിക്കവാറും എല്ലാവരും വെള്ളക്കാരും അവരെല്ലാം ക്രിസ്ത്യാനികളുമാണെന്നായിരുന്നു. കുറച്ചുകാലം താമസിച്ചപ്പോഴാണറിയുന്നത് ഇവിടെ ലോകത്തിലെ എല്ലാ മത വിഭാഗങ്ങളിൽ പെട്ടവരും ഉണ്ടെന്ന്. എന്നാലും ഇവിടുത്തെ ഏറ്റവും വലിയ ഗ്രൂപ്പ് ക്രിസ്ത്യാനികൾ തന്നെയാണ്. സൂക്ഷിച്ചു പരിശോധിച്ചാൽ കാണാം ഇവിടെ ക്രിസ്ത്യൻ,മുസ്ലിം, ബുദ്ധിസ്റ്റ്, ഹിന്ദു, ജൈന, സിഖ്, ജൂത വിഭാഗങ്ങളും, കൂടാതെ ചില ആദിമ മതവിശ്വാസികളും ഉണ്ടെന്ന്. അമേരിക്കൻ ജനതയിൽ എത്രയോ മതവിശ്വാസങ്ങളുടെ ഒരു കാലിഡോസ്കോപിക് ചിത്രം തെളിഞ്ഞുകാണാം. ഇതിനെല്ലാം പുറമേ ഒരു മതത്തിലും വിശ്വാസിക്കാത്തവരും യുക്തിവാദികൾ എന്നറിയപ്പെടുന്നവരുമായ നിരീശ്വര വാദികളെയും കാണാം.

അമേരിക്കയിലെ ക്രിസ്ത്യാനികളുടെ വിശദ ചിത്രമെടുത്താൽ പല ഉപവിഭാഗങ്ങളും കാണാം. ഏറ്റവും വലിയ വിഭാഗം റോമൻ

കത്തോലിക്കർതന്നെ. പക്ഷേ പ്രൊട്ടസ്റ്റന്റ് വിഭാഗത്തിലെ ഉപവി ഭാഗങ്ങളെയെല്ലാം ചേർത്തുനോക്കിയാൽ അവരെല്ലാം കൂടി കത്തോലിക്കരെക്കാൾ അധികമുണ്ടെന്ന കാണാം. പ്രൊട്ടസ്റ്റന്റ് എന്ന പൊതുലേബലിൽ പെടുത്താവുന്ന ഉപവിഭാഗങ്ങളിതാ- പ്രെസ്ബൈറ്റീരിയൻ, യൂണിറ്റേറിയൻ, എപ്പിസ്കോപ്പൽ, ക്വാക്കേഴ്സ് വിഭാഗം, പെന്തിക്കോസ്ത്, ലൂഥറൻസ്, അഡ്വെന്റിസ്റ്റ്, മെന്നോണിസ്റ്റ്, ആമിഷ്, മോർമൺ, ബാപ്റ്റിസ്റ്റ്, ഓത്തഡോക്സ്, മെത്തോഡിസ്റ്റ്, ജെഹോവാസാക്ഷികൾ, ഡെയിസ്റ്റ്, ഇവാൻജെലിസ്റ്റ് എന്നിവ. കേരളത്തിലെ ഹിന്ദു സമൂഹത്തിൽപെടുന്ന നിരവധി ജാതികൾ പോലെയല്ല ഇവ. ഹിന്ദുമതത്തിലെ വിവിധ ജാതികളിൽ പെട്ടവർ പൊതുവായി ഒരേ ദേവിദേവൻമാരെ വന്ദിക്കുന്നവരാണ്. അവരെല്ലാം പോകുന്നത് ഒരേ ക്ഷേത്രങ്ങളിൽത്തന്നെയാണ്. എന്നാൽ പല ക്രിസ്ത്യൻ ഉപവിഭാഗങ്ങൾക്കും അവരുടേതായ പ്രത്യേക പള്ളികൾ കാണാം. ഉദാഹരണമായി പ്രെസ്ബൈറ്റീരിയൻ ചർച്ച്, യൂണിറ്റേറിയൻ ചർച്ച്, എപിസ്കോപ്പൽ ചർച്ച്, ഓർത്തഡോക്സ് ചർച്ച് എന്നിവ. ഇവയെല്ലാം യൂറോപ്പിലെ അവരുടെ മാതൃസ്ഥാപനവുമായി ബന്ധപ്പെട്ടിരിക്കും. ചിലപ്പോൾ ഏഷ്യയിലെയും ആഫ്രിക്കയിലെയും സഹോദരസ്ഥാപനങ്ങളുമായും ബന്ധമുണ്ടായിരിക്കും. എല്ലാവരും യേശു ക്രിസ്തുവിനെ പ്രവാചകനായും ബൈബിളിനെ വേദഗ്രന്ഥമായും അംഗീകരിക്കുന്നവരാണ്. Holy Trinity (ദൈവം, ദൈവപുത്രൻ, ഹോളിസ്പിരിട്ട്)യെക്കുറിച്ച് ചെറിയ ചില അഭിപ്രായ വ്യത്യാസങ്ങളെ ആസ്പദമാക്കിയാണ് ചില വിഭാഗങ്ങൾ ഭാഗിച്ചുപിരിയുന്നത്. മറ്റു ചില സ്ഥാപനങ്ങൾ, ഭരണപരമായ അഭിപ്രായ വ്യത്യാസങ്ങളോ അല്ലെങ്കിൽ പള്ളിയും,ഭരണകൂടവും തമ്മിലുള്ള അധികാരതർക്കങ്ങൾ എന്നിവയോ കാരണമായി പിരിഞ്ഞു പോയതാണ്. ബൈബിളിനെ വെളിപാട് ആയി അംഗീകരിക്കുന്നവരും അല്ലാത്തവരും ഉണ്ട്. പഴയ ബൈബിളിന്റെ (Old Testament) ചില അദ്ധ്യായങ്ങളെക്കുറിച്ചുള്ള അഭിപ്രായവ്യത്യാസങ്ങൾ ചിലർ പിരിയാൻ കാരണമാണ്. USA ഇംഗ്ലീഷുകാരിൽ നിന്ന സ്വാതന്ത്ര്യം പ്രഖ്യാപിച്ച അമേരിക്കൻ വിപ്ലവത്തിന്റെ അലകളിൽ നിന്ന ചില മതവിഭാഗങ്ങളിൽ (Religions sects) ഉടലെടുത്തിട്ടുണ്ട്. അതേ പോലെ അടിമത്തത്തിൽ നിന്ന് അമേരിക്കൻ ഐക്യനാടുകൾ മോചനം പ്രഖ്യാപിച്ച ആഭ്യന്തര സമരം (Civil War) തെക്കു വടക്കുമുള്ള സംസ്ഥാനങ്ങളിലെ പള്ളികളെ (മതവിഭാഗങ്ങളെ) സ്വാധീനിച്ചിട്ടുണ്ട്. അടിമത്തം, വിവാഹം, ലൈംഗികബന്ധങ്ങൾ, ചികിത്സാരീതികൾ, സാമൂഹ്യസേവനം, സൈനികസേവനം

എന്നിങ്ങനെ വളരെയധികം സാമൂഹ്യ പ്രശ്നങ്ങൾ ക്രിസ്ത്യൻ ഉപവിഭാഗങ്ങൾ തമ്മിലുള്ള ബന്ധത്തെ ശിഥിലീകരിക്കുകയും ബലപ്പെടുത്തുകയും ചെയ്തിട്ടുണ്ട്. വേർപിരിഞ്ഞ ചില മതവിഭാഗ ങ്ങൾ പിന്നീട് അനുകൂലമായ അഭിപ്രായ പശ്ചാത്തലം വന്നാൽ കൂടിച്ചേരുകയും ചെയ്യാറുണ്ട്. ഇതൊരു ചലനാത്മകമായ സന്തുലിതാ വസ്ഥ(Dynamic equillibrium) സൃഷ്ടിക്കാറുണ്ട്. സമാന സംഭവങ്ങൾ ഇന്ത്യൻ രാഷ്ട്രീയത്തിൽ സാധാരണമാണല്ലോ. എല്ലാ ക്രിസ്തുമത വിഭാഗങ്ങൾക്കും പൊതുവായ സേവന മേഖലകളാണ് ആതുരസേ വനവും വിദ്യാഭ്യാസവും. ചില മതവിഭാഗങ്ങൾ, ഉദാഹരണമായി Evangelists മത പ്രചാരണത്തിന് മുൻതൂക്കം നൽകുന്നവരാണ്. 1947 ലെ സമാധാനത്തിനുള്ള നോബൽ സമ്മാനം അമേരിക്കയിലെ Quakers (Society of friends) എന്ന മത പ്രസ്ഥാനത്തിൽ കിട്ടിയത് മത സംഘടനകൾക്ക് ആധുനിക ലോകത്തു കിട്ടിയ പരമമായ അംഗീകാരമാണ്. സമാനമായൊരു സംഭവം ഓർമ്മ വരുന്നത് ബുദ്ധമതാചാര്യനായ ദലെയ്ലാമക്ക് അടുത്തിടെ കിട്ടിയസമാധാന നോബൽ സമ്മാനമാണ്.

ഒരു മേജർ പ്രൊട്ടസ്റ്റന്റ് വിഭാഗമായ ലൂഥറൻസ് അമേരിക്കയിൽ ഒരു കോടിക്കടുത്തുണ്ട്. പെന്തിക്കോസ്ത്ത് വിഭാഗം അമേരിക്കയിൽ മാത്രമല്ല ലോകത്തിന്റെ പല ഭാഗത്തും വളർന്നുവരുന്ന ഒരുമത വിഭാഗമാണ്. അമേരിക്കയിൽ മാത്രം ഇതിന് തൊണ്ണൂറു ലക്ഷം അനുയായികളുണ്ട്. പാവപ്പെട്ടവർക്കു വേണ്ടിയാണ് ഈ മതപ്ര സ്ഥാനം ഉടലെടുത്തതെന്ന ഒരു ബോധം ജനങ്ങളിൽ ഉണ്ടാക്കി യെടുക്കാൻ കഴിഞ്ഞു. ദരിദ്രർ താരതമ്യേന കൂടുതൽ ഉണ്ടായിരുന്ന USA യിലെ തെക്കൻ സംസ്ഥാനങ്ങളിൽ കൂടുതൽ വേരുറക്കാൻ ഇതു സഹായിച്ചു. തെക്കൻ സംസ്ഥാനങ്ങളിലെ വെളുത്ത വർഗ്ഗക്കാരിലെ പാവപ്പെട്ടവരും കറുത്ത വർഗ്ഗക്കാരും ഒരുപോലെ പെന്തിക്കോസ്തിൽ ആകൃഷ്ടരായി പതുക്കെ പതുക്കെ മദ്ധ്യവർഗ്ഗത്തിലേക്കും വടക്കൻ സംസ്ഥാനങ്ങളിലേക്കു അതു പ്രചരിച്ചു.

അമേരിക്കയിലെ ആദിവാസികളായ നേറ്റീവ് അമേരിക്കൻ ജനവിഭാഗങ്ങൾക്ക് അവരുടെതായ വിശ്വാസങ്ങളും ജീവിതരീതി കളും ഇന്നുമുണ്ട്. അവരിൽ വളരെപ്പേർ യൂറോപ്യൻ ജനതയുടെ മുന്നേറ്റത്തെ ചെറുത്തു നിൽക്കാൻ സാധിക്കാതെ മൺമറഞ്ഞു. കുറെപ്പേർ ജീവൻ നിലനിർത്താനുള്ള ഉപായമായി ക്രിസ്തുമതത്തെ കൈകൊണ്ടു. നേറ്റീവ് അമേരിക്കൻ മതവിശ്വാസങ്ങളും പ്രമാണ ങ്ങളും വാമൊഴിയായി തലമുറകളിൽ നിന്ന് തലമുറകളിലേക്ക്

പകർന്നതിനാൽ ഓരോ കൈമാറ്റത്തിലും കുറേശ്ശെ തനിമ നഷ്ടപ്പെട്ടു. അടുത്ത കാലത്താണ് നമ്മുടെ നാട്ടിലെന്നപോലെ അമേരിക്കയിലും ആദിവാസികളെ പ്പറ്റി അറിയാനുള്ള ഒരു പുതിയ ഔൽസുക്യം ജനങ്ങളിൽ ഉടലെടുത്തത്. അപ്പോഴേക്കും ആധികാരികമായി അവരെപ്പറ്റി പറയാൻ കഴിയുന്ന പഴയ തലമുറക്കാർ മൺമറഞ്ഞിരുന്നു.ആദിവാസിമതങ്ങളുടെ എണ്ണവും വളരെക്കൂടുതലാണ്. ഇന്ന് ക്രിസ്തുമതവും നേറ്റീവ് അമേരിക്കൻ ഗോത്രവിശ്വാസങ്ങളും ചേർന്നുള്ള ഒരു സങ്കര സംസ്കാരമാണ് ആദിവാസികളിൽ കാണുന്നത്.

മതവിഭാഗങ്ങളുടെ പരിഗണനയിൽ അമേരിക്കയെ സംബന്ധിച്ചിടത്തോളം യഹൂദമതം എന്ന ജൂതമതം (Judaism) വളരെ പ്രാധാന്യമർഹിക്കുന്നു. ഇസ്രായേൽ രാജ്യം 1948 ൽ സ്ഥാപിച്ചതോടുകൂടി ജൂതരിൽ വളരെപ്പേർ അവിടെ കുടിയേറിപ്പാർത്തുവെങ്കിലും അമേരിക്കയിൽ വളരെയധികം ജൂതൻമാരുണ്ട്. ന്യൂയോർക്കിൽ ആണ് അവർ കൂടുതൽ. അമേരിക്കയിലെ ജൂതൻമാരുടെ മൂന്നിലൊരു ഭാഗം ന്യൂയോർക്കിലാണ് താമസിക്കുന്നത്. മറ്റു നഗരങ്ങളിലും അവർ വലിയൊരു ശക്തിയാണ്. എണ്ണം കൊണ്ട് കുറവാകാമെങ്കിലും ധൈഷണികമായും സാമ്പത്തികമായും മുൻനിരയിൽ നിൽക്കുന്നവരിൽ വലിയൊരു പങ്ക് ജൂതൻമാരാണ്. രണ്ടാം ലോക മഹായുദ്ധത്തിനുമുമ്പ് ജർമനിയിൽ ഹിറ്റ്ലർ നടത്തിയ പീഡനങ്ങൾ അമേരിക്കയിലെ ജൂതൻമാരെ കാര്യമായി ബാധിച്ചില്ല. അമേരിക്കയിലെ മുതലാളിത്ത വ്യവസ്ഥിതിക്കുള്ള ദൃഢതക്കുപിന്നിൽ ജൂതരുടെ പങ്ക് വളരെ വലുതാണ്. രണ്ടാം ലോകമഹായുദ്ധത്തിനുശേഷം USA ലോകത്തിലെ ഒന്നാം കിട സാമ്പത്തിക ശക്തിയായി തുടരുന്നതിലും ന്യൂയോർക്ക് നഗരം അമേരിക്കയുടെ മാത്രമല്ല ലോകത്തിൻരെ തന്നെ സാമ്പത്തിക തലസ്ഥാനമായതിലും ജൂതർ വലിയ പങ്കാണ് വഹിച്ചിട്ടുള്ളത്.

ക്രിസ്തുമതത്തിന്റെ ഒരു ശാഖയായ Deism നമ്മുടെ ശ്രദ്ധ പിടിച്ചുപറ്റുന്നു. Deism പാരമ്പര്യമതങ്ങൾക്കും നിരീശ്വരവാദത്തിനും ഇടയിലുള്ള ഒരു പാലമാണ്. Deist കൾ ഈശ്വരനിൽ വിശ്വാസിക്കുന്നു. എന്നാൽ മതവിശ്വാസത്തിന്റെയും ആസ്തിക്യത്തിന്റെയും നട്ടെല്ലായ വെളിപാട് (Revelation)ൽ വിശ്വാസിക്കുന്നില്ല. രണ്ടുനൂറ്റാണ്ടുമുമ്പുതന്നെ യൂറോപ്പിൽ നിന്ന് Deism അമേരിക്കയിലേക്ക് കടന്നുവന്നു. പല അമേരിക്കൻ ചിന്തകരും Deist കളായിരുന്നു. ആദ്യത്തെ മൂന്ന് അമേരിക്കൻ പ്രസിഡണ്ടുമാരായ ജോർജ് വാഷിങ്ങ്ടൺ, ജോൺ ആഡംസ്, തോമസ് ജെഫേഴ്സൺ, ചിന്തകനായ

തോമസ് പെയ്ൻ, ശാസ്ത്രജ്ഞനായിരുന്ന ബെഞ്ചമിൻ ഫ്രാങ്ക്ളിൻ എന്നിവർ ഉദാഹരണങ്ങളാണ്. പരമ്പരാഗത മതങ്ങളിൽ തൃപ്തി വരാത്ത പല ബുദ്ധിജീവികളും Deist കളായി അമേരിക്കയിലുണ്ട്. കൂട്ടത്തിൽ പറയട്ടെ പ്രസിദ്ധ ഭൗതീക ശാസ്ത്രജ്ഞനായിരുന്ന ആൽബർട്ട് ഐൻസ്റ്റീൻ മതവിശ്വാസ പ്രമാണങ്ങൾ ഏതാണ്ട് Deist കളോടൊക്കും. ഐൻസ്റ്റീൻ ഈശ്വരവിശ്വാസിയാണ് എന്നായിരുന്നു അദ്ദേഹം അവകാശപ്പെടാറുള്ളത്. പക്ഷേ അദ്ദേഹത്തിന്റെ തന്നെ വാക്കുകളിൽ അദ്ദേഹം ഡച്ച് ഫിലോസഫർ ആയിരുന്ന സ്പിനോസയുടെ ഈശ്വരനിലാണ് വിശ്വാസിച്ചിരുന്നത്. പ്രപഞ്ചം നിറഞ്ഞുനിൽക്കുന്ന ഈശ്വരനെന്ന മഹാശക്തിയിൽ വിശ്വസിച്ചിരുന്നു അദ്ദേഹം. എന്നാൽ മനുഷ്യരുടെ ദൈനംദിനജീവിതത്തിൽ ഇടപെടുന്ന ഒരു ഈശ്വരനിൽ അദ്ദേഹം വിശ്വസിച്ചിരുന്നേയില്ല. മതപരമായ ചടങ്ങുകളിലും അദ്ദേഹം പങ്കെടുത്തിരുന്നില്ല.

മതവിശ്വാസത്തിനും നിരീശ്വരവാദത്തിനും ഇടയിലുള്ള പാലമായ Deism കടന്നാൽ നിരീശ്വര പ്രസ്ഥാനങ്ങളായി അവർക്കു മാത്രം അറിയാവുന്ന എന്തോ കാരണത്താൽ അവർ സ്വയം യുക്തി വാദികളെന്നാണ് വിളിക്കാറ്. ലോകത്തിൽ മറ്റെവിടെയും എന്നപോലെ അവർ സംഘടിത മതങ്ങളെയും പരമ്പരാഗത വിശ്വാസങ്ങളെയും എതിർക്കുന്നു. അമേരിക്കയിൽ നിരീശ്വരവാദികളും ധാരാളമായുണ്ട്. അവർ പലരും മതങ്ങളുടെ ചില ചീത്തവഴക്കങ്ങളിൽ നിന്നും മുക്തരാണ്. മതങ്ങൾ ഉദ്ബോധനം ചെയ്യുന്ന നല്ല ശീലങ്ങൾ ജീവിതത്തിൽ പകർത്തുന്നവരും ആണ്. അവർ മതങ്ങളെ നിരന്തരം വിമർശിച്ച് ശുദ്ധീകരിക്കുവാൻ ശ്രമിക്കുന്നു. മതങ്ങൾ വീണ്ടും വീണ്ടും നവീകരിക്കപ്പെടുന്നു. മതവിശ്വാസികൾ നിരീശ്വരവാദികളോട് അവർ മതത്തിനു ചെയ്യുന്ന സേവനങ്ങൾക്ക് നന്ദി പറയേണ്ടിയിരിക്കുന്നു.

അമേരിക്കയിൽ ഇസ്ലാം മതവിശ്വാസികൾ വളരെയധികം പേരുണ്ട്. അമേരിക്കൻ പ്രസിഡണ്ടായിരുന്ന ബറാക്ക് ഹൊസ്സെയ്ൻ ഒബാമ ഒരു അമേരിക്കൻ മുസ്ലിം ആയിരുന്നു. അമേരിക്കൻ ജീവിത രീതിയിലും ചിന്താരീതികളിലും ഇസ്ലാം മത സ്വാധീനം എത്രയെന്ന വിഷയം ചിന്തിക്കേണ്ട ഒന്നാണ്. ഒരു പക്ഷേ കാലം വിലയിരുത്തേണ്ട ഒരു വിഷയമായിരിക്കും ഇത്.

ഇതുവരെ പറഞ്ഞത് പൊതുവേ പാശ്ചാത്യം എന്നു വിളിക്കുന്ന മതങ്ങളെപ്പറ്റിയാണ്. ഇവക്കെല്ലാം പൊതുവായ വേരുകൾ മദ്ധ്യപൗരസ്ത്യ ദേശമായ പലസ്തീൻ ജറുസലേം ആണ്. ഇനി

പൗരസ്ത്യമതങ്ങളെപ്പറ്റി പറയാം. അമേരിക്കയിൽ പൗരസ്ത്യം എന്നു പറഞ്ഞാൽ എല്ലാവരുടെയും ശ്രദ്ധയിൽ ആദ്യം വരുന്നത് ചൈനക്കാർ,ജപ്പാൻകാർ എന്നിവരാണ്. അതു കഴിഞ്ഞേ ഇന്ത്യക്കാർ വരാറുള്ളൂ. ഇന്ന് സ്ഥിതിഗതികൾക്ക് മാറ്റം വന്നുതുടങ്ങിയിട്ടുണ്ട്. പൗരസ്ത്യമതങ്ങളുടെ കാര്യമെടുത്താൽ ബുദ്ധമതമാണ് ആദ്യം പരിഗണനയിൽ വരുന്നത്. ചൈനക്കാർ അമേരിക്കയിൽ നൂറ്റാണ്ടുകൾക്കു മുമ്പ് എത്തിയിട്ടുണ്ട്.കൺഫ്യൂഷിയസ്സിന്റെയും ലാവോത്സേയുടെയും ദർശനങ്ങൾക്കുമൊപ്പം അവർ ബുദ്ധദർശനവും അമേരിക്കയിൽ പരിചയപ്പെടുത്തി. അതേപോലെ ത്തന്നെ ജപ്പാൻകാരും അവരുടെ പൗരാണിക മതമായ ഷിൻടോ, (shinto) കൂട്ടത്തിൽ കൊണ്ടുവന്നു. അമേരിക്കയിൽ ചൈനീസ് തിയേറ്റർ, ചൈനീസ് മാർക്കറ്റ്, ചൈനീസ് സെറ്റിൽമെന്റുകാർ എന്നിവ ധാരാളം കാണാം. ഇന്ന് മറ്റൊരു തരത്തിലും ചൈനക്കാർ അവരുടെ സാന്നിദ്ധ്യം അറിയിക്കുന്നുണ്ട്. ചൈന 1949 Peoples Republic of China ആയതിനുശേഷം ബുദ്ധമതം അടക്കമുള്ള സാമ്പ്രദായിക മതങ്ങൾ പീഡനം നേരിടുന്നുണ്ട്. അതിൽ നിന്നും രക്ഷ നേടാനായി കുറെയധികം ചൈനക്കാർ മതസ്വാതന്ത്ര്യം ഏറ്റവും അധികമുള്ള USA യിലേക്ക് കുടിയേറിപ്പാർത്തു. അവരിൽ പലരും ക്രിസ്തുമതം സ്വീകരിച്ചു. ഗബ്രിയേൽ, മാർട്ടിൻ റോബർട്ട് എന്നീ പേരുകൾ ഇന്ന് ചൈനീസ് -അമേരിക്കക്കാരിൽ സാധാരണമാണ്.

അമേരിക്കയിൽ ഇന്ത്യക്കാർ കൂടുതൽ ശക്തമായി അറിയപ്പെട്ടുതുടങ്ങിയത് അടുത്ത കാലത്താണ്, അതായത് IT (Information Technology) യുടെ വരവോടുകൂടി. അതു പോലെത്തന്നെ ഹിന്ദുമതവും. ഇന്ന് അമേരിക്കയിൽ ഹിന്ദുമത വിശ്വാസികൾ ലക്ഷക്കണക്കിനുണ്ട്. 1893 ൽ വിവേകാനന്ദ സ്വാമികൾ ഹിന്ദുമതത്തെപ്പറ്റി ഷിക്കാഗോവിലെ സർവ്വമത സമ്മേളനത്തിൽ പ്രസംഗിച്ചത് അമേരിക്കയിൽ പലർക്കും ഒരു Cultural Shock ആയിരുന്നു. ഈ ലോകത്തെയും ജീവിതത്തെയും പറ്റിയൊക്കെ അവരിൽ നിന്നു വളരെ വ്യത്യസ്തമായും അതേസമയം പരിഷ്കൃത രീതിയിലും ചിന്തിക്കുന്ന ചില രീതികൾ പൗരസ്ത്യ രാജ്യങ്ങളിൽ ഉണ്ടെന്നവർ മനസ്സിലാക്കി.വാസ്തവത്തിൽ ഹിന്ദുമതത്തിന്റെ ആധാരശിലകളായ വേദോപനിഷത്തുകളെക്കുറിച്ചും ഭഗവദ്ഗീതയെക്കുറിച്ചുമെല്ലാം യൂറോപ്യൻ പണ്ഡിതന്മാരുടെ കൃതികൾ വഴി അമേരിക്കയിൽ അറിഞ്ഞിരുന്നു. ഉദാഹരണമായി പത്തൊമ്പതാം നൂറ്റാണ്ടിൽ ജീവിച്ചിരുന്ന അമേരിക്കൻ സാഹിത്യകാരനും ചിന്തകനുമായിരുന്ന

ഹെൻറി ഡേവിസ് തോറോ (1817-1862) അദ്ദേഹത്തിന്റെ പ്രശസ്തമായ വാൾഡൻ എന്ന കൃതിയിൽ ഭഗവത് ഗീതയെപ്പറ്റി പറയുന്നുണ്ട്. മഹാത്മാഗാന്ധിയെ വല്ലതായി സ്വാധീനിച്ച ഒരാൾ കൂടിയാണ് തോറോ എന്നു കൂടി പറയേണ്ടിയിരിക്കുന്നു. തോറോവിനെപ്പോലെ റാൾഫ് വാൾഡോ എമേഴ്സൺ, എമിലി സിക്കിൻസൺ, വാൾട്ട് വിറ്റ്മാൻ എന്നിവരും ഈ സന്ദർഭത്തിൽ സ്മരണീയരാണ്. പ്രശസ്തമായ മറ്റൊരുദാഹരണമാണ് അമേരിക്കൻ ഭൗതിക ശാസ്ത്രജ്ഞനായിരുന്ന റോബർട്ട് ഓപ്പൺ ഹീമർ. ക്വാണ്ടം ഫിസിക്സിന്റെയും ന്യൂക്ലിയർ ഭൗതീകത്തിന്റെയും ആചാര്യനായിരുന്നു അദ്ദേഹം. അമേരിക്കൻ അണുബോംബ് നിർമാണത്തിന്റെ ശില്പി കൂടിയായിരുന്നു. ഹിരോഷിമയിലും നാഗസാക്കിയിലും ആറ്റം ബോംബ് പ്രയോഗിക്കാൻ പ്രസിഡന്റ് ഹാരിട്രൂമാൻ തീരുമാനിക്കുന്നതിനു മുമ്പ് ആദ്യ അണുബോംബ് പരീക്ഷിച്ചത് അമേരിക്കയിലെ നെവാഡ സംസ്ഥാനത്തിലെ മരുഭൂമി പ്രദേശമായ ലോസ് അലാമോസ് (Los Alamos) എന്ന സ്ഥലത്താണ്. വിസ്ഫോടനം വീക്ഷിച്ച ഓപ്പൺ ഹീമർക്ക് മനസ്സിൽ നിറഞ്ഞുനിന്നത്, അദ്ദേഹത്തിന് ഏറ്റവും പ്രിയപ്പെട്ട ഭഗവദ്ഗീതയിലെ വിശ്വരൂപദർശനം (Apocalypse) ആണ് 'ദിവിസൂര്യസഹസ്രസ്യ...' എന്ന ഗീതാശ്ലോകമാണ് അദ്ദേഹം ആനിമിഷം ഉരുവിട്ടത്. ജപ്പാനിൽ അണുബോംബ് പ്രയോഗിക്കാൻ ഭരണകൂടമെടുത്ത തീരുമാനത്തിൽ അദ്ദേഹത്തിന് പങ്കില്ലായിരുന്നുവെന്നുകൂടി സന്ദർഭവശാൽ ഇവിടെ പറയട്ടെ. തോറോയുടേയും ഓപ്പൺ ഹീമറുടെയും ഉദാഹരണങ്ങൾ ഇവിടെ എടുത്തുകാണിച്ചത്, ഹിന്ദുമതത്തിന്റെ സ്വാധീനം അമേരിക്കൻ ചിന്തകരിൽ പണ്ടുതന്നെയുണ്ടായിരുന്നു എന്നു സൂചിപ്പിക്കാനാണ്. അമേരിക്കൻ അല്ലെങ്കിലും ക്വാണ്ടം ഫിസിക്സിന്റെ ശില്പിയായിരുന്ന എർവിൻ ഷ്റോഡിഗറിലും ഹിന്ദുമതത്തിന്റെ സ്വാധീനം പ്രകടമാണ്. അദ്ദേഹത്തിന്റെ ദർശനങ്ങളെ ഉപനിഷത്തുകൾ വളരെയധികം സ്വാധീനിച്ചിട്ടുണ്ട്. അമേരിക്കൻ ഐക്യനാടുകളുടെ വടക്കുകിഴക്കൻ മേഖലയിൽ കിടക്കുന്ന ന്യൂ ഇംഗ്ലണ്ടിലെ ചിന്തകരായിരുന്നു തോറോയും എമേഴ്സണും മറ്റും. 'ബോസ്റ്റൺ ബ്രാഹ്മിൻ' എന്നൊരു വിളിപ്പേര് തന്നെയുണ്ട് ന്യൂ ഇംഗ്ലണ്ടിലെ കുലീന വർഗ്ഗത്തിന്. എമേഴ്സൺ ഹിന്ദുസന്ന്യാസിമാരുടെ ഉഞ്ഛവൃത്തിപോലെ 'ചൌതാക്വാ' യാത്രകൾ നടത്തിയിരുന്നു.

ഭാരതീയ സംസ്കാരവും ഹിന്ദുമതവും കുറച്ചുകൂടി വ്യാപകമായി അമേരിക്കയിൽ വരാൻ തുടങ്ങിയത് ഇരുപതാം നൂറ്റാണ്ടിന്റെ രണ്ടാം പകുതിയിലാണ്. രണ്ടാം ലോകമഹായുദ്ധത്തിനുശേഷം

അമേരിക്ക ലോകത്തിലെ ഒന്നാം കിട സാമ്പത്തിക ശക്തിയായി ഉയർന്നു. അതേസമയം അണുബോംബിന്റെയും ശീതസമരത്തിന്റെയും അന്തരീക്ഷം പരമ്പരാഗത രീതിയിലുള്ള പാശ്ചാത്യമതങ്ങളിൽ ഉള്ള വിശ്വാസത്തെ ഉലക്കാൻ തുടങ്ങി. കൃത്യമായി പ്രവാചകനും പ്രമാണഗ്രന്ഥങ്ങളും ആരാധനാലയങ്ങളും പ്രാർത്ഥനാക്രമങ്ങളുമുള്ള സെമിറ്റിക് മതങ്ങളുടെ കർക്കശ വഴക്കങ്ങൾ പലർക്കും രുചിക്കാതെയായി. പൗരസ്ത്യ മതങ്ങൾ പ്രത്യേകിച്ച ഹിന്ദുമതം കൂടുതൽ Elastic ആയി പലർക്കും തോന്നി. ഹിന്ദുമതത്തിന് പ്രവാചകനില്ല. പ്രമാണഗ്രന്ഥങ്ങൾ കൃത്യമായി ചൂണ്ടിക്കാണിക്കാൻ പറ്റില്ല. ഈശ്വരവിശ്വാസമില്ലാത്തവർക്കും ഹിന്ദുമതത്തിൽ സ്ഥാനമുണ്ട്. ഈ സ്വാതന്ത്ര്യമായിരിക്കാം പാശ്ചാത്യരെ പ്രത്യേകിച്ച് അമേരിക്കക്കാരെ ഹിന്ദുമതത്തിലേക്ക് ആകർഷിച്ചത്. യുവജനങ്ങളിൽ പലർക്കും ഹിന്ദുമതം ഒരു ഹരമായി. ഹിപ്പികൾ, ബീറ്റ്ൽസ് എന്നിവർ ഉദാഹരണങ്ങളാണ്. ഹിന്ദുമതം എന്താണെന്നൊന്നു മനസ്സിലാക്കാൻ പലർക്കും താല്പര്യമില്ലായിരുന്നു. ഒരു പുതിയ മേച്ചിൽ / സ്ഥലം എന്നുവെച്ചാൽ മതി ഹിന്ദുമതത്തിനെ. ചിലർ മറുകണ്ടം ചാടി. ഹിന്ദുമതം എന്നു വെച്ചാൽ മയക്കുമരുന്നു കഴിച്ച് കറങ്ങിത്തിരിയുന്ന സന്ന്യാസിമാരുടെ ശിഷ്യത്വം സ്വീകരിച്ചാൽ പിടിയിലൊതുങ്ങുന്നതു മാത്രമാണെന്ന് തെറ്റിദ്ധരിച്ചു. ഹരിദ്വാറിലും ഋഷികേശിലുമെല്ലാം ഹിപ്പികളുടെയും മറ്റും പ്രവാഹമായി. മറ്റു പലതിലുമെന്ന പോലെ വെറും Novelty കൊണ്ടുമാത്രം കൊണ്ടു നടന്നിരുന്ന കാര്യങ്ങളെല്ലാം കുറച്ചുകാലം കഴിഞ്ഞതോടെ കൊഴിഞ്ഞുപോയി. പക്ഷേ ഇതിനു മറ്റൊരു ഫലവുമുണ്ടായി. കുറച്ചുകൂടി ആഴത്തിൽ കാര്യങ്ങൾ മനസ്സിലാക്കണമെന്നുള്ളവരുടെ ശ്രദ്ധയ്ക്ക് ഹിന്ദുമതം വിഷയമായി.

ഹിന്ദുമതം മറ്റൊരു തരത്തിലും അമേരിക്കയിൽ വേരുപിടിക്കാൻ തുടങ്ങി. ഇന്ത്യക്കാർ പലരും ജോലി സംബന്ധമായും പഠനസംബന്ധമായും അമേരിക്കയിൽ വരുന്നു. അവരിൽ വളരെയധികം പേർ സ്വാഭാവികമായും ഹിന്ദുക്കളായിരിക്കും. അവർ അവരുടെ വിശ്വാസ പ്രമാണങ്ങളും ആചാരാനുഷ്ഠാനങ്ങളും കൂടെ കൊണ്ടുവരുന്നു. ഹൈന്ദവ ദർശനങ്ങളെക്കുറിച്ചൊന്നും ആലോചിച്ചിട്ടല്ല അവർ വരുന്നത്. അവരവരുടെ ജീവിതരീതികളുമായി മതം ഇഴുകിച്ചേർന്നതുകൊണ്ടുമാത്രം അവർ ആചാരാനുഷ്ഠാനങ്ങൾ പിന്തുടർന്നു. ചില ഹിന്ദു ക്ഷേത്രങ്ങളും അമേരിക്കയിൽ സ്ഥാപിക്കപ്പെട്ടു. ഇവയിൽ ചിലതിനെ ക്കുറിച്ച് മറ്റൊരദ്ധ്യായത്തിൽ ചേർത്തിട്ടുണ്ട്.

ഇന്ത്യയിൽ നിന്ന് ജൈനന്മാരും സിക്കുകാരും കടൽ കടന്ന് അമേരിക്കയിൽ ധാരാളം എത്തിയതോടെ ജൈനമതവും സിക്കു മതവും അവിടെ വേരുറച്ചു. ജൈന ക്ഷേത്രങ്ങളും ഗുരുദ്വാരകളും വളർന്നുവന്നു.

അമേരിക്കയിൽ അടുത്തകാലത്ത് ഹിന്ദു മതവുമായി ബന്ധപ്പെട്ടുണ്ടായ ഒരു പുതിയ വഴിത്തിരിവായി ഹരേകൃഷ്ണ പ്രസ്ഥാനത്തെ കണക്കാക്കാം. International society for krishna consciousness (ISKCON) എന്നു മുഴുവൻ പേര്. ന്യൂയോർക്ക് നഗരത്തിൽ 1966 ൽ ആണ് ഇത് ഉടലെടുത്തത്. ആചാര്യ ശ്രീലപ്രഭുപാദസ്വാമിയാണ് ഇതിന്റെ സ്ഥാപകൻ. ന്യൂയോർക്കിൽ നിന്ന് പിന്നീടത് സാൻ ഫ്രാൻസിസ്കോവിലേക്കു പടർന്നു. അവിടെയുണ്ടായിരുന്ന ധാരാളം ഹിപ്പിമാർ ഹരേ കൃഷ്ണ പ്രസ്ഥാനത്തിൽ ചേർന്നു. പ്രഭുപാദ സ്വാമികളുടെ ശിഷ്യൻമാർ ലോകത്തിന്റെ മറ്റു പല ഭാഗങ്ങളിലേയ്ക്കും ഈ പ്രസ്ഥാനത്തെ എത്തിച്ചു. അങ്ങിനെ അമേരിക്കയിൽ നിന്ന് ഹരേ കൃഷ്ണ പ്രസ്ഥാനം ഇന്ത്യയിലേക്കും പ്രചരിച്ചു. തലമൊട്ടയടിച്ച് കാഷായ വസ്ത്ര ധാരികളായി കുഴിത്താളവുംപിടിച്ച് ഭജന പാടി നടക്കുന്ന ഹരേ കൃഷ്ണ പ്രസ്ഥാനക്കാർ പല ഭാഗത്തും കാണപ്പെട്ടു. ദക്ഷിണേന്ത്യൻ സമ്പ്രദായ ഭജനയിലെന്നപോലെ ഉഞ്ചവൃത്തി ചെയ്തുകൊണ്ടു നടന്നിരുന്ന ഇവർ ഭിക്ഷാം ദേഹികളായിട്ടാണ് അറിയപ്പെട്ടത്. ഹരേ കൃഷ്ണ പ്രസ്ഥാനത്തിന്റെ സ്ഥാപനത്തിന് പ്രഭുപാദ സ്വാമികൾക്ക് പ്രചോദനമായിരുന്നത് പന്ത്രണ്ടാം നൂറ്റാണ്ടിൽ ബംഗാളിൽ വൈഷ്ണവ ഭക്തി പ്രസ്ഥാനത്തിന് നേതൃത്വം നൽകിയ ചൈതന്യ മഹാപ്രഭുവായിരുന്നു. ഭഗവത്ഗീതയും ശ്രീമദ് ഭാഗവതവുമാണ് ഹരേ കൃഷ്ണ പ്രസ്ഥാനത്തിന്റെ ആധാര ഗ്രന്ഥങ്ങൾ. ചൈതന്യന്റെ സ്വാധീനത്താലാണ് ISKCON പ്രസ്ഥാനക്കാരുടെ ജീവിതചര്യയിൽ നാമസങ്കീർത്തനം ഒരു പ്രബലമായ കണ്ണിയായത്. ഹരേകൃഷ്ണ പ്രസ്ഥാനക്കാർ തികഞ്ഞ സസ്യഭുക്കുകളാണ്. ഒരു പക്ഷേ ഈ പ്രസ്ഥാനത്തിന്റെ വ്യക്തിത്വത്തെ കൂടുതൽ ആകർഷകമാക്കുന്നത് അവരുടെ ജീവിതത്തിന്റെ ലാളിത്യമാണ്. ബുദ്ധനും ഗാന്ധിജിയും ഷൂമാക്കറുമെല്ലാം പരിലാളിച്ച വികേന്ദ്രീകൃതവും (Decentralized), പരിസ്ഥിതി സൗഹൃദം പാലിക്കുന്നതും (ecofriendly) ആയ ഒരു സാമ്പത്തിക വ്യവസ്ഥ ഹരേകൃഷ്ണ പ്രസ്ഥാനക്കാർ സ്വപ്നം കാണുന്നു. കൃഷ്ണനോടുള്ള അടങ്ങാത്ത ഭക്തി മുഖമുദ്രയാണെങ്കിലും പ്രാർത്ഥനയും നാമസങ്കീർത്തനവുമൊഴികെ മറ്റു മതപരമായ ചടങ്ങുകൾ ഇല്ലാത്തതിനാൽ പരമ്പരാഗത മതങ്ങളിൽ ആകൃഷ്ടരല്ലാത്തവർക്കും ISKCON ആകർഷകമായിത്തോന്നും. പാവപ്പെട്ടവരെ സേവിക്കുന്നതിലും അവർ ആനന്ദം കണ്ടെത്തുന്നു.

പാവപ്പെട്ടവർക്ക് ഭക്ഷണം, വസ്ത്രം, പാർപ്പിടം എന്നിവ ലഭ്യമാക്കാനുള്ള ശ്രമങ്ങൾ അവർ നടത്തുന്നുണ്ട്. അമേരിക്കയിൽ ഹിപ്പികളുടെ ജീവിത മനോഭാവം നെഗറ്റീവിൽ നിന്ന് പോസിറ്റീവ് ആക്കി മാറ്റിയെടുത്ത് ഒരു പുതിയ ദിശാബോധം കൊടുക്കാൻ ISKCON ന് കഴിഞ്ഞു. അക്കാര്യത്തിൽ ഇന്ത്യക്കും സന്തോഷിക്കാം. ഭാരതത്തിൽ പതിനാറാം നൂറ്റാണ്ടിൽ പടർന്നു പന്തലിച്ച ഭക്തിപ്രസ്ഥാനത്തിന്റെ ഒരു ആധുനിക വൈദേശികപ്പതിപ്പായി ഹരേ കൃഷ്ണ പ്രസ്ഥാനത്തെ കാണാം.

അമേരിക്കയിൽ അത്യാധുനികം എന്നു വിളിക്കാവുന്ന മത പ്രസ്ഥാനങ്ങളുണ്ട്. New Age Spirituality എന്നാണിവ അറിയപ്പെടുന്നത്. ഇതിന്റെ അനുയായികൾ ആധുനിക വിദ്യാഭ്യാസം സിദ്ധിച്ചവരും അതേ സമയം പാരമ്പര്യ മതങ്ങളിലൊന്നും തൃപ്തി വരാത്തവരുമാണ്. മതാനുഷ്ഠാനങ്ങളെ വെടിയാനിഷ്ടപ്പെടുന്ന ഇവർ പലപ്പോഴും നിരീശ്വര പ്രസ്ഥാനങ്ങളിലും നിരാശരാവുന്നതാണ് അനുഭവം. അത്തരക്കാർ പൗരസ്ത്യദർശനങ്ങളുടെയും പാശ്ചാത്യ മനശാസ്ത്രം ആധുനിക ഭൗതിക ശാസ്ത്രം എന്നിവയുടെയും കൂടെ പാരമ്പര്യ നേറ്റീവ് അമേരിക്കൻ പൈതൃകവും എല്ലാം ഉൾക്കൊണ്ട് ജീവിതത്തിന് അർത്ഥം കണ്ടെത്താൻ ശ്രമിക്കുന്നവരാണ്. അവരുടെ മതാത്മകതയേയും ആത്മീയതയേയും കുറിച്ച് വ്യക്തമായൊന്നും പറയാറായിട്ടില്ല. കാർലോസ് കാസ്റ്റനേഡ ഒരു നരവംശ ശാസ്ത്രജ്ഞനും ദാർശനികനും കൂടിയാണ്. അദ്ദേഹം ജനപ്രീതി നേടിയ ഒരു ആചാര്യനാണ്.

വിശേഷ ബുദ്ധിയുള്ള മനുഷ്യൻ ചിലപ്പോഴെങ്കിലും ആലോചിക്കാറുണ്ട്. 'ഞാൻ എന്തിനു ജീവിക്കുന്നു? ജീവിതത്തിനെന്തെങ്കിലും ഉദ്ദേശം ഉണ്ടോ? അതോ വെറും ആകസ്മികതയാണോ? ഈ ജീവിതത്തിന്റെ അർത്ഥമെന്ത്.' എന്നിങ്ങനെയൊക്കെ. വിശേഷ ബുദ്ധിയില്ലാത്ത മൃഗങ്ങൾ ഈ ചോദ്യങ്ങൾ ചോദിക്കാറില്ല. പ്രത്യക്ഷത്തിലുള്ള ഈ ലോകത്തിന്റെയും ജീവിതത്തിന്റെയും ചട്ടക്കൂടിൽ ഒതുങ്ങി നിന്നുകൊണ്ട് ഈ ചോദ്യങ്ങൾക്കും അനുഭവങ്ങൾക്കും ക്രമനിബദ്ധമായ ഉത്തരം കിട്ടിക്കൊള്ളണമെന്നില്ല. ഈ ലോകത്തിനെ പരിപൂർണ്ണമായി മനസ്സിലാക്കാണമെങ്കിൽ അതിനെ നാം അകത്തുനിന്നും പുറത്തു നിന്നു നിരീക്ഷിക്കേണ്ടിയിരിക്കുന്നു. പ്രപഞ്ചത്തിനെ അതിനു പുറത്തു നിന്നു നിരീക്ഷിക്കേണ്ടിയിരിക്കുന്നു. പ്രപഞ്ചത്തിനെ അതിനു പുറത്തു കടന്നു നിരീക്ഷിക്കാനുള്ള ശാസ്ത്രീയ രീതികളൊന്നു മനുഷ്യൻ ഇതുവരെ അഭ്യസിച്ചിട്ടില്ല.

മനുഷ്യന്റെ ഭൂതകാലം അവന്റെ കയ്യിലൊതുങ്ങുമായിരിക്കാം. ഭാവിയോ? അതിപ്പോഴും അജ്ഞാതമായിത്തന്നെ തുടരുന്നു. അറിയുന്ന കാര്യങ്ങൾക്കപ്പുറം അറിയാത്തവയുടെ ഒരു സമുദ്രം തന്നെ. 99, 99.9, 99.99, 99.999, 99.9999 എന്ന സംഖ്യ ശ്രേണി എപ്പോഴാണ് നൂറിലെത്തുക എന്ന് ആലോചിച്ചു നോക്കുക. ഒരിക്കലും എത്തുകയില്ലെന്നാണ് ഉത്തരം. ഇന്നറിയാത്ത പലതും നാളെ അറിഞ്ഞേക്കും. പക്ഷേ ഇതിനെവിടെ അവസാനം? അതും പോരാഞ്ഞിട്ട് മറ്റൊന്നുകൂടി അറിവ് വർദ്ധിക്കുമ്പോൾ അറിവും അറിവില്ലായ്മയും തമ്മിൽ ബന്ധിക്കുന്ന പ്രതലം വലുതായിക്കൊണ്ടേയിരിക്കും. അറിവിനെ ഒരു ഗോളമായെടുക്കുക. അറിവു വർദ്ധിക്കുമ്പോൾ ഗോളവും വലുതാവുന്നു. ഗോളത്തിന്റെ ഉപരിതലത്തിനപ്പുറം അജ്ഞതയുടെ കര കാണാക്കടൽ. ഇവിടെയാണ് നാം ഒരു പ്രതിസന്ധി നേരിടുന്നത്. അറിവു വർദ്ധിക്കുമ്പോൾ, അതായത് അറിവിന്റെ ഉപരിതലം വികസിക്കുമ്പോൾ കൂടുതൽ വൈപുല്യത്തോടെ അതിനപ്പുറമുള്ള അറിവില്ലായ്മയുടെ സമുദ്രം നമ്മെ തുറിച്ചു നോക്കുന്നു. അറിവു കൂടുമ്പോൾ അറിവില്ലായ്മ കുറയുമെന്ന് ചിലർ വെറുതെ തെറ്റിദ്ധരിച്ചിരിക്കയാണ്. ഈ സന്ദർഭത്തിൽ ഞാനോർത്തുപോകുന്നത് ക്വാണ്ടം ഫിസിക്സിന്റെ കുലപതിയായ Niels Bohr ന്റെ നിരീക്ഷണമാണ്. അതിങ്ങനെ 'The exact opposite of a profound truth is another profound truth'.

പ്രപഞ്ചത്തിനും ജീവിതത്തിനും ഒരു പ്രവചനാതീത സ്വഭാവം (Unpredictability) ഉണ്ട്. ഒരിക്കലും പിടിതരാത്ത ഒരു Elusive character. സ്ഥലകാലങ്ങളിൽ കാലത്തിന് ഒരു arrow വിന്റെ സ്വഭാവമാണ്. അത് ഭൂതത്തിൽ നിന്ന് ഭാവിയിലേക്കുമാത്രം പ്രവഹിക്കുന്നു. പ്രകൃതിയിൽ സമയത്തിന്റെ ഈ സ്വഭാവത്തിന് സമാനതയുള്ളത് Thermo dynamics പറയുന്ന Entropy ക്കു ആണ്. അതെന്തോ ആവട്ടെ. പ്രാചീന മനുഷ്യനെ അപേക്ഷിച്ച് ആധുനിക മനുഷ്യൻ അറിവിന്റെ കാര്യത്തിൽ രാക്ഷസീയമായി വളർന്നിരിക്കുന്നു. പക്ഷേ ഭാവി ഇപ്പോഴും പിടി തരാതെ നിൽക്കുന്നു. ഇക്കാര്യത്തിൽ ഇരുപത്തൊന്നാം നൂറ്റാണ്ടിലെ മനുഷ്യനും പ്രാചീന മനുഷ്യനും തുല്യനിലയിൽ നിസ്സഹായരാണ്.

അറിവ് ഒരേ സമയം വെളിച്ചവുമാണ് ശക്തിയുമാണ്. അറിവിന്റെ വെളിച്ചമാണ് ശാസ്ത്രം (Science) പകർന്നുതരുന്നത്. അറിവിന്റെ ശക്തിയാണ് ടെക്നോളജിയിൽ ഉൾക്കൊള്ളുന്നത്. അറിവിന്റെ ശക്തി സാങ്കേതിക വിദ്യയായി രാക്ഷസീയമായി വളർന്നിട്ടും

ആധുനിക മനുഷ്യന് അറിവിന്റെ വെളിച്ചം വേണ്ടവിധം സ്വാംശീകരിക്കാൻ ആവുന്നില്ല എന്നത് പരിതാപകരമാണ്. ശാസ്ത്രത്തിന്റെ ആന്തരികസത്തയായ ഈ വെളിച്ചമാണ് ശാസ്ത്രത്തിനെയും ഒരു മാനവിക വിഷയമാക്കുന്നത്. നിർഭാഗ്യവശാൽ ഇന്ന് ശാസ്ത്രമെന്നാൽ വെളിച്ചമല്ല, ശക്തിയാണെന്ന് പലരും തെറ്റിദ്ധരിക്കുന്നു.

ആട്ടെ ഒന്നുകൂടി. സമ്പത്തിന്റെ കാര്യത്തിലും അറിവിന്റെ കാര്യത്തിലും രാക്ഷസീയമാമായി വളർന്ന ആധുനിക മനുഷ്യനും ഇക്കാര്യങ്ങളിൽ താരതമ്യേന ദരിദ്രരായിരുന്നു. പ്രാചീന മനുഷ്യനും ഒരു കാര്യത്തിൽ തുല്യരാണ്. സുഖദുഃഖങ്ങളുടെ കാര്യത്തിൽ. ആകെക്കൂടി തിട്ടപ്പെടുത്തിയാൽ ആധുനിക മനുഷ്യൻ കൂടുതൽ സന്തുഷ്ടനാണെന്ന് പറയാൻ പറ്റില്ലെന്ന് എനിക്കു തോന്നുന്നു. ആക്കാര്യത്തിൽ വഞ്ചി എപ്പോഴും തിരുനക്കര തന്നെ, ഒരു പഴഞ്ചൊല്ല് കടമെടുത്താൽ. ഗ്രീക്ക് തത്വജ്ഞാനിയായ പ്ലാറ്റോവിന്റെ ഒരു നിരീക്ഷണം ഇവിടെ പ്രസക്തമാണ്. ഈ പ്രപഞ്ചത്തിൽ ഭൂമിയിലൊരിടത്ത് ജീവിക്കാൻ വിധിക്കപ്പെട്ട മനുഷ്യനെക്കുറിച്ച് അദ്ദേഹം വേവലാതിപ്പെടുകയാണ്: മനുഷ്യാവസ്ഥ ഒരു ഗുഹക്കുള്ളിൽ ചങ്ങലക്കിട്ട ഒരു ജീവിയുടേതു പോലെയാണ്. ഗുഹക്കുള്ളിൽ നിന്നു നോക്കുമ്പോൾ ഭിത്തികളിൽ എന്തൊക്കെയോ നിഴലുകൾ ചലിക്കുന്നതുപോലെ തോന്നും. ഇതിനുകാരണമായ വെളിച്ചം ഗുഹക്കുപുറത്തുകടന്നാൽ മാത്രമേ കാണാനൊക്കൂ. ഗുഹക്കു വെളിയിൽ വരാൻ സാദ്ധ്യവുമല്ല. ഈ നിസ്സഹായവസ്ഥയെ മറികടക്കാൻ ആർക്കെങ്കിലും കഴിയുമോ?

പ്രപഞ്ചത്തിനു പുറത്തു കടക്കാതെ തന്നെ പ്രപഞ്ചത്തിനെ ഉൾക്കൊള്ളാൻ കഴിയുന്നത് ഗുഹക്കുപുറത്തുള്ള നാട്ടുവെളിച്ചം ഉൾക്കൊള്ളുന്നതു പോലെയാണ്. ഈ ദിശയിലേക്കുള്ള വിനീത പ്രയാണങ്ങളാണ് മതങ്ങളെന്ന് ഞാൻ കരുതുന്നു. മതങ്ങൾ മാത്രമല്ല തത്വശാസ്ത്രം, കലകൾ, സാഹിത്യം, ശാസ്ത്രം എല്ലാം സമാന ശ്രമങ്ങളാണ്.

ആധുനിക ശാസ്ത്രവും സാങ്കേതിക വിദ്യകളും ദിഗ്വിജയം നടത്തുന്ന ഈ കാലത്ത് മതങ്ങൾ വളരെയധികം വിമർശനങ്ങൾ നേരിട്ടുകൊണ്ടിരിക്കുന്നുണ്ട്. ഈശ്വരൻ എന്ന മഹാ ചൈതന്യത്തിൽ ആഴത്തിലുള്ള വിശ്വാസം എല്ലാ മതങ്ങൾക്കും പൊതുവായ സ്വഭാവമാണ്. ഈ ലോകത്തിനു ജീവിതത്തിനും അപ്പുറത്തുള്ള ലോകങ്ങളെയും ജന്മങ്ങളെയും മിക്കവാറും എല്ലാ മതങ്ങളും ഉൾക്കൊള്ളുന്നു. മേൽപറഞ്ഞ ചിന്താപദ്ധതി കേന്ദ്രമാക്കി രൂപപ്പെടുത്തിയ ഒരു സാമൂഹ്യ സാമ്പത്തിക പദ്ധതിയായി മതങ്ങളെ കാണാം. ശാസ്ത്രത്തിന്റെ

അടിസ്ഥാന ചിന്താപദ്ധതിയായ യുക്ത്യധിഷ്ഠിത പരീക്ഷണ നിരീക്ഷണങ്ങൾ മതങ്ങളുടെ വഴിയല്ല. വിശ്വാസ പ്രമാണങ്ങൾ ആകട്ടെ ഒരിക്കലും പരീക്ഷണ - നിരീക്ഷണങ്ങൾക്കോ യുക്തിക്കോ വഴങ്ങാറുമില്ല. വ്യക്തികൾ ഓരോരുത്തരുടെയും അനുഭവങ്ങളാണിവിടെ പ്രമാണം. പ്രാർത്ഥന മതങ്ങളുടെ കേന്ദ്രബിന്ദുവാണ്. ഒന്നോർക്കണം. വിശേഷബുദ്ധിയുള്ള മനുഷ്യൻ മാത്രമേ പ്രാർത്ഥിക്കാറുള്ളൂ. മൃഗങ്ങൾ പ്രാർത്ഥിക്കാറില്ല. വിശ്വാസവും പ്രാർത്ഥനയും മനുഷ്യന്റെ വിശേഷബുദ്ധിയാണ് അടയാളപ്പെടുത്തുന്നത്. യുക്തിയോടുള്ള പിന്തിരിഞ്ഞു നിൽക്കൽ വിശ്വാസത്തിന്റെയും പ്രാർത്ഥനയുടെയും ആരാധനയുടെയുമെല്ലാം മുഖമുദ്രയാണുതാനും. യുക്തിവാദികൾ എന്ന് സ്വയം പരിചയപ്പെടുത്തുന്ന നിരീശ്വര വാദികൾ ഇക്കാരണംകൊണ്ടുതന്നെ മതങ്ങളെ നഖശിഖാന്തം എതിർക്കുന്നു.

മതവിശ്വാസവും മതനിഷേധവും മനുഷ്യനുണ്ടായ കാലം മുതൽ തുടങ്ങിയതാണല്ലോ. ജീവിതത്തിൽ ഒരു തരത്തിലുള്ള അജ്ഞേയത (mystery) യും ഇല്ലെങ്കിൽ മതവും ഉണ്ടാവുമായിരുന്നില്ല. അറിവിന് പരിധിയില്ലാത്തോടത്തോളം കാലം അറിവിനപ്പുറത്തുള്ള തലവുമുണ്ടാവും. ഈ തലം കാലഘട്ടത്തിനനുസരിച്ച് പുനർ നിർവചനം (Redefining) ചെയ്യപ്പെടും. മതാനുഭൂതിയുടെ മണ്ഡലം ഇവിടെയാണ്. സാധരണ നാം അറിയുന്ന യുക്തിപരത ഇവിടെ അപ്രസക്തമാവുന്നു. എനിക്കെപ്പോഴും തോന്നാറുള്ളത് സത്യം- ശിവം- സുന്ദരം truth- Goodness- Beauty) എന്ന ത്രിത്വം (Trinity) ആണ് എക്കാലത്തും പ്രസക്തമെന്നാണ്. പ്ലാറ്റോ ഒരിക്കൽ പറഞ്ഞിട്ടുണ്ട്. നന്മ നിറഞ്ഞ ഒരോ പ്രവൃർത്തിയും അനശ്വരതയുടെ കയ്യൊപ്പ ചാർത്തുമെന്ന്. സത്യം, നന്മ, സൗന്ദര്യം ഇവ മൂന്നും വ്യത്യസ്തമാകാമെങ്കിലും അവ അനശ്വരതയിൽ മേളിക്കുന്നു. അനശ്വരതയ്ക്കുവേണ്ടി മനുഷ്യൻ എക്കാലവും ദാഹിച്ചുകൊണ്ടിരിക്കും. പ്രശസ്ത Astrophysicist ആയ എസ്. ചന്ദ്രശേഖർ അദ്ദേഹത്തിന്റെ Truth and Beauty എന്ന പുസ്തകത്തിൽ സത്യവും സൗന്ദര്യവും കലകളിലും ശാസ്ത്രങ്ങളിലും എങ്ങിനെ നിഴലിക്കുന്നുവെന്ന് ചർച്ച ചെയ്യുന്നുണ്ട്. അതിൽ നന്മയെക്കുറിച്ച് അദ്ദേഹം വാചാലമായൊരു നിശ്ശബ്ദത പാലിക്കുന്നു. യുക്തി ഭദ്രമായ ശാസ്ത്ര നന്മയെക്കുറിച്ചും നന്മനിറഞ്ഞ ജീവിതത്തെക്കുറിച്ച കാര്യമായൊന്നും പറയുന്നില്ല. ശാസ്ത്രത്തിന്റെ യുക്തിക്കു നിരക്കാത്ത മതവിശ്വാസങ്ങൾ സത്യസൗന്ദര്യങ്ങളെക്കാളേറെ നന്മയെക്കുറിച്ച് വാചാലമായി പറയുകയും ചെയ്യുന്നു. സ്നേഹത്തിന്റെയും വിശ്വാസത്തിന്റെയും മണ്ഡലങ്ങൾ ബുദ്ധിയുടെ ഭാഷയിലല്ല, ഹൃദയത്തിന്റെ ഭാഷയിലാണ് സംവദിക്കുന്നത്.

ഏതു മതത്തിന്റെയും വിശ്വാസ പ്രമാണങ്ങൾ ജീവിതത്തെ സമഗ്ര മായി ഉൾക്കൊള്ളാൻ ശ്രമിക്കുന്നു. ശാസ്ത്രമാകട്ടെ Specialization കൂടുന്തോറും കൂടുതൽ ഇടുങ്ങിയ പോക്കറ്റുകളിലേക്ക് നീങ്ങുന്നു. ഇപ്പോ ഴത്തെ ദലായ്‌ലാമയോട് ഒരു ശാസ്ത്രജ്ഞൻ ചോദിച്ച യുക്തിയുടെ പ്ലാറ്റ് ഫോമിൽ ശാസ്ത്രം മതത്തെ നിഷ്പ്രയാസം തോൽപിക്കുകയില്ലേ എന്ന്. ദലായ്‌ലാമ പറഞ്ഞു. തീർച്ചയായും അങ്ങനെത്തന്നെയാവും. എന്നാൽ തോറ്റേടത്തുനിന്ന് മതവിശ്വാസങ്ങൾ പുതുജീവനോടെ ഉയിർത്തെഴുന്നേൽക്കുമെന്ന്. ഓരോ തോൽവിയും മതവിശ്വാസ ങ്ങൾക്ക് പുനർനിർവചനത്തിനു പുനർനവീകരണത്തിനുമുള്ള അവസരമാണ് സൃഷ്ടിക്കുന്നത്. അങ്ങനെ മതവിസ്വാസങ്ങൾ പുനർ ജനിച്ചുകൊണ്ടേയിരിക്കും. Alfred North Whitehead എന്ന ഗണിത ശാസ്ത്രജ്ഞൻ എഴുതിയ Science in the modern world എന്ന ഗ്രന്ഥ ത്തിൽ Science and Religion എന്ന ലേഖനത്തിലും സമാനമായൊരു നിരീക്ഷണമുണ്ട്. മതങ്ങൾ നിരന്തരം Ridefining ന് വിധേയമാവുന്നു എന്ന് നിരീക്ഷിക്കുന്നു. ഒന്നു തീർച്ചയാണ്. യുക്തിക്ക് വഴങ്ങാത്ത ഒരു മഹാചൈതന്യം മതങ്ങൾക്ക് എളുപ്പം വഴങ്ങുന്നുണ്ട്. ചൈതന്യത്തെ മതങ്ങൾ ഈശ്വരനെന്നു വിളിക്കുന്നു. ഈശ്വരനെ വേണമെങ്കിൽ നിഷേധിക്കാം. ഒരു തരത്തിൽ പറഞ്ഞാൽ മതവിശ്വാസികൾ നിരീ ശ്വരവാദികളോട് നന്ദി പറയണം. കാരണം മതവിശ്വാസങ്ങളുടെ ശുദ്ധീകരണത്തിന് നിരീശ്വരവാദികൾ നല്ലൊരു പങ്ക് നിർവഹിച്ചി ട്ടുണ്ട്. തീർച്ചയായും മതവിശ്വാസികൾക്ക് സ്വന്തം വിശ്വാസ പ്രമാ ണങ്ങളിൽ നിന്നു തന്നെ ഈ നവീകരണ പ്രക്രിയക്കുള്ള ഊർജ്ജം ലഭിക്കുന്നു.

അമേരിക്കയിലെ ചില ക്ഷേത്രങ്ങൾ

ഞാൻ ജനിച്ചു വളർന്നതു മുഴുവൻ ഒരു ഗ്രാമത്തിലെ ക്ഷേത്രാന്തരീക്ഷത്തിലാണ്. തൃശ്ശൂരിനടുത്തുള്ള മുളകുന്നത്തുകാവിൽ എന്റെ വീടിനു തൊട്ടടുത്തു തന്നെയാണു അവിടത്തെ അയ്യപ്പക്ഷേത്രം. അക്ഷരാർത്ഥത്തിലല്ലെങ്കിലും എന്റെ ഒരു രണ്ടാംവീടു പോലെയായിരുന്നു ഈ ക്ഷേത്രം. അച്ഛനു് ഈ ക്ഷേത്രത്തിൽ അയ്യപ്പൻ തിയ്യാട്ട് കഴിക്കലായിരുന്നു ജോലി. തിയ്യാട്ട് ഞങ്ങളുടെയെല്ലാം കുലപ്രവൃത്തിയാണ്. കൊല്ലത്തിൽ പന്ത്രണ്ടു മാസങ്ങളിലേയും ഈ അമ്പലത്തിന്റെ ഭാവഭേദങ്ങൾ എന്റെ മനസ്സിൽ മറക്കാനാവാത്ത വിധത്തിൽ വേരുറച്ചിട്ടുണ്ട്. അമ്പലത്തിനെക്കുറിച്ച് നല്ല ഓർമ്മകൾ മാത്രമേയുള്ളു. വൃശ്ചികത്തിലെ മണ്ഡലകാലത്തെപ്പറ്റിയും കുംഭമാസത്തിലെ ഉത്സവകാലത്തെപ്പറ്റിയുമുള്ള ഓർമ്മകൾ ജീവിതത്തിലെ വിലപ്പെട്ട സമ്പാദ്യങ്ങളാണ്. ഈശ്വരനെ തള്ളിപ്പറയാനുള്ള മനസ്സ് എനിക്കൊരുകാലത്തും ഉണ്ടായിട്ടില്ല. ക്ഷേത്രസംസ്കാരം എനിക്കു തന്ന സുകൃതം കൊണ്ടായിരിക്കാം എല്ലാ മതങ്ങളുടെ ആരാധനാലയങ്ങളോടും എനിക്കു തോന്നുന്ന ആരാധനാഭാവം. അമേരിക്കയിൽ താമസിക്കുമ്പോൾ സ്വാഭാവികമായും അവിടത്തെ ചില ക്ഷേത്രങ്ങൾ സന്ദർശിക്കാൻ മോഹം തോന്നി. അവയെപ്പറ്റി പറയാം.

പീറ്റ്സ്ബർഗിലെ ശ്രീവെങ്കിടേശ്വരക്ഷേത്രം

പെൻസിൽവാനിയ സംസ്ഥാനത്തിന്റെ പടിഞ്ഞാറു മാറി പീറ്റ്സ്ബർഗ് നഗരം സ്ഥിതി ചെയ്യുന്നു. ക്ലീവ്‌ലൻഡിൽ നിന്ന് കാറിൽ യാത്ര ചെയ്താൽ രണ്ടരമണിക്കൂറിനുള്ളിൽ അവിടെയെത്തും. പീറ്റ്സ്ബർഗ് ഉൾപ്പെടുന്ന പടിഞ്ഞാറൻ പെൻസിൽവാനിയ അല്ലിഘെനി പർവതനിരകളുടെ പ്രാന്തപ്രദേശങ്ങളാണ്. നഗരത്തിന്റെ നടുവിൽക്കൂടി പീറ്റ്സ്ബർഗ് പുഴ ഒഴുകുന്നു. നഗരത്തിൽനിന്നും അല്പം വിട്ടുമാറി മലമടക്കുകളുടെ പാർശ്വത്തിലാണ് വെങ്കിടേശ്വര ക്ഷേത്രം നിലനിൽക്കുന്നത്. പ്രശാന്തമായ അന്തരീക്ഷം ആരേയും വശീകരിക്കും. തിരുപ്പതി വെങ്കിടാചലപതി ക്ഷേത്രത്തിന്റെ മാതൃകയിൽ ഈ ക്ഷേത്രം നിർമ്മിച്ചിരിക്കുന്നു. ആന്ധ്ര തമിഴ്നാട് ക്ഷേത്രങ്ങളുടെ സംസ്കാരം ഉടനീളം നിഴലിക്കുന്ന അന്തരീക്ഷം. ശ്രീ വെങ്കിടേശ്വരപ്രതിഷ്ഠ നിൽക്കുന്ന പ്രധാന ശ്രീകോവിലിന്റെ ഇരുഭാഗത്തും ശ്രീദേവിയും ഭൂമിദേവിയും നിൽക്കുന്ന ശ്രീകോവിലുകളുമുണ്ട്. കൂടാതെ മറ്റു ഉപദേവന്മാരുടേയും ദേവിമാരുടേയും പ്രതിഷ്ഠകളും നാലമ്പലത്തിനുള്ളിലായികാണാം. ഒരുപക്ഷേ അമേരിക്കയിലെ ഏറ്റവും സമ്പന്നമായ ദേവസ്ഥാനം ഇതായിരിക്കും. ദക്ഷിണേന്ത്യൻ വാസ്തുശില്പകലയുടെ സൗന്ദര്യം ഉടനീളം കാണാം. ഗോപുരം തമിഴ്ക്ഷേത്രങ്ങളുടെ മട്ടിലാണ്. എന്നാൽ ശ്രീകോവിലിന്റെ കെട്ടും മട്ടും ഗുരുവായൂരിന്റെ മാതിരിയാണെന്നു തോന്നി. ശ്രീകോവിലിനു ചുറ്റുമുള്ള നാലമ്പലത്തിനുള്ളിലുള്ള പ്രദക്ഷിണവഴിക്ക് ഗുരുവായൂരിനോടുള്ള സാദൃശ്യം ശ്രദ്ധേയമാണ്, പ്രത്യേകിച്ചും കൃഷ്ണനാട്ടം അവതരിപ്പിക്കുന്ന വടക്കേപ്രദക്ഷിണ വഴിയോട്. നാലമ്പലത്തിനു പുറത്തുള്ള ഭിത്തിയിൽ ശ്രീകൃഷ്ണന്റെ അവതാരവുമായി ബന്ധപ്പെട്ട ചുവർച്ചിത്രങ്ങൾ ആകർഷകമാണ്, പ്രത്യേകിച്ചും രാസക്രീഡയുടെ ചിത്രം. ചിത്രം കണ്ടാൽ കൃഷ്ണനാട്ടത്തിലെ രാസക്രീഡയിൽ അവതരിപ്പിക്കുന്ന പ്രസിദ്ധമായ 'മുല്ലപ്പൂ ചുറ്റൽ' എന്ന നൃത്തവിശേഷം ഓർമ്മ വരും. 'അംഗനാമംഗനാമന്തരേ മാധവം' എന്ന ഭാഗവതശ്ലോകത്തിന്റെ മനോഹരമായ നൃത്താവിഷ്കാരം.

ക്ഷേത്രത്തിൽ പൂജാസമയത്തും മറ്റും നാഗസ്വരം വായിക്കാൻ ക്ഷേത്രം കലാകാരന്മാർ ഉണ്ട്. ദക്ഷിണേന്ത്യൻ സംഗീതത്തിന്റെയും സംസ്കാരത്തിന്റെയും വൈജയന്തിയാണ് നാഗസ്വരസംഗീതം. നാഗസ്വരവും തകിലും കൂടി സൃഷ്ടിക്കുന്ന ശ്രവ്യാന്തരീക്ഷം അനുപമമാണ്. രാവിലെ മുതൽ രാത്രി ഒമ്പതുമണിവരെ തുടർച്ചയായി ക്ഷേത്രം തുറന്നിട്ടിരിക്കുന്നത് അകലെനിന്നും വരുന്ന സന്ദർശകർക്ക് വളരെ

വെങ്കടേശ്വര ക്ഷേത്രം, പിറ്റ്സ്ബർഗ്

സൗകര്യമാണ്. പൂജ ദക്ഷിണേന്ത്യൻ-തമിഴ്നാട് മട്ടിലാണ്. മേൽ ശാന്തിയുടെ സഹായത്തിനായി രണ്ട് കീഴ്ശാന്തിമാരുമുണ്ട്. ക്ഷേത്രത്തിലെ ഊട്ടുപുരയിൽ നാമമാത്രമായ വിലയ്ക്ക് സാമ്പാർശാതം, തൈർസാതം, പുളിശാതം എന്നിവയടക്കം ഉച്ചഭക്ഷണം കിട്ടും. ഞങ്ങൾ രണ്ടു തവണ ഇവിടെ വന്നിട്ടുണ്ട്. ആദ്യം വന്നത് 2009ലെ നവരാത്രികാലത്തായിരുന്നു. അന്ന് ക്ഷേത്രം ഓഡിറ്റോറിയത്തിൽ ഹൈദരാബാദ് സഹോദരന്മാരുടെ (ശേഷാചാരി-രാഘവാചാരി) സംഗീതകച്ചേരി കേട്ടത് ഓർമ്മയിൽ പച്ചപിടിച്ച നിൽക്കുന്നു. അന്ന് കച്ചേരിയുടെ ആസ്വാദ്യതയിൽ ശ്രദ്ധിക്കാൻ മറന്നു പോയ ക്ഷേത്രത്തിന്റെ സവിശേഷതകൾ രണ്ടാംതവണ (2016) വന്നപ്പോഴാണ്

ശ്രദ്ധിക്കാൻ കഴിഞ്ഞത്. ക്ഷേത്രത്തിനോടനുബന്ധിച്ചുള്ള വില്പന ശാലയിൽ വൈഷ്ണവസാഹിത്യഗ്രന്ഥങ്ങളും സംഗീതസി.ഡികളും വില്പനക്കു വെച്ചിട്ടുണ്ട്.

ക്ഷേത്രദർശനത്തിനുശേഷം പുറത്തുകടന്നപ്പോൾ യാദൃഛിക മായാണ് കേരളത്തിൽ എന്റെ ജന്മദേശമായ തൃശ്ശൂർ-മുളകുന്നത്തു കാവിൽ നിന്നുള്ള ഒരു കുടുംബത്തെ പരിചയപ്പെടാൻ സംഗതി വന്നത്. മുളകുന്നത്തുകാവിനടുത്തുള്ള തിരൂർക്കാരിയായ ശ്രീമതി ശാന്തിയും അവരുടെ ആലുവക്കാരനായ ഭർത്താവും ആണിവർ. അവർ വിർജീനിയയിൽ നിന്നും ക്ഷേത്രദർശനത്തിനായി എത്തി യവരാണ്. കിട്ടിയ ചുരുങ്ങിയ സമയത്തിനുള്ളിൽ വളരെയധികം നാട്ടുവർത്തമാനങ്ങൾ ഞങ്ങൾ പങ്കിട്ടു. ഞങ്ങൾ ഉണ്ണിയെയും കുടും ബത്തേയും അവർക്ക് പരിചയപ്പെടുത്തി. അവർ നാട്ടിൽ വന്നാൽ മുളകുന്നത്തുകാവിലും വരാമെന്നും പറഞ്ഞു.

ഹിന്ദു-ജൈനക്ഷേത്രം (മൺറോവിൽ-പീറ്റ്സ്ബർഗ്)

പീറ്റ്സ്ബർഗിൽ അടുത്തുതന്നെയാണ് മൺറോവിൽ ഹിന്ദു-ജൈനക്ഷേത്രം. ഇതും തിരക്കിൽനിന്ന് ഒട്ടൊഴിഞ്ഞ് പ്രകൃ തിരമണീയമായ ഒരു സ്ഥലത്ത് നിലകൊള്ളുന്നു. ഞങ്ങൾ ചെന്ന സമയത്ത് ക്ഷേത്രത്തിൽ സന്ദർശകരായി ആരും ഉണ്ടായിരുന്നില്ല. പൂജാരി ശ്രീ സുരേഷ്ചന്ദ്രജോഷിയുമായി പരിചയപ്പെട്ടു. അദ്ദേഹം ഹരിദ്വാർ സ്വദേശിയാണ്. ക്ഷേത്രത്തിന്റെ മട്ട് ഉത്തരേന്ത്യൻ മാതൃ കയിലാണ്. ഒന്നു പറയാതെ വയ്യ. ക്ഷേത്രത്തിൽ അതും ഒറ്റപ്പെട്ട അന്തരീക്ഷത്തിൽ സ്വപ്നസദൃശമായ ദീപ്തി അനുഭവപ്പെട്ടു. ഞെട്ടി പ്പിക്കുന്ന ഭംഗി എന്നു പറയണം. എന്റെ ഓർമ്മയിൽ നിൽക്കുന്ന വല്ലാത്തൊരു ഭംഗിയുള്ള ജൈനക്ഷേത്രംദക്ഷിണ കർണ്ണാടകയിലു ള്ള മൂഡബദ്രിയാണ്. അവിടെ കരിങ്കല്ലിൽ കൊത്തിയ ശില്പങ്ങളുടെ നിഗൂഢതനിറഞ്ഞ പരിവേഷമാണ് എന്നെ സ്വാധീനിച്ചത്. എന്നാൽ മൺറോവിൽ ക്ഷേത്രത്തിന്റെ ലാവണ്യം വാക്കുകളിൽക്കൂടി പ്രകടി പ്പിക്കാൻ അസാദ്ധ്യം. ഈ ക്ഷേത്രത്തെപ്പറ്റി കൂടുതൽ ആളുകൾ അറി യേണ്ടിയിരിക്കുന്നു. ലക്ഷ്മീനാരായണ സ്വരൂപത്തിലുള്ള വിഷ്ണുവും ശിവ-പാർവതിമാരും ഇവിടത്തെ പ്രതിഷ്ഠകളാണ്. അതേപോലെ സീതാസമേതനായ രാമനും. ജൈനതീർത്ഥങ്കരന്റെയും ബുദ്ധന്റെയും പ്രതിഷ്ഠകളും ഉണ്ട്. പൂജകൾ ഉത്തരേന്ത്യൻ മട്ടിലാണ്.

പാർമയിലെ ശിവ-വിഷ്ണക്ഷേത്രം

ക്ലീവ്‌ലൻഡിൽനിന്നും തെക്കുകിഴക്കുഭാഗത്തായി പത്തുകിലോമീറ്റർ അകലെ ഈ ക്ഷേത്രം സ്ഥിതിചെയ്യുന്നു. സോമനാഥനായ ശിവനെക്കൂടാതെ സീതാലക്ഷ്മണസമേതനായ ശ്രീരാമൻ, ലക്ഷ്മീനാരായണൻ, രാധാസമേതനായ കൃഷ്ണൻ, ഗണപതി, സുബ്രഹ്മണ്യൻ, അയ്യപ്പൻ, ദുർഗ്ഗ, മഹാലക്ഷ്മി, സരസ്വതി എന്നീ ദേവീദേവന്മാരെ ഇവിടെ പ്രതിഷ്ഠിച്ച് ആരാധിക്കുന്നു. ജൈനതീർത്ഥങ്കരന്മാരെയും ഹിന്ദുദൈവങ്ങളായി കരുതി പ്രതിഷ്ഠിച്ചിരിക്കുന്നു. ഭാരതീയരായ എല്ലാ ജനവിഭാഗങ്ങളെയും മനസ്സിൽ കണ്ടുകൊണ്ടാണ് പ്രതിഷ്ഠ നിർവ്വഹിച്ചിരിക്കുന്നതെന്ന് വ്യക്തം. സുബ്രഹ്മണ്യൻ വള്ളി-ദേവസേനാ സമേതനാണ്. കേരളീയരുടെ ഇഷ്ടദേവതയായ അയ്യപ്പസ്വാമിയേയും കണ്ടപ്പോൾ കൂടുതൽ സന്തോഷം തോന്നി. നവഗ്രഹങ്ങൾക്ക് ഒരു ശ്രീകോവിൽ കണ്ടു. ഞങ്ങൾ ഇടയ്ക്കിടെ പാർമയിൽ ഈ ക്ഷേത്രത്തിൽ പോകാറുണ്ട്. ക്ഷേത്രം മാനേജർ പ്രൊഫ. രാമസ്വാമി ആലപ്പുഴക്കാരനാണ്. അദ്ദേഹം ചിലദിവസങ്ങളിൽ ക്ലീവ്‌ലൻഡ് യൂണിവേഴ്സിറ്റിയിൽ സംസ്കൃതം പഠിപ്പിക്കുന്നുമുണ്ട്. പ്രധാനപൂജാരി ശ്രീധരശാസ്ത്രി കർണ്ണാടകക്കാരനാണ്. ഞങ്ങളുടെ പേരക്കുട്ടി വാണിയുടെ ചോറൂണ് ഇവിടത്തെ അയ്യപ്പന്റെ ശ്രീകോവിലിനു മുമ്പിൽവെച്ചാണുണ്ടായത്. ക്ഷേത്രത്തിന്റെ കെട്ടും മട്ടും ഉത്തരേന്ത്യൻ ശൈലിയിലാണ്. ഈ ക്ഷേത്രത്തിന്റെ പരിസരം പ്രകൃതിയുടെ മടിത്തട്ടിലാണെന്ന് അക്ഷരാർത്ഥത്തിൽ തന്നെ എല്ലാവരും സമ്മതിക്കും. മൂന്നുഭാഗവും ഉയർന്നുനിൽക്കുന്ന മലമടക്കുകളുടെ മദ്ധ്യത്തിലൊരു താഴ്വരയിലാണ് ക്ഷേത്രം. മുമ്പിലൊരു പൊയ്കയും കാണാം. പ്രാർത്ഥിക്കാൻ പറ്റിയ ശാന്തമായ അന്തരീക്ഷം ഇവിടെ സർവ്വത്ര നിറഞ്ഞുനിൽക്കുന്നു. ഒരു തവണ പോയാൽ പിന്നെ വീണ്ടും പോവാൻ തോന്നും.

ക്ഷേത്രത്തിനകത്ത് സ്തോത്രഗീതങ്ങൾ ഏറ്റവും ശബ്ദം കുറച്ചാണ് മൈക്കിൽ വെച്ചിരിക്കുന്നത്. മന്ദ്രമധുരമെന്നു പറയാം. ഇതും കേരളീയർ കണ്ടുപഠിക്കേണ്ടതാണ്. കേരളത്തിലെ പല ക്ഷേത്രങ്ങളിലും ഭക്തിയെ ഹനിക്കുന്നവിധം കഠോരശബ്ദത്തിലാണ് പാട്ടുകൾ വെക്കാറുള്ളത്. ഹരിദ്വാറിലെ അയ്യപ്പക്ഷേത്രത്തിൽ ഭക്തിഗാനങ്ങൾ ഭക്തൻ പ്രാർത്ഥിക്കുന്നിടത്തു മാത്രമേ കേൾക്കാൻ സാധിക്കൂ. കേരളത്തിലും അങ്ങനെയൊക്കെ ആയിക്കൂടേ? പൂജാരി സകുടുംബം ക്ഷേത്രത്തിനു സമീപം താമസിക്കുന്നു. അദ്ദേഹവുമായി പരിചയപ്പെട്ടു. അദ്ദേഹത്തിന്റെ മകളുടെ ഭരതനാട്യം അരങ്ങേറ്റത്തിന് ഞങ്ങളെ ക്ഷണിച്ചിരുന്നു. ഞങ്ങൾ പോവുകയും ചെയ്തു.

വീലിങ്ങിലെ ISKCON ക്ഷേത്രം

വെസ്റ്റ് വിർജീനിയ സംസ്ഥാനം ഓഹിയോവിനു തൊട്ടുകിഴക്കു കിടക്കുന്നു. അവിടെ വീലിങ്ങ് എന്ന സ്ഥലത്ത് International Society For Krishna Conciousnsess (ISKON)ന്റെ അഥവാ ഹരേകൃഷ്ണ പ്രസ്ഥാനത്തിന്റെ ക്ഷേത്രമുണ്ട്. ക്ലിവ്ലൻഡിൽനിന്നും മൂന്നു മണിക്കൂർ കാർ യാത്ര ചെയ്താലെ അവിടെ എത്തുകയുള്ളു. നേരത്തെ സൂചിപ്പിച്ചമാതിരി ഹരേകൃഷ്ണ പ്രസ്ഥാനം അമേരിക്കയിൽ ജനിച്ച് ഇന്ത്യയിലെത്തിയ ഒരു ഹിന്ദുമതശാഖയാണ്. ഈ വ്യത്യാസം ക്ഷേത്രത്തിന്റെ കെട്ടിലും മട്ടിലും കാണാം. അവിടെ എത്തിയവരിൽ കുറെപ്പേർ പാശ്ചാത്യരെ കണ്ടു. ചിലർ തല മൊട്ടയടിച്ച് കാവിവസ്ത്രം ധരിച്ച ഹരേകൃഷ്ണ ഭക്തർ തന്നെയായിരുന്നു. പരമ്പരാഗത വാസ്തുശില്പമാതൃകയിൽ നിന്നും ഒട്ടൊട്ടു വ്യത്യസ്തമായിത്തോന്നി വലിയ ഈ ക്ഷേത്രത്തിന്റെ കെട്ടും മട്ടും. പൂജകൾക്കു ശേഷം ഭക്തർ ഭജന പാടി നൃത്തം ചെയ്യുന്നതു കണ്ടു. അത് ഹരേകൃഷ്ണ പ്രസ്ഥാനത്തിന്റെ പാരമ്പര്യമാണ്.

ക്ലിവ്ലൻഡിലെ സിഖ് ആരാധനാലയങ്ങൾ

ക്ലീവ്ലൻഡിനടുത്ത് റിച്ച്ഫീൽഡ്, ബെഡ്ഫോർഡ് എന്നീ സ്ഥലങ്ങളിൽ ഗുരുദ്വാരകളുണ്ട്. ഞായറാഴ്ചകളിലാണ് സിഖുകാർ ഇവിടങ്ങളിൽ ഒത്തുചേരുക. ഞങ്ങൾ രണ്ടിടങ്ങളിലും പോയിട്ടുണ്ട്. ഗുരുഗ്രന്ഥസാഹിബിന്റെ വന്ദനസമയത്ത് രണ്ടുമൂന്നുപേർ ഹാർമോണിയം മീട്ടി തബലയിൽ താളമിട്ട് സ്തുതിഗീതങ്ങൾ പാടും. സ്വാഭാവികമായും അത് ഉത്തരേന്ത്യൻ സെമിക്ലാസിക്കൽ മട്ടായിരിക്കും. പൂജക്കുശേഷം ചെറിയൊരു മതപ്രഭാഷണവും അതിനുശേഷം ഭക്ഷണവും (ലങ്കർ) ആണ്. വരുന്നവർക്കെല്ലാം പ്രാതലിനും ഉച്ചഭക്ഷണത്തിനും ഏർപ്പാടുണ്ട്. ലങ്കർ (പ്രസാദം അഥവാ നിവേദ്യം) ആണ് ഉച്ചഭക്ഷണത്തിനു വിളമ്പുന്നത്. ഉത്തരേന്ത്യൻ മട്ടിലുള്ള ഭക്ഷണം നല്ല നിലവാരം പുലർത്തുന്നു. അമേരിക്കയിൽ നിന്നു നോക്കുമ്പോൾ ഉത്തരേന്ത്യൻ-ദക്ഷിണേന്ത്യൻ വ്യത്യാസം അങ്ങനെ തോന്നുകയില്ല. ഭാരതീയത ആണ് ശ്രദ്ധേയമായിത്തോന്നുക. ഇന്ത്യയിൽ വന്നാൽ ഉത്തരേന്ത്യയും ദക്ഷിണേന്ത്യയും വ്യത്യസ്തം. കേരളത്തിൽ വന്നാൽ തിരുവിതാംകൂറും മലബാറും വ്യത്യസ്തം.

അമേരിക്കയിലെ ഇന്ത്യൻ ഡയാസ്പോറ

ഡയാസ്പോറ എന്ന വാക്ക് അമേരിക്കയിൽ വളരെ പ്രയോഗത്തിലുള്ളതാണ്. ഒരു പ്രത്യേക രാജ്യത്തിൽ നിന്ന് വരുന്നവരും അവരുടെ പിൻഗാമികളും ആ രാജ്യത്തിന്റെ സംസ്കാരം പൈതൃകമായി ലഭിച്ചിട്ടുള്ളവരും എന്നൊക്കെ അർത്ഥത്തിലാണ് ഡയാസ്പോറ (Diaspora) എന്ന വാക്ക് ഉപയോഗിക്കുന്നത്. അമേരിക്കയിൽ ഏഷ്യൻവിഭാഗക്കാരാണെന്നു പറഞ്ഞാൽ എല്ലാവരുടെയും ഓർമ്മയിൽ ആദ്യം വരുന്നത് ചൈനീസ് ജനവിഭാഗത്തിനെയാണ്. ചൈനക്കാർ നൂറ്റാണ്ടുകൾക്കു മുമ്പുതന്നെ ഖനികൾ, റെയിൽവേ എന്നിവയിൽ കായികജോലികളുമായി ബന്ധപ്പെട്ട് അമേരിക്കയിൽ, പ്രത്യേകിച്ച് കാലിഫോർണിയയിൽ എത്തിയിരുന്നു. ഇരുപതാം നൂറ്റാണ്ടിലാണ് ഇന്ത്യൻ വംശജർ അമേരിക്കയിൽ എത്തിത്തുടങ്ങിയത്. അത് ശാസ്ത്രഗവേഷണവുമായി ബന്ധപ്പെട്ടിട്ടാണ്. രണ്ടാം ലോകമഹായുദ്ധത്തിനുശേഷം അമേരിക്കൻ ഐക്യനാടുകൾ (USA) ശാസ്ത്രഗവേഷണത്തിന്റെ നേതൃസ്ഥാനം യൂറോപ്പിൽനിന്നും ഏറ്റെടുത്തു. ഗവേഷണരംഗത്ത് ശാസ്ത്രവിഷയങ്ങളിൽ ഉന്നത വിദ്യാഭ്യാസം സിദ്ധിച്ച വളരെപേരെ ആവശ്യമായി വന്നു. ഇന്ത്യയും ചൈനയുമായിരുന്നു ഇതിന് പ്രതിവിധി. ഈ രണ്ടു രാജ്യങ്ങളിൽ നിന്നാണ് പ്രധാനമായും അമേരിക്കയിലെ ശാസ്ത്രഗവേഷണത്തിനു യോജിച്ച പോസ്റ്റ് ഡോക്ടറൽ (Post Doctoral) വിദ്യാർത്ഥികൾ വന്നത്. ഗവേഷണരംഗം അതിന്റെ സ്വഭാവംകൊണ്ടുതന്നെ മറ്റുതൊഴിലുകളിൽനിന്നും

വളരെ വ്യത്യസ്തമാണ്. ഒന്നാമതായി ഉന്നതവിദ്യാഭ്യാസം സിദ്ധിച്ചവരെ മാത്രമേ അവിടെ ആവശ്യമുള്ളൂ. രണ്ടാമതായി മറ്റു മേഖലകളെപ്പോലെ ഒരു കസ്റ്റമറെ നേരിട്ട് തൃപ്തിപ്പെടുത്തേണ്ട ആവശ്യമില്ല. അതിനാൽ ഈ തൊഴിൽ വളരെയധികം സ്വാതന്ത്ര്യമുള്ളതാണ്, ഇതിന് മറ്റൊരു വശമുണ്ട്. പ്രതിഫലം കുറവുകൊടുത്താൽ മതി. പിന്നെ ഡോളറിനെ ഉറുപ്പികയാക്കിയാൽ ഇന്ത്യൻ നിലവാരത്തിൽ തരക്കേടില്ലാത്ത വരുമാനമായി. ശാസ്ത്രഗവേഷണരംഗത്ത് ധാരാളം ഇന്ത്യക്കാർ അമേരിക്കയിൽ വരുന്നതിന്റെ ആൾജിബ്ര ഇതു മാത്രമാണ്. ഒരു തരത്തിൽ പറഞ്ഞാൽ ഇന്ത്യയിലെ ശാസ്ത്രവിദ്യാർത്ഥികളുടെ തൊഴിൽ കിട്ടാനുള്ള വിഷമത്തിനെ ചൂഷണം ചെയ്യുകയാണ് ഇങ്ങനെ.

ഇന്ത്യയിൽനിന്ന് IT മേഖലയിൽ ധാരാളം എഞ്ചിനീയർമാർ എത്തിത്തുടങ്ങിയത് ഇരുപത്തൊന്നാം നൂറ്റാണ്ടിലാണ്. ഇവർ ഈ രംഗത്ത് വ്യക്തമായ ലീഡ് നേടിയെടുത്തു. ശാസ്ത്രഗവേഷണത്തിൽ ചൈനക്കാർ കാഴ്ചവെച്ച പ്രകടനം എന്തുകൊണ്ടോ IT രംഗത്ത് അവർക്കു കാഴ്ച വെക്കാനായില്ല. അതോടെ ഇന്ത്യക്ക് അമേരിക്കയിൽ ഒരു പുതിയമേഖല സ്വന്തമായപോലെയാണ്. IT മേഖലയിൽ വളരെയധികം പ്രൈവറ്റ്സ്ഥാപനങ്ങളുള്ളതിനാൽ IT എഞ്ചിനിയർമാർക്ക് ആകർഷകമായ ശമ്പളമാണ് കിട്ടുന്നത്. ശുദ്ധ ശാസ്ത്രരംഗത്ത് അമേരിക്കയിലും ഇന്ത്യയെപ്പോലെത്തന്നെ തൊഴിൽ സാധ്യതകൾ താരതമ്യേന കുറവാണ്. ലാഭം മാത്രം ലക്ഷ്യമിട്ടു പ്രവർത്തിക്കുന്ന കോർപ്പറേറ്റുകൾക്ക് ശാസ്ത്രജ്ഞരെ അത്രക്ക് ബോദ്ധ്യം പോരാ. പിന്നെ ഒരു വഴിയുള്ളത് ശാസ്ത്രരംഗത്തുള്ളവർക്ക് അവരുടെ പ്രവൃത്തി ഡൈവേഴ്സിഫൈ ചെയ്ത് കോർപ്പറേറ്റുകൾക്ക് ആവശ്യമുള്ളതരത്തിൽ ചേക്കേറുകയാണ്. ഇപ്പോൾ പലരും അങ്ങനെ ചെയ്യാൻ തുടങ്ങിയിട്ടുണ്ട്.

ചികിത്സാരംഗത്ത് വളരെയധികം ഇന്ത്യാക്കാർ അമേരിക്കയിലുണ്ട്. ഡോക്ടർമാർക്ക് ആകർഷകമായ ശമ്പളം ലഭിക്കുന്നുണ്ട്. ഇന്ത്യയിൽനിന്ന് മെഡിസിനിൽ ഉന്നതബിരുദം നേടിയവർ ചിലർ അമേരിക്കയിൽ ശാസ്ത്രഗവേഷണരംഗത്തേക്ക് ചുവടുമാറിയതു കാണാം. ഈ പ്രവണത ഇന്ത്യയിൽ ഇല്ലെന്നു തന്നെ പറയാം. പൊങ്ങച്ചമൂല്യങ്ങൾ അമേരിക്കയിൽ ഇന്ത്യയേക്കാൾ കുറവായതാവാം ഒരു കാരണം. അതിനാൽ ചിലരെങ്കിലും ആദർശങ്ങളോടും സ്വന്തം അഭിരുചികളോടും കൂറു പുലർത്തി വൈദ്യശാസ്ത്രരംഗത്ത് ഗവേഷണം നടത്തുന്നു. ഇത് സാമ്പത്തികമായി അത്ര ആകർഷകമല്ലെങ്കിലും

രണ്ടു മേഖലകളിലും (ചികിത്സാരംഗത്തും ഗവേഷകരംഗത്തും) ഒരേ സമയം വ്യാപരിക്കുന്ന ചിലരും ഉണ്ട്. പ്രസിഡണ്ട് ഒബാമയുടെ ഉപദേശകന്മാരിലൊരാളായി ഇന്ത്യൻ വംശജനായ ഒരു മെഡിക്കൽ ഡോക്ടർ പ്രവർത്തിച്ചിരുന്നു. ഇത് ഇന്ത്യൻ ഡോക്ടർമാർക്ക് വലിയ അംഗീകാരമാണ്.

വിദ്യാസമ്പന്നരായ ഇന്ത്യക്കാർ പ്രവർത്തിക്കുന്ന മറ്റു രണ്ടു മേഖലകളാണ് മാനേജ്മെന്റ്, നിയമം എന്നിവ. ഈ മേഖലകളിൽ ചുവടുറപ്പിച്ചു കിട്ടിയാൽ സാമ്പത്തികമായി വലിയ നേട്ടമായിരിക്കും. അമേരിക്കയിൽ ഏറ്റവും ഡിമാന്റുള്ള രണ്ടു മേഖലകളാണിവ. ബുദ്ധിശക്തി ഏറ്റവും ആവശ്യമുള്ള ശാസ്ത്രഗവേഷണമേഖലയേക്കാൾ പലഅമേരിക്കക്കാരും മോഹിക്കുന്നത് ഈ രണ്ടു തുറകളിൽ പ്രവർത്തിക്കാനാണ്. അതിനാൽ ഈ രണ്ടു രംഗത്തേക്കു കടന്നു വരുന്ന ഇന്ത്യക്കാർക്ക് അമേരിക്കയിൽനിന്നു തന്നെ കടുത്ത മത്സരം നേരിടേണ്ടിവരും.

അമേരിക്കയിലേക്ക് വരുന്ന ഇന്ത്യക്കാരെ ശ്രദ്ധിച്ചാൽ അവരെല്ലാം വിദ്യാസമ്പന്നരാണെന്നു കാണാം. കേരളത്തിൽനിന്നും ഗൾഫിലേക്ക് പോകുന്നപോലെയല്ല ഇത്. ഗൾഫിലേക്ക് ഇന്ന് ഉന്നതവിദ്യാഭ്യാസം കിട്ടിയവരും പോവാൻ തുടങ്ങിയിട്ടുണ്ട്. എന്നാലും അധികംപേരും സ്കൂൾ പഠനകാലത്ത് കൊഴിഞ്ഞുപോയവരാണ്. കാലിഫോർണിയ ഭാഗത്ത് സിഖുമതവിഭാഗത്തിൽപെട്ടവർ പലരും അവിടെ കൃഷി തൊഴിലാക്കി സ്ഥിരതാമസമാക്കിയവരാണ്. അതുപോലെ ബിസിനസ്സിൽ വ്യാപരിക്കുന്ന ഇന്ത്യക്കാരും അമേരിക്കയിലുണ്ട്.

അമേരിക്കയിലെ ഇന്ത്യക്കാർ അവരുടെ പ്രവാസം തുടങ്ങുന്നത് J1, H1 എന്നീ വിസ നേടിയിട്ടായിരിക്കും. ഇവിടത്തെ ജീവിതവുമായി പൊരുത്തപ്പെടാമെന്ന ആത്മവിശ്വാസം നേടിയവർ പതുക്കെ ഗ്രീൻ കാർഡ് നേടാൻ ശ്രമം തുടങ്ങും. ഗ്രീൻകാർഡ് നല്ലൊരു കടമ്പയാണ്. അതു കിട്ടിയാൽ രണ്ടു തോണിയിൽ കാലിടുന്നതുപോലെയാണ്. അമേരിക്കൻ പൗരത്വമുള്ളവർക്കുള്ള വളരെയധികം ആനുകൂല്യങ്ങളും അവകാശങ്ങളും ഗ്രീൻഡകാർഡ് നേടിയവർക്കുണ്ട്. അതേസമയം അവർക്ക് ഇന്തയൻ പൗരത്വം ഒഴിഞ്ഞുകൊടുക്കുകയും വേണ്ട. ഗ്രീൻ കാർഡ് ഉടമകളിൽ ചിലർ കാലക്രമേണ അമേരിക്കൻ പൗരത്വം (Citizenship) നേടുന്നവരുമുണ്ട്. അവരുടെ ജീവിതം ഇനിമേൽ അമേരിക്കയിലാവുമെന്ന് തീർച്ചയുള്ളവർ മാത്രമാണ് ഇതിനു തുനിയാറുള്ളത്. സാധാരണയായി അത്തരക്കാർക്ക് ഇന്ത്യൻപൗരത്വം

നഷ്ടപ്പെടും. എന്നാൽ അടുത്തകാലത്തായി ഇവർക്കും ഇന്ത്യയിൽ മടങ്ങി വരുവാൻ അനുകൂലമായ തരത്തിൽ OCI (Oversees Citizenship Of India)വ്യവസ്ഥ ചെയ്തിട്ടുണ്ടെന്നറിയുന്നു.

അമേരിക്കയിലെ ഇന്ത്യൻ ഡയാസ്പോറയുടെ ജീവിതം ശ്രദ്ധിച്ചാൽ ചില വസ്തുതകൾ തെളിഞ്ഞുകാണാം. വളരെ ഉന്നതന്മാരായവർ മാത്രമേ അമേരിക്കൻ ജീവിതത്തിന്റെ മുഖ്യധാരയിലേക്ക് വരുന്നുള്ളൂ. വെള്ളക്കാർ ഇന്ത്യക്കാരെ പ്രൊഫഷണൽ രംഗത്ത് അടുപ്പിക്കുന്നു. സാമൂഹ്യരംഗത്ത് അങ്ങനെ അടുപ്പിക്കുന്നില്ല. ഇന്ത്യക്കാർ ഒത്തുചേരുന്ന പല ആഘോഷാവസരങ്ങളിലും ഇന്ത്യക്കാരെ മാത്രമേ കാണാറുള്ളൂ. പിന്നെ അപൂർവ്വമായി ചില പാശ്ചാത്യരേയും ചൈനക്കാരെയും കാണാം; പ്രത്യേകിച്ചും വല്ല കലാപരിപാടികളുണ്ടെങ്കിൽ. കറുത്ത വർഗ്ഗക്കാരെയും ലാറ്റിൻഅമേരിക്കക്കാരെയും അവിടെയൊന്നും കാണാൻ കഴിയാറില്ല. പ്രൊഫഷണൽ രംഗത്തുള്ള വല്ല Get together മറ്റോ ആണെങ്കിൽ അവിടെ എല്ലാ നാട്ടുകാരെയും കാണാം. പക്ഷെ അതല്ലല്ലോ വിഷയം. പ്രൊഫഷണൽ അല്ലാത്ത രംഗങ്ങളിൽ ഇന്ത്യക്കാരുടെ കൂടിച്ചേരലുകളിൽ ഇന്ത്യക്കാർ മാത്രം. ഈ മാതിരി exclusiveness മാറികിട്ടാൻ കുറെ സമയമെടുത്തേക്കും.

പിന്നെ ഇതിനെ മറ്റൊരു തരത്തിൽ മറി കടക്കുന്നവരുണ്ട്. ഉദാഹരണമായി ഇന്ത്യയിൽനിന്നുള്ള ക്രിസ്ത്യൻ വിഭാഗങ്ങൾക്ക് അമേരിക്കയിലെ പള്ളികളിൽ ഞായറാഴ്ചകളിൽ പോയാൽ അവർക്ക് നല്ല സ്വീകരണമായിരിക്കും. അമേരിക്കയിൽ അധികംപേരും ക്രിസ്തുമതാനുയായികളായിരിക്കുമല്ലോ. മറിച്ചുള്ള ഒരനുഭവവും പറയട്ടെ. ക്ലീവ്‌ലൻഡിനടുത്തുള്ള ഒരു ഹിന്ദുക്ഷേത്രത്തിൽ ചില വെള്ളക്കാരെയും കറുത്തവർഗ്ഗക്കാരെയും കണ്ടു. ഇതുപോലെ സിഖ് ഗുരുദ്വാരയിൽ പ്രാർത്ഥനയിൽ പങ്കെടുക്കാനെത്തിയവരിൽ ചില വെള്ളക്കാരെ കണ്ടു. പക്ഷേ ഇത്തരം കാര്യങ്ങൾ പൊതുവേ അപൂർവ്വമാണ്.

ഓഹിയോ ഗുഹകൾ
(Ohio Caverns)

ഓഹിയോ ഗുഹകൾ ശാസ്ത്രജ്ഞന്മാർക്കും ശാസ്ത്രവിദ്യാർത്ഥികൾക്കുമെന്നപോലെ സാധാരണക്കാർക്കും കൗതുകകരമാണ്. ഓഹിയോ സംസ്ഥാനത്തിന്റെ ഏകദേശം മദ്ധ്യഭാഗത്തായിട്ടാണ് ഈ ഗുഹകൾ. സംസ്ഥാന തലസ്ഥാനമായ കൊളംബസ്സിൽനിന്ന് ഒരു മണിക്കൂർ കാറിൽ യാത്ര ചെയ്താൽ ഗുഹകൾ സ്ഥിതി ചെയ്യുന്ന വെസ്റ്റ് ലിബർട്ടി(West Liberty) എന്ന സ്ഥലത്തെത്താം. ഞങ്ങൾ ഓഹിയോവിന്റെ വടക്കു കിഴക്കുള്ള ക്ലീവ്ലൻഡിൽനിന്നും പുറപ്പെട്ട് മൂന്നു മണിക്കൂറിനുള്ളിൽ ഗുഹകളുടെ പരിസരത്തെത്തി. നവംബർ അവസാനമായതിനാൽ നല്ല തണുപ്പായിരുന്നു. മരങ്ങളെല്ലാം ഇലകൊഴിഞ്ഞ് മേല്പോട്ട് നോക്കി ശരണം വിളിച്ച് നില്പ്പാണ്. ഇലകൊഴിഞ്ഞ മരങ്ങൾക്കെല്ലാം ഒരു കരുവാളിച്ച മട്ട്. ക്ലീവ്ലൻഡ് വിട്ട് കുറച്ചു കഴിഞ്ഞപ്പോൾ നാട്ടിൻപുറങ്ങൾ കാണാൻ തുടങ്ങി. കൊയ്ത്തു കഴിഞ്ഞ ചോളവയലുകൾ ഇടക്കിടെ കാണാം. കേരളത്തിലെ മലമ്പ്രദേശങ്ങളിൽ ജനുവരി മാസത്തിൽ കാണുന്നപോലെ. പക്ഷേ കേരളത്തിൽ ഇലകൊഴിയുന്ന കാട്ടുമരങ്ങൾക്കിടയിലും ഇടക്കിടെ പച്ചയുടെ തുരുത്തു കാണാം. ഇവിടെ അമേരിക്കയിൽ അതൊട്ടുമില്ല. സർവ്വത്ര വെറുങ്ങലിച്ച പ്രകൃതി. ഓഹിയോവിലെ ഹേമന്തം കഠിനമാണ്. ശിശിരമോ കഠിനതരം! ഇനി ഏപ്രിൽ വരെ ഈ നിൽപ്പുതന്നെ.

വെസ്റ്റ് ലിബർട്ടിയിൽ എത്തി ടിക്കറ്റെടുത്ത് ഗുഹക്കുള്ളിൽ കയറി. രണ്ടു നാഴികയിലധികം നീളത്തിൽ പരന്നു പന്തലിച്ചുകിടക്കുന്ന ഒരു ലേബിറിന്തിയൻ (Labyrinthian) ഭീകരതയിലേക്കാണ് പോകുന്നതെന്ന് തുടക്കത്തിൽ തോന്നിയില്ല. തൃശ്ശൂർജില്ലയിലെ തിരുവില്വാമലക്ഷേത്രത്തിനടുത്ത് വൃശ്ചികമാസത്തിൽ പുനർജ്ജനി നൂളുന്നതിനെ കുറിച്ച് കേട്ടിട്ടുണ്ട്. പുനർജ്ജനിയിൽ നീണ്ടവഴിയാണെങ്കിലും വഴി തെറ്റുകയില്ല. പക്ഷെ അവസാനം ഇഴഞ്ഞു പോകണമെന്നു കേട്ടിട്ടുണ്ട്. ഇവിടെ അത്രത്തോളം ഭീതിദമല്ല പരിതസ്ഥിതികൾ. പക്ഷേ പടർന്നു പന്തലിച്ചു കിടക്കുന്നതിനാൽ ഗൈഡിന്റെ സഹായമില്ലെങ്കിൽ വഴി തെറ്റും, തീർച്ച. ഞങ്ങളുടെ കൂട്ടത്തിൽ ഗൈഡു കൂടാതെ വേറെ പത്തുപേർ കൂടി ഉണ്ടായിരുന്നത് ആശ്വാസകരമായിത്തോന്നി. ഇടുങ്ങിയ ഗുഹാമാർഗ്ഗത്തിൽ കഷ്ടിച്ചു നടക്കാമെന്നു മാത്രം. നനുത്ത വെളിച്ചമുള്ളത് സമാധാനം. എന്നാലും സൂക്ഷിച്ചു നടന്നില്ലെങ്കിൽ വഴുക്കി വീഴും. എന്നെപ്പോലെ Claustrophobia (ഇടുങ്ങിയസ്ഥലങ്ങളോടുള്ള അകാരണമായ ഭീതി) യുള്ളവർക്ക് പേടി അധികം തോന്നിക്കും. ഗുഹക്കുള്ളിൽ പാറകളുടെ വിടവുകളിൽക്കൂടി വെള്ളം കിനിയുന്നുണ്ട്. നടക്കുന്ന വഴിയിൽ വെള്ളം വീണു നനഞ്ഞിരിക്കുന്നു. പ്രഥമദൃഷ്ട്യാ ഈ വെള്ളം അസൗകര്യം മാത്രം സൃഷ്ടിക്കുന്നു. പക്ഷേ അത് ഗുഹയിലെ ഇതിഹാസം വിളയിച്ചെടുക്കുന്ന പ്രക്രിയയിലെ നടുനായകമാണെന്ന് ഗൈഡ് പറഞ്ഞു. അതേപ്പറ്റി പറയാം.

1897 ൽ ആണ് ഗുഹകൾ കണ്ടെത്തിയത്. ആ നാട്ടുകാരനായ Robert Noffsinger എന്ന ഒരു പയ്യൻ ഭൂമിയുടെ ഒരു ഭാഗത്ത് വെള്ളം കിനിഞ്ഞ് ഭൂമിക്കടിയിലേക്ക് നഷ്ടപ്പെട്ടു പോകുന്നപോലെ കണ്ടു. അയാൾ അത് കുഴിച്ചു നോക്കിയപ്പോഴാണ് അതൊരു ഗുഹക്കുള്ളിലേക്കാണെന്ന് മനസ്സിലായത്. കൂടുതൽ വ്യാപകമായി ഗുഹയ്ക്കുള്ളിൽ നിന്ന് മണ്ണ് മാന്തിയപ്പോഴാണ് അത് പടർന്നു പന്തലിച്ചു കിടക്കുന്ന ഒരു ഭൂഗർഭസാമ്രാജ്യമാണെന്ന് മനസ്സിലായത്. സ്ഥലം ഉടമ 1922 ൽ സ്മിത്ത് സഹോദരന്മാർക്ക് ഗുഹ കൈമാറി. അവർക്കു ശേഷം തലമുറകളായി ഓഹിയോഗുഹ കൈവശാവകാശം പകർന്നു. ഓരോ തലമുറയിലും കൂടുതൽ മണ്ണു മാറ്റി ഗുഹ വളർന്നു. കാലക്രമേണ അത് വളരെയധികം സന്ദർശകരെ ആകർഷിക്കാൻ തുടങ്ങി. ഗുഹയിൽ വൈദ്യുതദീപങ്ങൾ തെളിയാൻ തുടങ്ങി. അതിനു മുമ്പ് സന്ദർശകർ ഗുഹയിൽ കയറിയിരുന്നത് മെഴുകുതിരി കത്തിച്ച് കയ്യിൽ വെച്ചിട്ടായിരുന്നു. പരിചയസമ്പന്നരായ വഴികാട്ടികളുടെ സഹായമില്ലാതെ

സന്ദർശകരെ അകത്തു കയറ്റുകയില്ല. 2007 ൽ നടന്ന ഒരു മേജർ പുനരുദ്ധാരണത്തിനുശേഷം ഇന്ന് ഗുഹാസന്ദർശനം താരതമ്യേന എളുപ്പമാണ്.

കിനിഞ്ഞിറങ്ങുന്ന മഴവെള്ളം ഈ ഗുഹകളുടെ ചരിത്രത്തിൽ കൊല്ലങ്ങളോളം നീണ്ടു നിൽക്കുന്ന ഒരു നാടകമാണ് വിരചിക്കുന്നത്. ഭൂഗർഭശാസ്ത്രജ്ഞന്മാർക്ക് അനന്തവൈചിത്ര്യം കാഴ്ചവെക്കുന്ന പരലുകളുടെ (Crystals)കാര്യമാണ് പറഞ്ഞുവരുന്നത്. പാറകളുടെ വിടവുകളിൽക്കൂടി വെള്ളം കിനിഞ്ഞിറങ്ങുമ്പോൾ ആ വെള്ളത്തിൽ മണ്ണിൽനിന്നും വിവിധ ധാതുലവണങ്ങൾ ലയിച്ചു ചേരുന്നു. ഗുഹകളുടെ മേൽക്കൂരകളിൽനിന്നും വെള്ളം താഴോട്ടു പതിക്കുമ്പോൾ ഈ ലവണങ്ങൾ മേൽക്കൂരകളിൽ പതുക്കെ പതുക്കെ പരലുകളായി കുമിഞ്ഞുകൂടുന്നു. ഈ വളർച്ച എത്രത്തോളം പതുക്കെയാണെന്നു മനസ്സിലാക്കാൻ വേണ്ടി പറയാം. ഒരിഞ്ചു വലിപ്പത്തിലുള്ള ഒരു പരൽ (Crystal) വളർന്നു വരാൻ ചിലപ്പോൾ ദശാബ്ദങ്ങളെടുക്കും. ചുണ്ണാമ്പുകല്ല് (Limestone) ആണ് ഗുഹാന്തർഭാഗത്ത് ഏറ്റവുമധികം കാണപ്പെടുന്നത്. ഒലിച്ചിറങ്ങുന്ന ജലത്തിൽ കാർബൺഡയോക്സൈഡ് ലയിച്ചാൽ കാർബോണിക് ആസിഡ് ഉണ്ടാവുന്നു. ഈ കാർബോണിക് ആസിഡ് ചുണ്ണാമ്പുകല്ലുമായി പ്രവർത്തിക്കുമ്പോഴാണ് കാൽസ്യം കാർബണേറ്റ് അഥവാ കാൽസൈറ്റ് (Calcite) എന്ന ക്രിസ്റ്റൽ ജനിക്കുന്നത്.

ഗുഹകളിൽ ഉടനീളം മേൽക്കൂരയിന്മേൽ കൂവക്കിഴങ്ങ്(Arrowroot) തൂങ്ങി നിൽക്കുന്നതുപോലെ ക്രിസ്റ്റലുകൾ കണ്ടു. ഇവയുടെ സാങ്കേതികനാമം സ്റ്റാലാക്സ്റ്റൈറ്റ് (Stalagstite) എന്നാണ്. തറയിൽ നേർക്കുനേർ കീഴെ വളരുന്നവക്ക് സ്റ്റാലാഗ്മൈറ്റ് (Stalagmite)എന്നും പേർ. ക്രിസ്റ്റ്റുകളിൽ പരമാണുക്കളും (Atoms) തന്മാത്രകളും (Molecules) താളാത്മകമായി വിന്യസിച്ചിരിക്കുന്നതു കാരണം അവ ഖരവസ്തു ഭൌതികം (Solid State Physics) പഠിക്കുന്നവർക്ക് പ്രത്യേകം ഹരമാണ്. എത്രയോ ബുദ്ധിമുട്ടിയാണ് പരീക്ഷണശാലകളിൽ ക്രിസ്റ്റലുകൾ വളർത്തിയെടുക്കുന്നത്, അത്തരം ക്രിസ്റ്റലുകളേക്കാൾ എത്രയോ വലിപ്പത്തിലാണ് (നൂറിരട്ടിയലധികം വലിപ്പം) പ്രകൃതിയുടെ ഈ പരീക്ഷണശാലകളിൽ ക്രിസ്റ്റലുകൾ വളരുന്നത്.

മൃഗശാലയുടെ കേന്ദ്രസ്ഥാനത്ത് രാജവെമ്പാല (King Kobra) വാഴുന്നപോലെ ഈ ഗുഹകളുടെ കേന്ദ്രസ്ഥാനത്തൊരിടത്ത് ക്രിസ്റ്റലുകളുടെ രാജാവ് (King Of Crystals) വാഴുന്നു. അഞ്ചടിയിലധികം നീളം. ക്രിസ്റ്റലുകളുടെ ലോകത്ത് ഇതൊരു ഞെട്ടിപ്പിക്കുന്ന

വലിപ്പമാണ്. പരീക്ഷണശാലകളിൽ സാധാരണ ഉപയോഗിക്കുന്ന പല ക്രിസ്റ്റലുകൾക്കും ഒരു ചരൽത്തരിയുടെ വലപ്പമേ കാണുകയുള്ളൂ എന്നോർക്കണം. ഞങ്ങൾ ഈ പരലുകളുടെ കൂടെനിന്ന് ഫോട്ടോ എടുത്തു പരലുകൾ തൊട്ടുനോക്കാനുള്ള പ്രവണത പലർക്കുമുണ്ടാകും. കണ്ടാൽ അവ ആകർഷകമായ കൂവക്കിഴങ്ങ് പോലെയിരിക്കും. പക്ഷേ അധികൃതർ സന്ദർശകരെ അതിൽനിന്നും വിലക്കുന്നു. ക്രിസ്റ്റലു തൊട്ടുനോക്കുന്നത് അവയുടെ വളർച്ചയെ കാര്യമായി ബാധിക്കുമെന്നതിനാലാണിത്. ഇരുമ്പിന്റെ പലതരം ഓക്സൈഡുകളും (ഉദാ: തുരുമ്പ്) മാംഗനീസ് ഓക്സൈഡ് എന്നീ മറ്റു പല ക്രിസ്റ്റലുകളും ഗുഹയുടെ മേൽക്കൂരയിലും പാർശ്വഭിത്തികളിലും കണ്ടു. വിവിധയിനം ഓക്സൈഡ് ക്രിസ്റ്റലുകൾ ഈ ഗുഹകൾക്കു ആകർഷകമായ വർണ്ണശബളിമ നൽകുന്നുണ്ട്. നേരത്തെ പറഞ്ഞപോലെ ക്രിസ്റ്റലുകൾ ഒരിഞ്ച് വലിപ്പം വെക്കാൻ പലപ്പോഴും അനേകം വർഷങ്ങളാണ് എടുക്കുന്നത്. അപൂർവ്വമായി ലക്ഷകണക്കിനു വർഷങ്ങളും. അതിനർത്ഥം ഓഹിയോഗുഹക്കുള്ളിൽ Earth in Slow Motion എന്നൊരു നാടകം അരങ്ങേറുന്നുണ്ടെന്നാണ്. ഭൂഗർഭശാസ്ത്രം (Geology) ഭൂമിയുടെ വികാസപരിണാമങ്ങളെപ്പറ്റി പഠിക്കുന്നു. ഓഹിയോഗുഹകൾ വീണ്ടും വീണ്ടും ഭൂഗർഭശാസ്ത്രജ്ഞരേയും വിദ്യാർത്ഥികളെയും ഖരവസ്തുശാസ്ത്രജ്ഞരേയും മാടി വിളിക്കുന്നു.

എഡിസന്റെ ജന്മസ്ഥലം

ക്ലീവ്‌ലൻഡ് ഉൾപ്പെടുന്ന ഓഹിയോ സംസ്ഥാനം ശാസ്ത്രത്തിന്റെയും സാങ്കേതികവിദ്യയുടെയും മേഖലയിൽ വലിയ പങ്കു വഹിച്ചിട്ടുണ്ട്. വിമാനം ആദ്യമായി പറത്തിയ റൈറ്റ് സഹോദരന്മാർ(വിൽബർ റൈറ്റ്, ഓർവിൽ റൈറ്റ്) അമേരിക്കൻ ബഹിരാകാശ സഞ്ചാരി ജോൺ ഗ്ലെൻ, ശാസ്ത്രീയ കണ്ടുപിടുത്തങ്ങളുടെ ആചാര്യനായിരുന്ന തോമസ് ആൽവാ എഡിസൺ എന്നിവർ ജനിച്ചത് ഓഹിയോവിലാണ്. എഡിസൺ ജനിച്ച സ്ഥലമായ മിലൻ കാർ യാത്രയിൽ ക്ലീവ്‌ലൻഡിൽ നിന്നും ഒരു മണിക്കൂർ അകലെ മാത്രം. മിലൻ പണ്ട് ഹ്യൂറോൺ നദീ തീരത്തെ ഒരു തുറമുഖപട്ടണമായിരുന്നു. കാലംകൊണ്ട് ആ പ്രതാപമെല്ലാം നഷ്ടപ്പെട്ടു. ഇന്നത് ഒരു കുന്നിൻചെരുവിലുള്ള ചെറിയൊരു ഗ്രാമം മാത്രമാണ്. എഡിസൺ ജനിച്ച വീട് ഒരു സ്മാരകമായി അവിടെ സൂക്ഷിച്ചിട്ടുണ്ട്. 1847-1931 കാലഘട്ടത്തിലാണ് എഡിസൺ ജീവിച്ചിരുന്നത്. 1947 ൽ അദ്ദേഹത്തിന്റെ ജന്മശതവാർഷികം പ്രമാണിച്ച് അദ്ദേഹം ജനിച്ച വീട് ഒരു നാഷണൽ ഹെറിറ്റേജ് സൈറ്റ് (National Heritage Site) ആക്കി. 1847 ൽ എങ്ങിനെ ആയിരുന്നുവോ അങ്ങിനെത്തന്നെ ഈ വീട് നിലനിർത്തി വരുന്നു. എഡിസന്റെ ജീവിതവുമായി ബന്ധപ്പെട്ട് വസ്തുക്കളും മറ്റും സൂക്ഷിക്കുന്ന ഒരു മ്യൂസിയമായിട്ടാണ് Edison Birthplace Association ഈ വീടിനെ സംരക്ഷിക്കുന്നത്.

എഡിസന്റെ പ്രതിഭാസ്പർശമില്ലാത്ത ഒരു കാര്യവും ആധുനി കജീവിതത്തിലില്ലെന്നു പറയാം. ടെലഗ്രാഫ്, ടെലിഫോൺ, മൈക്രോഫോൺ, ലൗഡ്സ്പീക്കർ, ഗ്രാമഫോൺ, സിനിമ, ഡൈനാമോ, മോട്ടോർ, ഇലക്ട്രിക് ബൾബ്, എന്നിവ പെട്ടെന്ന് ഓർമ്മയിൽ വരുന്ന ചില ഉദാഹരണങ്ങളാണ്. എഡിസൺ ജന്മസ്ഥ ലമായ മിലാനിൽനിന്ന് മിഷിഗനിലെ ഹ്യൂറോൺ, ഡിട്രോയിറ്റ്, ന്യൂജെർസിയിലെ മെനലോ പാർക്ക് എന്നിവിടങ്ങളിലേക്ക് അദ്ദേഹ ത്തിന്റെ പ്രവർത്തനരംഗം വ്യപിപ്പിച്ചതിനാലാവാം അദ്ദേഹത്തിന്റെ കണ്ടുപിടുത്തങ്ങളുടെ വിസ്തരിച്ച വിവരണങ്ങളൊന്നും മിലാനിൽ കാണാഞ്ഞത്. ഞങ്ങൾ മിലാനിൽ ചെന്ന സമയത്ത് അവിടെ തിര ക്കൊട്ടുമില്ലായിരുന്നു. ഇലപൊഴിയും കാലമായ ഫാൾ സീസണിൽ ആയിരുന്നു ഞങ്ങളുടെ യാത്ര. എഡിസന്റെ ചെറിയവീടിനു ചുറ്റുമുള്ള മുറ്റത്തും പറമ്പിലും പൊഴിഞ്ഞ ഇലകളുടെ കോലാഹലം തന്നെയാ യിരുന്നു. വൃശ്ചികക്കാറ്റൂതുന്ന സമയത്തെ തൃശ്ശൂർ-പാലക്കാടൻ ഗ്രാമ ങ്ങൾ ഇങ്ങനെയിരിക്കും. ആകെ വീടിന്റെ കെട്ടും മട്ടും കേരളത്തിലെ ഒരു ഗ്രാമീണഗൃഹംപോലെത്തന്നെ തോന്നിച്ചു. വീട്ടുപറമ്പിന് അധികം അകലെയല്ലാതെ ഒരു കൊച്ചരുവി ഒഴുകുന്നതും കൂടിയായ പ്പോൾ ഗൃഹാതുരത്വം വല്ലാതെ തോന്നി. സന്ദർശകരോരുത്തർക്കും അവരവരുടെ ബാല്യകാല സ്മരണകൾ ഇവിടെ പുനർജനിക്കും.

വേനൽരാവുകളിലെ അവ്യക്തഗന്ധങ്ങൾ

ഡോ. കെ.എം. അനിൽ

അധ്യാപകൻ, കലാവിമർശകൻ, അനുഷ്ഠാനകലാകാരൻ എന്നീ നിലകളിലെല്ലാം പ്രൊഫ. ടി.എൻ. വാസുദേവനെ നാം മനസ്സിലാക്കിയിട്ടുണ്ട്. എന്നാൽ ഈ പുസ്തകത്തിലൂടെ അദ്ദേഹത്തെ ഒരെഴുത്തുകാരനായി മനസ്സിലാക്കാനുള്ള അവസരം കൈവന്നിരിക്കുന്നു. ഒരു ഭൗതികശാസ്ത്രാധ്യാപകനെ സംബന്ധിച്ചിടത്തോളം സർഗ്ഗരചന അദ്ദേഹത്തിന്റെ ജീവിതത്തിന്റെ അവിഭാജ്യ ഘടകമല്ല. എന്നാൽ വാസുദേവൻമാഷ് അങ്ങിനെയായിരുന്നില്ല. ക്ലാസ് മുറിയിൽ അദ്ദേഹത്തിന്റേത് മികച്ച ശാസ്ത്രാധ്യാപകന്റെ ജീവിതമായിരുന്നു. എന്നാൽ അതിന് പുറത്ത് അദ്ദേഹം സ്വയം പണിത നിരവധി പർണ്ണശാലകളുണ്ടായരിന്നു. അദ്ദേഹത്തിന്റേതുമാത്രമായ ധ്യാനാത്മക സ്ഥലികൾ. അവിടെയിരുന്ന് അദ്ദേഹം ലോകക്ലാസിക്കുകളിലൂടെ ദീർഘവും ഏകാന്തവുമായ സഞ്ചാരങ്ങൾ നടത്തി. കേരളത്തിന്റെ ക്ലാസിക് കലകളെക്കുറിച്ച് പേർത്തും പേർത്തും വിചാരപ്പെട്ടു. ഋതുഭേദങ്ങൾ മണ്ണിലുണ്ടാക്കുന്ന സൂക്ഷ്മമായ ഭാവപ്പകർച്ചകളെ ശരീരംകൊണ്ടറിഞ്ഞു. യന്ത്രങ്ങളുടെ ലോകത്തെ പരമാവധി മാറ്റി നിർത്തിയ ഒരു ശാസ്ത്രാധ്യാപകൻ എന്നത് പുതുകാലത്ത് ഒരൽഭുതമാകാം. ഇത്തരം നിരവധി അൽഭുതങ്ങൾ നിറഞ്ഞ ഒന്നായിരുന്നു പ്രൊഫ. ടി.എൻ.വിയുടെ ജീവിതം. അമേരിക്കൻ യാത്രക്കിടയിൽ കേംബ്രിഡ്ജ് ഗ്രാമത്തിലെത്തിച്ചേർന്നതും

അവിടെയുള്ള 'മസാച്ചുസെറ്റ്സ് ഇൻസ്റ്റിറ്റ്യൂട്ട് ഓഫ് ടെക്നോളജി' (MIT)യുടെ കാമ്പസ് സന്ദർശിച്ചതും ഈ വിവരണത്തിലുണ്ട്. അതിലൊരിടത്ത് അദ്ദേഹം പറയുന്നു: 'MIT ക്ലാസുമുറികൾ കാണാൻ അധ്യാപകനായ എനിക്ക് സ്വാഭാവികമായും കൗതുകം തോന്നി. ക്ലാസ് മുറികളിൽ നമ്മുടെ നാട്ടിലെപ്പോലെത്തന്നെ ബ്ലാക്ബോർഡ് കണ്ടപ്പോൾ എനിക്ക് സന്തോഷം തോന്നി. ഇന്റർനെറ്റ് വിപ്ലവത്തിന്റെ കുത്തൊഴുക്കിൽപ്പെട്ട് ഇങ്ങനെയുള്ള ചില കാര്യങ്ങൾ നഷ്ടപ്പെട്ടുപോകുമോ എന്ന് ഞാൻ ഭയപ്പെട്ടിരുന്നു. കോളേജ്-യൂണിവേഴ്സിറ്റി തലങ്ങളിൽ ഫിസിക്സ് മാതിരി ഗണിതശാസ്ത്ര പ്രധാനമായൊരു വിഷയം പഠിപ്പിക്കാൻ ഏറ്റവും നല്ല ദൃശ്യമാധ്യമം ബ്ലാക്ക് ബോർഡാണെന്ന് ഞാൻ വിശ്വസിക്കുന്നു. പവർപോയിന്റ് പ്രസന്റേഷൻ സെമിനാറുകൾക്ക് ഉത്തമമാണ്. പക്ഷെ ക്ലാസ്റൂം ഇന്റിമസി എന്നൊരു ഗുണം അതിന്റെ ഊഷ്മളത ബ്ലേക് ബോർഡിനുള്ളത് മറ്റൊന്നിനുമില്ല. വിദ്യാർത്ഥികൾ നോട്ടുബുക്കിലും അധ്യാപകൻ ബ്ലാക്ക് ബോർഡിലും എഴുതുന്ന സമയം നമ്മുടെയെല്ലാം മസ്തിഷ്കത്തിന് വിഷയവുമായി ധാരണയിലെത്താനുള്ള സമയവുമായി നല്ല ബാലൻസിലാണ്. മറ്റൊരു കാര്യം കൂടി പറയട്ടെ, IT ആധുനിക ജീവിതത്തിൽ ആധിപത്യമുറപ്പിച്ചിട്ടും പുസ്തകങ്ങൾ ഇപ്പോഴും ആളുകൾ വാങ്ങുകയും വായിക്കുകയും ചെയ്യുന്നുണ്ട്. ഇലക്ട്രോണിക് മാധ്യമങ്ങൾ വൻതോതിൽ പ്രചരിച്ചിട്ടും നമ്മുടെ പത്രമാധ്യമങ്ങൾക്ക് ചെലവ് ഒട്ടുമേ കുറഞ്ഞിട്ടില്ല... MIT യിലെ ക്ലാസ് മുറികളിൽ Power Point Presentation സംവിധാനങ്ങൾക്കൊപ്പം ബ്ലാക്ക് ബോർഡും സസുഖം വാഴുന്നു എന്നു പറഞ്ഞാൽപ്പോര. ആ ബ്ലാക്ക് ബോർഡിലെല്ലാം നിറയെ ഗണിതസമവാക്യങ്ങൾ എഴുതിയിരിക്കുന്നു. അല്ലെങ്കിലും ഫിസിക്സുകാർക്ക് ദൈവം പറഞ്ഞുവെച്ചിട്ടുള്ളത് രണ്ട് കാര്യങ്ങളാണ് ബ്ലാക്ക് ബോർഡും നീണ്ട നടത്തങ്ങളും" (91-92).

യന്ത്രങ്ങൾകൊണ്ട് മനുഷ്യജീവിതത്തെ പകരംവെക്കാൻ ശ്രമിക്കുന്ന 'അതിസാങ്കേതിക വിദ്യ'യുടെ ഒരു യുഗം പിറന്നിരിക്കുന്നു. പാതി യന്ത്രവും പാതി ജൈവമനുഷ്യനും കലർന്ന ഒരു സങ്കരയിനം 'സൈബോർഗ്'ഗളെപ്പറ്റിയാണല്ലോ നാമിപ്പോൾ ചർച്ചചെയ്യുന്നത്. എന്നാൽ പ്രപഞ്ചരഹസ്യങ്ങൾക്ക് പിന്നാലെ പോകാൻ ശ്രമിച്ച ഈ ശാസ്ത്രാധ്യാപകന് അത്തരം 'മാനവാനന്തര' ലോകത്തോട് രാജിയാകാൻ കഴിയുമായിരുന്നില്ല. മനുഷ്യപ്രകൃതത്തെ അട്ടിമറിക്കുന്നതെന്തും വിധ്വംസകമെന്ന് അദ്ദേഹം വിശ്വസിച്ചു. 'ക്ലീവ് ലാൻഡിൽനിന്നും നയാഗ്രയിലേക്കുള്ള വഴിയിൽ ഒരിടത്ത് മഹാത്മാ ഗാന്ധിയുടെ പ്രതിമസ്ഥാപിച്ചിരിക്കുന്നത് കണ്ടപ്പോൾ സന്തോഷം

തോന്നി' എന്ന വാചകത്തിന്റെ സൂചിതാർത്ഥം ഈ പുസ്തകത്തിൽ പലയിടങ്ങളിയായി ഒളിപ്പിച്ചുവെച്ചിട്ടുണ്ട്. മനുഷ്യപ്രകൃതത്തെ മനുഷ്യശരീരത്തിൽനിന്ന് അന്യവൽക്കരി ക്കുന്നതിനെക്കുറിച്ച് നിരന്തരം ആധിപ്പെട്ടിരുന്ന ചിന്തകനായിരുന്നു ഗാന്ധി.

"പിന്നെ ഞാനാകട്ടെ പബ്ലിക് ട്രാൻസ്പോർട് സിസ്റ്റം കാറിനേക്കാളും ഇഷ്ടപ്പെടുന്നവനുമാണ്. കാർ യാത്രയേക്കാൾ ബസ്സ് യാത്രയും തീവണ്ടിയാത്രയുമാണ് ഓർമ്മനിൽക്കുക. യാത്രക്കിടയിൽ പലമാതിരി ആളുകളെ കണ്ടുമുട്ടാനുള്ള സാധ്യതയുണ്ട്. അന്തരീക്ഷങ്ങൾക്ക് വൈവിധ്യമേറും, കാർ യാത്രയും വിമാനയാത്രയും അവയുടെ കാര്യക്ഷമത എത്ര കേമമായാലും അനുഭവങ്ങളുടെ കാര്യത്തിൽ ദരിദ്രമായിരിക്കും" (p. 104).

'ശ്യാമും അമ്മയുംകൂടി ഞങ്ങളെ അവരുടെ അടുക്കളത്തോട്ടത്തിലേക്ക് കൊണ്ടുപോയിക്കാണിച്ചു. പയർ, വഴുതനങ്ങ, വെണ്ടക്ക, പച്ചമുളക്, കോളിഫ്ലവർ, ക്യാബേജ് എന്നിവ ഒരു തരം. കൂടാതെ പന്തലിട്ട് മുന്തിരി വളർത്തിയിരിക്കുന്നു. നിറയെ മുന്തിരി നിൽക്കുന്നു. എനിക്കെന്തോ ദാ ഇതൊക്കെയാണ് ഉള്ളിൽത്തട്ടുന്നത്. നഗരത്തിലെ അത്ഭുതദൃശ്യങ്ങൾ കണ്ട് കണ്ണ് മഞ്ഞളിക്കാറുണ്ട്. പക്ഷെ ഉള്ളിൽത്തട്ടാൻ എനിക്കെപ്പോഴും മണ്ണുമായി ബന്ധം പുലർത്തുന്ന മണ്ണ് തന്നെ വേണം" (p. 111).

'പഴയ ജീവിതരീതി നോക്കിയാൽ ഞങ്ങൾ അമ്പലവാസി സമുദായങ്ങൾക്ക് കൃഷി അത്യാവശ്യം ആവാം എന്നാണ് വെച്ചിരിക്കുന്നത്. ഞങ്ങളുടെ വീടുകൾ (അമ്പലവാസി ഭവനങ്ങൾ) ക്ഷേത്രങ്ങൾക്ക് തൊട്ടടുത്തായിരിക്കും... അമ്പലങ്ങളെ ചുറ്റിപ്പറ്റിയുള്ള ലളിതമായൊരു ജീവിതരീതി ഇവർക്ക് ജന്മനാ പരിചയമായിരുന്നു... അമ്പലവാസികളുടെ പഴയകാല ജീവിതം പൊതുവെ സംതൃപ്തി നിറഞ്ഞതായിരുന്നു. അമിതാഗ്രഹങ്ങളൊന്നും അവർ വെച്ചുപുലർത്താറില്ല. ക്ഷേത്രങ്ങളിൽനിന്ന് കിട്ടുന്ന ഉണങ്ങലരിച്ചോറും ശർക്കരപ്പായസവും എന്നുമുണ്ടാകും. കൂടാതെ വീട്ടുവളപ്പിൽ അത്യാവശ്യം പച്ചക്കറികൾ കൃഷിചെയ്യും. വർഷക്കാലത്ത് വെണ്ട, വഴുതന, പയർ, മത്തൻ, ചേന മുതലായവും തണുപ്പുകാലത്ത് ചേമ്പ്, കാവുത്ത് എന്നിവയും വേനൽക്കാലത്ത് കയ്പ, പടവലം, വെള്ളരി, കുമ്പളം എന്നിവയും സാധാരണമാണ്... കൃഷിയുടെ ഹരം അതൊന്ന് വേറെത്തന്നെയാണ്. അതിന് സമം അതുമാത്രം. എനിക്ക് ബാല്യത്തിൽ അച്ഛനിൽനിന്ന് കിട്ടിയ ഈ ലയം അമേരിക്കയിലെ ശ്യാമിന്റെ വീട്ടിലെ കൃഷി കണ്ടപ്പോൾ ജീവൻ വെച്ചു" (പു. 111-112).

ഇങ്ങനെ അതിസാങ്കേതികതയുടെ ഉപഭോഗപരിസരങ്ങളിൽനിന്ന്, മണ്ണിന്റെ ജൈവസാക്ഷാൽക്കാരങ്ങളിലേക്ക് പ്രൊഫ. ടി.എൻ. വി. ഇറങ്ങിവരുന്ന നിരവധി സന്ദർഭങ്ങൾ ഈ യാത്രാവിവരണങ്ങളിലുണ്ട്. അമേരിക്കൻ ഐക്യനാടുകളിലെ ഉപഭോഗജീവിതത്തെ പരാമർശിച്ച് പ്രശസ്ത ഉത്തരാധുനിക ചിന്തകൻ ആഷിഷ് നന്ദി ഇങ്ങനെ സൂചിപ്പിക്കുന്നുണ്ട്. "ഉപഭോഗവുമായി ഇത്ര ആഴത്തിൽ താദാത്മ്യം പ്രാപിച്ച മറ്റൊരു രാജ്യമില്ല. ഉപഭോഗാസക്തിക്കെതിരെ കടുത്ത വിമർശനം ഉയർന്നുവന്നതും ഇവിടെനിന്നാണെന്നതും ശ്രദ്ധേയം. ഒരുപക്ഷെ മറ്റൊരു രാജ്യത്തും ഉപഭോഗത്തെ ഇത്ര ചിട്ടയോടെ സ്ഥാപനവൽക്കരിച്ചിട്ടില്ല. ഹോങ്കോങ്ങ്, സിംഗപ്പൂർ, ദുബയ് എന്നീ നഗരരാഷ്ട്രങ്ങൾ ഇതിനുള്ള ശ്രമം നടത്തുന്നുണ്ട്. ഇവിടെയെല്ലാം രാഷ്ട്രീയ സമ്പദ്ഘടന ഉപഭോഗത്തിനുചുറ്റുമാണ് കെട്ടിയുയർത്തിയിരിക്കുന്നത്. എന്നാൽ ആഗോളസംസ്കാരത്തിൽ പ്രത്യാഘാതം സൃഷ്ടിക്കാൻ അമേരിക്കയെപ്പോലെ ഈ നഗരരാഷ്ട്രങ്ങൾക്ക് കഴിഞ്ഞിട്ടില്ല. അമേരിക്ക പ്രധാനമായും കുടിയേറ്റക്കാരുടെ സമൂഹമാണെന്നതായിരിക്കാം ഇതിനുള്ള കാരണം. സംസ്കാരങ്ങളിൽനിന്ന് പറിച്ചെറിയപ്പെട്ടവരുടെ സാമൂഹികവും മനഃശാസ്ത്രപരവുമായ ആവശ്യങ്ങളെ തൃപ്തിപ്പെടുത്തുകയായിരുന്ന അമേരിക്കയിൽ വളർന്നുവന്ന ഉപഭോഗസംസ്കാരത്തിന്റെ ലക്ഷ്യം. കഴിഞ്ഞ 200 വർഷമായി അമേരിക്കയിൽ നടന്നുപോരുന്ന സമൂഹനിർമ്മാണ പ്രക്രിയയുടെ ഒരു ഉപോൽപ്പന്നമാണ് ഈ ഉപഭോഗസംസ്കാരം. നാടുവിട്ട് പോരുന്ന ആരേയും സ്വീകരിക്കുന്ന ഒരു രണ്ടാം പട്ടണമായി അമേരിക്ക മാറിത്തീരുകയാണുണ്ടായത്. ഉപഭോക്താക്കളുടെ പറുദീസയാണ് ഇന്ന് അമേരിക്ക. ഉപഭോഗത്തിനെതിരെയുള്ള ആശയങ്ങളും ഏറ്റവും കൂടുതൽ ഉപഭോഗം ചെയ്യപ്പെടുന്നതും അമേരിക്കയിലാണ്".

ഉപഭോഗപരതയിലുണ്ടാകുന്ന കുതിച്ചുചാട്ടമാണ് വികസനമെന്നും അത് സാങ്കേതികമേഖലയിലും സാമ്പത്തികമേഖലയിലും വലിയ ചലനമുണ്ടാക്കുമെന്നും പ്രവചിക്കുന്നവരുണ്ട്. എന്നാൽ ഉപഭോഗസംസ്കാരത്തിന്റെ ലക്ഷ്യം ഉപഭോഗം മാത്രമാണെന്ന് നന്ദി ചൂണ്ടിക്കാണിക്കുന്നുണ്ട്. ഉപഭോഗത്തെ ഒരു മൂല്യമാക്കി മാറ്റാൻ മനുഷ്യരെ ഉടച്ചുവാർക്കേണ്ടതുണ്ട്. അതിനാവശ്യമായ സോഷ്യൽ-എൻജിനീയറിങ്ങാണ് നടന്നുകൊണ്ടിരിക്കുന്നത്. ആദ്യമായി മനുഷ്യരെ അവരുടെ ചുറ്റുപാടുകളിൽനിന്ന് പറിച്ചെടുത്ത് അജ്ഞാതവും അർദ്ധ-സമുദായഘടനയുള്ളതുമായ ചില

സമൂഹങ്ങളിലേക്ക് വലിച്ചെറിയണം. അവിടെ കുടുംബത്തേക്കാൾ വിപുലമായ ഒരു ജീവിതം അവർക്ക് ഉണ്ടാകില്ല 'ചിന്തിക്കുന്ന സ്വതന്ത്രമനുഷ്യൻ' എന്ന പഴയ സങ്കൽപ്പത്തെ 'ഉപഭോഗിക്കുന്ന വ്യക്തി' എന്ന് പുനർനിർവചിക്കണം. അയാൾക്ക് പരമാധികാരം നൽകണം. വ്യക്തിയുടെ സ്വാതന്ത്ര്യം എന്നാൽ വിൽകാനും വാങ്ങാനുമുള്ള സ്വാതന്ത്ര്യമെന്ന് പരാമർശിക്കപ്പെടണം. മാനകീകരിക്കപ്പെട്ട ഉൽപ്പാദനത്തിലൂടെയും മാനകീകരിക്കപ്പെട്ട ഉപഭോഗത്തിലൂടെയുമായിരിക്കും ഇത് സാധ്യമാകുക. ' ഡോളറൈസ്ഡ്' ' ചെയ്യപ്പെട്ട വ്യക്തിയും സമ്പത്തുമാണ് ഈ ഉൽപ്പാദന-ഉപഭോഗക്രമങ്ങളുടെ മാനകം. ഇപ്രകാരം ഉടച്ചുവാർക്കപ്പെട്ട വ്യക്തി ഉപഭോഗത്തിലൂടെ മാത്രമാണ് ഒരു സാമൂഹ്യജീവിയായിത്തീരുന്നതും. 'ഞാൻ ചിന്തിക്കുന്നു അതുകൊണ്ട് ഞാനുണ്ട്' എന്നതിനെ 'ഞാൻ വാങ്ങുന്നു അതുകൊണ്ട് ഞാനുണ്ട്' എന്ന് തിരുത്തേണ്ടിവരുന്നു. 'ഉപഭോഗിയായ വ്യക്തി' തന്നെ വലയം ചെയ്തിരിക്കുന്ന അതിഗഹനമായ ശൂന്യത തിരിച്ചറിയുന്നത് പരസ്യങ്ങളിലൂടെയാണ്, ആ ശൂന്യതയെ നിറക്കാനുള്ള മാന്ത്രികസിദ്ധി ചരക്കുകൾക്കുണ്ടെന്നും അയാൾ ഇവയിലൂടെ ധരിക്കുന്നു. അതോടെ ഉപഭോഗം ജീവിതത്തിന് അർത്ഥം നൽകുന്നു'. നന്ദിയുടെ ഈ നിരീക്ഷണമാണ് ഇന്ന് ടൂറിസത്തെ നിർണ്ണയിക്കുന്നത്. ഉപഭോഗക്രമങ്ങളുടെ മാതിരിഭേദങ്ങൾ പരിചയപ്പെടാനാണ് ഇന്ന് ടൂർ പാക്കേജുകൾ സംഘടിപ്പിക്കപ്പെടുന്നത്. ഈ സന്ദർഭത്തിലാണ് പ്രോഫ. ടി.എൻ.വി.യുടെ യാത്രാവിവരണം വേറിട്ട് നിൽക്കുന്നത്.

അദ്ദേഹം സന്ദർശിക്കുന്നത് ചരിത്രസ്മാരകങ്ങൾ, പ്രകൃതിരമണീയമായ സ്ഥലങ്ങൾ, സർവ്വകലാശാലകൾ എന്നിവിടങ്ങളാണ്. ഓരോ സ്ഥലവും അദ്ദേഹത്തെ പിന്നോട്ട് നടത്തുന്നത് കാണാം. അമേരിക്കയിലിരുന്ന് മുളങ്കുന്നത്തുകാവിനെയും നാട്ടിലെ പൂരപ്പറമ്പുകളെയും ഭാവന ചെയ്യുകയാണ് അദ്ദേഹം ചെയ്യുന്നത്.

"ക്ലീവ്ലാൻഡിൽ വെടിക്കെട്ട് ഉണ്ടെന്ന് കേട്ട് ഞങ്ങൾ കാണാൻ പോയി. സത്യം പറഞ്ഞാൽ എനിക്കിഷ്ടപ്പെട്ടില്ല. നയാഗ്രയിൽവെച്ച് കണ്ട വെടിക്കെട്ട് എനിക്ക് പിടിച്ചില്ല. അമേരിക്കൻ വെടിക്കെട്ട് കൂടുതൽ science-technology oriented ആണ്. കേരളത്തിലെ വെടിക്കെട്ടിന്റെ പേടിപ്പിക്കുന്ന ഗാംഭീര്യം അറിഞ്ഞവരാരും അമേരിക്കൻ വെടിക്കെട്ട് ഇഷ്ടപ്പെടില്ല" (പു. 127).

'ആഫ്രിക്കൻ-അമേരിക്കൻ എന്നു വിളിക്കാറുള്ള കറുത്ത വർഗ്ഗക്കാർ താളത്തിനോട് കാണിക്കുന്ന ആഭിമുഖ്യം ശ്രദ്ധിക്കേണ്ടതാണ്. അവർ തലയാട്ടുന്ന വിധം കണ്ടാൽ മലയാളികൾക്ക് ഇഷ്ടപ്പെടും.

നമ്മൾ പഞ്ചാരിമേളം കേൾക്കുമ്പോൾ ചെയ്യുന്നതുപോലെ ഒരു കഴുത്ത് ചുറ്റലുണ്ട്. അതിന്റെയൊരു ഗ്രെയ്സ് വേറെത്തന്നെ. അതിലൊരു സമ്പ്രദായമുണ്ട്" (പു. 130).

'ഒരു വലിയ താളോപകരണം കൂട്ടിനുള്ളിലാക്കി അടച്ചുവെച്ച് അതിന്റെ തലക്കലുള്ള അടപ്പിൻമേൽ കൊട്ടുന്നത് കണ്ടപ്പോൾ എനിക്കോർമ്മ വന്നത് നമ്മുടെ കൂടിയാട്ടത്തിനുപയോഗിക്കുന്ന മിഴാവിനെയാണ്. മറ്റൊരു വസ്തുതകൂടി ഞാൻ ശ്രദ്ധിച്ചു. അതു പറയാം. കേരളത്തിൽ ചെണ്ടയിൽ കോലുകൊണ്ട് ഉരുട്ടിക്കൊട്ടാറുണ്ട്. കോൽ ഉരുട്ടിയാൽ ചെറിയ ശ്രമം കൊണ്ട് അതിവേഗത്തിൽ കൊട്ടാൻ പറ്റും. നമ്മുടെ തായമ്പക ഉദാഹരണമാണ്. കോലുപയോഗിക്കാത്ത തിമില, മദ്ദളം എന്നീ കേരളീയ വാദ്യോപകരണങ്ങളിൽ കൈകൊണ്ട് കുഴമറിഞ്ഞ് കൊട്ടിയാലും കോൽ ഉരുട്ടുന്ന ഫലം കിട്ടും. കർണ്ണാടക സംഗീതത്തിൽ മൃദംഗം, ഘടം എന്നിവ കൊട്ടുമ്പോഴും ഹിന്ദുസ്ഥാനി സംഗീതത്തിൽ തബല, പക്കവാജ് എന്നിവ കൊട്ടുമ്പോഴും ഈ കുഴമറിഞ്ഞുള്ള കൊട്ടൽ സാധാരണയാണ്. പാശ്ചാത്യ താളോപകരണങ്ങൾ കൊട്ടുമ്പോൾ അവർക്ക് ഈ സങ്കേതം പരിചിതമല്ലായെന്നപോലെ തോന്നും" (പു. 131).

'കേരളീയർക്ക് ചിരപരിചിതമായ ചില ചെടികൾ ക്ലീവ്ലാൻഡിലും ബീച്ച് വുഡിലും കണ്ടപ്പോൾ കൗതുകം തോന്നി. അവയിൽ ചിലതാണ് ചെമ്പരത്തി, കാശിത്തുമ്പ, ശംഖുപുഷ്പം, ചുണ്ടമല്ലി എന്നിവ. കാശിത്തുമ്പ പല നിറത്തിലും കാണാം. വെള്ള, പിങ്ക്, ചുവപ്പ് നിറങ്ങളിൽ. പിന്നെ കർപ്പൂരത്തുളസി, മുയൽച്ചെവി എന്നിവയും തൃശ്ശൂരിനടുത്തുള്ള ഗ്രാമങ്ങളിൽ ഓണപ്പൂക്കളിടാൻ പാകത്തിലുള്ള ഒരു പൂവ് കാണാറുണ്ട്. അതിന് അവിടങ്ങളിൽ ഓണപ്പൂവ് എന്നാണ് പറയാറ്. ഇതിന് വള്ളുവനാട്ടിലെ കണ്ണാന്തളിപ്പൂവിന്റെ സാമ്യമുള്ളതായി ഓർമ്മ തോന്നുന്നു" (പു. 147).

ഉദാഹരണങ്ങൾ ഇനിയും വേണ്ടുവോളമുണ്ട്. ക്ലീവ്ലാൻഡിലെ സൂപ്പർമാർക്കറ്റുകളും മാളുകളും ഈ സഞ്ചാരിക്ക് പെട്ടെന്ന് മടുക്കുന്നു. യാന്ത്രികതയുടെ അതിപ്രസരം അദ്ദേഹത്തെ ശ്വാസം മുട്ടിക്കുന്നു. ഏകാന്തമായ സഞ്ചാരങ്ങളും പുൽമേട്ടുകളും കാട്ടുകളും ഈ യാത്രികനിൽ ലഹരി നിറക്കുന്നു. കുടുംബാംഗങ്ങളെക്കുറിച്ച് അദ്ദേഹം പലയിടങ്ങളിലും സൂചിപ്പിക്കുന്നുണ്ടെങ്കിലും അവരാരും ഈ ആഖ്യാനത്തിൽ ഇടപെടുന്നില്ല. അവരുടെ അഭിപ്രായങ്ങളോ നിരീക്ഷണങ്ങളോ സംഭാഷണങ്ങളോ ഇല്ല. ദീർഘനേരത്തെ ഏകാന്തസഞ്ചാരത്തിനൊടുവിൽ ഒരു മുറിയൽ അടച്ചിരുന്ന് വായിക്കാനിടയുള്ള

ഏകാകിയായ ഒരു മലയാളിയോട് 'വർത്തമാനം പറയുന്ന മട്ടിൽ' എഴുതിയ അനാർഭാടമായ കുറിപ്പുകളാണ് ഈ യാത്രാവിവരണത്തിന്റെ ഉള്ളടക്കം. ഇതിൽ മനുഷ്യർ കഥാപാത്രങ്ങളായി വരുന്നില്ല. പൂക്കളും പൂമ്പാറ്റകളും അണ്ണാറക്കണ്ണന്മാരും മാൻകുട്ടങ്ങളും ഇലച്ചാർത്തുകളും ഋതുക്കളും നിലാവും തടാകങ്ങളും ചതുപ്പുകളും സമൃദ്ധമായി നിറയുന്നു. പ്രകൃതിയുടെ നിശബ്ദ ചാരുതയിൽ ധ്യാനനിലീനമായ ഒരു നിൽപ്പ്.

എന്നാൽ ഇതിൽ ഇടക്കിടെ കടന്നുവരുന്ന ഒരു കാൽപ്പെരുമാറ്റമുണ്ട്. അത് ഗ്രന്ഥകർത്താവിന്റെ അച്ഛന്റേതാണ്. കുട്ടിക്കാലത്ത് മുളങ്കുന്നത്തുകാവിൽനിന്ന് മണിക്കൂറുകളോളം അച്ഛനോടൊപ്പം നടന്ന് വിദൂരഗ്രാമങ്ങളിലെത്തി തീയ്യാട്ടുനടത്തി മടങ്ങിപ്പോരുന്നതിന്റെ ചിത്രമാണ് ഈ യാത്രാവിവരണത്തിലെ ദീപ്തമായ ഒന്ന്. പാടവരമ്പിലൂടെയും നിഴൽ പരന്ന വഴികളിലൂടെയും റാന്തൽ വെളിച്ചത്തിലുള്ള ആ നടത്തം പ്രൊഫ. ടി.എൻ.വി.യെ പഠിപ്പിച്ചത് ജീവിതത്തിന്റെ മഹാരഹസ്യങ്ങളാണ്. പിന്നീട് ചെന്നുചേർന്ന സ്ഥലകാലങ്ങളിലെല്ലാം അദ്ദേഹം ഇതേ രഹസ്യത്തിന്റെ താക്കോലാണ് തിരഞ്ഞുകൊണ്ടിരിക്കുന്നത്. ബീച്ച് വുഡ് ഗ്രാമത്തിലെ ദീർഘസഞ്ചാരത്തിലും അച്ഛന്റെ കാൽപ്പെരുമാറ്റം അദ്ദേഹത്തെ പിന്തുടർന്നെത്തി. കാലത്തിന്റെ പ്രലോഭനങ്ങളിൽനിന്നും മൽസരങ്ങളിൽനിന്നും അമിതാവേശങ്ങളിൽനിന്നും തെന്നിമാറാൻ അദ്ദേഹത്തിന് തുണയായത് അച്ഛന്റെ കാൽപ്പെരുമാറ്റം തന്നെയായിരിക്കണം.

"അച്ഛനിൽനിന്ന് എനിക്ക് പകർന്നുകിട്ടിയ രണ്ട് ശീലങ്ങളാണ് കൃഷിപ്പണിയും നീണ്ട നടത്തങ്ങളും. ഞങ്ങൾ തീയ്യാടി നമ്പ്യാന്മാരുടെ കുലപ്രവൃത്തി അയ്യപ്പന്റെ തീയ്യാട്ടുകഴിക്കലാണ്. പാരമ്പര്യമുറക്ക് അയ്യപ്പക്ഷേത്രങ്ങളിലും നമ്പൂതിരി ഇല്ലങ്ങളിലുമാണ് അധികവും തീയാട്ട് നടത്തിവരുന്നത്. എന്റെ കുട്ടിക്കാലത്ത് മുളങ്കുന്നത്തുകാവിൽനിന്ന് എട്ടു കിലോമീറ്ററോളം അകലെയുള്ള പുതുരുത്തിയിലെ പച്ചിക്കാട്ട് മനയ്ക്കലും തെക്കേടത്ത് മനയ്ക്കലും തീയ്യാട്ട് പതിവുണ്ട്. വേനൽക്കാല രാത്രികളിലാണ് തീയ്യാട്ട് അധികവും ഉണ്ടാവുക. അച്ഛനും ഞാനും കാലത്ത് മുളങ്കുന്നത്തുകാവിൽനിന്ന് പുതുരുത്തിയിലേക്ക് പുറപ്പെടും. അന്ന് ഇന്നത്തെ മാതിരി ബസ്സൊന്നും ഉണ്ടായിരുന്നില്ല. ഞങ്ങൾ ഒരു മൂന്ന് മണിക്കൂർ സമയംകൊണ്ട് പുതുരുത്തിയിലെത്തും. രാത്രി 11 മണിക്ക് തീയ്യാട്ടു കഴിഞ്ഞുള്ള മടക്കയാത്രയാണ് കൂടുതൽ രസം. അച്ഛനും ഞാനും മാത്രം. ചിലപ്പോൾ കുറച്ചുദൂരത്തേക്ക് ചെണ്ട കൊട്ടുന്ന മാരാരും കൂടെയുണ്ടാകും. ഒരു കമ്പിറാന്തലിന്റെ

വെളിച്ചത്തിലാണ് യാത്ര. തീയ്യാട്ടിന്റെ അനുഭവങ്ങളായ നെല്ല്, അരി, നാളികേരം, എണ്ണ എന്നിവ കയ്യിലെടുത്താണ് നട്ടപ്പാതിര ക്കുള്ള നടത്തം. രാത്രി 2 മണിക്ക് ഞങ്ങൾ വീട്ടിൽ തിരിച്ചെത്തും. അന്നെനിക്ക് പ്രേതങ്ങളെ ഭയങ്കര പേടിയായിരുന്നു... ഞാൻ അച്ഛന് മുന്നിലാണ് നടക്കുക... പ്രേതങ്ങൾ പിന്നിൽനിന്നാണ് തുറിച്ചുനോ ക്കുക... അച്ഛൻ പിന്നിലുണ്ടല്ലോ... അപ്പോൾ പ്രേതപ്പേടി വേണ്ട. വേനൽക്കാല രാത്രികളിൽ നടക്കുമ്പോൾ കട്ടവിണ്ട പാടത്തിന്റേയും കശുമാവിൻ തോപ്പിന്റേയും മണം വരും. വേനലിന്റെ അവ്യക്തമായ മറ്റ് മണങ്ങളും തോന്നാറുണ്ട്... പ്രേതങ്ങളെപ്പേടിച്ചുള്ള പാതിരാനട ത്തങ്ങൾ ഇന്നാലോചിക്കുമ്പോൾ ഒരു midsummer night's dream പോലെ തോന്നുന്നു" (പു. 133).

ആമിഷ് ജനവിഭാഗത്തെക്കാണുമ്പോൾ താൻ പുറപ്പെട്ടുപോ ന്ന പാരമ്പര്യത്തിന്റെ ഉറവകളിലേക്കുള്ള പുനഃസന്ദർശനമായി ഗ്രന്ഥകർത്താവിന് തോന്നുന്നു. "ആധുനിക പരിഷ്കാരത്തിന്റെ പറുദീസയായ അമേരിക്കയിൽ വൈദ്യുതിയും ഫോണും കാറുമെന്നും ഉപയോഗിക്കാതെ ജീവിക്കുന്ന ഒരു ജനവിഭാഗമുണ്ട്. ആമിഷ് ജനത എന്ന് ഇവർക്ക് പേര്. ഇല്ലായ്മ കൊണ്ടല്ല അവർ ഇതൊക്കെ വേണ്ടെന്ന് വെച്ചത്... സ്വമേധയാ ആധുനിക സൗകര്യങ്ങളെ പരി ത്യജിച്ച് അവക്ക് പുറം തിരിഞ്ഞുനിൽക്കുന്ന ഇവർ ഒരു പ്രത്യേക മതവിഭാഗം കൂടിയാണ്" (പുറം 118). കഠിനാധ്വാനികളും പ്രകൃതിയോ ടിണങ്ങി ജീവിക്കുന്നവരുമാണ് ആമിഷ് ജനവിഭാഗം. ഗാന്ധിയുടെ സർവോദയമാണ് ഈ സന്ദർഭത്തിൽ ഗ്രന്ഥകർത്താവിന്റെ സ്മൃതി പഥത്തിലേക്ക് വരുന്നത്. 'ആധുനിക നാഗരിക ജീവിതത്തിന്റെ കുത്തൊഴുക്കിൽ നിസ്സഹായരായി ഒഴുകിക്കൊണ്ടിരിക്കുന്ന നമ്മളിൽ ചിലരെങ്കിലും പ്രശാന്തിയും ഏകാന്തതയും പ്രകൃതിയും അനന്തതയും ഇഷ്ടപ്പെടുന്നവരാണ്'. അവരെയാണ് ആമിഷ് ദർശനം പിടികൂടുക എന്ന് പ്രൊഫ. ടി.എൻ.വി. സൂചിപ്പിക്കുന്നു. ഇന്ത്യൻ മലമുടികളിലെ ബുദ്ധവിഹാരങ്ങളിലും ശങ്കരാചാര്യാശ്രമങ്ങളിലും താമസിക്കുന്ന അന്തേവാസികളിൽ കാണുന്ന ശാന്തിയാണ് അദ്ദേഹം ആമിഷ് ജനങ്ങളിൽ ദർശിച്ചത്.

മുതലാളിത്തം കമ്പോളങ്ങളിലൂടെയും ചരക്കുകളിലൂടെയും ഏകലോകം സൃഷ്ടിച്ചെടുക്കാൻ ശ്രമിക്കുമ്പോൾ സംഗീതം, സാഹിത്യം, സൗന്ദര്യം, ആത്മീയത എന്നിവയിലൂടെ ഭൂഖണ്ഡ ങ്ങളെ ചേർത്തുവരക്കാനാണ് ഈ സഞ്ചാരി ആഗ്രഹിക്കുന്നത്. അദ്ദേഹത്തിന്റെ അമേരിക്കൻ ലാന്റ്സ്കേപ്പിന്റെ പശ്ചാത്തലം

ചാരുകേശിയാണ്. ഒറീസയിലെ ഉൾഗ്രാമങ്ങളിൽനിന്ന് മഹാരാഷ്ട്ര-തമിഴ്നാട് വഴി തന്റെ മുളങ്കുന്നത്ത് കാവിലെത്തിയ അഷ്ടപദിയെക്കുറിച്ച് പറയുമ്പോഴും ആമിഷ് ജനതയുടെ ശാന്തിപരത്തുന്ന സംഘജീവിതത്തിന് സാക്ഷിയാകുമ്പോഴും ദേശീയതയുടെ അതിരുകൾ മാഞ്ഞ് വിശ്വമാനവലോകം ചിറകുവിരിക്കുന്നത് നാം കാണുന്നു. 'When the world makes a home in a single nest' (ഏകനീഡം ജഗത്യേവം) എന്ന ടാഗോറിന്റെ സങ്കല്പം ഈ പുസ്തകത്തിന്റെ അന്തർധാരയാണ്. ലോക കമ്പോളത്തെ പക്ഷിക്കൂടുകൊണ്ട് പകരം വെക്കുന്ന എതിർഭാവനയാണ് ഈ പുസ്തകത്തിന്റെ സൗന്ദര്യം.

ഇത്രയും പറഞ്ഞതിൽനിന്ന് ഒരു കാര്യം വ്യക്തമാണ്. യാത്രാവിവരണം എന്നത് യാത്രയിൽക്കണ്ട ഒരു ദേശത്തിന്റെ വിവരണമല്ല. സ്ഥലകാലവിവരണങ്ങൾ ആഖ്യാനത്തിനുള്ള ഒരു മുഖാവരണം മാത്രമാണ്. അത് നീക്കിയാൽ നാം കാണുന്നത് യാത്രചെയ്തയാളുടെ മുഖമാണ്. ആത്മാവും അപരവും തമ്മിലുള്ള മുഖാമുഖത്തിന്റെ വിവരണം മാത്രമാണത്. ആത്മകഥയിൽനിന്ന് സഞ്ചാരസാഹിത്യത്തിലേക്കുള്ള ദൂരം ഏറെ കുറവാണ്. ഈ യാത്രാവിവരണത്തിൽ നാം കാണുന്നത് പ്രൊഫ. ടി.എൻ.വി. എന്ന സഞ്ചാരിയെയാണ്. അദ്ദേഹത്തിന്റെ മനോഭാവങ്ങളും അഭിരുചികളുമാണ്. അതായത് യാത്രാവിവരണത്തിന് നാം കരുതുന്നതുപോലുള്ള വസ്തുനിഷ്ഠതയില്ല. അത് 'ആത്മ'(Self)ത്തിന്റെ എഴുത്താണ്. നടക്കുന്ന വഴിയും കാണുന്ന പ്രകൃതിയും ഇവിടെ കണ്ണാടികളാണ്. ഈ കണ്ണാടികൾ യാത്രികന്റെ മുഖമാണ് നിഴലിപ്പിക്കുന്നത്.

1936-ൽ കോച്ചാട്ടിൽ കല്യാണിക്കുട്ടിയമ്മ (മിസ്സിസ് കുട്ടൻനായർ) എഴുതിയ 'ഞാൻ കണ്ട യൂറോപ്പ്' എന്ന യാത്രാവിവരണത്തെ പരിഹസിച്ചുകൊണ്ട് ഇതിന്റെ തലക്കെട്ട് 'എന്നെ കണ്ട യൂറോപ്പ്' എന്നാക്കണ'മെന്ന് സഞ്ജയൻ പരിഹസിച്ചതായി പരാമർശിച്ചുകണ്ടിട്ടുണ്ട്. യാത്രാവിവരണത്തെക്കുറിച്ചുള്ള പുതിയ ധാരണകൾ രൂപപ്പെട്ട് വരുന്ന ഇക്കാലത്ത് സഞ്ജയന്റെ പരിഹാസത്തിൽ കഴമ്പില്ലെന്ന് കാണാം. യാത്രാവിവരണം എന്നത് സ്ഥലങ്ങളുടേയും സംസ്കാരത്തിന്റേയും 'വസ്തുനിഷ്ഠ' വിവരണമായിരുന്നു എങ്കിൽ എന്തിനാണ് ഇത്രയധികം യാത്രാവിവരണങ്ങൾ?

ആദ്യകാലത്ത് മലയാളത്തിലുണ്ടായ യാത്രാവിവരണങ്ങളിൽ നിന്ന് പുതുകാല രചനകൾ എത്രമാത്രം വ്യത്യാസപ്പെട്ടിരിക്കുന്നു എന്ന് നോക്കുക രസകരമാണ്. 'നമ്മളൊക്കെ ഗ്രാമീണരും അപരിഷ്കൃതരും, യൂറോപ്യന്മാർ നമ്മളേക്കാൾ ബഹുകേമന്മാർ'

എന്ന മട്ടിലുള്ള യാത്രാവിവരണങ്ങളാണ് 19-20 നൂറ്റാണ്ടുകളിൽ മലയാളത്തിലുണ്ടായവയിലേറെയും. "മിസ്റ്റർ മാധവൻ, മനസ്സിന് സുഖമില്ലെങ്കിൽ എവിടേക്കെങ്കിലും യാത്ര പോകുന്നതാണ് നല്ലത്. കഴിയുമെങ്കിൽ യൂറോപ്പിലേക്കാണ് പോകേണ്ടത്" എന്നാണല്ലോ ഇന്ദുലേഖയിലെ മാധവന് സായ്പ് നൽകുന്ന ഉപദേശം. കൊളോണിയൽ സാമന്തന്റെ ഈ 'ഓറിയന്റലിസ്റ്റ്' കാഴ്ചകളാണ് ആദ്യകാല യാത്രാവിവരണങ്ങളിൽ സാമാന്യമായി കാണുന്നത്. 1916-ൽ കെ.പി. കേശവമേനോൻ പ്രസിദ്ധീകരിച്ച 'ബിലാത്തി വിശേഷ'ങ്ങളിൽ യുദ്ധവും അത് ഇംഗ്ലണ്ടിലുണ്ടാക്കിയ പ്രതിസന്ധികളും ഇംഗ്ലണ്ടിലെ നഗരങ്ങളുമൊക്കെയാണ് വിവരിക്കപ്പെടുന്നത്. 1927-ൽ മന്നത്ത് പദ്മനാഭൻ പ്രസിദ്ധീകരിച്ച 'ഞങ്ങളുടെ എഫ്.എം.എസ്. യാത്ര' എന്ന കൃതി എൻ.എസ്.എസിന്റെ ധനശേഖരണാർത്ഥം മലേഷ്യയിലേക്ക് നടത്തിയ യാത്രയുടെ വിവരണമാണ്. ഈ കൃതിയിൽ യാത്രാനുഭവങ്ങൾ വിവരിക്കുന്നതിനേക്കാൾ തനിക്ക് നൽകാനുള്ള ഉപദേശങ്ങളാണ് മന്നം ഉൾക്കൊള്ളിച്ചിരിക്കുന്നത്. 1949ൽ ഇ.എ. വർഗ്ഗീസ് എഴുതിയ 'ഞാൻ കണ്ട അമേരിക്ക' എന്ന കൃതി അമേരിക്കയെ നവലോകത്തിന്റെ വാഗ്ദാനമായി വാഴ്ത്തുന്നുണ്ട്. റോക്-ഫെല്ലറിന്റേയും ഹോളിവുഡിന്റെയും ഇടമായതുകൊണ്ടാണ് വർഗ്ഗീസ് ഇപ്രകാരം ഘോഷിക്കുന്നത്. പ്രൊഫ. ടി.എൻ.വി.യെപ്പോലെ അമേരിക്കൻ പാതകളിലെ മുക്കുറ്റിപ്പൂക്കളെ അന്വേഷിക്കുകയല്ല, അവിടുത്തെ യന്ത്രജീവിതത്തിൽ സ്വയം മറക്കുകയാണ് വർഗ്ഗീസ് ചെയ്യുന്നത്. പ്രോഫ. ടി.എൻ.വി. ഓറിയന്റലിസ്റ്റ് കണ്ണട അഴിച്ചുമാറ്റി ഗാന്ധിയൻ കണ്ണട അണിയുകയാണ് ചെയ്യുന്നത്. അതിലൂടെ കാണുന്ന അമേരിക്കൻ കാഴ്ച വ്യത്യസ്തമാണ്.

കോളനിയനന്തരകാലത്ത് ഇന്ത്യൻ യാത്രികന് തന്റെ കാഴ്ചയിൽ ചില തിരുത്തുകൾ വരുത്താനുണ്ട്. പ്രോഫ. ടി.എൻ.വിയുടെത് ഈ തിരുത്തുകളോടുകൂടിയ കാഴ്ചയാണ്. ബഹുസംസ്കൃതികളെ ഒരുമിച്ച് കാണുന്നതിന്റെ സന്തോഷം അതിലുണ്ട്. സംസ്കാരത്തിന്റെ ശ്രേണിബദ്ധതയെ അത് നിരാകരിക്കുന്നു. പല ഭാഷകളും വേഷങ്ങളും സമ്പ്രദായങ്ങളും കൂടിക്കലരുന്ന ഒരു കാലിഡോസ്കോപ്പിക് ദർശനത്തെയാണ് അത് കാംക്ഷിക്കുന്നത്. ഒന്ന് മറ്റൊന്നിനുമേൽ അധീശത്വം പുലർത്തുന്നതിനെ അത് റദ്ദ് ചെയ്യുന്നു.

യാത്രാവിവരണം സാമാന്യമായി പുരുഷന്റെ കലയായാണ് ഇതുവരെയും കൊണ്ടാടപ്പെട്ടിരുന്നത്. യാത്ര ചെയ്യാനും തുറിച്ചുനോക്കാനും അർഹതയുള്ളവർ പുരുഷന്മാരായിരുന്നുവല്ലോ. എന്നാൽ

യാത്രാവിവരണങ്ങളിലെ വംശീയ നോട്ടങ്ങളെന്നപോലെ ലൈംഗിക നോട്ടങ്ങളും ഇന്ന് പ്രതിക്കൂട്ടിൽ നിർത്തപ്പെടുന്നു. സ്ത്രീകൾ യാത്ര ചെയ്യാൻ തുടങ്ങിയതോടെ ലോകം മറ്റൊരുതരത്തിൽ നമുക്കുമുന്നിൽ നിവർത്തിയിടപ്പെട്ടിരിക്കുന്നു. പ്രൊഫ. ടി.എൻ.വി.യുടെ എഴുത്തിൽ ഒരിടത്തും സ്വാഭാവികമായ തുറിച്ചുനോട്ടമില്ല. അദ്ദേഹം വസ്തുക്കളേയും വ്യക്തികളേയും പ്രകൃതങ്ങളേയും വേറിട്ട് കണ്ടെടുക്കാൻ ശ്രമിക്കുന്നില്ല. അതുകൊണ്ടുതന്നെ പശ്ചാത്തലത്തിൽനിന്ന് ഒന്നിനെ പറിച്ചെടുക്കുന്ന നോട്ടം അദ്ദേഹത്തിനാവശ്യമില്ല. മറിച്ച് പശ്ചാത്തലങ്ങളെയാണ് അദ്ദേഹം കണ്ടെടുക്കുന്നത്. അകലെനിന്ന് നോക്കുമ്പോൾ കാണുന്ന ലാന്റ്സ്കേപ്പുകളിലാണ് അദ്ദേഹത്തിന് പ്രിയം. കഴിവതും തലതാഴ്ത്തി തന്റെ കാൽച്ചുവട്ടിലെ പുല്ലിലേക്കും പുൽച്ചാടിയിലേക്കുമാണ് അദ്ദേഹത്തിന്റെ നോട്ടം പാറിവീഴുന്നത്. അതാരെയും നോവിക്കുന്നില്ല. മരങ്ങളിൽനിന്ന് ഇലപൊഴിയുന്നതുപോലെ അദ്ദേഹത്തിന്റെ നോട്ടം പൊഴിഞ്ഞുവീഴുകയാണ് ചെയ്യുന്നത്. അതൊട്ടുവിൽ പതിയുന്നത് തന്നിലേക്ക് തന്നെയാണ്. ആദ്യകാല യാത്രവിവരണങ്ങളിലെ ഹിംസാത്മകമായ നോട്ടങ്ങളുമായി താരതമ്യം ചെയ്യുമ്പോഴാണ് ഇതിന്റെ സൗന്ദര്യവും രാഷ്ട്രീയമായ ശരികളും കൂടുതൽ ബോധ്യപ്പെടുക.

പുസ്തകത്തെക്കുറിച്ചുള്ള വിചാരങ്ങൾ തൽക്കാലം അവസാനിപ്പിക്കുകയാണ്. എന്നെ സംബന്ധിച്ച് ഈ പുസ്തകം വാസുദേവൻ മാഷിലേക്കുള്ള ഒരു യാത്രയായിരുന്നു. 1991-93 കാലത്താണ് അദ്ദേഹവുമായി ആഴത്തിലുള്ള ബന്ധം സൂക്ഷിച്ചത്. ശാസ്ത്ര വിദ്യാർത്ഥിയായിരുന്ന എന്നെ സാഹിത്യപഠനത്തിന് നിർബന്ധിച്ചതും കാലിക്കറ്റ് സർവ്വകലാശാലാ മലയാളവിഭാഗത്തിൽ എം.എക്ക് ചേർത്തതും മാഷായിരുന്നു. അക്കാലത്ത് ഏറെക്കുറെ എല്ലാ വൈകുന്നേരങ്ങളിലും മാഷുടെ കോർട്ടേഴ്സിലെത്തുക പതിവായിരുന്നു. സാഹിത്യവും സംഗീതവും മാത്രമായിരുന്നു സംസാരവിഷയം. പലതും എനിക്ക് ദഹിക്കാത്ത കാര്യങ്ങളായിരുന്നു. എങ്കിലും രസിച്ചിരുന്ന് കേൾക്കും. ഒടുവിൽ ഒലിപ്രംകടവിലേക്കുള്ള അവസാന ബസ്സ് കയറ്റിവിടാൻ ലേഡീസ് ഹോസ്റ്റലിനപ്പുറമുള്ള സ്റ്റോപ്പിലേക്ക് മാഷും വരും. പല ദിവസങ്ങളിലും ബസ്സ് പറ്റിക്കും. അപ്പോൾ മാഷ്ക്ക് ഉത്സാഹം കൂടും. 'എന്നാൽ നടക്കാം. കുറേ ദൂരം ഞാനും കൂടാം'. പിന്നെ മഷോടൊപ്പം ഒലിപ്രം റോഡിലൂടെ പടിഞ്ഞാറോട്ട് ഒരു നടത്തമാണ്. ഏതാണ്ട് മുക്കാൽ ഭാഗത്തോളം മാഷും കൂടെ വരും. പിന്നെ ഞങ്ങൾ വഴിപിരിയും. മാഷ് തിരിച്ചുനടക്കും. ആ നടത്തത്തിനിടയിൽ മാഷ്

ആവർത്തിച്ച് പറഞ്ഞ പലതും ഈ യാത്രാവിവരണത്തിലുണ്ട്. ഞങ്ങളുടെ സംഗമങ്ങൾക്കും യാത്രകൾക്കും ഒരു 'സെൻ' സ്പർശമുള്ളതായി അക്കാലത്ത് എനിക്ക് തോന്നിയിട്ടുണ്ട്. അതേ ഊഷ്മളതയോടെ ആ ബന്ധം നിലനിർത്താൻ എനിക്ക് സാധിച്ചില്ല. ഗവേഷണം, തൊഴിൽ, പരദേശവാസം എല്ലാം ഓരോ കാരണങ്ങളായി. അക്കാലത്ത് ഫോൺ നിത്യജീവിതത്തിന്റെ ഭാഗമായിക്കഴിഞ്ഞിരുന്നുമില്ല. പിന്നെ മാഷുടെ ജീവിതത്തിലും അപരിഹാര്യമായ ചില വേദനകൾ കടന്നുവന്നു. മുളങ്കുന്നത്ത് കാവിലേക്ക് അദ്ദേഹം താമസം മാറ്റി. ഇടക്ക് ഹൃദ്രോഗം കീഴ്പ്പെടുത്താൻ നോക്കിയെങ്കിലും അദ്ദേഹം വഴങ്ങിയില്ല. പൈതൃകമായി കിട്ടിയ മണ്ണിനോടുള്ള മമത ഒരിക്കലും കയ്യൊഴിഞ്ഞില്ല. ഒടുവിൽ മണ്ണിൽ കിളച്ചുകൊണ്ടിരിക്കുമ്പോൾ ശാസ്ത്രജ്ഞനും കലാകാരനുമായ ആ പൂർണ്ണ മനുഷ്യൻ ജീവിതത്തിന്റെ സൗന്ദര്യത്തിലേക്ക് സ്വയം അലിഞ്ഞില്ലാതായി.

'പൂർണമദ പൂർണമിദം, പൂർണാദ്
പൂർണമുദച്യതേ, പൂർണസ്യ
പൂർണമാദായ പൂർണമേവാവശിഷ്യതേ'

തുഞ്ചത്തെഴുത്തച്ഛൻ മലയാള സർവകലാശാലയിലെ എഴുത്തച്ഛൻ പഠന സ്കൂളിൽ പ്രൊഫസറും ഡയറക്ടറുമാണ് ലേഖകൻ. നിരൂപകനും സാംസ്കാരിക വിമർശകനുമാണ്. *പാമ്പരും വഴിയമ്പലങ്ങളും, മുല്ല പൂക്കുന്ന കൽക്കരി വണ്ടികൾ, കാലത്തിന്റെ ആകാശ ഗോപുരങ്ങൾ* എന്നിവയാണ് കൃതികൾ.

വൈറ്റ് ഹൌസ്, വാഷിങ്ടൺ

ടൈം സ്ക്വയർ, ന്യൂയോർക്ക്

ഓഹിയോ ഗുഹകൾ

ബോസ്റ്റൺ

സെവെറൻസ് ഹാൾ, ക്ലീവ് ലൻഡ് ഓർക്കെസ്ട്ര

തോമസ് എഡിസന്റെ ഭവനം

ഫത്തേപൂർസിക്രി, ആഗ്ര, 2003. ഏറ്റവും മുൻപിൽ നിൽക്കുന്നത് വിഷ്ണു

വാണിയോടൊപ്പം